LỊCH SỬ VIỆT NAM
THỜI TỰ CHỦ
(TẬP MỘT)

LỊCH SỬ VIỆT NAM
THỜI TỰ CHỦ

- HỒ BẠCH THẢO -

Thiết kế bìa: UYÊN NGUYÊN TRẦN TRIẾT
Dàn trang: CÔNG NGUYỄN

Nhà Xuất Bản
NHÂN ẢNH, 2023

ISBN: 979-8-8690-8643-3

HỒ BẠCH THẢO

LỊCH SỬ VIỆT NAM

THỜI TỰ CHỦ

TẬP MỘT

NHÂN ẢNH
2023

TỰA

Vướng chút cơ duyên về lịch sử, tôi có dịp dịch các tư liệu Việt sử trong các bộ sử Trung Quốc như: **Nhị Thập Ngũ Sử, Tư Trị Thông Giám** [Tư Mã Quang], **Tục Tư Trị Thông Giám Trường Biên** [Lý Đào], **Tục Tư Trị Thông Giám** [Tất Nguyên], **Minh Thực Lục, Thanh Thực Lục**. Một số tư liệu được in trong các sách xuất bản tại Hoa Kỳ như Những **Nét Đặc Trưng Về Lịch Sử Việt Nam, Việt Sử Tư Liệu Và Lời Bàn**; tại trong nước như **Minh Thực Lục, Thanh Thực Lục**. Tuy đã về già, nhưng cảm thấy bổn phận chưa hoàn thành; nên mấy năm nay lại lúi húi làm công tác tổng hợp, gộp các sử liệu nêu trên với các bộ sử lớn Việt Nam như **Đại Việt Sử Ký Toàn Thư, Khâm Định Việt Sử Thông Giám Cương Mục, Đại Nam Thực Lục**, nhằm hoàn thành sách mới, với nhan đề **Lịch Sử Việt Nam Thời Tự Chủ**. Bộ sử này khởi đầu từ thời Khúc Tiên Chúa nhân thời cơ giành độc lập [906], cho đến hiện đại. Nhờ tư liệu phong phú, nên hiện nay tuy mới soạn đến giai đoạn Vua Quang Trung đại phá quân Thanh [1789]; tính ra chưa đầy 900 năm, đã hoàn thành được 2000 trang; xét về số lượng, quả là dồi dào!

Còn về phẩm thì sao? Chỉ nhắm mong đợi vào sự chính xác:

- Trước kia sử ta do ta viết, *"một mình một chợ"* nên không khỏi *"mẹ hát con khen hay"*. Nay những sử liệu trong Bình Ngô Đại Cáo như:

"Lưu Cung [Vua Nam Hán] *sợ uy mất vía, Triệu Tiết* [tướng Tống] *nghe tiếng giật mình.*

Cửa Hàm Tử giết tươi Toa Đô, sông Bạch Đằng bắt sống Ô Mã.”

Lại có sẵn trong sử Trung Quốc; hãy dùng để phối kiểm, ngõ hầu gần hơn với sự thực.

- Thời gian và không gian là hai mấu chốt cốt lõi lịch sử.

Muốn hình dung rõ nét về thời gian, cần phải đổi ngày tháng Âm Lịch ra Dương Lịch. Rất tiếc các bộ sử cũ nước ta chỉ đổi được từ năm Âm Lịch ra năm Dương Lịch; riêng công trình này đổi đến ngày, tháng, Dương Lịch. Đối với ngày tháng trong sử Trung Quốc, dùng Lưỡng Thiên Niên Trung Tây Lịch Chuyển Hoán [兩千年中西曆轉換]; với sử Việt, áp dụng nghiên cứu lịch của Giáo sư Hoàng Xuân Hãn trong La Sơn Yên Hồ Hoàng Xuân Hãn. Qua sự tò mò, tôi đem những ngày xảy ra nguyệt thực ghi trong sử nước ta, theo phương pháp của Giáo sư Hãn đổi ra Dương Lịch, rồi so sánh với tư liệu Tây phương trong Catalog of Lunar Eclipses thấy giống y. Đơn cử ngày 16 tháng chạp năm Hồng Đức thứ 9 xảy ra nguyệt thực; theo cách của Giáo sư Hãn, đổi ra Dương lịch là ngày 8/1/1479; Catalog of Lunar Eclipses cũng ghi 1479 Jan. 08. Kết quả nêu trên cho hai điều mừng: sử Việt xưa ghi đúng, và lịch pháp của Giáo sư Hãn cũng rất chính xác.

Về không gian tức tên đất; các sách địa lý xưa nay được dùng để tham khảo, ghi ngay địa danh hiện tại bên cạnh, như sông Như Nguyệt [sông Cầu], biển Sa Kỳ [huyện Bình Sơn, Quảng Ngãi], Trấn Giang [Cần Thơ].

Mong muốn quá nhiều, nên không tránh khỏi ôm đồm sai sót; kính mong nhận được lời chỉ giáo của quí vị độc giả.

Hồ Bạch Thảo

1.
Khúc Tiên Chúa Nhân Thời Cơ Dành Độc Lập [906-938]

Ngót một ngàn năm đô hộ, đất nước ta có những cuộc nổi dậy ở tầm mức lớn, như khởi nghĩa Hai Bà Trưng tồn tại trong vòng 3 năm [4-43], nhà Tiền Lý được18 năm [544-602], cuối cùng rơi vào vòng nô lệ. Phải đợi đến lượt Khúc Thừa Dụ, vị lãnh tụ đầu tiên thuộc họ Khúc, được người đời tôn là Khúc Tiên Chúa (1); đất nước ta bắt đầu dành độc lập.

Sách **Khâm Định Việt Sử Thông Giám Cương Mục** chép:

"Tháng giêng, mùa xuân. Nhà Đường gia phong chức đồng bình chương sự cho quan Tĩnh Hải quân tiết độ sứ là Khúc Thừa Dụ.

Họ Khúc là một họ lớn lâu đời ở Hồng Châu [thuộc tỉnh Hải Dương]. *Thừa Dụ, tính khoan hòa, hay thương người, được dân chúng suy tôn. Gặp thời buổi loạn lạc, nhân danh là hào trưởng một xứ, Thừa Dụ tự xưng là Tiết độ sứ và xin mệnh lệnh với nhà Đường; nhân thế vua Đường cho làm chức ấy." (2)*

Sử Trung Quốc, **Tư Trị Thông Giám Cương Mục** của Tư Mã Quang ghi tương tự:

"Đường Chiêu Tông Đế năm Thiên Hựu thứ 3 [906]

Ngày Ất Sửu tháng giêng [7/2/906], *thăng cho Tĩnh hải tiết độ sứ Khúc Thừa Dụ chức Đồng bình chương sự.* 乙丑，加靜海節度使曲承裕同平章事。 ***Tư Trị Thông Giám*** quyển 265"

Bằng cách nào một thường dânViệt Nam dành được nền độc lập cho nước nhà, được nhà Đường công nhận, phong tước hiệu Đồng bình chương sự, trên danh nghĩa ngang hàng với Tể tướng. Hãy xét về thời, thế, cơ, 3 yếu tố cần cho sự thành công để tìm hiểu tiến trình thúc đẩy Khúc Thừa Dụ dấy lên, lập nên công nghiệp lớn:

Thời: bấy giờ sử Trung Quốc vào thời Đường mạt, Vua Tuyên Tông hoang dâm vô độ, Phiên trấn tại các địa phương nổi lên, trường kỳ tranh quyền với triều đình; đồng thời hoạn quan chuyên quyền, chính trị hủ bại; xã hội suy vi trầm trọng, dân không sống nổi. Năm Đại Trung thứ 3 [859] Cừu Phủ tại miền đông tỉnh Chiết Giang lãnh đạo nông dân nổi dậy. Đến đời Vua Ý Tông năm Hàm Thông thứ 9 [868], Bàng Huân tại Quế châu [Quế Lâm, Quảng Tây] lãnh đạo quân trú phòng nổi dậy, sử gọi là *"Bàng Huân chi loạn* 龐勳之變". Hai loạn này tuy bị triều đình nhà Đường dập tắt sớm, nhưng chúng là tiếng nói đầu tiên báo hiệu cho mối loạn qui mô, đó là cuộc nổi dậy của Hoàng Sào. Một trong những soạn giả **Tân Đường Thư**, Tống Kỳ (3) có lý khi nhận xét rằng: "Nhà Đường mất bởi loạn Hoàng Sào, nhưng mối họa bắt đầu từ Quế Lâm 唐亡於黃巢，而禍基於桂林"

Đời Ý Tông Càn Phù năm thứ 2 [875] Hoàng Sào nổi dậy tại Oan Cú [Hà Trạch thị] Sơn Đông. Tránh lực lượng mạnh của phiên trấn tại vùng trung nguyên tỉnh Hà Nam, Hoàng Sào xua quân về phía nam, vượt sông Dương Tử, hoạt động tại vùng Lưỡng Hồ, phía nam An Huy, đông Chiết Giang, Phúc Kiến. Năm Càn Phù thứ 6 [879], Hoàng Sào vào vùng phía nam Ngũ Lãnh, đánh chiếm thành lớn Quảng châu, bắt sống Tiết độ sứ Lý Điều, quân đến 100 vạn, khống chế đại bộ phận Quảng Đông, Quảng Tây. Tại đây Hoàng Sào bố cáo: Sẽ mang đại quân đến kinh đô Trường An, lật đổ sự thống trị của nhà Đường. Tháng 10, quân Hoàng Sào lên phía bắc chiếm Quế Lâm [Quảng Tây], rồi dùng bè xuôi dòng sông Tương tiến chiếm Đàm châu [Hồ Nam]. Tiếp tục qua Ngạc châu [Vũ Xương, Hồ Bắc], hướng về đông tiêu diệt quân của Đại tướng Trương Lân; sau đánh Tín châu [Giang Tây], Tuyên châu [An Huy]. Đường Hy Tông Quang Minh thứ 1 [880], Hoàng Sào cho quân vượt sông Hoài, tiến chiếm Đông đô Lạc Dương, đến năm sau [881] vào chiếm kinh đô Trường An, lập chính quyền Đại Tề với niên hiệu Kim Thống.

Vua Đường Hy Tông phải rút lui sang đất Kiếm Nam [Tứ Xuyên], thu thập tàn quân chống cự. Bấy giờ Đại tướng Chu Ôn [tức Chu Toàn Trung, sau này cướp ngôi nhà Đường lập nên nhà Hậu Lương] phản Hoàng Sào, theo Đường; quân Hoàng Sào bị tổn thất nặng, nên phải rút ra khỏi kinh thành Trường An, trở về vùng núi Thái Sơn tại Sơn Đông. Vào tháng 6 năm Trung Hòa thứ 4 [884], tại cốc Hổ Lang, Lai Vu [Lai Vu thị, Sơn Đông], Hoàng Sào giao chiến với tướng nhà Đường, Thời Phổ, quân thua bèn tự tử.

Cơ: Trong khi Hoàng Sào tung hoành tại Trung Quốc, chính quyền địa phương thuộc Đường tại An Nam Đô Hộ Phủ bị cắt đứt với chính quốc; quân lính nhà Đường làm loạn, tự động bỏ hàng ngũ trở về Ung châu [Nam Ninh], sử chép:

"Đường Hy Tông năm Quảng Minh thứ nhất [880],

Tháng 3, quân loạn tại An Nam, Tiết độ sứ Tăng Cổn bỏ thành trốn; các đạo binh thuộc Ung quản tự động rút về. 安南軍亂，節度使曾衮出城避之，諸道兵戍邕管者往往自歸。(**Tư Trị Thông Giám**, quyển 253)"

Thế: Tiên chúa Khúc Thừa Dụ, một phú hào có học tại đất Hồng Châu [Hải Dương], lấy sự hiểu biết làm sức mạnh [Knowledge is power], chớp lấy thời cơ, vận động nhân dân vốn sẵn lòng căm ghét giặc ngoại xâm từ ngàn năm, đồng loạt nổi dậy; đuổi kẻ xâm lăng ra khỏi bờ cõi, dành lại nền độc lập cho nước nhà.

Việc làm của Tiên Chúa sáng suốt, bởi biết lợi dụng thời cơ mà tạo thế, bỏ sức ít mà công hiệu nhiều; khi ngoại xâm không còn ý chí chiến đấu, quân lính trên đường rã ngũ, thì việc đuổi chúng cũng dễ như đuổi một bầy gà! Tiên Chúa đã khéo thực hiện nguyên tắc kỳ diệu về sách lược dẫn đến thành công; sách lược này trước Công Nguyên Lão Tử [老子] [chết 553 BC] đã đề ra, tại chương 63 sách **Đạo Đức Kinh** [道德經] như sau:

"Đồ nan ư kỳ dị, vi đại ư kỳ tế; thiên hạ nan sự tất tác ư dị, thiên hạ đại sự tất tác ư tế"

(圖難於其易，爲大於其細。天下難事必作於易，天下大事必作於細.)

Dịch nghĩa:

Mưu đồ việc khó từ điểm dễ nhất, mưu đồ việc lớn từ cái nhỏ nhất. Việc khó khăn trong thiên hạ hãy ra tay từ chỗ dễ, việc lớn trong thiên hạ hãy bắt đầu từ chỗ nhỏ.

Dành độc lập cho nước nhà là việc khó, việc lớn nhất; Tiên Chúa đã chọn chỗ dễ là lúc nước cừu địch đắm chìm trong nội loạn để ra tay thành công.

Cùng vào thời trước Công Nguyên với Lão Tử, tại nước Hy Lạp phương Tây, nhà vật lý Archimedes [212 Bc] cũng có câu nói nổi tiếng: *"Hãy cho tôi một điểm tựa tôi có thể* [dùng đòn bẩy] *nâng cả trái đất này lên." (Give me a place to stand and I will move the earth).*

Áp dụng câu nói này với việc làm của Tiên Chúa, thấy rằng Ngài đã dựa vào điểm tựa thời cơ một cách chuẩn xác, thành công bẫy lên được tảng đá nô lệ, đè nặng trên đầu dân tộc ta suốt cả ngàn năm, lại tốn rất ít xương máu.

Bấy giờ nền độc lập của nước Việt còn non trẻ, để tránh việc binh đao có thể xãy ra, Tiên Chúa sai sứ sang Trung Quốc cầu phong; việc làm cũng đúng thời điểm; vì Vua Đường đang bị Chu Toàn Trung áp chế, sắp sửa cướp ngôi, nên đành phải chấp nhận Tiên Chúa cai quản An Nam, sau đó phong chức Tiết độ sứ:

Đường Chiêu Tuyên Đế năm Thiên Hựu thứ 3 [906]

Ngày Ất Sửu tháng giêng [7/2/906], thăng cho Tĩnh hải tiết độ sứ Khúc Thừa Dụ chức Đồng bình chương sự. 乙丑，加靜海節度使曲承裕同平章事。(***Tư Trị Thông Giám*** quyển 265.)

Năm 907, tại Trung Quốc Chu Toàn Trung, cướp ngôi nhà Đường lập nên nhà Hậu Lương; gọi là Lương Thái Tổ, niên hiệu Khai Bình. Tuy là Vua đầu tiên thời Ngũ Đại, nhưng Lương Thái Tổ còn phải đối phó với các lực lượng cát cứ, lập nên 10 nước nhỏ, sử gọi là *"Thập Quốc"*. Tình hình trong nước như vậy,Vua Lương cũng không rảnh tay can thiệp vào nước ta, nên sau khi nghe tin Tiên Chúa mất bèn phong cho con là Khúc Hạo làm Tiết độ sứ:

"Lương Thái Tổ Khai Bình năm thứ nhất [907],

Ngày Giáp Dần tháng 7 [8/907] Tĩnh hải Tiết độ sứ Khúc Dụ chết; ngày Bính Thân cho người con quyền Tri lưu hậu Hạo làm Tiết độ sứ. 靜海節度使曲裕卒，丙申，以其子權知留後顥為節度使。 (***Tư Trị Thông Giám*** quyển 266)"

Mấy năm sau, Tiết độ sứ Khúc Hạo mất, lại tiếp tục phong cho con Hạo là Khúc Thừa Mỹ làm Tiết độ sứ:

Lương Thái Tổ ngày Mậu Ngọ thánh 12 năm Càn Hòa thứ 1 [31/12/911].

- Ngày Mậu Ngọ tháng 12 [31/12/911], cho Tĩnh Hải Lưu hầu Khúc Mỹ làm Tiết Độ Sứ. 戊午，以靜海留後曲美為節度使。(***Tư Trị Thông Giám***, quyển 268)

Khúc Thừa Mỹ không nhạy bén về thời cuộc như ông nội, vẫn tin tưởng rằng giao hảo tốt với nhà Hậu Lương thì yên ổn, không hiểu được tình hình Trung Quốc biến đổi hàng ngày. Bấy giờ thuộc thời Ngũ Đại, trong vòng trên 50 năm [907-960] chia thành 5 triều đại: Hậu Lương, Hậu Đường, Hậu Tấn, Hậu Hán, Hậu Chu; mỗi triều đại có vài vua nối tiếp trị vì, có triều đại như nhà Hậu Hán vận mệnh ngắn ngủi, chỉ được 4 năm! Trung Quốc tuy có vua tại trung ương, nhưng quần hùng cát cứ lập nên các nước nhỏ, gọi là Thập Quốc. Riêng tại vùng Lãnh Nam tức Quảng Đông, Quảng Tây ngày nay; phiên trấn Lưu Cung tự động lên ngôi vua vào năm 917, lập nên nước Nam Hán, đóng đô tại Phiên Ngung [Quảng châu]; Nam Hán là 1 trong Thập Quốc lúc bấy giờ.

Lãnh thổ An Nam sát nách với nước Nam Hán; vua Nam Hán vốn là tay hiếu chiến bèn sai tướng là Lương Khắc Trinh mang quân sang nước ta, đánh bắt Khúc Thừa Mỹ đưa về Phiên Ngung [Quảng châu]:

"Đường Minh Tông năm Trường Hưng thứ nhất [930].

Tháng 9 [25/9-24/10/930], chúa Nam Hán sai tướng là Lương Khắc Trinh, Lý Thủ Phu đánh chiếm Giao Châu, bắt Tĩnh hải quân Tiết độ sứ Khúc Thừa Mỹ đem về, sai tướng là Lý Tiến giữ Giao Châu.

Tháng 10 [25/10-22/11/930], tướng Nam Hán, Lương Khắc Trinh vào đánh Chiêm Thành, lấy đồ vật quí mang về. 漢主遣其將梁克貞、李守鄘攻交州，拔之，執靜海節度使曲承美以歸，以其將李進守交州。…漢將梁克貞入占城，取其寶貨以歸。**Tư Trị Thông Giám**, quyển 277"

Triều đại họ Khúc tương đối ngắn, truyền được 3 đời, nhưng đào tạo được các tướng lãnh giỏi như Dương Đình Nghệ (4), Ngô Quyền, có chí thừa kế. Nhờ vậy nước An Nam chỉ tạm thời bị nước Nam Hán chiếm trong vòng 1 năm; Dương Đình Nghệ mang quân từ Thanh Hóa ra, đánh bại Lý Tiến chạy về Trung Quốc, lại tiêu diệt quân tiếp viện của Trình Bảo:

"Đường Minh Tông năm Trường Hưng thứ 2 [931-932]

Tháng chạp [11/1-8/2/932], *tướng châu Ái* [Thanh Hóa] *Dương Đình Nghệ dưỡng 3.000 con nuôi, mưu đồ khôi phục Giao Châu; Chỉ huy Giao Châu, Lý Tiến, biết được, nhưng nhận hối lộ nên không báo tin về nước. Vào năm này Đình Nghệ mang quân vây Giao Châu, vua Nam Hán sai Thừa chỉ Trình Bảo mang quân đến cứu, chưa đến nơi thì thành đã mất. Lý Tiến trốn về, bị vua Hán giết; Đình Nghê mang binh đánh, Bảo thua chết.* 愛州將楊廷藝養假子三千人，圖復交州；漢交州守將李進知之，受其賂，不以聞。是歲，廷藝舉兵圍交州，漢主遣承旨程寶將兵救之，未至，城陷。進逃歸，漢主殺之。寶圍交州，廷藝出戰，寶敗死。**Tư Trị Thông Giám** quyển 277"

Đến năm Đinh Dậu [937], Kiều Công Tiện làm phản, giết Đình Nghệ, rồi cầu cứu quân Nam Hán sang giúp. Lại cũng chỉ 1 năm sau, tức năm Mậu Tuất [938] Ngô Quyền đại thắng tại sông Bạch Đằng, giết Thái tử Hoằng Thao. Vua Nam Hán Lưu Cung tuy đóng binh yểm trợ tại cửa biển, nghe tin con chết chỉ biết gào khóc, chứ không dám có hành động gì hơn; cái thế độc lập của nước ta đã có cơ sở.

*

Tiên chúa Khúc Thừa Dụ đã áp dụng sách lược *"Việc khó hãy bắt đầu bằng chỗ dễ"*, nên tổn thất ít mà thành công nhiều. Đọc qua sử nước nhà, thấy Vua Lê Lợi cũng theo nguyên tắc này, gặt hái được thành công. Trong khi đang vây thành Nghệ An [1426], được tin cánh quân của Lê Triện chiến thắng tại Bắc Hà; bèn giao cho quân địa phương uy hiếp thành này, mang đại quân ra vây Đông Đô [Hà Nội]. Tuy vậy mà không cần đánh; nhắm tiêu diệt đạo quân tiếp viện của Liễu Thăng tại ải Chi Lăng, khiến quân giặc thế cùng lực tận phải xin rút quân ra khỏi nước. Giả sử nhà vua câu nệ, đánh từng thành, từng tỉnh, từ miền Trung ra Bắc, sẽ mất thêm thời gian, hy sinh thêm biết bao sinh mệnh.

Cả 2 vị anh hùng trong lịch sử nước nhà, linh động áp dụng nguyên tắc *"Mưu đồ việc khó từ điểm dễ nhất, mưu đồ việc lớn từ cái nhỏ nhất. Việc khó khăn trong thiên hạ hãy ra tay từ chỗ dễ, việc lớn trong thiên hạ hãy bắt đầu từ chỗ nhỏ"*; dành được nền độc lập cho nước nhà.

Chú thích:

1.Khúc Tiên Chúa: sách **Vân Đài Loại Ngữ** của Lê Quí Đôn chép Thừa Dụ tức Khúc Tiên Chúa; Tiên Chúa có nghĩa là vị Chúa đầu tiên của nước ta.

2. **Khâm Định Việt Sử Cương Mục**, Quốc sử quán triều Nguyễn, bản dịch của Viện Sử Học, Hà Nội: NXB Giáo Dục, trang 72.

3.Tống Kỳ cùng Âu Dương Tu soạn **Tân Đường Thư**.

4.Dương Đình Nghệ: vì chữ Đình [廷] và chữ Diên [延] viết gần giống nhau, nên có sách chép là Dương Diên Nghệ.

2. Ngô Quyền Chiến Thắng Quân Nam Hán, Củng Cố Nền Độc Lập Nước Nhà [939-967]

Ngô Quyền người xã Đường Lâm tỉnh Sơn Tây [theo **An Nam Kỷ Yếu** của Cao Hùng Trưng, quê tại châu Ái, Thanh Hóa], là tướng giỏi của Tiết độ sứ Dương Đình Nghệ, nên được Tiết độ sứ gả con gái cho; rồi cho giữ Ái Châu. Sau khi phản tướng Kiều Công Tiện giết Dương Đình Nghệ [937], Ngô Quyền mang quân từ châu Ái ra Bắc, đánh Kiểu Công Tiện; Công Tiện không chống nổi, bèn mang của cải đút lót cho vua Nam Hán để xin cứu viện.

Đối phó với thù trong giặc ngoài, tướng Ngô Quyền ra tay diệt tan bè lũ Kiểu Công Tiện trước, rồi chuẩn bị chiến trận chống chống Nam Hán. Vua Nam Hán muốn nhân loạn chiếm nước Việt, bèn sai con là Vạn vương Hoằng Thao mang thủy quân sang đánh, riêng Vua Hán đóng quân tại cửa biển để làm thế yểm trợ. Hậu quả Hoằng Thao chết trận, quân tan, vua Hán khóc ròng, rút quân trở về nước, **Tư Trị Thông Giám** của Tư Mã Quang chép về sự kiện này như sau:

"*Tấn Cao Tổ năm Thiên Phúc thứ 3* [938],

Tháng 10 [26/10-24/11/938], *tướng cũ của Dương Diên Nghệ* [楊延藝] *(1) là Ngô Quyền mang quân đánh Kiểu Công Tiện tại Giao Châu; Công Tiện sai sứ hối lộ cầu cứu nhà Nam Hán. Vua Hán muốn thừa lúc loạn đánh lấy, bèn cho con là Vạn vương*

Hoằng Thao làm Tĩnh hải quân tiết độ sứ tiến phong Giao vương, mang quân cứu Công Tiện; vua Hán đích thân đóng tại cửa biển để làm thế thanh viện. Vua Hán hỏi Sùng văn sứ Tiêu Ích về sách lược, Ích tâu:

'Nay trời mưa lâm râm suốt tuần, đường biển xa xôi hiểm trở, Ngô Quyền lại là tay kiệt hiệt, nên không thể khinh địch. Đại quân cần từ từ thận trọng, dùng nhiều hướng đạo dân địa phương, mới nên tiến.'

Vua không nghe, ra lệnh Hoằng Thao điều chiến thuyền theo sông Bạch Đằng tiến vào Giao Châu. Lúc này Quyền đã giết Công Tiện, chiếm toàn Giao Châu, rồi mang quân đánh ngược lại. Trước hết tại cửa biển cho chôn cọc vót nhọn có bọc sắt; lại sai khinh binh khiêu chiến rồi giả thua rút. Hoằng Thao xua quân đuổi; chẳng bao lâu thuỷ triều xuống, tàu vướng cọc sắt không rút lui được, quân Hán thua to, quan quân bị lật tàu chết trôi quá nửa. Hoằng Thao chết, vua Hán gào khóc, thu tàn quân trở về. Trước đó, Tả lang hầu Dung khuyên vua Hán bớt việc binh để yên dân, nay do dùng binh không phấn chấn, bèn qui lỗi cho Dung, sai phá quan tài phơi thây."

(楊延藝故將吳權自愛州舉兵攻皎公羨於交州，公羨遣使以賂求救於漢。漢主欲乘其亂而取之，以其子萬王弘操為靜海節度使，徙封交王，將兵救公羨，漢主自將屯於海門，為之聲援。漢主問策於崇文使蕭益，益曰：「今霖雨積旬，海道險遠，吳權桀黠，未可輕也。大軍當持重，多用鄉導，然後可進。」不聽。命弘操帥戰艦自白籐江趣交州。權已殺公羨，據交州，引兵逆戰，先於海口多植大口弋，銳其首，冒之以鐵，遣輕舟乘潮挑戰而偽遁，弘操逐之，須臾潮落，漢艦皆礙鐵杙不得返，漢兵大敗，士卒覆溺者太半；弘操死，漢主慟哭，收餘眾而還。先是，著作佐郎侯融勸漢主弭兵息民，至是以兵不振，追咎融，剖棺暴其屍。益，仿之孫也。)

Một bộ sử khác của Trung Quốc, **Tân Ngũ Đại Sử** do Âu Dương Tu soạn, cũng chép tương tự:

"Nhà Nam Hán năm Đại Hữu thứ 10 [937], *Nha tướng Giao Châu Kiều Công Tiện giết Dương Đình Nghệ lên ngôi; tướng cũ của Đình Nghệ là Ngô Quyền đánh Giao Châu; Công Tiện xin*

quân Nam Hán tiếp viện. Cung phong cho con, Hồng Tháo là Giao vương, ra quân đánh tại sông Bạch Đằng; Cung đóng quân tại cửa biển. Quyền sau khi giết Công Tiện, đánh ngược ra cửa biển, cắm cọc sắt. Quân của Quyền chờ thuỷ triều lên bèn rút; đợi thuỷ triều xuống bèn quay thuyền lại đánh, thuyền quân Nam Hán vướng phải cọc đều lật đổ; Hồng Tháo chết, Lưu Cung thu tàn quân trở về." [**Tân Ngũ Đại Sử**, Quyển 65, **Nam Hán, Thế Gia** quyển thứ 5]

(十年，交州牙將皎公羡殺楊廷藝自立，廷藝故將吳權攻交州，公羡來乞師。龔封洪操交王，出兵白藤以攻之。龔以兵駐海門，權已殺公羡，逆戰海口，植鐵橛海中，權兵乘潮而進，洪操逐之，潮退舟還，轢橛者皆覆，洪操戰死，龔收余眾而還。)

Lợi dụng thủy triều để tranh thắng; điều quan trọng là thời gian phải chính xác. Lịch sử thế giới ca tụng danh tướng MacArthur đã thành công trong cuộc đổ bộ bất ngờ nguy hiểm tại hải cảng Inchon cách thủ đô Seoul Hàn Quốc 25 dặm, vào ngày 15/10/1950; cắt bán đảo Triều Tiên làm 2, khiến quân Bắc Hàn trên đường tấn công tại phía nam bị đánh tan, loại ra ngoài vòng chiến. Các nhà quân sự Bắc Hàn lúc bấy giờ cho rằng cảng Inchon nước cạn không thể dùng tàu đổ bộ, nên không chú ý đề phòng; nhưng họ không tính đến nước thủy triều lên cao trong một vài giờ, và tướng MacArthur đã dám chọn thời gian nghiệt ngã bất ngờ đó để tranh thắng. Thời MacArthur có đồng hồ chính xác từng giây, hải quân Hoa Kỳ thống kê mức thủy triều lên xuống từng phút; mà vẫn bị coi là liều lĩnh. Riêng Ngô vương phải sai người cắm cọc sắt như thế nào để lúc thủy triều lên địch không phát hiện được, thủy triều rút có thể đâm thủng thuyền giặc, rồi thời gian rút lui, thời gian tấn công cần phải chính xác; công việc tính toán về thủy triều cũng phải làm như MacArthur thực hiện khoảng 1.000 năm sau; so sánh như vậy thấy được Ngô vương là một thiên tài về quân sự.

Cùng một dòng sông, 2 lần đại phá quân địch; một việc ít khi xãy ra trong lịch sử chiến tranh thế giới. Tuy cũng là thủy chiến, cũng đóng cọc trên sông; hơn 300 năm sau [1288] Hưng Đạo vương lại tiêu diệt quân Nguyên trên sông Bạch Đằng, bắt và giết các tướng Ô Mã Nhi, Phàn Tiếp; chỉ khác một chi tiết là đánh giặc khi chúng rút lui từ trong nội địa Đại Việt ra biển. Một dòng sông khác, cách sông Bạch Đằng không xa; đó là sông Như Nguyệt [sông Cầu], Lý Thường Kiệt từng chế ngự giặc thành công, trong cuộc chiến tranh Lý Tống năm 1076.

Đất nước Việt Nam ta núi sông hiểm trở không thiếu, tại địa danh sông Chi Lăng [thượng lưu sông Thương], vua Lê Đại Hành dụ bắt giết Hầu Nhân Bảo, chấm dứt cuộc chiến tranh vào Lý Tống năm 981; lại gần 500 năm sau [1427], dưới thời chống quân Minh, tướng Liễu Thăng mang đại quân sang cứu viện, bị nghĩa quân của Vua Lê Lợi đánh tan tại ải Chi Lăng.

Kỵ binh là sở trường của quân phương Bắc, đạo quân của Nùng Trí Cao dưới thời Tống từng hoành hành tại 2 tỉnh Quảng Tây, Quảng Đông như chỗ không người; chỉ trong vòng 2 tháng, đánh chiếm hàng chục châu quận trong đó có thành lớn Ung châu [Nam Ninh]; nhưng cuối cùng bị Địch Thanh dùng kỵ binh đánh tan trong một buổi sáng, tại cánh đồng bằng phẳng Qui Nhân Phố dưới chân núi Côn Lôn. Thời nhà Trần, quân Mông Cổ dưới quyền Trấn nam vương Thoát Hoan sử dụng ưu thế kỵ binh hầu mong nuốt chửng nước ta; nhưng địa thế nước ta khó có thể dàn trận lớn bằng kỵ bịnh, lại bị đánh tiêu hao người, ngựa, bằng chiến tranh hầm hố, nên hai lần xâm lăng đều bị thất bại. Thời hiện đại gọi xe tăng thiết giáp là kỵ binh [Armoured cavalry], địa thế tại Việt Nam miền Bắc, và Trung phần lớn núi rừng, miền Nam đất mềm nhiều sinh lầy, nên thiết giáp chỉ phụ cho bộ binh; chứ không thể dàn hàng ngang hàng trăm chiếc để làm chủ chiến trường, như quân Đồng Minh và Đức từng tung hoành tại sa mạc châu Phi thời Thế chiến thứ 2.

Trong chiến tranh Nga Nhật năm 1905, hạm đội Nga trú an toàn tại hải cảng Cam Ranh nước ta, Nhật không có cách gì tiêu diệt, cuối cùng phải dùng biện pháp ngoại giao với Pháp, đuổi tàu Nga ra khỏi lãnh hải Việt Nam để đánh. Hải trình huyết mạch quốc tế từ ngàn xưa đến nay chạy dọc theo biển Đông tức ven biển miền Trung; Cam Ranh nước ta là vị trí chiến lược tối quan trọng, với vũ khí hiện đại có thể kiểm soát hải trình này, và chống lại các thế lực vượt trội ta ngoài biển khơi.

*

Tóm lại, trong 3 yếu tố **thiên thời, địa lợi, nhân hòa**; tổ tiên ta đã phấn đấu hàng ngàn năm để dành phần ***"Địa Lợi"*** cho con cháu; Ngô vương Quyền là bậc thầy muôn đời trong việc dùng địa lợi vào lãnh vực quân sự.

Sau khi dẹp xong ngoại xâm, năm Kỷ Hợi (939) Ngô Quyền tự xưng Vương, đóng đô tại Cổ Loa , thuộc huyện Đông Anh, thành phố Hà Nội ngày nay; lập Dương thị làm hoàng hậu. Dương thị là con gái Dương Diên Nghệ; thời Ngô vương Quyền làm nha tướng được Diên Nghệ gả con gái cho.

Năm Giáp Thìn [944] Ngô vương Quyền mất. Lúc bệnh nguy kịch, trối trăng dặn Dương Tam Kha, em ruột Dương hậu, giúp con mình là Xương Ngập nối ngôi.

Sử thần Lê Văn Hưu đời Trần có lời bàn về Ngô vương Quyền, tuy ngắn nhưng nội dung có thể tóm tắt được sự nghiệp:

"Lê Văn Hưu nói:

Tiền Ngô Vương có thể lấy quân mới họp của nước Việt ta mà đánh tan được trăm vạn quân của Lưu Hoằng Tháo, mở nước xưng vương, làm cho người phương Bắc không dám sang nữa. Có thể nói là một lần nổi giận mà yên được dân, mưu giỏi mà đánh cũng giỏi vậy. Tuy chỉ xưng vương, chưa lên ngôi đế, đổi niên hiệu, nhưng chính thống của nước Việt ta, ngõ hầu đã nối lại được." [**ĐạiViệt Sử Ký Toàn Thư**, Ngoại kỷ, quyển 5]

Sau khi Ngô vương mất, Tam Kha cướp ngôi của cháu, tiếm xưng là Bình vương; Xương Ngập sợ, chạy đến Nam Sách Giang, ẩn náu tại nhà Phạm Lệnh Công ở Trà Hương (2). Tam Kha nuôi con thứ hai của Ngô vương Quyền là Xương Văn làm con mình. Các con vợ thứ của Ngô vương là Nam Hưng, Kiền Hưng còn nhỏ, đều theo Dương hậu.

Tam Kha sai Quan sứ Dương Cát Lợi và Đỗ Cảnh Thạc đem quân đi lùng Xương Ngập: trước sau đến ba lần đều không bắt được. Được tin Phạm Lệnh Công đem Xương Ngập giấu trong động núi; Tam Kha cho sục sạo, cuối cùng vẫn không tìm thấy. Tam Kha lại sai Dương Cát Lợi và Đỗ Cảnh Thạc cùng Xương Văn đem quân đi đánh hai thôn ở Thái Bình (3). Khi đi đến huyện Từ Liêm, Xương Văn bảo hai Quan sứ rằng:

"Đức trạch của Tiên vương (4) ta thấm khắp lòng dân, tất cả các chính lệnh thi hành không ai là không vui lòng theo cả. Chẳng may Tiên vương ta mất đi. Bây giờ Bình vương là kẻ bất nghĩa, tự cướp lấy ngôi, còn tội gì hơn nữa! Nay lại sai chúng ta đi đánh các ấp vô tội kia, may mà được, nếu họ không phục thì làm thế nào?"

Hai Quan sứ Dương Cát Lợi, Đỗ Cảnh Thạc trả lời:

"Tướng quân bảo như thế nào chúng tôi cũng xin vâng mệnh".

Xương Văn bảo:

"Ý tôi muốn đem quân quay về đánh úp Bình Vương để phục lại cơ nghiệp của tiền nhân, có nên không?".

Hai Quan sứ đều cho là phải. Bấy giờ mới trở về đánh úp được Tam Kha; mọi người muốn giết đi, nhưng Xương Văn bảo:

"Bình vương đối với ta cũng có ơn, nỡ nào đem giết?"

Rồi giáng Tam Kha xuống làm Trương Dương công, nhân chỗ ở ấy cho làm thực ấp (5); Tam Kha tiếm ngôi 6 năm.

Năm Tân Hợi (951], Ngô Xương Văn lên ngôi xưng là Nam Tấn vương; rồi sai Sứ đón Xương Ngập ở Trà Hương về kinh đô, cùng nhau trông coi việc nước; nhưng Thiên Sách vương Xương Ngập chuyên quyền, Nam Tấn vương không tham dự chính sự nữa. Do đó hai bên có sự xích mích; đến năm Giáp Dần [954], Xương Ngập mất, Nam Tấn vương mới chính mình cầm chính quyền, sai sứ sang xin mệnh chúa Nam Hán là Lưu Thạnh phong chức Tĩnh Hải quân tiết độ sứ kiêm An Nam đô hộ; **Tư Trị Thông Giám** (6) chép:

"Chu Thế Tông Hiển Đức năm thứ nhất [954]

Tháng giêng [2/954], trước kia Tĩnh hải tiết độ sứ Ngô Quyền mất, con là Xương Ngập lập. Xương Ngập mất, em là

Xương Văn [昌文] lập. Tháng này mới bắt đầu xin mệnh Nam Hán; Nam Hán phong Xương Văn Tĩnh hải quân tiết độ sứ kiêm chức An Nam đô hộ.”

(初，靜海節度使吳權卒，子昌岌立。昌岌卒，弟昌文立。是月，始請命於南漢，南漢以昌文為靜海節度使兼安南都護.)

Năm Ất Sửu [965], Nam Tấn vương đem quân đi đánh hai thôn ở Thái Bình. Quân đến nơi, cắm thuyền, lên bộ đánh nhau; Nam Tấn vương bị trúng tên mai phục chết; trị vì được 15 năm.

Nhà Ngô mất. Ngô vương Quyền khởi lên từ năm Kỷ Hợi, mất năm Giáp Thìn, được 6 năm [939-944]; Nam Tấn Xương Văn lên ngôi từ năm Tân Hợi đến năm Ất Sửu [951-965], được 15 năm (951-965); cộng tất cả là 21 năm

Từ khi Tam Kha cướp ngôi nhà Ngô, thổ hào các nơi đua nhau nổi dậy. Xương Văn tuy lấy lại được nước, nhưng hai anh em bất hòa, không thể thống nhất được; đến khi đi đánh Thái Bình, bị chết trận, từ đó trong nước rối loạn. Một viên tướng người họ Ngô là Ngô Xương Xí tụ tập quân giữ Bình Kiều. Nha tướng nhà Ngô là Đỗ Cảnh Thạc giữ Đỗ Động Giang. Thổ hào các nơi khác cũng nổi lên mỗi người giữ một nơi, ai cũng xưng hùng trưởng. Sau Tiên Hoàng nhà Đinh nổi lên, dẹp yên được cả, từ đấy giang sơn mới thống nhất.

Các hùng trưởng cát cứ các nơi, sử gọi là Thập Nhị Sứ Quân, xin liệt kê như sau:

1. Trần Lãm, tự xưng là Trần Minh Công, giữ Bố Hải khẩu [thị xã tỉnh Thái Bình];

2. Kiểu Công Hãn tự xưng là Kiểu Tam Chế, giữ Phong Châu [huyện Phong Châu, tỉnh Vĩnh Phú];

3. Nguyễn Khoan tự xưng là Nguyễn Thái Bình, giữ Nguyễn Gia Loan ở Tam Đái [huyện Vĩnh Lạc, tỉnh Vĩnh Phú];

4.Ngô Nhật Khánh tự xưng là Ngô Lãm Công, giữ Đường Lâm [Ba Vì, Hà Tây];

5. Lý Khuê tự xưng là Lý Lãng Công, giữ Siêu Loại [huyện Thuận Thành, tỉnh Hà Bắc];

6. Nguyễn Thủ Tiệp tự xưng là Nguyễn Lệnh công, giữ Tiên Du [tỉnh Bắc Ninh];

7. Lữ Đường tự xưng là Lữ Tá Công, giữ Tế Giang [huyện Thuận Thành, tỉnh Hà Bắc];

8. Nguyễn Siêu tự xưng là Nguyễn Hữu Công, giữ Tây Phù Liệt [Thanh Trì, Hà Nội];

9. Kiểu Thuận tự xưng là Kiểu Lệnh Công, giữ Hồi Hồ [huyện Sông Thao, tỉnh Vĩnh Phú];

10. Phạm Bạch Hổ tự xưng là Phạm Phòng Át, giữ Đằng Châu [huyện Kim Thị, tỉnh Hải Hưng].

11. Ngô Xương Xí chiếm giữ Bình Kiều [huyện Triệu Sơn, Thanh Hóa] (7)

12. Đỗ Cảnh Thạc chiếm giữ Đỗ Động [Thanh Oai, tỉnh Hà Tây].

*

Ba nhân vật lịch sử phải chịu trách nhiệm về mối loạn 12 sứ quân cuối triều Ngô: trước hết phải kể đến Dương Tam Kha cướp ngôi của cháu, dùng binh đánh dân vô tội; kế đến Ngô Xương Văn vì tình riêng không có thái độ dứt khoát với Dương Tam Kha, nuôi dưỡng kẻ phản bội; riêng Ngô Xương Ngập được em đón về lại dành chức của em. Các biến cố xãy ra khiến nhân tâm chia rẽ, chính quyền mới bắt đầu xây, điều hành lỏng lẻo, không có kỷ cương; đó là nguyên nhân chính gây nên loạn Thập nhị sứ quân.

Chú thích:

1. Dương Đình Nghệ: vì chữ Đình [廷] và chữ Diên [延] viết giống nhau, nên có sách chép là Dương Diên Nghệ.

2. Trà Hương: thuộc huyện Kim Thành, phủ Nam Sách, tỉnh Hải Dương.

3. Thôn Thái Bình: theo **Khâm Định Việt Sử Thông Giám Cương Mục**: nay thuộc huyện Thái Thụy, tỉnh Thái Bình.

4. Tiên vương: Vương trước, chỉ Ngô Quyền.

5. Thực ấp: ấp được phong, có quyền thu thuế và hoa lợi.

6. **Tư Trị Thông Giám**, Tư Mã Quang, quyển 291.

7. Danh sách và vị trí Thập Nhị Sứ Quân, căn cứ vào **Khâm Định Việt Sử Thông Giám Cương Mục** tiền biên quyển 5; riêng **Việt Nam Sử Lược** của Trần Trọng Kim, bản điện tử, trang 34; chép Ngô Xương Xí giữ Bình Kiều thuộc tỉnh Hưng Yên.

3.
Những Nét Đặc Trưng Về Vua Đinh Tiên Hoàng [968-979]

Niên hiệu:
Đinh Tiên Hoàng: 968-969
Thái Bình: 970-979

Tư chất lãnh tụ của vua Đinh Tiên Hoàng tức Đinh Bộ Lĩnh, đã sớm xuất hiện từ thuở nhi đồng. Bấy giờ cha là Đinh Công Trứ, từng làm Thứ sử châu Hoan [Nghệ An] cho Dương Đình Nghệ và Ngô Quyền, chẳng may mất sớm; mẹ là Đàm Thị đem về động Hoa Lư [Ninh Bình] nuôi nấng; ngài thường đi chăn trâu ngoài đồng, chơi với đám trẻ con, chúng đều chịu phục. **Cương Mục** (1) chép:

"Hễ ngài đi đâu, chúng cứ phải tréo tay làm kiệu rước đi, giống như kiệu thật; lại lấy bông lau làm cờ rước kèm hai bên làm như nghi vệ Thiên tử. Kéo nhau đi đánh trẻ con thôn khác: đi đến đâu, ở đấy cũng phải phục tùng. Đám thì kiếm củi, thổi cơm; đám thì nộp lương, giúp việc. Mẹ thấy thế, mừng lắm, giết lợn nhà để khao chúng. Khi đã hơi lớn, ngài sai bảo được những người ở ấp lân cận. Phụ lão trong các sách (2) đều bảo nhau rằng: "Chú bé này có độ lượng khác thường, chắc rồi làm nên sự nghiệp". Họ liền đem con em theo ngài, lập ngài làm trùm, đóng ở sách Đào Úc, ngày ngày đi đánh những sách khác chưa chịu phục."

Dưới thời nhà Ngô, sau khi Ngô vương Quyền mất, Dương Tam Kha, em vợ Vương cướp ngôi của cháu; sau đó bị con thứ của Vương là Ngô Xương Văn truất phế.

Năm Tân Hợi [951], Xương Văn lên ngôi vua, xưng là Nam Tấn vương, sai sứ đi đón anh là Xương Ngập về kinh sư, cùng trông coi việc nước, Xương Ngập xưng là Thiên Sách Vương. Bấy giờ Đinh Bộ Lĩnh ở động Hoa Lư cậy núi khe hiểm trở, không chịu giữ chức phận làm tôi. Hai vương muốn cất quân đi đánh; Bộ Lĩnh sợ, sai con là Liễn vào triều đình làm con tin. Liễn đến, hai Vương trách tội Bộ Lĩnh không đến chầu, rồi bắt giữ Liễn đem theo quân đi đánh. **Cương Mục** [Chính Biên, quyển 1] chép:

"Hơn một tháng, không đánh nổi, bèn treo Liễn lên ngọn sào, sai người bảo Bộ Lĩnh, nếu không chịu hàng thì giết Liễn. Bộ Lĩnh tức giận nói:

"Đại trượng phu chỉ mong lập được công danh, há lại bắt chước thói đàn bà xót con hay sao?".

Liền sai hơn mười tay nỏ nhắm Liễn mà bắn. Hai vương kinh sợ bảo:

"Ta treo con nó lên là muốn để nó đoái tiếc con mà ra hàng cho chóng. Nó tàn nhẫn như thế, còn treo con nó làm gì".

Bèn không giết Liễn mà đem quân về."

Việc làm Đinh Bộ Lĩnh được cho là vì đại nghĩa, không đoái tưởng đến vợ con gia đình riêng tư; người xưa gọi là *"công nhi vong tư"*; tại Trung Quốc trước Công Nguyên thời Hán Sở tranh hùng, Hán Cao Tổ cũng kẹt vào trường hợp tương tự; rồi cũng giải quyết theo phương sách này.

Bấy giờ Hán Cao Tổ tức Lưu Bang cùng Hạng Võ thề làm anh em phò Sở Hoài vương chống lại nhà Tần. Khi chiếm được kinh đô Trường An diệt xong Tần, hai phe tranh tranh Bá đồ Vương, đánh nhau kịch liệt. Sau khi Lưu Bang thất bại tại Bành Thành [-205], cha và vợ đều bị quân Hạng Vũ bắt. Vào năm -203 Hạng Vũ đóng quân tại núi Quảng Vũ chống nhau với Lưu Bang; quân Lưu dựa vào chỗ hiểm tại Vinh Dương [Xingyang, Hà Nam], khiến Hạng đánh mấy tháng không hạ được. Vì thiếu lương muốn giải quyết gấp, Hạng dọa Lưu ra hàng, nếu không tuân sẽ đem cha ra giết.

Lưu Bang dứt khoát trả lời *"Nếu có giết thì* [nấu ra], *chia cho tôi một bát canh với"*; sự việc được chép trong bộ sử **Tư Trị Thông Giám** (3) như sau:

"Hạng Võ đóng quân tại núi Quảng Vũ, chống nhau với quân Hán; trải qua mấy tháng không hạ được, lương thực lại thiếu; Hạng Võ bèn đem Thái Công [cha Lưu Bang] *lên thành, và bảo Lưu Bang rằng:*

'Nếu không hạ được thành gấp, ta đem Thái Công ra phanh thây.'

Hán vương [Lưu Bang] *bảo:*

'Tôi và anh cùng hướng lên phương bắc nhận mệnh của Hoài vương kết làm anh em; vậy cha tôi là cha anh; bây giờ nếu anh muốn giết ổng, [nấu ra] *nhớ chia cho tôi một bát canh với!'*

Hạng Bá [chú Hạng Võ đứng bên cạnh] *khuyên:*

'Việc thiên hạ trong tương lai chưa biết ra làm sao; y vì thiên hạ không đoái đến gia đình, nếu có giết đi cũng vô ích, mà càng thêm gây họa.'

Hạng Võ đành nghe theo."

(羽亦軍廣武，與漢相守。數月，楚軍食少。項王患之，乃為高祖，置太公其上，告漢王曰：「今不急下，吾烹太公！」漢王曰：「吾與羽俱北面受命懷王，約為兄弟，吾翁即若翁；必欲烹而翁，幸分我一杯羹！」項王怒，欲殺之。項伯曰：「天下事未可知。且為天下者不顧家，雖殺之，無益，只益禍耳！」項王從之.)

Vào năm Mậu Thìn [968] Đinh Bộ Lĩnh dẹp tan 12 sứ quân lên ngôi, tức Vua Đinh Tiên Hoàng; ngài đặt quốc hiệu là Đại Cồ Việt [大瞿越], dời kinh ấp về động Hoa Lư, bắt đầu dựng đô mới, đắp thành đào hào, xây cung điện, đặt triều nghi; bầy tôi dâng tôn hiệu là Đại Thắng Minh Hoàng Đế. Việc ngài dùng quốc hiệu với với chữ Nôm *"Cồ"* viết theo lối giả tá kèm giữa từ *"Đại Việt"* là một sáng kiến thoát Trung độc đáo, vượt ra ngoài lối mòn Trung Quốc; ngoài ra chữ *"cồ"* trong ngôn ngữ Việt còn hàm nghĩa *"lớn, mạnh".* Sử gia Lê Văn Hưu, sống gần với thời nhà Đinh, có lời bàn về Đinh Tiên Hoàng như sau:

"Tiên Hoàng nhờ có tài năng sáng suốt hơn người, dũng cảm mưu lược nhất đời, đương lúc nước Việt ta không có chủ, các hùng trưởng cát cứ, một phen cất quân mà mười hai sứ quân phục hết. Vua mở nước dựng đô, đổi xưng hoàng đế, đặt trăm quan, lập sáu quân, chế độ gần đầy đủ, có lẽ ý trời vì nước Việt ta mà lại sinh bậc thánh triết để tiếp nối quốc thống của Triệu Vương chăng?"

Về việc bang giao; Vua các nước nhỏ như Việt Nam, Cao Ly lúc lên ngôi, thường sai sứ dâng biểu cầu phong Trung Quốc; tuy đó chỉ là hình thức nhưng cũng mang dấu ấn thần phục nước lớn. Riêng Vua Đinh Tiên Hoàng khác biệt, bản thân chưa hề liên lạc trực tiếp với Trung Quốc; chỉ cho con là Đinh Liễn tiếp xúc. Thời Ngũ Đại Thập Quốc, Đinh Liễn được nhà Nam Hán cho làm Tiết độ sứ; **Tân Ngũ Đại Sử** (5) chép:

"Nam Hán Lưu Trường niên hiệu Đại Bảo thứ 8 [965], *Ngô Xương Văn tại Giao châu mất, phụ tá cho Văn là Lữ Xứ Bình tranh chấp với Thứ sử Phong châu Kiểu Công Hữu, khiến Giao Chỉ loạn lớn. Người trong châu Đinh Liễn mang quân đánh phá được, Lưu Trường giao cho Liễn làm Tiết độ sứ."* (Quyển 65, **Nam Hán, Thế Gia quyển thứ 5. Tân Ngũ Đại Sử**)

(八年，交州吳昌文卒，其佐呂處平與峰州刺史喬知祐爭立，交趾大亂，州丁璉舉兵擊破之，鋹授璉交州節度)

Đến thời nhà Tống nắm quyền cai trị Trung Quốc, Đinh Liễn với tư cách là Tiết độ sứ triều Nam Hán cũ, gửi chế văn sang triều cống; qua nội dung chế văn triều Tống mới biết Liễn làm theo ý Vua cha; **Tục Tư Trị Trường Biên** của Lý Đào chép:

"***Trường Biên, quyển 14.*** *Tống Thái Tổ ngày Giáp Tuất tháng 5 năm Khai Bảo thứ 6* [24/6/973], *Nam Hán Tĩnh hải quân tiết độ sứ Đinh Liễn nghe tin vùng Lãnh nam (6) đã* *bình định, bèn sai sứ triều cống; tờ biểu xưng rằng y nhận lệnh của cha là Bộ Lĩnh. Ngày Mậu Dần* [28/6/973] *ban cho Liễn chức Tĩnh hải tiết độ sứ. (Trong chế văn (7) ban cho Liễn chức Tiết độ sứ đại lược ghi "Cung kính tuân theo lệnh của cha, thấy nhục phải thờ nước ngụy (8)"; do đó biết được biểu văn của Liễn nội dung giống như vậy."* (Quyển 14. Năm Khai Bảo thứ 6 [973])

(南漢靜海節度使丁璉聞嶺南悉平，遣使朝貢，表稱其父部領之命。戊寅，以璉為靜海節度使。（除璉節度使制，其略曰：「虔遵父命，恥事偽邦。」則知必璉表云爾也。）)

Triều đình nhà Tống do sự kính trọng Vua Đinh Tiên Hoàng, làm một việc ngoại lệ; tuy Vua không xin, vẫn tự ý sai Sứ phong chức Giao Chỉ quận vương:

"Triều đình cho rằng Đinh Liễn từ phương xa lo làm tròn chức cống, vốn do ý của cha, bắt đầu bàn bạc tỏ ra kính trọng. Ngày Bính Ngọ tháng 8 [4/9/975] *phong Bộ Lĩnh là Giao Chỉ quận vương; sai Hồng lô thiếu khanh Cao Bảo Tự, Hữu giám môn vệ suất Vương Ngạn Phù đi sứ. Cao Bảo Tự là chú Cao Kế Xung (9)."* (**Tục Tư Trị Trường Biên**, Quyển 16)

(朝廷以丁璉遠修職貢，本其父部領之意，始議崇寵之。丙午，封部領為交趾郡王，遣鴻臚少卿高保緒、右監門衛率王彥符往使。保緒，繼沖從父也。)

Trở về với việc nội trị, vua Đinh Tiên Hoàng chủ trương dùng oai lực chế trị thiên hạ, đặt vạc dầu lớn ở sân, nuôi hổ dữ trong cũi, hạ lệnh rằng:

"Hễ kẻ nào vi phạm thì bắt bỏ vào nấu trong vạc, hay cho hổ ăn thịt".

Khiến ai nấy sợ hãi, không dám phạm pháp.

Năm Canh Ngọ [970], đặt niên hiệu Thái Bình năm thứ nhất; cho lập năm Hoàng hậu gồm: 1) Đan Gia; 2) Trinh Minh; 3) Kiều Quốc; 4) Cồ Quốc; 5) Ca Ông.

Năm Tân Mùi Thái Bình thứ 2 (971), đặt phẩm trật cho các quan văn, quan võ và lãnh đạo các tôn giáo như Phật,

Lão: Nguyễn Bặc làm Định quốc công; Lưu Cơ làm Đô hộ phủ sĩ sư (10); Lê Hoàn làm Thập Đạo (11) tướng quân. Ban hiệu Khuông Việt thái sư cho Tăng thống Ngô Chân Lưu; lại cho Trương Ma Ni làm Tăng lục đạo sĩ (12), Đặng Huyền Quang làm Sùng chân uy nghi (13)

Tháng 2 năm Giáp Tuất Thái Bình thứ 5 (974), chia đất nước làm mười đạo; cũng tổ chức quân đội thành 10 đạo quân, dưới quyền quan Thập đạo, mỗi đạo có mười quân, mỗi quân mười lữ, mỗi lữ mười tốt, mỗi tốt mười ngũ, mỗi ngũ mười người, đều đội mũ *"Tứ phương bình đính"* (14).

Tháng giêng năm Mậu Dần, Thái Bình thứ 9 (978); lập con nhỏ là Hạng Lang làm Thái tử, phong con thứ là Toàn làm Vệ vương.

Mùa xuân năm Kỷ Mão, Thái Bình thứ 10 (979). Nam Việt vương Liễn giết Thái tử Hạng Lang. Liễn là con trưởng, khó nhọc mà có công to; khi nhà vua đã được nước, Liễn được phong là Nam Việt vương lại từng nhận tước phong của Tống. Khi sinh Hạng Lang, nhà vua tư vị cưng chiều, lập làm Thái tử. Vì thế, Liễn bất bình, sai người ngầm giết Hạng Lang.

Tháng 10, viên Chi hậu nội nhân (15) Đỗ Thích (16) giết nhà vua và Nam Việt vương Liễn. Bọn Định quốc công Nguyễn Bặc bắt được Đỗ Thích giết đi, rước Vệ vương Toàn lên ngôi. Trước kia, Đỗ Thích làm chức Thư lại ở Đồng Quan, đêm nằm ở trên cầu, bỗng thấy sao sa vào miệng, tự phụ là điềm lạ, manh tâm chiếm ngôi cao. Đến đây, nhân dịp nhà vua đêm ăn yến, say rượu, nằm ở trong sân cung cấm, bèn giết nhà vua cùng với Nam Việt vương Liễn. Do bị lùng bắt gắt gao quá, Đỗ Thích nằm núp ở lòng máng xối trong cung, đã hơn ba ngày, khát lắm, gặp trời mưa, thò tay ra hứng nước uống. Cung nữ trông thấy, chạy báo Nguyễn Bặc. Nguyễn Bặc bắt lấy Thích, chém chết. Rồi cùng bọn Đinh Điền, Lê Hoàn rước Vệ vương Toàn lên ngôi; truy phong nhà vua là Tiên Hoàng đế; Vua Đinh ở ngôi 12 năm, thọ 56 tuổi.

Các Sử gia từng trách vua Đinh Tiên Hoàng 3 điều: thứ nhất bỏ con trưởng lập con thứ, dẫn đến cái chết của nhà vua và Đinh Liễn; thứ hai lập 5 Hoàng hậu; thứ ba, cai trị quá hà khắc.

Về điều thứ nhất, việc anh em tranh dành nhau do lỗi bởi cơ chế quân chủ chuyên chế, ngôi Vua trong chế độ này có nhiều đặc quyền đặc lợi nên sinh ra sự tranh dành. Tại nước ta, các triều đại Đinh, Tiền Lê, Lý, Trần, Lê, Nguyễn, đều xãy ra hiện tượng anh em tranh dành ngôi vua. Xét cho cùng mọi đặc quyền đặc lợi trên đời này, nếu không do tài năng bản thân hành xử lương thiện mà có được; đều gây nên thảm họa; hơn nữa việc *"Con Vua thì lại làm Vua"*, không bảo đảm chọn được người tài ra giúp nước. Cũng vì lý do này phần lớn các nước trên thế giới đều theo chế độ dân chủ hoặc quân chủ lập hiến.

Điều thứ hai, việc Đinh Tiên Hoàng lập 5 Hoàng hậu, càng gây sự xáo trộn trong chốn cung đình, tạo ra tiền lệ xấu, đến đời Vua Lê Đại Hành cũng bắt chước lập 5 Hoàng hậu. Sử gia Lê Văn Hưu có lời bàn như sau:

"Lê Văn Hưu nói: Trời đất cùng che chở, mặt trời mặt trăng cùng chiếu soi, mới sinh thành muôn vật, nảy nở mọi loài, cũng như hoàng hậu sánh với ngôi vua, cho nên mới có thể đứng đầu tiêu biểu cho nội cung, tác thành cho thiên hạ. Từ xưa chỉ lập hoàng hậu một người để chủ việc nội trị mà thôi, chưa từng nghe nói lập đến 5 người. Tiên Hoàng không kê cứu cổ học, mà bầy tôi đương thời lại không có ai biết giúp sửa cho đúng, để đến nỗi chìm đắm trong tình riêng, cùng lập 5 hoàng hậu Sau đến 2 triều Lê, Lý cũng phần nhiều bắt chước làm theo, ấy là do Tiên Hoàng khởi xướng sự rối loạn thứ bậc vậy. (17)"

Điều thứ ba, vua Đinh rút kinh nghiệm từ sự lỏng lẻo yếu mềm dưới thời Hậu Ngô dẫn đến loạn Thập Nhị Sứ Quân, nên chủ trương cai trị hà khắc, khiến dân sợ phải tuân theo pháp luật. Thực tế cho thấy chính sách hà khắc khiến dân căm ghét sục sôi, dễ sinh ra biến động; nên các chính trị gia cổ kim chủ trương nghệ thuật cai trị giống như người nấu ăn giỏi, khéo điều hòa nồi canh với các gia vị (điều canh trị quốc); lấy khoan thứ hòa hợp với biện pháp mạnh, dùng biện pháp mạnh đi kèm với khoan thứ; đó là cách cai trị hữu hiệu.

Chú Thích:

1. **Cương mục**, tức **Khâm Định Việt Sử Thông Giám Cương Mục**, Quốc sử quán triều Nguyễn, bản dịch, Hà Nội: NXB Giáo Dục, 1998, Chính Biên, quyển 1.

2. Sách: một khu vực hành chính xưa tại vùng rừng núi.

3. **Tư Trị Thông Giám**, Tư Mã Quang, quyển 10.

4. **Toàn Thư, tức Đại Việt Sử Ký Toàn Thư**, Hà Nội: NXB Khoa Học Xã Hội, 1998, Bản Kỷ, quyển 1.

5. **Tân Ngũ Đại Sử** là một bộ sử trong **Nhị Thập Tứ Sử** do Âu Dương Tu đời Tống soạn.

6. Lãnh nam: miền nam Ngũ Lãnh, tức phía nam các tỉnh Quảng Đông, Quảng Tây.

7. Chế văn: văn ban mệnh lệnh của vua

8. Nước ngụy: chỉ Nam Hán, theo **Tân Ngũ Đại Sử** Đinh Liễn trước đó nhận sắc phong của Nam Hán.

9. Cao Thế Xung: là Quận chúa Nam Bình thời Ngũ Đại, sau nạp đất cho Tống Thái Tổ, mất vào năm Khai Bảo thứ 6 [973]

10. Đô hộ phủ sĩ sư: chức quan coi việc hình ngục.

11. Thập đạo: bấy giờ quân đội chia làm 10 đạo; bởi vậy Thập đạo tương đương với Tổng tư lệnh quân đội.

12. Tăng lục đạo sĩ: chức quan phong cho tăng nhân, đạo sĩ.

13. Sùng chân uy nghi: chức quan phong cho tăng nhân, đạo sĩ.

14. Lời chua về mũ "Bình đính": Làm bằng da, bốn bề khâu giáp lại với nhau; phía trên hẹp, dưới rộng, chóp phẳng.

15. Chi hậu nội nhân: chức quan nhỏ trong cung, dùng để sai bảo việc vặt.

16. Đỗ Thích: người đất Đại Đê, Thiên Bản; nay thuộc huyện Vụ Bản, tỉnh Nam Định.

17. **Toàn Thư**, Sđd Bản Kỷ, quyển 1.

4.
Lê Đại Hành Vị Vua Anh Hùng: Dẹp Loạn; Phạt Tống, Bình Chiêm [980-1005]

Niên hiệu:
Thiên Phúc: 980-988
Hưng Thống: 989-993
Ứng Thiên 994-1005

Vua họ Lê tên là Hoàn, người đất Ái Châu [Thanh Hóa] (1), làm quan nhà Đinh đến chức Thập đạo tướng quân; khi quân Tống xâm lược nước ta, đem quân ra chống cự thắng lợi, rồi thay nhà Đinh làm vua; ở ngôi 24 năm, thọ 65 tuổi [941 - 1005]. Vua trừ nội loạn lên ngôi, đuổi giặc ngoại xâm yên dân, trong nước thanh bình.

Trước kia cha vua là Mịch, mẹ là Đặng thị khi mới có thai chiêm bao thấy trong bụng nở hoa sen, chỉ chốc lát đã kết hạt, bèn lấy hạt chia cho mọi người, còn mình thì không ăn, tỉnh dậy không hiểu nguyên do thế nào; đến ngày 15 tháng 7 năm Tân Sửu [941], sinh ra vua. Bà mẹ thấy con tướng mạo khác thường, lại nhân giấc mộng suy ra, bảo với mọi người rằng:

"Thằng bé này lớn lên, ta sợ không kịp hưởng lộc của nó".

Được vài năm thì mẹ chết, sau đó cha cũng qua đời, trơ trọi một thân, muôn vàn cô đơn đói rét. Trong thôn có viên Quan sát họ Lê trông thấy lấy làm lạ, nói:

"Tư cách đứa trẻ này, người thường không sánh được".

Lại thấy cùng họ, nên nhận làm con nuôi, sớm chiều chăm sóc dạy dỗ, không khác gì con đẻ. Lớn lên theo giúp Nam Việt Vương Đinh Liễn, tỏ ra phóng khoáng, có chí lớn. Vua Đinh Tiên Hoàng khen là người trí dũng, chắc thế nào cũng làm được việc, bèn giao cho cai quản 1 nghìn quân sĩ, thăng dần đến chức Thập đạo tướng quân điện tiền đô chỉ huy sứ.

Tháng 10 năm Kỷ Mão [979] Vua Đinh Tiên Hoàng và Đinh Liễn bị thích khách giết, bấy giờ vua nối dõi Đinh Toàn mới 6 tuổi; Lê Hoàn nhiếp chính, xưng là Phó vương. Bọn Định quốc công Nguyễn Bặc, Ngoại giáp Đinh Điền, Phạm Hạp ngờ Hoàn sẽ làm điều bất lợi cho vua nhỏ, bèn cùng nhau dấy binh, chia hai đường thủy bộ, muốn tiến về kinh đô giết Hoàn, nhưng không đánh nổi, bị giết. Trước đó khi Điền và Bặc cất quân, Thái hậu Dương thị nghe tin, lo sợ bảo Hoàn rằng:

"Bọn Bặc dấy quân khởi loạn làm kinh động nước nhà. Vua còn nhỏ yếu chưa kham nổi việc trừ nạn, các ông nên liệu tính đi chớ để tai họa về sau".

Hoàn nói:

"Thần ở chức Phó Vương nhiếp chính, dù sống chết biến họa thế nào, đều phải đảm đương trách nhiệm".

Rồi lo chỉnh đốn quân lữ, đánh nhau với Điền, Bặc ở Tây Đô (2). Điền, Bặc thua chạy, lại đem quân thủy ra đánh. Hoàn nhân chiều gió phóng lửa đốt thuyền chiến, chém Điền tại trận, bắt được Bặc đóng cũi đưa về kinh sư, kể tội rằng:

"Tiên đế mắc nạn, thần và người đều căm thẹn. Ngươi là bề tôi con lại nhân lúc tang tóc bối rối mà dấy quân bội nghĩa. Chức phận tôi con có đâu như thế?".

Bèn chém đầu đem bêu cho công chúng thấy. Điền, Bặc đã chết, quân Phạm Hạp mất hết khí thế, tan chạy về hương Cát Lợi ở Bắc Giang; Hoàn dẫn quân đuổi theo, bắt sống được Phạm Hạp đem về Kinh sư.

Bấy giờ, Vua Tống Thái Tông Trung Quốc thấy tình trạng nước ta Vua bị giết, trong nước có loạn, muốn thừa dịp mang quân xâm lăng. Lại nhân nội bộ triều Tống, hai viên tân, cựu Tể tướng Lư Đa Tốn và Triệu Phổ hiềm khích với nhau; Lư Đa Tốn tâu vua đày Hầu Nhân Bảo, cháu ngoại Triệu Phổ làm Tri Ung châu [Nam Ninh, Quảng Tây], không được trở về kinh đô. Nhân Bảo sợ bị chết già tại Ung châu, nên nhân loạn tại nước Đại Cồ Việt, bèn dâng sớ xin về kinh đô để tâu trình chi tiết. Không muốn cho Nhân Bảo về triều, Lư Đa Tốn xin Vua sai Hầu Nhân Bảo mang quân đi đánh An Nam gấp, như *"sấm sét không kịp bịt lỗ tai"*, để tạo thế bất ngờ; thấy có lý, Vua Tống bèn chấp nhận. Sự việc được ghi lại trong bộ sử **Tục Tư Trị Trường Biên** (3) như sau:

*"**Trường Biên** quyển 21. Năm Thái Bình Hưng Quốc thứ 5* [980]

Tháng 6, Thái thường bác sĩ tri Ung Châu Hầu Nhân Bảo; nhân người cha tên Ích sống tại Lạc Dương, có nhà lớn ruộng tốt, sống nhàn du thích thản, không muốn làm quan, vợ là em gái của Triệu Phổ, Phổ là Tể tướng, Nhân Bảo làm quan tại phân ty tây kinh. Lư Đa Tốn có hiềm khích với Phổ, nên tâu vua cho Nhân Bảo làm Tri Ung Châu, trong vòng 9 năm không được trở về kinh. Nhân Bảo sợ thời gian kéo dài chết già nơi xa xôi ngoài Ngũ Lãnh, bèn dâng sớ tâu rằng:

'Chủ soái Giao Châu bị hại, nước này có loạn, có thể mang quân lấy được; xin ban chiếu chỉ cho về kinh, trực tiếp tâu, khiến tình trạng được rõ ràng.'

Nhận được tờ sớ vua rất mừng, mệnh cho dịch trạm gọi đến. Lúc mệnh chưa thi hành, thì Đa Tốn bèn tâu:

'Giao Chỉ nội bộ nhiễu loạn, đây là lúc trời bắt diệt vong. Triều đình nên thừa lúc không ngờ, mang quân tập kích, như sét đánh không kịp bịt tai. Nay nếu gọi Nhân Bảo về triều, tất tiết lộ cơ mưu, bọn man biết được, dựa vào sông núi dự bị, thì không dễ gì chiếm. Chi bằng giao cho Nhân Bảo thi hành cấp tốc, ước tính công việc, tuyển tướng đều quân Kinh Hồ [Hồ Bắc, Hồ Nam] *1,2 vạn, tiến nhanh đuổi dài, thế tất vạn toàn, dễ hơn bẻ cành khô, củi mục'.*

Nhà Vua cho là phải.”

(太常博士、知邕州侯仁寶，因其父益居洛陽，有大第良田，優游自適，不欲親吏事。其妻，趙普之妹也，普為宰相，仁寶得分司西京。盧多遜與普有隙，因白上以仁寶知邕州，　凡九年不得代。仁寶恐因循死嶺外，乃上疏言：「交州主帥被害，其國亂，可以偏師取之，願乘傳詣闕面奏其狀，庶得詳悉。」疏至，上大喜，令馳驛召，未發，多遜遽奏曰：「交阯內擾，此天亡之秋也，朝廷出其不意，用兵襲擊，所謂疾雷不及掩耳。今若先召仁寶，必泄其謀，蠻寇知之，阻山海預為備，則未易取也。不如授仁寶以飛輓之任，因令經度其事，選將發荊湖士卒一二萬人，長驅而往，勢必萬全，易於摧枯拉朽也。」上以為然。)

Vua Tống Thái Tông bèn ra lệnh cho các đạo quân thủy bộ từ Ung châu [Nam Ninh], Liêm châu, và kinh sư lên đường viễn chinh, dưới quyền chỉ huy của Hồng Nhân Bảo:

*“**Trường Biên** quyển 21. Năm Thái Bình Hưng Quốc thứ 5 [980]*

Ngày Đinh Vị tháng 7 mùa thu [19/8/980], *dùng Nhân Bảo làm Thủy lục chuyển vận sứ Giao Châu; Đoàn luyện sứ Lan Châu Tôn Toàn Hưng, Bát tác sứ Hác Thủ Tuấn, Án bí khố sứ Trần Khâm Tộ, Tả giám môn vệ tướng quân Thôi Lượng, tổng phối trí lộ binh mã Ung Châu. Thứ sử Ninh Châu Lưu Trừng, Quân khí khố phó sứ Giả Thực, Cung phụng quan cáp môn chi hầu Vương Soạn, Tổng phối trí lộ binh mã Liêm Châu; thủy lộ cùng tiến đánh dẹp. Ngày Canh Tuất* [22/8] *bọn Toàn Hưng vào từ biệt; mệnh Tiến sứ Lương Huýnh tiễn tướng sĩ hành doanh tại vườn Ngọc Tân.”*

(秋七月丁未，以仁寶為交州路水陸轉運使，蘭州團練使孫全興、八作使郝守濬、鞍轡庫使陳欽祚、左監門衛將軍崔亮為邕州路兵馬都部署，寧州刺史劉澄、軍器庫副使賈湜、供奉官閤門祗候王僎為廉州路兵馬都部署，水陸並進討。庚戌，全興等入辭，命引進使梁迥餞行營將士於玉津園。)

Bấy giờ quan tại Lạng Châu [Lạng Sơn] nước Đại Cồ Việt nghe tin quân Tống sắp kéo sang, liền làm tờ tâu báo về. Thái hậu sai Lê Hoàn mang quân đi đánh giặc, dùng người ở Nam Sách Giang (4) là Phạm Cự Lạng làm đại tướng quân. Khi triều đình đang bàn kế hoạch xuất quân, Cự Lạng cùng các tướng quân khác đều mặc áo trận đi thẳng vào Nội phủ, nói với mọi người rằng:

"Thưởng người có công, giết kẻ trái lệnh là phép sáng để thi hành việc quân. Nay chúa thượng còn trẻ thơ, chúng ta dẫu hết sức liều chết để chặn giặc ngoài, may có chút công lao, thì có ai biết cho? Chi bằng trước hãy tôn lập ông Thập đạo làm Thiên tử, sau đó sẽ xuất quân thì hơn".

Quân sĩ nghe vậy đều hô:

"Vạn tuế".

Thái hậu thấy mọi người vui lòng quy phục bèn sai lấy áo long cổn (5) khoác lên người Lê Hoàn, mời lên ngôi Hoàng đế. Từ đó Hoàn lên ngôi Hoàng đế, đổi niên hiệu là Thiên Phúc, năm thứ nhất [980], giáng phong vua cũ Đinh Toàn làm Vệ Vương.

Tháng 10 vua sắp phát binh, trước đó sai nha hiệu là Giang Cự Vọng, Vương Thiệu Tộ đưa thư sang Tống giả làm thư của Vệ Vương Toàn thỉnh cầu nối ngôi cha, xin ban cho mệnh lệnh chính thức, ý muốn hoãn binh nhà Tống. Nhưng lúc này vua Tống đang điều quân sang đánh nước ta, nên dìm đi không trả lời; sự việc chép trong **Trường Biên** như sau:

*"**Trường Biên** quyển 21. Năm Thái Bình Hưng Quốc thứ 5* [980]

Ngày Canh Tý tháng 11 [10/12/980], *Lê Hoàn sai Nha hiệu Giang Cự Sâm* [Vọng], *Vương Thiệu Tộ mang sản vật địa phương đến cống; vẫn lấy tên Đinh Toàn dâng biểu, tự bảo rằng theo lời xin của tướng lại quân dân lãnh Tiết độ hành quân tư mã, tạm lãnh việc quân vụ; xin triều đình chính thức ban mệnh. Bấy giờ quân Tôn Toàn Hưng đã khởi hành, vua xét ý Hoàn muốn hoãn binh, nên dìm không đáp."*

(十一月庚子朔，黎桓遣牙校江巨瀮、王紹祚齎方物來貢，仍為丁璿上表，自言徇將吏軍民之請【九】，已攝節度行軍司馬，權領軍府事，乞朝廷賜以真命。時，孫全興等出師既踰時，上察其意止欲緩兵，寢而不報。)

Sử nước ta, **Toàn Thư** chép về cuộc chiến như sau:

"Mùa xuân, tháng 2, Hầu Nhân Bảo, Tôn Hoàng Hưng đến Lạng Sơn, Trần Khâm Tộ đến Tây Kết, Lưu Trừng đến sông Bạch Đằng. Vua tự làm tướng đi chặn giặc, sai quân sĩ đóng cọc ngăn sông Chi Lăng (6). Vua sai quân sĩ trá hàng để dụ Nhân Bảo, đem chém. Bọn Khâm Tộ nghe tin quân thủy thua trận, dẫn quân về. Vua đem các tướng đánh, quân của Khâm Tộ thua to, chết đến quá nửa, thây chết đầy đồng, bắt được tướng giặc là Quách Quân Biện, Triệu Phụng Huân đem về Hoa Lư. Từ đó trong nước rất yên. Bầy tôi dâng tôn hiệu là Minh Càn Ứng Vận Thần Vũ Thăng Bình Chí nhân quảng Hiếu Hoàng Đế." (**Toàn Thư**, Bản Kỷ, quyển 1)

Phối kiểm với **Trường Biên** sử Trung Quốc, xác nhận thủy quân Trung Quốc chiến thắng tại cửa sông Bạch Đằng, nhưng không liên lạc được với bộ binh. Cũng tương tự với **Toàn Thư**, chép bị mắc mưu trá hàng, chủ tướng Tôn Toàn Hưng bị giết; riêng tù binh như Quách Quân Biện thì **Trường Biên** ghi vào năm Tống Ung Hy thứ 3 [986], Sứ thần Lý Nhược Chuyết sang nước ta nhận về (7). Lại chép thêm quân Tống lúc trở về, rã ngũ cướp phá; các tướng lãnh bị xử tử, trách phạt nặng nề. Sự kiện ghi trong 2 văn bản dưới đây:

*"**Trường Biên** quyển 21. Năm Thái Bình Hưng Quốc thứ 5 [980]*

Ngày Tân Mão tháng 12 [30/1/981], hành doanh Giao Châu báo phá hơn vạn quân giặc, chém 2.345 thủ cấp."

(辛卯，交州行營言破賊萬餘眾，斬首二千三百四十五級。)

*"**Trường Biên**, quyển 22. Năm Thái Bình Hưng Quốc thứ 6 [981]*

Tháng 3, hành doanh Giao Châu báo đánh phá quân giặc vạn 5 ngàn tại cửa sông Bạch Đằng, chém hơn 1.000 thủ cấp, lấy được 200 chiến thuyền, áo giáp hàng vạn. Ngay lúc đó Hầu Nhân Bảo đốc suất tiền quân tiến trước; bọn Tôn Toàn Hưng đóng quân tại Hoa Bộ 70 ngày để đợi Lưu Trừng, Hầu Nhân Bảo đốc thúc nhưng không đi. Khi Trừng đến, cùng theo đường thủy bộ đến thôn Đa La nhưng không gặp giặc, lại tự tiện trở về Hoa Bộ. Giặc hứa hàng để dụ Nhân Bảo; Nhân Bảo tin nên bị hại. Có 2 quân thua trận chạy về ấp chợ, đoạt tiền dân, bị Chuyển vận sứ Chu Vị bắt chém; những kẻ đến sau đều ra lệnh cởi áo giáp đi vào, dân mới yên. Lúc bấy giờ quân trải qua lam chướng, lại có nhiều người chết; Chuyển vận sứ Hứa Trọng Tuyên chuyển thư tâu Nhân Bảo tử trận, lại xin ban sư; không đợi báo, chia quân đồn trú tại các châu, mở kho ban thưởng, cấp cho thuốc men; rồi bảo rằng:

"Nếu chờ cho phép, thì mấy vạn người đều chất thây nơi đồng rộng".

Tiếp đó dâng sớ tự đàn hặc, chiếu thư khen [Trọng Tuyên] *và chấp thuận; sai sứ hặc tội bọn Trừng. Rồi Vương Soạn bị bệnh chết, Trừng và Giả Thực bị giết tại chợ Ung Châu. Bắt bọn Toàn Hưng vào ngục, xử tử Toàn Hưng; Trần Khâm Tộ, Hác Thủ Tuấn, Thôi Lượng đều bị trách phạt, giao cho chức Đoàn luyện phó sứ, Khâm Tộ tại Khánh châu; Thủ Tuấn tại Từ châu; Lượng tại Lam châu. Truy tặng Nhân Bảo Thị lang bộ Công, cho 2 con ra làm quan."*

(交州行營言破賊軍萬五千眾於白藤江口，斬首千餘級，獲戰艦二百艘，甲鎧以萬計。於是，侯仁寶率前軍先進，孫全興等頓兵花步七十日以竢劉澄，仁寶屢促之不行。及澄至，并軍由水路抵多羅村，不遇賊，復擅還花步。賊詐降以誘仁寶，仁寶信之，遂為所害。有二敗卒先至邑市，奪民錢，轉運使周渭捕斬之，後至者悉令解甲以入，民乃安。時諸軍冒炎瘴，又多死者，轉運使許仲宣馳奏仁寶戰沒，且乞班師，不待報，即分屯諸州，開庫賞賜，給其醫藥，謂人曰：「若竢報，則此數萬人皆積屍於廣野矣。」乃上章自劾，詔書嘉納之，遣使就劾澄等【六】。會王僎病死，澄與賈湜並戮於邕州市。徵全興等下獄，全興伏誅；陳欽祚、郝守濬，崔亮皆責授團練副使，欽祚慶州，守濬磁州，亮嵐州。贈仁寶工部侍郎，官其二子.

Nhân Chuyển vận sứ Điền Tích dâng sớ can gián việc gây hấn với nước ta, Vua Tống Thái Tông đưa lời biện bạch, và hứa chấm dứt chiến tranh:

"Ngày Nhâm Dần tháng 9 [8/10/981], dùng Điền Tích làm Chuyển vận phó sứ Hà Bắc nam lộ, Tích vào triều từ biệt, nhân tiến dâng mật tấu như sau:

"...Nay Giao Chỉ chưa lấy được, chiến sĩ không lập được công, sách **Xuân Thu** *(8) chép "Quân mệt, phí tiền tài" binh thư cho rằng "quân lính yếu nhụt, nhuệ khí tổn thương". Thần nghe thánh nhân không ham mở rộng cương thổ, chỉ mong mở rộng đức trạch; nếu thanh danh giáo hóa vươn ra, thì kẻ phương xa tự tìm đến. Thần đọc* **Hàn Thi Ngoại Truyện** *chép thời Chu Thành Vương, sứ Việt Thường trải qua mấy lần thông dịch đến cống. Chu Công hỏi lý do, thì bảo rằng:*

'Nước tôi 3 năm nay không thấy gió bão, mưa lụt, biển không có sóng giữ. Chắc Trung Quốc có thánh nhân, nên đến triều kiến.'

Như vậy thấy rằng không cần dùng thêm binh, tự nhiên nội phụ. Giao Châu ở nơi biển lam chướng, chiếm được như thu hoạch ruộng đá. Xin Bệ hạ nghĩ đến chinh chiến quân lính lao khổ, phải tiêu dùng nhiều, thương người, tiếc sức, không đồn trú binh khiến tiêu phí của cải; tu sửa đức, khai phục đất hoang, không vơ vét trong nước để lo chinh chiến bên ngoài, gấp ban chiếu cho họ, khoan hồng bỏ việc đánh dẹp; hà tất phải mệt nhọc giận dữ đối với man nhỏ bé phương nam; đó là một trong những điều đại thể....."

Vua ban cho chiếu thư rằng:

"Xét nội dung tấu thư đưa lên, dùng điển tích cũ để can gián việc hiện tại, có những điều phạm bề trên nhưng không che dấu, ở địa vị phải trình bày những điều nên làm, hoặc cải bỏ, can đảm dám nói, phản tỉnh suy tư, đáng khen. Nhưng việc nước, xét có những nguyên nhân. Trẫm cho rằng Giao Chỉ xưng là phiên thần, đời đời lo chức cống; mới đây nghe tin tặc thần soán đoạt, hại cả gia đình chủ soái, bèn cử binh để cứu giúp; không phải vì tham đất đai, nay bỏ việc can qua....".

(壬寅，以錫為河北南路轉運副使。錫因入辭，直進封事曰...

今交州未下，戰士無功，春秋謂「老師費財」，兵書曰「鈍兵挫鋭」。臣聞聖人不務廣疆土，惟務廣德業，聲教遠被，自當來賓。臣嘗讀韓詩外傳，周成王時，越裳九譯來貢，周公問之，曰：「本國天無迅風疾雨，海不揚波三年矣。意者中國有聖人，盍往朝之。」是知不必加兵，自然內附。交州謂之瘴海，得之如獲石田。願陛下念征戍之勞，思用度之廣，愛人惜力，無屯兵以費財，修德服荒，無略內以勤遠，亟詔執事，寬其誅鋤，又何必蕞爾蠻陬，勞於震怒，此大體之一也…。

即賜詔書曰：「省所上書，陳古諷今，有犯無隱，居獻替之地，揚蹇諤之風，尋繹久之，深所嘉尚。然邦國之事，抑有由焉。朕以交趾稱藩，代修職貢，昨聞賊臣篡奪，害其主帥之家，聊舉師徒，用申赴救，非貪土地，尋罷干戈。)

Về việc bất hòa với nước Chiêm Thành; kể từ khi vua Đinh Tiên Hoàng mất đến dưới thời vua Lê Đại Hành, trong vòng 4 năm xảy ra 3 vụ:

-Vụ thứ nhất vào cuối năm 979, sau khi vua Đinh Tiên Hoàng bị thích khách giết; thủ phạm *"cõng rắn cắn gà nhà"* là con rể Đinh Tiên Hoàng, Phò mã Ngô Nhật Khánh. Do Tiên Hoàng lấy mẹ Nhật Khánh làm vợ, nên y thù hận; thừa dịp vua Đinh mất, xui người Chiêm Thành vào cướp phá Đại Cồ Việt, **Toàn Thư** chép như sau:

"Năm Thái Bình thứ 10 [979] *Phò mã Ngô Nhật Khánh dẫn thuyền quân Chiêm Thành hơn nghìn chiếc vào cướp, muốn đánh thành Hoa Lư, theo hai cửa biển Đại Ác (9) và Tiểu Khang (10), qua một đêm, gặp gió bão nổi lên, thuyền đều lật đắm, Nhật Khánh cùng bọn người Chiêm đều chết đuối, chỉ có thuyền của vua Chiêm thoát trở về nước. Nhật Khánh là cháu của Ngô Tiên chúa Quyền, trước xưng là An Vương, cùng 12 sứ quân mỗi người chiếm giữ một vùng. Tiên Hoàng dẹp yên, lấy mẹ Khánh làm hoàng hậu, lấy em gái Khánh làm vợ Nam Việt Vương Liễn, còn lo sinh biến, lại đem công chúa gã cho Khánh, ý muốn dập hết lòng oán vọng của hắn. Nhật Khánh bề ngoài cười nói như không, nhưng*

trong lòng vẫn bất bình, bèn đem cả vợ chạy sang Chiêm Thành, đến cửa biển Nam Giới (11) rút đao ngắn xẻo má vợ kể tội rằng:

'Cha mày lừa dối ức hiếp mẹ con ta, lẽ nào ta vì mày mà quên tội ác của cha mày hay sao? Cho mày trở về, ta đi đằng khác tìm kẻ có thể cứu ta'.

Nói xong bèn đi. Đến đây nghe tin Tiên Hoàng băng, Khánh dẫn người Chiêm vào cướp."

- Vụ thứ hai, do nước Chiêm Thành bắt giữ Sứ thần Đại Cồ Việt, vua Lê Đại Hành bèn mang quân rửa hận, đánh đến tận kinh đô nước này:

"Nhâm Ngọ, năm Thiên Phúc thứ 3 (982).

Vua thân đi đánh Chiêm Thành, thắng được. Trước đó vua sai Từ Mục, Ngô Tử Canh sang sứ Chiêm Thành, bị người Chiêm bắt giữ. Vua giận, sai đóng chiến thuyền sửa binh khí, tự làm tướng đi đánh, chém Bê Mi Thuế (12) tại trận. Chiêm Thành thua to. Bắt sống được quân sĩ của chúng nhiều vô kể, cùng là kỹ nữ trong cung trăm người và một nhà sư người Thiên Trúc, lấy các đồ quý đem về, thu được vàng bạc của báu kể hàng vạn, san phẳng thành trì, phá hủy tông miếu, vừa một năm thì trở về kinh sư." (**Toàn Thư**, Bản Kỷ q.1, trang 16 a)

Có lẽ muốn biểu dương lực lượng để răn đe kẻ thù phương Bắc, nên sau khi chiến thắng Vua đưa một số tù binh cho nhà Tống:

***Trường Biên** quyển 23. Năm Thái Bình Hưng Quốc thứ 7 [982]*

"Tháng 12 nhuần, trước đó Giao châu muốn đem 93 người Chiêm Thành bị nước này bắt, đem hiến [Trung Quốc]. *Thiên tử lệnh cho Quảng châu giữ những người này lại, cấp cho y phục, lương thực trở về nước, cùng chiếu dụ Vương nước này. Đến nay nước Chiêm Thành sai sứ cửi voi đến cống sản vật địa phương; chiếu thư cho giữ voi tại Nam Hải* [Quảng Đông]."

(先是，交州欲以占城俘九十三人來獻，上令廣州止其俘，給衣服資糧遣還占城，詔諭其王。於是占城國遣使乘象來貢方物，詔留象於南海。)

- Vụ thứ ba, về lý do cuộc hành quân đánh Chiêm Thành trong vụ này, **Toàn Thư** chép rằng có một viên quan tên là Lưu Kế Tông trốn tại Chiêm Thành nên vua Lê Đại Hành sai con nuôi đi đánh:

*"**Quý Mùi**, Thiên Phúc/ năm thứ 4 [983], (Tống Thái Bình Hưng Quốc năm thứ 8). ...Trước kia vua đi đánh Chiêm Thành, Quảng Giáp Lưu Kế Tông trốn ở lại nước ấy. Đến đây, vua sai người con nuôi (không rỏ tên) đi bắt được kế Tông, đem chém."*

Nhưng trong biểu văn gửi cho vua Tống thì xưng rằng Chiêm Thành mang mấy vạn quân sang cướp phá; xét ra Chiêm Thành mới thua bại vào năm trước, chưa có khả năng làm điều này:

*"**Trường Biên**, quyển 24. Năm Thái Bình Hưng Quốc thứ 8* [983]

Tháng 5, Giao châu tâu nước Chiêm Thành mang mấy vạn quân thủy bộ voi ngựa đến cướp phá; bèn điều động quân dưới quyền đánh đuổi, bắt và chém mấy ngàn tên."

(交州言占城國水陸象馬數萬來寇，率所部兵擊走之，俘斬以數千計。)

*

Trải qua trên 1.000 năm lịch sử, có nhiều lời bàn về vua Lê Đại Hành, nhưng tựu trung chưa có ý kiến nào vượt qua nhận xét của Sử gia đời Trần, Lê văn Hưu; vậy xin trân trọng chép vào đây:

"Lê Văn Hưu nói: Lê Đại Hành giết Đinh Điền, bắt Nguyễn Bặc, tóm Quân Biện, Phụng Huân dễ như lùa trẻ con, như sai nô lệ, chưa đầy vài năm mà bờ cõi định yên, công đánh dẹp chiến thắng dẫu là nhà Hán, nhà Đường cũng không hơn được.Có người hỏi: Đại Hành với Lý Thái Tổ ai hơn? Thưa rằng: Kể về mặt trừ dẹp gian trong, đánh tan giặc ngoài, làm

mạnh nước Việt ta, ra oai với người Tống thì Lý Thái Tổ không bằng Lê Đại Hành có công lao gian khổ hơn. Nhưng về mặt tỏ rõ ân uy, lòng người suy tôn, hưởng nước lâu dài, để phúc cho con cháu thì Lê Đại Hành không bằng Lý Thái Tổ lo tính lâu dài hơn. Thế thì Lý Thái Tổ hơn ư ? Đáp: Hơn thì không biết, chỉ thấy đức của họ Lý dày hơn họ Lê, vì thế nên noi theo họ Lý." (13)

Chú thích:

1. **Đại Việt Sử Ký Toàn Thư** xin viết tắt là **Toàn Thư** [Bản Kỷ, q. 1] chép Lê Hoàn người đất Ái Châu, tức Thanh Hóa ngày nay. **Đại Việt sử lược** (q.1,18b) chép Lê Hoàn người Trường Châu, nay thuộc tỉnh Ninh Bình. **Đại Việt sử ký tiền biên** (q.1) phần chính văn bản chép Lê Hoàn người Ái Châu, nhưng phần cước chú lại ghi Lê Hoàn người Bảo Thái, huyện Thanh Liêm nay thuộc tỉnh Nam Hà Nam.

2. Tây đô: Vì Lê Hoàn người Ái Châu [Thanh Hóa], sau lên ngôi đóng đô ở Hoa Lư, Ninh Bình; cho nên sử gọi Ái Châu là Tây Đô.

3. **Tục Tư Trị Thông Giám**, Soạn giả Lý Đào đời Tống, xin viết tắt là **Trường Biên**.

4. Nam Sách: nay thuộc huyện Nam Sách, tỉnh Hải Dương.

5. Long cổn: áo vua mặc, thêu rồng chầu.

6. Sông Chi Lăng: theo **Khâm Định Việt Sử Thông Giám Cương Mục**, viết tắt Cương Mục [Chính biên q.1, tr. 18] chú sông Chi Lăng tức sông Thương, đoạn chảy qua Chi Lăng, Lạng Sơn.

7. Văn bản tại **Trường Biên** ngày Canh Thân tháng 10 [29/11/986] xác nhận Sứ bộ Lý Nhược Chuyết nhận tù binh Quách Quân Biện về; trong văn bản có đoạn chép: "lại từ khước lễ vật, chỉ nhận sứ giả Quách Quân Biện trước kia bị bắt, mang trở về又卻其私覿，惟取陷蠻使臣郭君辨以歸".

8. **Xuân Thu**: sử nước Lỗ, tương truyền do Khổng Tử soạn ra.

9. Đại Ác: Theo **Cương Mục**, Đại Ác sau đổi thành Đại An, tại xã Quần Liêu, huyện Đại An, nay là cửa sông Đáy.

10. Tiểu Khang: theo **Cương Mục** thuộc huyện Yên Mô, tỉnh Ninh Bình nay là cửa Càn.

11. Nam Giới: tên cửa biển ở phiá Nam, gần Chiêm Thành, còn có tên là Cửa Sót, nay thuộc huyện Thạch Hà, tỉnh Hà Tĩnh.

12. Chú thích của bản dịch **Toàn Thư**: Bê Mi Thuế: **Đại Việt sử lược** (q.1, 19b) nói là vua Chiêm, Cương mục (CB1, 19a) nói là tướng Chiêm. G.Maspéro khôi phục tên Phạn ngữ của người này là Parames'varavarman I (Le Royaume de Champa); nhưng vẫn coi là giả thuyết vì chưa có cứ liệu xác nhận.

13. **Toàn Thư**, Bản Kỷ, Quyển 1, trang 14 b.

5. Lê Đại Hành: Bang giao Việt Trung (2)

Niên hiệu:
Thiên Phúc: 980-988
Hưng Thống: 989-993
Ứng Thiên 994-1005

Sau cuộc chiến tranh Việt Trung năm 981, vua Tống Thái Tông chủ trương thôi đánh nước Đại Cồ Việt, ý định của nhà vua được tiết lộ với quần thần qua văn bản trả lời sớ can gián của viên Chuyển vận sứ Điền Tích vào tháng 9 năm Thái Bình Thiên Quốc thứ 6 [981]. Tuy nhiên đối với nước Việt, Vua Tống vẫn tiếp tục đe dọa, bằng cách sai viên Chuyển vận sứ Lãnh Nam [Quảng Đông, Quảng Tây] Hứa Trọng Tuyên điều động các quân tại biên giới và dọa sẽ sang đánh. Phía Đại Cồ Việt cũng tỏ ra hòa hoàn, Vua Lê Đại Hành dùng tên Vua cũ Đinh Toàn dâng biểu tạ tội và triều cống:

*"**Trường Biên** (1), quyển 23. Năm Thái Bình Hưng Quốc thứ 7* [982]

Tháng 3, trước đó Chuyển vận sứ Lãnh Nam Hứa Trọng Tuyên phân điều các quân chinh phạt phương nam; rồi thảo hịch dụ Giao châu, trình bày rõ uy tín quốc gia, hẹn sẽ tái cử binh. Lê Hoàn cũng sợ triều đình sẽ mang quân đánh dẹp, ngày Giáp Dần [18/4/982] *lại nhân danh Đinh Toàn dâng biểu tạ tội và cống sản vật địa phương."*

(初，嶺南轉運使許仲宣既分遣南伐之師，乃草檄諭交州，明國威信，期必再舉。黎桓亦懼朝廷終行討滅，甲寅，復為丁璿上表謝罪，且貢方物。（周渭傳亦稱渭檄交州，今止記仲宣。蓋仲宣不待詔即分屯諸軍，功最著故也。）

Mặt khác, Vua Lê Đại Hành gián tiếp biểu dương sức mạnh qua viêc 2 lần báo tin cho Tống biết chinh phạt Chiêm Thành thắng lợi, cùng gửi một số tù binh sang cho nhà Tống (2) thấy. Rồi nhà Vua chính thức báo cho vua Tống Thái Tông rằng mẹ con Vua cũ đã trao ấn cai quản nước và tự xưng là Quyền Giao châu tam sứ lưu hậu:

"***Quyển 24***. *Năm Thái Bình Hưng Quốc thứ 8* [983]

Ngày Canh Ngọ [28/6/983], *Lê Hoàn sai Nha tướng Triệu Tử Ái mang sản vật địa phương đến cống, tự xưng Quyền Giao Châu tam sứ lưu hậu. Biểu ghi:*

'Tháng 10 năm ngoái, Đinh Toàn cùng mẹ đốc suất quan dân mang ấn và giây thao đưa cho Hoàn, Hoàn bèn cai quản phủ sự'."

(庚午，黎桓遣牙吏趙子愛以方物來貢，自稱權交州三使留後。表言：「去年十月，丁璿及其母率軍民以印綬與桓，桓即攝領府事。)**Trường Biên**, quyển 24.

Trước một việc đã rồi, vua Tống đành xuống nước, sai Cung phụng sứ Trương Tông Quyền đến nước ta đưa chiếu dụ đề nghị 2 giải pháp: hoặc Lê Hoàn phụ tá cho Đinh Toàn, chờ lúc Toàn lớn nếu không đủ tài trị nước thì cho thay; hoặc đem mẹ con Toàn sang Trung Quốc, cho Lê Hoàn thay thế. Nhưng cả 2, đều không được vua Lê Đại Hành chấp nhận:

"Họ Đinh truyền ngôi đã 3 đời, coi sóc bảo vệ một phương; khanh là kẻ thân cận, làm tâm phúc, hãy theo lời xin của người trong nước, đừng phụ lòng của họ Đinh. Trẫm muốn cho Toàn trên danh nghĩa Thống soái, riêng khanh giữ chức phó, nhưng mọi việc do một tay Khanh trông coi. Đợi Đinh Toàn đến tuổi đội mũ (3), có thể tự lập, với sự phụ tá của khanh, trở nên sáng sủa; thì việc tưởng thưởng lòng trung thành, Trẫm đâu có tiếc. Trường hợp Đinh Toàn không có tài làm tướng, vẫn trẻ con như cũ, không thể tiếp tục nối dõi; thì đáng xả bỏ tiết việt, giáng xuống như quân lính.

Theo lý làm như vậy cũng không tiện, nhưng tiếp tục cho giữ chức cũng không yên! Vậy lúc chiếu thư đến, khanh nên đem mẹ con Đinh Toàn cùng cả gia đình đến triều đình, đợi khi đến nơi, đắn đo sẽ xuống chiếu, rồi trao tiết việt cho khanh. Hai con đường, khanh nên thẩm định chọn một. Đinh Toàn đến kinh đô được ban thêm ưu lễ. Nay sai Cung phụng sứ Trương Tông Quyền đưa chiếu dụ, nói lên lòng mong mỏi của Trẫm.'

Rồi đưa cho Toàn chiếu thư giống như vậy; nhưng Lê Hoàn vẫn chuyên quyền chiếm nước, không tuân mệnh. "

(*丁氏傳襲三世，保據一方，卿既受其倚毗，爲之心膂，克徇邦人之請，無負丁氏之心。朕且欲令璿爲統帥之名，卿居副貳之任，剸裁制置，悉系於卿。俟丁璿既冠，有所成立，卿之輔翼，令德彌光，崇獎忠勳，朕亦何吝！若丁璿將材無取，童心如故，然其奕世紹襲，載綿星紀，一旦舍去節鉞，降同士伍，理既非便，居亦靡安。詔到，卿宜遣丁璿母子及其親屬盡室來歸。俟其入朝，便當揆日降制，授卿節旄。凡茲兩途，卿宜審處其一。丁璿到京，必加優禮。今遣供奉官張宗權齎詔諭旨，當悉朕懷。」亦賜璿詔書如旨。時黎桓已專據其土，不聽命。*) (4)

Qua cuộc chiến Trung Việt năm 981, cùng 2 lần đánh dẹp Chiêm Thành, vua quan triều Tống đánh giá được sức mạnh của quân dân Đại Cồ Việt, nên muốn hòa hoàn tại phương nam; bởi vậy sau việc từ chối thẳng lời yêu cầu của Vua Tống Thái Tông, tình hình không trở nên xấu hơn; khi Vua Lê Đại Hành sai Sứ đến Trung Quốc triều cống, không có rắc rối gì xãy ra:

"Ngày Đinh Mão tháng 9 [23/10/983], Lê Hoàn tại Giao châu sai sứ đến cống sản vật địa phương."

(丁卯，交州黎桓遣使來貢方物。) **Trường Biên**, quyển 24.

Hai năm sau [985], nhà Vua lại cử một phái đoàn khác do Nha hiệu Trương Chiêu Phùng cầm đầu sang triều cống và xin phong:

"Năm Ung Hy thứ 2 [985], sai bọn Nha hiệu Trương Chiêu Phùng, Nguyễn Bá Trâm đến cống phương vật, cùng dâng biểu cầu xin chính thức ban tiết việt trấn thủ."

(雍熙二年，遣牙校張紹馮、阮伯簪等貢方物，繼上表求正領節鎮) **Tống Sử**, quyển 488, Giao Chỉ.

Lời thỉnh cầu được vua Tống đáp ứng, qua việc cử một phái đoàn đến nước ta vào năm sau [986]. Phái đoàn do Tả bổ khuyết Lý Nhược Chuyết cầm đầu, Quốc tử bác sĩ Lý Giác phụ tá, mang Chế thư đến, chính thức tước bỏ tước Lưu hậu của vua cũ Đinh Toàn, và phong vua Lê Đại Hành chức Kiểm hiệu thái bảo, sử trì tiết Đô đốc Giao châu chư quân sự, An Nam đô hộ, sung Tĩnh hải quân Tiết độ sứ. Ngoài việc phong tước, phái đoàn còn nhận được tù binh mang về, trong đó có tướng Quách Quân Biện; cùng dò xét quan sát nước ta, nhận xét rằng nghi thức chế độ tiếm quyền, nhưng không dám ra mặt phản đối:

"Ngày Canh Thân tháng 10 [29/11/986], cho Lê Hoàn làm Tĩnh hải tiết độ sứ; mệnh Tả bổ khuyết Lý Nhược Chuyết, Quốc tử bác sĩ Lý Giác mang chiếu thư đi sứ. Hoàn có chế độ tiếm quyền, khi Nhược Chuyết vào nước, bảo tả hữu cẩn thận giữ nghi lễ bề tôi; riêng Hoàn bái chiếu rất cung kính. Trong ngày yến tiệc, đem hàng hóa đồ vật kỳ lạ bày ra, nhưng Chuyết không để mắt vào; lại từ khước lễ vật, chỉ nhận sứ giả Quách Quân Biện trước kia bị bắt, mang trở về. Hoàn lại bảo bọn Giác rằng:

'Đất này sông núi hiểm trở, người Trung quốc vừa mới trải qua, không mệt ư!'

Giác nói:

'Quốc gia có đất phong vạn lý, quận đến 400; đất có chỗ bình dị, có chỗ hiểm trở; so với nơi này đâu đáng nói đến.'

Hoàn im lặng, xịu mặt."

(庚申，以黎桓為靜海節度使，命左補闕李若拙、國子博士李覺賫詔往使。桓制度踰僭，若拙既入境，即遣左右戒以臣禮，桓拜詔盡恭。燕饗日，以奇貨異物列于前，若拙一

不留盼，又卻其私覿，惟取陷鑾使臣鄧君辨以歸。桓又謂覺等曰：「此地山川悠遠，中朝人乍歷之，不亦勞乎！」覺對曰：「國家提封萬里，列郡四百，地有平易，亦有險固，此一方何足云也。」桓默然色沮。） ***Trường Biên****, quyển 27. Năm Ung Hy thứ 3 [986]*

Về **Chế thư** ban cho Vua ta, bản dịch **Tống Sử** như sau:

"Bực Vương giả xây dựng phép tắc, yêu mến vỗ về các phiên bang; dựng phủ đệ tại kinh sư giúp cho lễ hội đồng long trọng; ban cấp đất đai biểu dương quyền tiết chế. Nhân Giao Chỉ, đất chim diều hâu rơi thời Mã Viện (5), chăm lo việc triều cống, muốn thay đổi tướng soái, nhắm lợi lạc việc phong hầu, lòng cung kính không quên thỉnh mệnh, bèn ban ân điển thưởng công. Nay quyền Tri châu tam sứ lưu hậu Lê Hoàn, tư chất nghĩa dũng, bản tính trung thuần, được lòng dân trong nước, kính giữ tiết phiên thần. Trước đây Đinh Toàn nhân tuổi trẻ thơ, không biết cách cai trị; Hoàn là người tâm phúc, chuyên nắm việc quân lữ, hiệu lệnh tự ban ra, uy ái cùng thi hành. Nay bỏ chức Tam sứ của Toàn, chiều theo lòng mong muốn của dân chúng. Người xa biểu lộ lòng thành, xin ban tiết việt. Bắt chước Sĩ Nhiếp cứng mạnh, thay đổi phong tục Việt; Uý Đà cung thuận, tuân chiếu Hán chẳng trái lời. Cần xứng chức nguyên nhung, dự hàng chư hầu tôn quí; khống chế man di, biểu dương thiên triều ân điển. [Cho Hoàn giữ chức] *Kiểm hiệu thái bảo, sử trì tiết Đô đốc Giao châu chư quân sự, An Nam đô hộ, sung Tĩnh hải quân Tiết độ sứ, Giao châu quản nội quan sát xử trí đẳng sứ, phong Kinh Triệu quận hầu, thực ấp 3.000 hộ, còn được ban hiệu Suy thành thuận hoá công thần."*

(制曰：「王者懋建皇極，寵綏列藩。設邸京師，所以盛會同之禮；胙土方面，所以表節制之雄。矧兹马鳶之隅，克修設羽之貢，式當易帥，爰利建侯，不忘請命之恭，用舉疇勞之典。權知交州三使留後黎桓，兼資義勇，特稟忠純，能得邦人之心，彌謹藩臣之禮。往者，丁璿方在童幼，昧於撫綏。桓乃肺腑之親，專掌軍旅之事，號令自出，威愛並行。璿盡解三使之權，以徇衆人之欲。遠輸誠款，求領節旄。士燮強明，化越俗而鹹乂；尉佗恭順，稟漢詔以無違。宜正元戎之稱，以列通侯之貴，控撫夷落，對揚天休。可檢校太保、使持節、都督交州諸軍事、安南都護，充靜海軍節度、交州管內觀察處置等使，封京兆郡侯，食邑三千戶，仍賜號推誠順化功臣。」遣左補闕李若拙、國子博士李覺爲使以賜之。) **Tống Sử**, quyển 488, Giao Chỉ.

Năm sau [987], Quốc tử bác sĩ Lý Giác lại sang nước ta một lần nữa; lần này Sứ thần Lý Giác có dịp trổ tài văn chương, xướng họa với Thiền sư Đỗ Thuận, **Toàn Thư** chép như sau:

"Đinh Hợi, /Thiên Phúc/ năm thứ 8 [987]*... Nhà Tống lại sai Lý Giác sang. Khi Giác đến chùa Sách Giang (6), vua sai pháp sư tên là Thuận giả làm người coi sông ra đón. Giác rất thích nói chuyện văn thơ. Lúc ấy nhân có hai con ngỗng lội trên mặt nước, Giác vui ngâm rằng:*

Nga nga lưỡng nga nga,
Ngưỡng diện hướng thiên nha.
(Ngỗng ngỗng hai con ngỗng,
Ngửa mặt nhìn chân trời).

Pháp sư đương cầm chèo, theo vần làm nối đưa cho Giác xem:

Bạch mao phô lục thủy,
Hồng trạo bãi thanh ba.
(Nước lục phô lông trắng,
Chèo hồng sóng xanh bơi).

Giác càng lấy làm lạ, khi về đến sứ quán, làm thơ gửi tặng:

Hạnh ngộ minh thì tán thịnh du,
Nhất thân nhị độ sứ Giao Châu.
Đông Đô lưỡng biệt tâm vưu luyến,
Nam Việt thiên trùng vọng vị hưu.
Mã đạp yên vân xuyên lãng thạch,
Xa từ thanh chướng phiếm trường lưu.
Thiên ngoại hữu thiên ưng viễn chiếu.
Khê đàm ba tĩnh kiến thiềm thu.

(May gặp thời bình được giúp mưu,
Một mình hai lượt sứ Giao Châu.
Đông Đô mấy độ còn lưu luyến,
Nam Việt nghìn trùng vẫn ước cầu.
Ngựa vượt khói mây xuyên đá chởm,
Xe qua rừng biếc vượt dòng sâu.
Ngoài trời lại có trời soi nữa.
Sóng lặng khe đầm bóng nguyệt thâu)

Thuận đem thơ này dâng lên. Vua cho gọi sư Ngô Khuông Việt (7) đến xem. Khuông Việt nói: "Thơ này tôn bệ hạ không khác gì vua Tống". Vua khen ý thơ, tặng cho rất hậu." ***Toàn Thư****, quyển 1, Bản Kỷ, trang 18b.*

Tống Sử chép thêm về các năm kế tiếp như sau:

"Năm Đoan Củng thứ nhất [988] *gia phong Hoàn chức Kiểm hiệu thái uý, hưởng ấp 1.000 nhà; sai Lang trung bộ hộ Ngụy Tường, Viên ngoại lang trực sử quán Lý Độ đi sứ.*

Mùa hè năm Thuần Hoá thứ nhất [990] *gia phong cho Hoàn đặc tiến ấp 1.000 hộ, thực phong 400 hộ; lại sai Tả chính ngôn trực sử quán Tống Cảo, Hữu chính ngôn trực sử quán Vương Thế Tắc đi sứ. Tháng 6 năm sau trở về kinh đô, Thiên tử lệnh trình bày hình thế sông núi, cùng sự tích về Lê Hoàn, bọn Cảo tâu đầy đủ như sau:*

'Mùa thu năm ngoái đến biên giới Giao châu, Hoàn sai Đô chỉ huy sứ Đinh Thừa Chính điều 9 chiếc thuyền, 300 quân đến đón tại Thái Bình quân (8). Từ cửa biển vào biển lớn, trải qua sóng gió nguy hiểm; nửa tháng đến sông Bạch Đằng, qua Hải Nghĩa, thừa theo thuỷ triều mà đi. Phàm những nơi ghé nghĩ, đều trú trong 3 gian nhà lá, mái lợp còn mới; gọi đó là quán dịch. Tới Trường châu [tỉnh Ninh Bình], *gần với* [thủ đô] *nước này, Hoàn phô bày loè loẹt, nhằm khoa trương; đem hết thuyền binh chiến cụ ra, gọi là diễu binh.*

Từ đó đi đêm đến bờ biển, nơi cách Giao châu khoảng khoảng 15 lý, có 5 gian nhà tranh, đề chữ 'Mao Kính dịch".

Đến thành khoảng 100 lý, cho lùa đàn súc vật của dân xưng càn là trâu bò công; số lượng chưa đến 1 ngàn, thì nói tăng lên là mấy vạn. Lại điều dân gộp trong quân, y phục màu sắc hỗn tạp, đi thuyền la hét. Núi ở gần thành, treo cờ trắng, biểu hiệu bày binh. Trong khoảng khắc, quân hộ vệ đưa Hoàn tới nơi, làm lễ đón tiếp ngoài thành; Hoàn gìm ngựa, cúi đầu, sau khi hỏi thăm sức khoẻ Thiên tử, buông cương cùng đi. Lúc bấy giờ đem trầu cau ra mời, nhai trên lưng ngựa; đó là phong tục hậu đãi tân khách. Thành không có dân cư, chỉ có nhà tre lợp lá khoảng chục trăm khu, dùng làm quân doanh. Còn phủ thự thì hẹp, trước cửa đề 'Minh Đức môn".

Hoàn dáng thô lậu, chột mắt; bảo rằng năm gần đây cùng quân Man tiếp chiến, ngã ngựa bị thương ở chân, nên nhận chiếu chỉ không thể bái. Sau khi đứng tiếp xúc, bèn mở yến tiệc. Lại đưa đến Hải Nghĩa, làm cuộc du ngoạn nhằm vui lòng khách. Hoàn chân trần lội xuống nước, cầm gậy nhắm đâm vào cá; mỗi lần trúng cá, quân lính hai bên đều hô vang. Phàm dự yến tiệc, kẻ tham dự đều được lệnh cởi thắt lưng, vẫn đội mũ. Hoàn thường mặc áo màu hồng có hoa, mũ trang sức trân châu, tự ca hát mời rượu, không hiểu lời nói gì. Từng sai mấy chục người gánh con rắn lớn dài mấy trượng, tặng sứ quán bảo rằng "Nếu có thể ăn thịt rắn này, sẽ làm đồ ăn đem hiến." Lại mang đến 2 con cọp, để xem chơi, nhưng đều từ khước không nhận. Quân lính khoảng 3.000 tên, đều khắc trên trán hàng chữ 'Thiên tử quân". Lương cấp bằng lúa, ra lệnh tự xay giã mà ăn. Binh khí có cung, nỗ, mộc bài, thuẫn, thương, trúc thương; người yếu không khiêng nổi.

Hoàn tính tàn nhẫn, thân cận với tiểu nhân, năm bảy tâm phúc hoạn quan chầu chực xung uống rượu, ra lệnh bằng tay. Phàm quan lại giỏi việc, cất nhắc ngay làm thân cận, bị lỗi nhỏ cũng giết, hoặc đánh vào lưng từ 100 đến 200. Bọn phụ tá không vừa lòng cũng đánh đòn từ 30 đến 50, hoặc giáng xuống cấp thấp; hết giận lại khai phục chức vị. Có cái tháp bằng gỗ, chế tạo thô lậu; một hôm Hoàn mời lên trên đó để ngắm cảnh. Đất không lạnh, tháng 11 vẫn mặc áo kép, dùng quạt.'"

(端拱元年，加桓檢校太尉，進邑千戶，實封五百戶。遣戶部郎中魏庠、虞部員外郎直史館李度往使焉。淳化元年夏，加桓特進，邑千戶，實封四百戶。遣左正言直史館宋鎬、右正言直史館王世則又使焉。明年六月，歸闕，上令條列山川形勢及黎桓事蹟以聞。鎬等具奏曰：

去歲秋末抵交州境，桓遣牙內都指揮使丁承正等以船九艘、卒三百人至太平軍來迎，由海口入大海，冒涉風濤，頗曆危險。經半月至白藤，徑入海氵義，乘潮而行。凡宿泊之所皆有茅舍三間，營葺尚新，目爲館驛。至長州漸近本國，桓張惶虛誕，務爲誇詫，盡出舟師戰棹，謂之耀軍。

自是宵征抵海岸，至交州僅十五里，有茅亭五間，題曰茅徑驛。至城一百里，驅部民畜產，妄稱官牛，數不滿千，揚言十萬。又廣率其民混於軍旅，衣以雜色之衣，乘船鼓噪。近城之山虛張白旗，以爲陳兵之象。俄而擁從桓至，展郊迎之禮，桓斂馬側身，問皇帝起居畢，按轡偕行。時以檳榔相遺，馬上食之，此風俗待賓之厚意也。城中無居民，止有茅竹屋數十百區，以爲軍營。而府署湫隘，題其門曰明德門。

桓質陋而目眇，自言近歲與蠻寇接戰，墜馬傷足，受詔不拜。信宿之後，乃張筵飲宴。又出臨海氵義，以爲娛賓之遊。桓跣足持竿，入水標魚，每中一魚，左右皆叫噪歡躍。凡有宴會，預坐之人悉令解帶，冠以帽子。桓多衣花纈及紅色之衣，帽以真珠爲飾，或自歌勸酒，莫能曉其詞。嘗令數十人扛大蛇長數丈，饋於使館，且曰：「若能食此，當治之爲饌以獻焉。」又羈送二虎，以備縱觀。皆卻之不受。士卒殆三千人，悉黥其額曰「天子軍」。糧以禾穗日給，令自舂爲食。兵器止有弓弩、木牌、梭槍、竹槍，弱不可用。

桓輕亻兌殘忍，昵比小人，腹心閹豎五七輩錯立其側。好狎飲，以手令爲樂。凡官屬善其事者，擢居親近左右，有小過亦殺之，或鞭其背一百至二百。賓佐小不如意，亦捶之三十至五十，黜爲閽吏；怒息，乃召復其位。有木塔，其制樸陋，桓一日請同登遊覽。地無寒氣，十一月猶衣夾衣揮扇云。) **Tống Sử**, quyển 488, Giao Chỉ.

Sau khi phái đoàn Tống Cảo sang nước ta sách phong, lúc trở về dâng bản phúc trình chi tiết lên Tống Thái Tông; năm sau triều đình cử phái đoàn Đào Cẩn sang Tống đáp lễ:

***Tân Mão**, /Hưng Thống/ năm thứ 3 /991/. Mùa xuân, tháng 2, sai Đào Cần sang nhà Tống thăm đáp lễ.* **Toàn Thư**, Bản kỷ, quyển 1.

Năm Quí Tỵ [993], Trạng nguyên triều Tống Vương Thế Tắc làm Chánh sứ mang sách thư đến phong Vua Lê Đại Hành tước Giao Chỉ Quận Vương:

"Năm Quý Tỵ, Hưng Thống thứ 5 /993/... Nhà Tống sai Vương Thế Tắc và Lý Cư Giản đem sách thư sang phong cho vua làm Giao Chỉ Quận Vương." **Cương Mục**, Chính Biên, quyển 1.

Năm sau, triều đình ta cử Nha hiệu Phí Sùng Đức sang Tống đáp lễ:

"Năm Giáp Ngọ tháng giêng năm Ứng Thiên thứ 1 /994/ Sai nha hiệu là Phí Sùng Đức sang nhà Tống sang thăm đáp lễ." **Cương Mục**, Chính Biên, quyển 1.

Đến năm Ất Vị [995] tình hình bang giao giữa 2 nước trở nên xấu đi, nguyên do lúc bấy giờ người trấn Triều Dương [Mông Cái, Quảng Ninh] phạm tội giết người, đem cả họ sang Trung Quốc trốn, được bọn quan lại địa phương thuộc trấn Như Tích, châu Khâm che chở; phía ta gửi văn thư xin bắt, nhưng không đáp ứng, bèn cho người đánh phá; **Tống Sử** chép:

"Trước đây Bốc Văn Dõng, người dân Triều Dương Giao châu giết người, đem cả gia tộc đến trấn Như Tích [châu Khâm], *bọn Trấn tướng Hoàng Lệnh Đức che chở cho trốn. Hoàn ra lệnh Trấn tướng Triều Dương Hoàng Thành Nhã gửi thông điệp đến xin bắt. Lệnh Đức không cho, nên gây chuyện hải tặc liền năm đến cướp phá."* **Tống Sử**, quyển 488, Giao Chỉ.

(交州潮陽民卜文勇等殺人，並家亡命至如昔鎮，鎮將黃令德等匿之。桓令潮陽鎮將黃成雅移牒來捕，令德固不遣，因茲海賊連年剽掠。)

Các vụ đánh phá xảy ra cả hai mặt thủy bộ, nhưng triều đình nước ta không chính thức thừa nhận. Lại nhân lúc này bọn quan lại Trung Quốc tại biên giới tâu rằng vua Lê Đại Hành bị nhà Đinh cũ đuổi đi, trốn ra vùng biển cướp phá qua ngày; vua Tống Thái Tông cho kiểm chứng thấy gian dối, nên trị tội bọn tâu gian:

"Mùa xuân năm Chí Đạo thứ nhất [995], *Chuyển vận sứ Quảng Nam tây lộ* [Quảng Tây] *Trương Quan, Binh mã giám áp vệ Như Hồng châu Khâm Chiêu Mỹ đều tâu rằng có hơn 100 chiếc thuyền đến cướp trấn Như Hồng, bắt dân cư, lấy lương thực rồi đi. Mùa hè năm đó dân châu Tô Mậu (9) do Hoàn quản lãnh dùng 5.000 dân binh cướp phá châu Lộc thuộc Ung châu; Đô tuần kiểm Dương Văn Kiệt đánh đuổi. Vua Thái Tông ý muốn chiêu phủ dân hoang dã, không hỏi tội. Trương Quan lại tâu rằng nghe đồn Lê Hoàn bị họ Đinh đuổi đi, đem quân còn sót lưu lạc tại vùng núi biển, không có căn cứ nhất định, cướp sống qua ngày, nay Hoàn đã chết; Quan còn dâng biểu chúc mừng.Chiếu ban Thái thường thừa Trần Sĩ Long, Cao phẩm Vũ Nguyên Cát phụng sứ Lĩnh Nam, nhân trinh sát việc này. Bọn Sĩ Long lãnh mệnh, với lời tâu giống như Quan. Kỳ thực Hoàn vẫn sống, còn lời đồn thì sai lầm, bọn Quan không thấy rõ. Chẳng bao lâu có nhà buôn lớn từ Giao châu trở về, tâu rõ Hoàn vẫn là chủ soái như cũ. Chiếu đàn hặc bọn Quan; lúc này Quan bệnh chết, Chiêu Mỹ, Sĩ Long, Nguyên Cát bị tội."* **Tống Sử**, quyển 488, Giao Chỉ.

(至道元年春，廣南西路轉運使張觀、欽州如洪鎮兵馬監押衛昭美皆上言，有交州戰船百餘艘寇如洪鎮，略居民，劫廩實而去。其夏，桓所管蘇茂州，又以鄉兵五千寇邕州所管綠州，都巡檢楊文傑擊走之。太宗志在撫寧荒服，不欲問罪。觀又言，風聞黎桓爲丁氏斥逐，擁餘衆山海間，失其所據，故以寇鈔自給，今則桓已死。觀仍上表稱賀。詔太常丞陳士隆、高品武元吉奉使嶺南，因偵其事。士隆等復命，所言與觀同。其實桓尚存，而傳聞者之誤，觀等不能審核。未幾，有大賈自交趾回，具言桓爲帥如故。詔劾觀等，會觀病卒，昭美、士隆、元吉抵罪)

Năm Chí Đạo thứ 2 [996] nhà Tống dùng Viên ngoại lang bộ Công Trần Nghiêu Tẩu làm Chuyển vận sứ Quảng

Tây, viên quan này đến tận nơi trực tiếp điều tra tình hình biên giới; bèn cho bắt Văn Dõng cùng 130 trong họ trả lại cho trấn Triều Dương, nội vụ được dàn xếp xong. Đáp lại vua Lê Đại Hành gửi thư cảm ơn, cùng bắt 25 hải tặc gửi cho Nghiêu Tẩu; thư báo rằng đã ước thúc các thủ lĩnh khe động, không được tao động:

"Năm Chí Đạo thứ 2 [996] dùng Viên ngoại lang bộ công Trực sử quán Trần Nghiêu Tẩu làm Chuyển vận sứ, nhân gửi chiếu thư cho Hoàn. Nghiêu Tẩu đến, sai Lý Kiến Trung, Huyện uý Hải Khang thuộc Lôi Châu, gửi chiếu thư uỷ lạo Hoàn. Nghiêu Tẩu lại đến Như Tích cật vấn việc che dấu cho Văn Dõng trốn, bắt được 130 người già trẻ trai gái, triệu quan trấn Triều Dương giao cho, và răn đừng làm điều phạm pháp. Thành Nhã nhận được người, gửi văn thư cảm tạ Nghiêu Tẩu. Hoàn cũng gửi tờ cảm ơn, cùng bắt 25 hải tặc gửi cho Nghiêu Tẩu; bảo rằng đã ước thúc các thủ lĩnh khe động, không được tao động". **Tống Sử**, Bản Kỷ, Giao Chỉ.

(二年，以工部員外郎、直史館陳堯叟爲轉運使，因賜桓詔書。堯叟始至，遣攝雷州海康縣尉李建中齎詔勞問桓。堯叟又至如昔，詰得匿文勇之由，盡擒其男女老少一百三十口，召潮陽鎮吏付之，且戒勿加酷法。成雅得其人，以狀謝堯叟。桓遂上章感恩，並捕海賊二十五人送於堯叟，且言已約勒溪洞首領，不得騷動)

Nhằm làm ấm lại mối bang giao, vào tháng 7 cùng năm [18/7-16/8/996], vua Tống sai Chiêu văn quán Lý Nhược Chuyết mang chiếu thư, cùng đai ngọc ban cho Vua Lê Đại Hành, trước mặt Sứ thần Trung Quốc nhà Vua khẳng định sẽ giữ gìn an ninh biển Trướng Hải tức Biển Đông; lời khẳng định trước Sứ thần nhà Tống, chứng tỏ chủ quyền biển Trướng Hải thuộc nước Đại Cồ Việt:

"Tháng 7, vua Thái Tông sai Chủ khách lang trung, trực Chiêu văn quán Lý Nhược Chuyết sung Quốc tín sứ mang chiếu thư và đai mỹ ngọc ban cho Lê Hoàn. Khi Nhược Chuyết đến, Hoàn ra ngoài thành đón; nhưng lời lẽ có vẻ ngạo mạn, bảo Nhược Chuyết rằng:

"Từ trước tới nay cướp Như Hồng đều là bọn Man tặc ở ngoài nước, Hoàng đế có biết rằng không phải quân Giao châu hay không? Nếu quả Giao châu làm phản thì trước hết đánh Phiên Ngung [Quảng châu], *thứ đến đánh Mân* [Phúc Kiến], *Việt* [Quảng Đông]*; nào phải chỉ trấn Như Hồng mà thôi!"*

Nhược Chuyết thung dung bảo Hoàn:

"Thiên tử lúc đầu mới nghe việc cướp phá trấn Như Hồng, tuy chưa biết ai chủ mưu; nhưng cho rằng túc hạ được cất nhắc làm Nha hiệu Giao châu, nhận tiết chế, nên đáng tận trung để báo đáp, thì có lo gì! Đến lúc thấy bắt giải đến bọn giặc, thì việc đã rõ ràng. Nhưng đại thần họp bàn, cho rằng triều đình đã lập tiết soái, để yên vùng biển, nay thấy Man tặc đến cướp phá, như vậy một mình Giao châu không chế ngự được; xin điều một vài vạn quân mạnh cùng binh Giao châu đánh dẹp; khiến vùng Giao, Quảng không có mối lo về sau. Thiên tử phán "Chưa thể khinh suất cử sự, sợ Giao châu không biết ý định của triều đình, đâm ra kinh hãi; bất nhược giao cho Lê Hoàn đánh, rồi dần dần cũng yên; nên hôm nay không có việc hội binh."

Hoàn ngạc nhiên dời chiếu đứng dậy nói:

"Hải tặc phạm biên, là tội của thủ thần; Thánh quân khoan dung, ơn quá cha mẹ, không gia tru phạt. Từ nay cẩn thận giữ chức phận, giữ yên nơi Trướng Hải." Nhân đó hướng về phía bắc cúi đầu tạ." **Tống Sử**, quyển 488, Giao Chỉ.

(七月，太宗遣主客郎中、直昭文館李若拙齎詔書，充國信使，以美玉帶往賜桓。若拙既至，桓出郊迎，然其詞氣尚悖慢，謂若拙曰：「向者劫如洪鎮乃外境蠻賊也，皇帝知此非交州兵否？若使交州果叛命，則當首攻番禺，次擊閩、越，豈止如洪鎮而已！」若拙從容謂桓曰：「上初聞寇如洪鎮，雖未知其所自，然以足下拔自交州牙校，授之節制，固當盡忠以報，豈有他慮！及見執送海賊，事果明白。然而大臣僉議，以爲朝廷比建節帥，以寧海表，今既蠻賊爲寇害，乃是交州力不能獨制矣。請發勁卒數萬，會交兵以剪滅之，使交、廣無後患。上曰：'未可輕舉，慮交州不測朝旨，或致驚駭，不若且委黎桓討擊之，亦當漸至清謐。'今則不復會兵也。」桓愕然避席，曰：「海賊犯邊，守臣之罪也。聖君容貸，恩過父母，未加誅責。自今謹守職約，保永清於漲海。」因北望頓首謝)

Sau khi Sứ thần Lý Nhược Chuyết đến thăm, tình hình bang giao được cải thiện, năm 1001, Vua Lê Đại Hành sai Sứ cống tê ngưu và voi:

Trường Biên, quyển 48. Năm Hàm Bình thứ 4 [1001]

Ngày Mậu Thân tháng 2 [3/3/1001],*Lê Hoàn đất Giao châu sai Sứ tiến cống tê ngưu thuần, voi.*

(戊申，交州黎桓遣使貢馴犀、象。)

Trong năm 1003, hai lần xãy ra việc dân biên giới trốn sang Trung Quốc xin tá túc; lúc này nhà Tống không muốn làm mất lòng nước ta, nên đều khước từ:

Trường Biên, quyển 54. Năm Hàm Bình thứ 6 [1003]

Ngày mồng một tháng 3 ngày Tân Mão [5/4/1003], *châu Khâm tâu Bát châu sứ Giao châu Hoàng Khánh Tập đốc suất bọn dưới quyền hơn 450 qui phụ; chiếu sai Sứ an uỷ phủ dụ, lệnh trở về đất cũ.*

(三月辛卯朔，欽州言交州八州使黄慶集等率其屬四百五十餘口歸附，詔遣使慰撫之，令還本道。)

- **Trường Biên**, *Tháng 4 ngày Kỷ Sửu* [2/6/1003], *Chuyển vận sứ Quảng Nam Tây Lộ* [Quảng Tây] *Phùng Liên tâu rằng hơn 400 hộ dân Giao châu đến châu Khâm, tới bờ biển; tuân chiếu ủy dụ, khiến trở về đất cũ.*

(己丑，廣南西路轉運使馮連言，交州民四百餘戶來投欽州，至海岸，即準詔慰諭，遣還本道。)

Đáp lại cách xử sự hòa hoàn tại biên giới, năm sau vua Lê Đại Hành sai con là Minh Đề sang cống, được vua Tống sách phong:

Trường Biên, quyển 56. Năm Cảnh Đức thứ nhất [1004]

Ngày Giáp Tý tháng 6 [1/7/1004], *Lê Hoàn đất Giao Châu sai con, Minh Đề, nhiếp quyền Thứ sử châu Hoan đến cống;*

Đề khẩn cầu gia ơn đến châu này để an ủy phủ dụ dân xa xôi. Hứa cho, vẫn để Minh Đề làm Thứ sử châu Hoan.

(交州黎桓遣其子攝驩州刺史明提來貢，懇求加恩使至本道慰撫遐裔。許之，仍以明提為驩州刺史)

*

Hoàng tử Minh Đề đi sứ chưa kịp trở về nước, thì vào tháng 3 năm Ứng Thiên thứ 12 [1005] vua Lê Đại Hành mất tại điện Trường Xuân. Trải qua 24 năm trị vị, với võ công hiển hách, nhà Vua đã nâng địa vị nước ta từ quốc gia nhược tiểu bị xâm lăng, trở thành hùng cường được tôn trọng. Quỹ tín dùng về sức mạnh dân tộc, không những dư dùng lúc Ngài trị vị, còn được dành lại cho con; qua những ngày tháng bất hạnh anh em tranh chấp; vua Tống tuy dòm ngó lăm le, lại được bọn bầy tôi dâng sẵn bản đồ xâm nhập; nhưng cuối cùng quyết định không xâm lăng nước ta!

Chú thích:

1. Tục Tư Trị Thông Giám, Soạn giả Lý Đào đời Tống, xin viết tắt là Trường Biên.

2. Văn bản Trường Biên tháng 12 năm Thái Bình Hưng Quốc thứ 7 [982] và tháng 5 năm Thái Bình Hưng Quốc thứ 8 [983]

3. Tuổi đội mũ: tức "nhược quan", từ 20 tuổi trở lên.

4. Tống Sử, quyển 488, Giao Chỉ.

5. Mã Viện nói về hoàn cảnh tại hồ Lãng Bạc, Giao Chỉ như sau:

"Khi ta ở Lãng Bạc, Tây Lý , giặc chưa diệt xong; dưới chân nước lụt, trên đầu mây mù giăng mắc, khí độc vần vũ , nhìn lên trời thấy chim diều hâu bay rồi đột nhiên rơi phịch xuống nước..."

6. Sông Sách: người dịch **Toàn Thư** chú thích rằng có lẽ lúc bấy giờ sông Sách là một đoạn của sông Thương.

7. Ngô Khuông Việt (933-1011: tức Ngô Chân Lưu, người hương Cát Ly; huyện Trường Lạc; trụ trì chùa Phật Đà, thuộc thế hệ thứ tư dòng thiền Vô Ngôn Thông.

8.Thái Bình quân: sau đổi là Liêm Châu tức tỉnh Quảng Đông, Trung Quốc, quân là đơn vị hành chính đầu thời Tống.

9. Châu Tô Mậu: Theo **Đất Nước Việt Nam Qua Các Đời**, Đào Duy Anh, trang 121, Tô Mậu ngày nay thuộc Định Lập, tỉnh Hải Ninh.

6.
Vài Nét Về Xã Hội Việt Nam Dưới Thời Vua Lê Đại Hành (3)

Niên hiệu:
Thiên Phúc: 980-988
Hưng Thống: 989-993
Ứng Thiên 994-1005

Lãnh thổ nước Đại Cồ Việt thời Vua Lê Đại Hành về phía bắc rộng hơn thời nhà Lý; do bởi dưới thời Vua Lý Nhân Tông, 2 Tù trưởng Nùng Tôn Đán, Nùng Trí Hội tại biên giới qui phụ nhà Tống, nạp cho Tống hai động Vật Dương, Vật Ác, nay thuộc Tĩnh Tây thị [jinxi] tỉnh Quảng Tây. Bộ sử **Tục Tư Trị Trường Biên** của Lý Đào đời Tống chép như sau:

Trường Biên, quyển 349. Năm Nguyên Phong thứ 7 [1084]

"...... *Ty Kinh Lược Hùng Bản cũng tâu rằng:*

"Vào thời Gia Hựu [1056-1059], *bọn Nùng Tôn Đán đem động Vật Ác qui phụ, ban tên Thuận An châu; thời Trị Bình* [1064-1067] *Nùng Trí Hội đem động Vật Dương qui phụ, ban tên là Qui Hóa châu."*

(經略司熊本亦言：「嘉祐中，儂宗旦以勿惡等峒歸明，賜名順安州。治平中，儂智會以勿陽峒歸明，賜名歸化州)

Về phía nam, qua mấy lần giao tranh với Chiêm Thành; lãnh thổ nước ta nới rộng ra đến tỉnh Quảng Bình. **Đại Việt Sử Ký Toàn Thư** ghi vào năm Hưng Thống thứ 4 [992], cho Chiêm Thành nhận người từ châu Địa Lý [huyện Lệ Ninh, Quảng Bình] (1) đưa về châu Ô Lý (2):

"Mùa hạ, tháng 6, cho người Chiêm Thành nhận lĩnh hơn 360 người ở thành cũ châu Địa Lý đem về châu Ô Lý" **Toàn Thư**, Bản kỷ, quyển 1.

Đáp ứng với nhu cầu giao thông từ bắc chí nam, cũng trong năm 992, nhà vua cho mở đường từ cửa biển Nam Giới [chỗ giáp giới hai huyện Can Lộc và Thạch Hà tỉnh Hà Tĩnh] đến châu Địa Lý:

"Mùa thu, tháng 8, sai Phụ quốc Ngô Tử An đem 3 vạn người đi mở đường bộ từ cửa biển Nam Giới đến Châu Địa Lý" **Toàn Thư**, Bản kỷ, quyển 1.

Trước đó lúc đi đánh Chiêm Thành, nhắm tránh đường biển không an toàn vì sóng gió; năm 983 cho đào kênh dọc theo ven biển tỉnh Thanh Hóa từ núi Đồng Cổ [sông Mã] đến sông Bà Hòa [Tĩnh Gia] (3):

*"**Quý Mùi**, /Thiên Phúc/ năm thứ 4 [983],... Kênh mới trên đường biển làm xong. Khi vua đi đánh Chiêm Thành, qua núi Đồng Cổ đến sông Bà Hòa, đường núi hiểm trở khó đi, người ngựa mỏi mệt, đường biển thì sóng to khó đi lại, bèn sai người đào kênh. Đến đây đào xong, thuyền bè đi lại đều được thuận tiện."* **Toàn Thư**, Bản Kỷ, quyển 1.

Năm 1003 nhà Vua lại cho đào kênh Đa Cái, nay là xã Hương Cái thuộc huyện Hưng Nguyên tỉnh Nghệ An để nối con kênh từ Thanh Hóa đến sông Lam:

"Quý Mão, /Ứng Thiên/ năm thứ 10 /1003. Vua đi Hoan Châu, vét kinh Đa Cái thẳng đến Tư Củng trường ở Ám Châu." **Toàn Thư**, Bản kỷ, quyển 1.

Dưới thời Vua Lê Đại Hành có những cuộc nổi dậy bởi các quan lại địa phương hoặc dân tộc miền núi. Phần lớn xãy ra tại vùng Thanh Nghệ, nơi Chiêm Thành thường mang quân ra vào cướp phá, khiến lòng người chưa ổn định. Tình hình có lúc trầm trọng, nhà Vua phải thân chinh đi đánh dẹp, chiếu theo thời gian, xin liệt kê:

Vào năm Hưng Thống thứ nhất [989], viên Quản giáp Dương Tiến Lộc xui dân châu Hoan [Nghệ An] và châu Ái [Thanh Hóa] nổi lên làm phản, **Cương Mục** (4) ghi như sau:

"Tiến Lộc, làm chức Quản giáp, vâng mệnh đi thu thuế ở châu Hoan và châu Ái. Nhân đó, Lộc cầm đầu hai châu ấy nổi lên làm phản, rồi xin theo về với nước Chiêm Thành; nhưng người Chiêm Thành không nhận. Nhà vua đem quân đi đánh bắt giết được Tiến Lộc và giết người hai châu ấy không biết bao nhiêu mà kể."

Tháng 7, năm Ứng Thiên thứ 4 [997], nhà Vua đi đánh giặc ở Đỗ Động (5), vùng căn cứ của tướng Đỗ Cảnh Thạc thời Thập Nhị Sứ Quân, bắt được đồ đảng đem về.

Năm thứ 6 [999] Vua thân đi đánh Hà Động, thuộc huyện Thạch Thành, tỉnh Thanh Hóa; tất cả bốn mươi chín động trong vùng đều dẹp yên cả.

Năm thứ 7 [1000], bọn Trịnh Hàng ở Phong Châu [tỉnh Vĩnh Phúc] làm loạn. Nhà vua điều khiển quân sĩ đi đánh. Trịnh Hàng chạy sang núi Tản Viên tỉnh Sơn Tây.

Năm thứ 8 [1001],Vua cùng Vua cũ nhà Đinh tức Đinh Toàn mang quân đánh bộ tộc Cử Long (6) tại Thanh Hóa, Đinh Toàn tử trận, **Cương Mục** (7) chép như sau:

"Nhà vua đi đánh Cử Long: Vệ vương Toàn theo đi. Bấy giờ quân giặc thấy nhà vua, chúng giương cung, chĩa tên, toan bắn, chiếc tên rơi xuống; chúng lại giương cung, dây cung đứt. Chúng sợ, rút lui. Nhà vua đi thuyền ven sông đuổi theo. Quân giặc ở hai bên bờ đánh khép lại. Quan quân bị hãm ở sông. Vệ vương Toàn trúng phải mũi tên bay, mất tại trận. Nhà vua kêu trời ba tiếng, rồi thân ra đốc chiến: quân giặc thua."

Về phương diện văn học, dưới thời Tiền Lê tuy chưa tổ chức thi cử, nhưng việc học do Phật Giáo phụ trách, được duy trì tại các chùa chiền, tự viện. Các vị cao tăng như Pháp Thuận, Khuông Việt đều là những danh sĩ. Trung Quốc biết rõ nước ta là quốc gia văn hiến, nên khi cử sứ bộ sang, ngoài viên Chánh sứ lo việc chính trị, còn có viên phụ tá, chuyện đối đáp thơ văn. Như phái đoàn Lý Nhược Chuyết sang nước ta năm 986, có Quốc tử giám bác sĩ Lý Giác phụ tá, từng để lại thơ xướng họa; phái đoàn Tống Cảo năm 990, phụ tá bởi

Vương Thế Tắc, vị này từng lập kỳ tích trong lịch sử Trung Quốc, với 2 lần thi đậu Trạng nguyên (8).

Về phương diện y tế cũng được nhà Vua lưu ý, qua việc gửi biểu văn sang Trung Quốc xin những bài thuốc hay, để chữa trị cho dân; tờ biểu có đoạn như sau:

"...Lại bảo rằng: Vùng Lãnh Biểu (9) nóng ẩm, nhiều chướng lệ, xin quan cho giấy mực viết những bài thuốc cứu sống, để ban cho các châu."

Chấp nhận lời xin này. [**Trường Biên**, quyển 43]

(又言：「嶺表炎蒸，又多瘴癘，請官給紙墨，寫攝生藥方，散付諸州。」從之。)

Sử xưa ít đề cập đến lãnh vực kinh tế, tuy nhiên qua sử liệu Trung Quốc dưới đây thấy được việc trồng dâu nuôi tằm tại nước ta khá thịnh vượng. Nguyên do lúc bấy giờ vua Tống Chân Tông, ban lệnh các nơi trồng dâu nuôi tằm. Viên quan đứng đầu Quảng Tây, Chuyển vận sứ Trần Nghiêu Tẩu tâu rằng thổ ngơi Quảng Tây có nhiều đá, thiếu đất trồng dâu, chỉ cây trồng tơ gai mà thôi; riêng việc trồng dâu, nuôi 8 loại tằm sản xuất lụa gấm, thì nổi tiếng tại An Nam:

*"**Trường Biên** quyển 43, ngày Nhâm Tuất tháng 7* [31/7/998], *Trước đó có chiếu ban sai dân trồng nhiều dâu* [để nuôi tằm], *Chuyển vận sứ Quảng Tây Trần Nghiêu Tẩu tâu rằng:*

'Các châu dưới quyền coi sóc của thần, thổ ngơi khác biệt; nhiều ruộng đá, thiếu đất để trồng dâu; thường bảo rằng "những thứ gấm lụa từ 8 loại tằm" vốn không có tục sản xuất từ Ngũ Lãnh; nơi sản xuất chỉ tại An Nam. Dân tại đây ngoài việc cày ruộng nước, nguồn tài lợi dựa vào loại tơ gai gọi là ma ninh mà thôi'."....

(先是，有詔諸路課民種桑棗，廣西轉運使陳堯叟上言曰：「臣所部諸州，土風本異，田多山石，地少桑蠶，昔云『八蠶之綿』，諒非五嶺之俗，度其所產，恐在安南。今其民除耕水田外，財利之博者，惟麻苧耳。)

*

Các nhà viết sử thời xưa thường chú ý đến việc làm của nhà vua, các cuộc chinh phạt, cùng Sứ thần các nước qua lại ngoại giao; rất ít khi đề cập đến sinh hoạt dân chúng; nên tư liệu để lại về kinh tế xã hội khá nghèo nàn; đó là điều đáng tiếc.

Chú thích:

1. Châu Địa Lý: tên châu của Chiêm Thành, sau khi sáp nhập vào lãnh thổ nhà Lý đổi gọi là châu Lâm Bình (1075). Nay là phần đất huyện Lệ Ninh, tỉnh Quảng Bình.

2. Ô Lý:tên hai châu của nước Chiêm Thành, thời Trần (năm 1306) đổi gọi châu Ô là Thuận Châu, Châu Lý gọi là Hoá Châu; nay là phần phía nam tỉnh Quảng Trị và tỉnh Thừa Thiên.

3. Theo lời chú Toàn Thư, Bản kỷ quyển 1; Sông Bà Hòa : sông chảy qua xã Bà Hòa, sau đổi là xã Đồng Hòa, nay thuộc huyện Tĩnh Gia, tỉnh Thanh Hóa.

4. **Cương Mục**: tức **Khâm Định Việt Sử Thông Giám Cương Mục**, Chính Biên, quyển 1.

5. Đỗ Động: theo chú thích của **Toàn Thư**, Ngoại Kỷ, quyển 5; thuộc huyện Thanh Oai, tỉnh Hà Tây.

6. Cử Long: **Cương Mục**, Chính Biên, quyển 1 có lời chua như sau: Cử Long: Tên dân tộc Mán. Nhà Đinh, nhà

Tiền Lê gọi là mán Cử Long, đến nhà Lý diệt được. Năm Thuận Thiên (1428-1433), nhà Lê đặt là huyện Lạc Thủy; năm Quang Thuận (1460-1469), đổi lại Cẩm Thủy. Bây giờ vẫn theo tên cũ, thuộc phủ Quảng Hóa, tỉnh Thanh Hóa.

7. **Cương Mục**, Chính Biên, quyển 1.

8. Theo **Hoa Nhân Bách Khoa**, Vương Thế Tắc đậu Trạng nguyên lần thứ nhất, khoa này có một viên Tiến sĩ bị khiếu nại, nên triều đình nhà Tống cho thi lại, Thế Tắc lại thi tiếp đậu Trạng nguyên lần thứ 2, nên được người đời gọi là " Liên khoa Trạng nguyên 連科狀元"。"

9. Lãnh Biểu: vùng phía nam Ngũ Lãnh, chỉ vùng đất Quảng Đông, Quảng Tây, thuộc nước Nam Việt xưa.

7.
Thời Một Ông Vua Tệ Nhất Nước: Lê Long Đĩnh [1006-1009]

Niên hiệu:
Long Đĩnh:1006-1007
Cảnh Thụy:1008-1009

Dưới chế độ quân chủ chuyện chế, nhằm duy trì ngôi báu, các vị Vua thường chọn một trong những giải pháp sau đây để trị nước: hoặc chia quyền cho người trong họ, hoặc giao cho quan võ giữ các phiên trấn, hoặc dùng quan văn để khống chế quan võ. Giải pháp nào cũng có nhược điểm: trường hợp các võ quan nắm trọng quyền, dễ sinh ra nạn sứ quân, như Thập Nhị Sứ Quân thời nhà Ngô; hoặc cướp ngôi, như trường hợp Mạc Đăng Dung dưới thời Lê Mạt. Dùng quan văn để khống chế quan võ, có thể bớt được nạn phiên trấn đoạt quyền, nhưng đất nước dễ trở nên duy nhược; đó là căn bệnh dưới triều Thiệu Trị, Tự Đức; chính vua Tự Đức cũng phải tự phê về triều đại mình như sau:

"Thanh dung thịnh nhi võ bị suy, nghị luận đa nhi thành công thiểu"

(Về mặt ngoài hào nhoáng, nhưng võ bị suy, bàn luận nhiều, mà thành công ít.)

Dùng người trong họ có ưu điểm đạt được mức độ tin cậy cao hơn, nhưng nạn anh em tranh quyền thì hầu như thời nào cũng có.

Riêng Vua Lê Đại Hành chủ trương dùng người thân cai trị nước. Năm Hưng Thống thứ 1 [989], Phong con trưởng là Long Thâu làm Kình Thiên đại vương con thứ hai là Ngân Tích làm Đông Thành vương; lập con thứ ba là Long Việt làm Nam Phong vương.

Tháng giêng năm Hưng Thống thứ 4 [992], lại theo thứ tự tiếp tục thụ phong cho các con:

Con thứ 4 Ngự Man vương Long Đinh trấn tại Phong Châu nay thuộc tỉnh Vĩnh Phú.

Con thứ 5, Khai Minh vương Long Đĩnh, trấn tại Đằng Châu; nay thuộc huyện Kim Động tỉnh Hưng Yên.

Con thứ 6, Ngự Bắc vương Long Ngận trấn tại Phù Lan; nay thuộc huyện Đường Hào, tỉnh Hải Dương.

Con thứ 7, Định Phiên vương Long Tung trấn tại Ngũ huyện giang; nay thuộc Bắc Ninh, Hà Nội.

Con thứ 8, Tư Doanh Thành phó vương Long Tương trấn đóng ở Đỗ Động; nay thuộc sông Nhuệ, Hà Nội.

Con thứ 9, Trung Quốc vương Long Kính trấn ở Mạt Liên; nay thuộc huyện Tiên Lữ, tỉnh Hưng Yên.

Con thứ 10, Nam Quốc vương Long Mang trấn đóng ở Vũ Lũng; nay thuộc tỉnh Thanh Hóa.

Con thứ 11, Hành quân vương Long Đề [tức Minh Đề] đóng tại Cổ Lãm; nay là huyện Từ Sơn, tỉnh Hà Bắc.

Con nuôi Vua, Phù Đới vương [không rõ tên], trấn đóng tại Phù Đái; nay là huyện Vĩnh Bảo, tỉnh Hải Dương.

Trước lúc vua Lê Đại Hành mất 1 năm, lúc này người con trưởng Long Thâu đã mất; nhà Vua phong cho con thứ 3 Long Việt làm Thái tử để chuẩn bị nối ngôi; chỉ cho con thứ 2 Ngân Tích làm Đại vương; **Khâm Định Việt Sử Thông Giám Cương Mục** chép như sau:

Cương Mục, Chính Biên, quyển 1, năm Ứng Thiên thứ 11 (1004).

"Trước đây, con trưởng là Kình Thiên đại vương Long Thâu mất, Ngân Tích, theo thứ tự, đáng được lập. Bấy giờ

Long Đĩnh cầu xin làm Thái tử, ý nhà vua muốn cho; đình thần bàn rằng không lập con trưởng mà lập con thứ thì không hợp lễ; thành thử lại thôi. Đến đây, lập Long Việt làm Thái tử, gia phong Đông Thành vương Ngân Tích và Khai Minh vương Long Đĩnh làm đại vương."

Năm sau [1005] nhà vua mất, trong vòng 8 tháng, các Vương Ngân Tích, Long Kính, Long Đĩnh tranh dành ngôi vua với Long Việt. Cuối cùng Long Việt lên ngôi được 3 ngày, thì Long Dỉnh cho người trèo tường vào trong cung hành thích, rồi lên ngôi:

"Trước đó, Đông Thành vương Ngân Tích, Trung Quốc vương Long Kính và Khai Minh vương Long Đĩnh đều làm loạn; Thái tử không lên ngôi được, cầm cự nhau đến 8 tháng, trong nước không ai làm chủ. Đến đây, Long Việt mới lên ngôi; Ngân Tích phải chạy, bị người châu Thạch Hà (1) giết chết.

...Vua Long Việt lên ngôi được 3 ngày; Long Đĩnh sai kẻ trộm trèo tường vào trong cung, giết chết, rồi cướp ngôi, tự lập làm vua; truy đặt tên thuỵ vua Long Việt là Trung Tông hoàng đế." **Cương Mục**, Chính Biên, quyển 1.

Phối kiểm với sử Trung Quốc, nói chung sự kiện chép tương tự, chỉ sai chi tiết về tên; lại cho biết thêm vua Tống Chân Tông sai Thiệu Hoa làm An phủ sứ Quảng Nam Tây Lộ lập kế hoạch chuẩn bị xâm lăng nước ta:

Trường Biên, quyển 60. Năm Cảnh Đức thứ 2 [1005]

"Tháng 5 [6/1005], Lê Hoàn đất Giao Châu mất, người con giữa là Long Việt tự lập, anh Long Việt là Long Toàn (2) cướp tài sản trong kho rồi trốn, em là Long Đình (2) giết Long Việt tự lập, anh Long Đình là Minh Hộ đốc suất trại Phù Lan đánh lại. Quốc tín sứ Thiệu Hoa trú tại nam Ngũ Lãnh đem việc này tâu lên. Ngày Mậu Tý ra lệnh Hoa làm An phủ sứ miền duyên hải Quảng Nam Tây Lộ, cho tiện nghi đặt phương lược. Con Hoàn là Minh Đề trước đây đến triều cống còn trên đường về, chiếu đưa Sứ thần bạn tống để an ủi phủ dụ thêm."

(交州黎桓死，其仲子龍鉞自立，龍鉞兄龍全劫庫財而遁，其弟龍廷殺龍鉞自立，龍廷兄明護率扶闌寨兵攻戰。國信使邵曄駐嶺表，以其事聞。戊子，就命曄為廣南西路緣海安撫使，聽以便宜設方略。桓子明提先入貢還在路，詔送伴使臣，倍加安撫)

Riêng đối với Lê Minh Đề, con thứ 11 của vua Lê Đại Hành, được vua Tống cho nhiều tiền bạc, tạm lưu lại tại Quảng Châu [tỉnh Quảng Đông], có lẽ chuẩn bị cho làm chức bù nhìn , để quân Tống có danh nghĩa trong trường hợp xâm lăng nước ta:

Trường Biên, quyển 62. Năm Cảnh Đức thứ 3 [1006]

"Binh loạn tại Giao Chỉ, Lê Minh Đề lưu ngụ tại Quảng Châu không về được; vào ngày Giáp Thìn tháng 3 [2/4/1006] *chiếu mệnh ban riêng tiền 15 vạn, gạo 150 hộc, vẫn được cấp thẻ ngụ tại quán."*

(交阯兵亂，黎明提等留廣州不得歸，三月甲辰，詔別賜錢十五萬、米百五斛，仍並給館券。

Tuy bọn Thiệu Hoa, Sách Lăng đều tâu bày xin đánh nước Đại Cồ Việt; nhưng rút kinh nghiệm về những lần thua bại dưới thời Ngô Quyền, Lê Đại Hành, khiến vua Tống Chân Tông không dám mạo hiểm. Lại nhân về phía Bắc mới ký hiệp ước Thiền Uyên (3) [1005] với nước Liêu; vùng đất phía bắc sông Hoàng Hà vẫn do Liêu chiếm cứ, hàng năm phải cống cho Liêu 15 vạn lượng bạc, 25 vạn tấm quyên. Như vậy mối họa về nước Liêu vẫn còn treo lơ lững tại phương bắc, mối lo về nước Hạ thì canh cánh tại miền Thiểm Tây; nên vua Tống đành giả bộ nhân nghĩa tại phương nam, rằng không mang quân đi đánh nước đang có tang:

Trường Biên, quyển 63. Năm Cảnh Đức thứ 3 [1006]

"Trước đó có chiếu thư cho viên Tri Quảng Châu Lăng Sách và An phủ sứ duyên hải Thiệu Hoa thiết phương lược cùng ước tính việc nên làm tại Giao Chỉ. Vào ngày Tân Mão tháng 6 [18/7/1006] *bọn Lăng Sách tâu rằng:*

"Các con Lê Hoàn tranh ngôi, mỗi người tụ hợp một số quần chúng, chiếm lấy trại sách, quan lại chia lìa, nhân dân

sợ hãi. Bọn Thủ lãnh Hoàng Khánh Tập, Hoàng Tú Loan hơn 1.000 người, không theo bọn chúng điều động, bị giết cả bà con họ hàng, bèn chạy đến châu Liêm. Cầu xin mang quân mã bình định Giao Chỉ; bọn Khánh Tập nguyện làm tiên phong, lập tức tiến công. Chúng thần họp bàn rằng nếu triều đình chấp thuận lời xin, chỉ cần phát binh trong châu, cộng thêm 2,3 ngàn quân tinh nhuệ Kinh Hồ [Hồ Nam, Hồ Bắc]*, thủy lục cùng tiến, thì có thể bình định lập tức."*

Vua phán:

"Lê Hoàn kế tục hoàn thành chức cống, lại từng sai con đến triều cận, giữ một góc biển an ninh, không mất điều trung thuận. Nay nghe tin y mất, chưa có thể đến điếu tế, lại mang quân đánh lúc có tang; hành động như vậy há kẻ Vương giả làm được ư!"

Bèn ban chiếu cho bọn Sách phủ dụ yên ổn; nhóm Khánh Tập chiếu theo nhân khẩu ban cho y phục và lương ăn, đặt chức, ban ruộng canh tác, chủ trương ưu đãi. Bọn Thiệu Hoa thể theo chiếu ban, bèn gửi thư cho Giao Chỉ, tuyên bố uy đức của triều đình. Nếu còn chém giết lẫn nhau như cá trên thớt, kéo dài không yên định; lúc đó triều đình sẽ mang quân đi hỏi tội, thì họ Lê không còn nòi giống. Lê Minh Hộ sợ, bèn tuân theo Long Đình chủ trì việc quân. Rồi Thiệu Hoa dùng lễ vật của Lê Hoàn đã tiến cống, cải ban cho quân mới. Hoa tâu lên rằng:

"Mềm dẽo vỗ về Di nước ngoài, đáng biểu thị sự thành tín; Nên chờ Long Đình sai Sứ đến cống, sẽ phong tước ban cho ân sủng."

Vua khen và chấp thuận."

(先是，有詔知廣州凌策與緣海安撫使邵曄等同設方略，經度交趾事宜。辛卯，策等言：「黎桓諸子爭立，各聚徒眾，散施寨柵，官屬離析【一五】，人民猜懼。頭首黃慶集、黃秀巒等千餘人，以不從驅率，戮及親族，來奔廉州，乞量出軍馬，平定交趾，慶集等願為先鋒，克日攻取。臣等會議，若朝廷允其所乞，止發本道屯兵，益以荊湖勁卒三二千人，水陸齊進，立可平定。」上曰：「黎桓繼修職貢，亦嘗遣其子入覲，海隅寧謐，不失忠順。今聞其死，未能弔恤，而遽伐其喪，此豈王者所為？」乃詔策等撫安之【一六】。慶集等仍計口給衣食，賜田署職，務從優厚。曄承詔，遂貽書交趾，諭以朝廷威德，如有自相魚肉，久無定位，偏師問罪，則黎氏無遺種矣。明護懼，即奉龍廷主軍事。於是，詔曄即以黎桓禮物改賜新帥。曄上言：「懷柔外夷，當示誠信，不若竢龍廷貢奉，別加封爵而寵錫之。」上嘉納焉。)

Tuy vậy viên An phủ sứ duyên hải Thiệu Hoa lại dâng thêm bản đồ xâm nhập Giao châu để thuyết phục, nhưng vua Chân Tông vẫn khăng khăng từ chối:

Trường Biên, quyển 63. Năm Cảnh Đức thứ 3 [1006]

"Ngày Tân Dậu tháng 7 [17/8/1006], *An phủ sứ duyên hải Thiệu Hoa dâng bản đồ thủy bộ từ Ung châu đến Giao châu, cùng bản đồ sông núi cần khống chế. Thiên tử đem việc này nói với các quan phụ tá rằng:*

"Giao châu chướng lệ, Nghi châu hiểm trở; tổ tiên mở cương vực rộng lớn đáng giữ cẩn thận mà thôi, không cần lao phí binh lực, tham các đất vô dụng; như các vùng đã phong đất cai tri, có loạn lạc, thì phải vì dân mà trừ hại."

(緣海安撫使邵曄上邕州至交州水陸路及控制宜州山川等圖，上以示輔臣曰：「交州瘴癘，宜州險絕，祖宗開彊廣大，當謹守而已，不必勞費兵力，貪無用之土也。如封略之內有叛亂者，則須為民除害爾。)

Về nội bộ nước ta, Lê Long Đĩnh sau khi cướp ngôi vua, xưng tôn hiệu là Khai Thiên Ứng Vận Thánh Vân Thấn Vũ Tắc Thiên Sùng Đạo Đại Thắng Minh Quang Hiếu Hoàng Đế; lập bốn hoàng hậu. Bấy giờ Ngự Bắc Vương Long Ngận cùng với Trung Quốc Vương Long Kính chiếm trại Phù Lan [nay thuộc huyện Đường Hào, tỉnh Hải Dương] làm phản. Vua thân đi đánh; hai vương đóng chặt thành cố thủ. Vây đến vài tháng, trong thành cạn lương; Long Ngận bắt Long Kính đem dâng nộp. Nhà vua sai chém Long Kính và tha tội cho Long Ngận. Nhân tiện, đem quân đi đánh Ngự Man vương Long Đinh ở Phong Châu [nay thuộc tỉnh Vĩnh Phú]; Long Đinh phải đầu hàng; từ đó các vương đều chịu phục.

Trước đây, nhà vua đóng tại xã Phù Lan, có tin chạy trạm đến tâu rằng mán Cử Long vào cướp, đã kéo đến cửa biển Thần Đầu (4). Khi đã dẹp yên Phong Châu, rút quân về đến sông Tham, nhà vua liền vào Ái Châu [Thanh Hóa] đánh xong giặc mán Cử Long.

Về mặt ngoại giao với Trung Quốc, Cương Mục [Chính Biên, quyển 2] ghi vào năm Ứng Thiên thứ 14 [1007] nhà Vua sai em là Minh Sưởng và Chưởng thư ký Hoàng Thành Nhã sang cống, dâng biểu xin cửu kinh (5) và kinh sách đại tạng; nhà Tống ưng thuận cho cả. Sử Trung Quốc chép về việc này như sau:

Trường Biên, quyển 66. Tống Chân Tông năm Cảnh Đức thứ 4 [1007]

"Lê Long Đình [Đĩnh] *tự xưng Quyền An Nam tĩnh hải quân lưu hậu, sai em là Thứ sử Quán châu Minh Sưởng, và bọn Điện trung thừa Hoàng Thành Nhã đến cống. Ngày Tân Tỵ tháng 7* [1/9/1007] *ban cho Long Đình chức Tĩnh hải tiết độ sứ Giao Chỉ quận vương, ban tên là Chí Trung, cấp cho cờ và phù tiết. Lại sai truy tặng cho Lê Hoàn Nam Việt vương; bọn Minh Sưởng đều được thăng trật. Lúc mở yến tiệc tại điện Hàm Quang, Minh Sưởng cũng dự; Thiên tử thấy Thành Nhã phải ngồi xa, muốn thăng ngôi thứ, bèn hỏi Tể tướng Vương Đán. Đán tâu:*

"Trước kia Quản Trọng triều Chu, vua ban lễ Thượng khanh, Quản Trọng cố từ chối, nhận lễ Hạ khanh rồi trở về. Quốc gia vỗ yên các nước xa xôi, không hiềm việc ưu đãi khách sứ."

Bèn thăng Thành Nhã vào bực Thượng thư ngũ phẩm."

(黎龍廷自稱權安南靜海軍留後，遣其弟槵州刺史明昶、殿中丞黃成雅等來貢。辛巳，授龍廷靜海節度使、交趾郡王，賜名至忠，給以旌節。又追封黎桓為南越王，明昶等皆進秩。及含光殿大宴，明昶等與焉，上以成雅坐遠，欲稍升其位著，訪於宰相王旦，旦曰：「昔管仲朝周，王饗以上卿之禮，管仲固辭，受下卿之禮而還。國家綏靜遠方，優待客使，固無嫌也。」乃升成雅於尚書五品之次。（實錄誤以管仲為子產，今改之。）

Lê Long Đĩnh là Vua tàn ác, dâm ô, làm những điều càn dở nhất trong lịch sử; **Toàn Thư** [Bản Kỷ, quyển 1] chép như sau:

"Niên hiệu Cảnh Thụy năm thứ 1 [1008], *Vua thân đi đánh hai châu Đô Lương (6), Vị Long, bắt được người Man và vài trăm con người,sai lấy gậy đánh, người Man đau qúa kêu gào, nhiều lần phạm tên húy của Đại Hành, vua thích lắm. Lại tự làm tướng đi đánh Hoan Châu* [Nghệ An] *và châu Thiên Liễu, bắt được người thì làm chuồng nhốt vào rồi đốt.*

....Vua tính hiếu sát, phàm người bị hành hình, hoặc sai lấy cỏ gianh quấn vào người mà đốt, để cho lửa cháy gần chết, hoặc sai kép hát người Tống là Liêu Thủ Tâm lấy dao ngắn dao cùn xẻo từng mảnh, để cho không được chết chóng. Người ấy đau đớn kêu gào thì Thủ Tâm nói đùa rằng: "Nó không quen chịu chết". Vua cả cười. Đi đánh dẹp bắt được tù thì giải đến bờ sông, khi nước triều rút, sai người làm lao dưới nước, dồn cả vào trong ấy, đến khi nước triều lên, ngập nước mà chết; hoặc bắt trèo lên ngọn cây cao rồi chặt gốc cho cây đổ, người rơi xuống chết. Vua thân đến xem lấy làm vui. Có lần vua đi đến sông Ninh (7), sông ấy nhiều rắn, vua sai trói người vào mạn thuyền, đi lại giữa dòng muốn cho rắn cắn chết. Phàm bò lợn muốn làm thịt thì tự tay vua cầm dao chọc tiết trước, rồi mới đưa vào nhà bếp sau. Có lần vua róc mía trên đầu sư Quách Ngang, giả vờ lỡ tay làm đầu sư bị thương chảy máu rồi cả cười. Hoặc nhân yến tiệc, giết mèo cho các vương ăn, ăn xong lấy đầu mèo giơ lên cho xem, các vương đều sợ, vua lấy làm thích. Mỗi khi ra chầu, tất sai bọn khôi hài hầu hai bên; vua có nói câu gì thì bọn ấy nhao nhao pha trò cười để cho loạn lời tâu việc của quan chấp chính. Lại lấy thạch sùng làm gỏi, bắt bọn khôi hài tranh nhau ăn."

Năm Cảnh Thụy thứ 2 [1009], vua theo lời xin của Đô

đốc Kiều Hành Hiến cho đào sông, đắp đường, lập đồn tại Thanh Hóa:

"Đô đốc Kiều Hành Hiến xin đào sông, đắp đường và lập đồn dựng mốc ở Ái Châu [Thanh Hóa]. *Nhà vua nghe theo, xuống chiếu cho quân và dân châu ấy đào sông từ cửa ải Chi Long (8) qua núi Đính Sơn đến sông Vũ Lũng (9)."* **Cương Mục**, Chính Biên, quyển 2.

Tháng 7, Vua lại mang quân vào đánh dẹp các châu Hoan Đường (10), Thạch Hà tại vùng Nghệ Tĩnh; rồi trở về kinh đô:

"Tháng 7, mùa thu. Nhà vua thân đi đánh châu Hoan Đường và châu Thạch Hà.

Nhà vua đến sông Hoàn Giang, sai phòng át sứ Hồ Thủ Ích đem hơn năm nghìn quân sửa sang mở mang đường sá, từ sông Châu Giáp đến cửa Nam Giới [cửa Sót](11). *Nhà vua đi thuyền ra ngoài biển bỗng dưng sóng gió sôi nổi, mây mưa mờ mịt, bèn sai quay thuyền trở lại, đi đường bộ về kinh đô".* **Cương Mục**, Chính Biên, quyển 2.

Cũng trong năm Cảnh Thụy thứ 2 [1009] nhà Vua sai sứ sang Trung Quốc cống tê ngưu, và xin buôn bán chung tại Ung Châu [Nam Ninh, Quảng Tây] nhưng bị nhà Tống từ chối:

Trường Biên, quyển 72, năm Đại Trung Tường Phù thứ 2 [1009]

"Ngày Quí vị tháng 12 [21/12/1009], *Lê Chí Trung Giao Châu sai Sứ đến cống, cùng hiến 1 con tê ngưu thuần. Thiên tử cho rằng tê ngưu trái với thủy thổ, không thể nuôi được, định từ chối. Lại sợ trái với ý của Chí Trung, nên chờ khi Sứ thần về, bèn ra lệnh thả tại bờ biển. Chí Trung lại sai Sứ dâng biểu xin một bộ giáp trụ, chấp thuận theo lời xin. Lại cầu buôn bán chung tại Ung Châu* [Nam Ninh, Quảng Tây], *Chuyển vận sứ đạo này tâu lên; Thiên tử phán:*

"Những dân ven biển mấy lần bị Giao Châu xâm cướp, trước đây chỉ cho hỗ thị tại Khâm Châu cùng Như Hồng, vì rằng đó là nơi biên giới có thể khống chế. Nay lại cho đưa vào nội địa, sự việc có phần bất tiện."

Chiếu cho đạo này ban dụ thể theo chế độ cũ.

(癸未，交州黎至忠遣使來貢，并獻馴犀一。上以犀違土性，不可豢畜，欲拒而不納；又慮逆至忠意，俟其使還，乃令縱之海澨。至忠又遣使表求甲冑、具裝，詔從其請。且求互市於邕州，本道轉運使以聞，上曰：「瀕海之民，數患交州侵寇，承前止許廉州及如洪寨互市，蓋為邊隅控扼之所。今或直趨內地，事頗非便。」詔令本道以舊制諭之。（求甲冑及互市，會要並在二年十二月貢馴犀後，而本傳並以其事屬之三年，實錄亦載求甲冑於三年正月，嫌其與廣西漕臣經度鎮撫相亂，今從會要，悉聯書之。））

Sứ thần từ Trung Quốc chưa kịp trở về nước, thì vua đã mất vào ngày Tân Hợi tháng 10 [19/11/1009], tại tẩm điện (12) gọi là Ngọa Triều; vì vua mắc bệnh trĩ lại say đắm tửu sắc, nên phải nằm mà chủ trì hội họp triều đình , ở ngôi được 4 năm, thọ 24 tuổi (986-1009).

Chú thích:

1. Thạch Hà: nay thuộc huyện Thạch Hà, tỉnh Hà Tĩnh.

2. Long Đình: xem trên **Cương Mục** chép là Long Đĩnh; Long Toàn **Cương Mục** chép là Ngân Tích.

3. Thiền Uyên: hiệp ước ký tại Thiền Uyên thuộc Bộc Dương thị, tỉnh Hà Nam hiện nay.

4. Cửa Thần Đầu: Ở địa giới huyện Yên Mô, tỉnh Ninh Bình. Nhà Lê đổi là Thần Phù; bây giờ là cửa Chính Đại.

5. Cửu kinh: 9 bộ sách căn bản của Nho học gồm: 1) Dịch; 2) Thi; 3) Thư; 4)Lễ; 5) Xuân thu; 6) Hiếu kinh; 7) Luân ngữ; 8) Mạnh tử; 9) Chu lễ.

6. Vi Long: **Toàn Thư** chú nay thuộc Chiêm Hóa tỉnh Hà Tuyên. Đô Lương: chưa rõ tại vùng nào.

7. Sông Ninh: Bản dịch **Toàn Thư** chú thích có thể là sông Ninh thuộc huyện Chương Mỹ, tỉnh Hà Tây.

8. Cửa ải Chi Long: Theo **Thiên hạ quận quốc lợi bệnh toàn thư**, cửa ải Chi Long ở huyện Chi Nga, Chi Nga bây giờ là huyện Nga Sơn.

9. Vũ Lũng: **Cương Mục** chú, Vũ Lũng: Tên châu, thuộc tỉnh Thanh Hóa; nhiều lần phân chia ra sao và lệ thuộc vào đâu, bây giờ không khảo được.

10. Châu Hoan Đường, **Cương Mục**, Chính Biên, quyển 2, có lời chua như sau: Hoan Đường: Thuộc đất Hoan Châu. Nhà Đinh, nhà Lê (Lê Đại Hành) gọi là châu Hoan Đường; khi thuộc Minh đổi là Thạch Đường; về sau, nhà Lê đổi là huyện Nam Đường. Nay vẫn theo như tên cũ, thuộc phủ Anh Sơn tỉnh Nghệ An.

11. Nam Giới: tên cửa biển ở phía Nam, gần Chiêm Thành, còn có tên là Cửa Sót, nay thuộc huyện Thạch Hà, tỉnh Hà Tĩnh.

12. Tẩm điện: nhà ngủ của vua.

8.
Lý Thái Tổ khởi nghiệp
[1010-1027]

Niên hiệu:
Thuận Thiên:1010-1027

Gạt ra ngoài những lời sấm ký về việc vua Lý Thái Tổ thay họ Lê lên ngôi:

"Thụ căn diểu diểu,
Mộc biểu thanh thanh.
Hòa Đao mộc lạc,
Thập tử thành....."

(Gốc rễ nước Nam sâu sâu thẳm;

Cành lá xanh tốt;

Cây Lê [梨 = chiết tự: hòa禾+đao刀+mộc木] rơi đổ;

Chồi Lý [李= thập 十+bát八+tử 子] mọc lên...."

Ý chỉ mệnh trời để vua Lý Thái Tổ lên ngôi.

Lịch sử là bộ môn khoa học xã hội, thiết tưởng nên dùng khoa học để lý giải. Dưới thời Lê Long Đĩnh tàn ác, vô đạo, dân sống trong cảnh dầu sôi lửa bỏng. Nhân vào năm 1009 Long Đĩnh mất, đất nước cần một vị lãnh đạo sáng suốt đức độ, giống như cảnh trời hạn hán cầu mưa. Bấy giờ Lý Công Uẩn [tên húy Vua Lý Thái Tổ] là vị quan nổi tiếng trung trực, từng cả gan ôm xác vua cũ là Trung Tông khóc, khi vua bị hành thích; lại đương chức Điện tiền chỉ huy sứ sẵn quyền lực trong tay; nên người người đều mong ông lên ngôi. Một viên quan đồng liêu là Đào Cam Mộc khuyến khích Lý Công Uẩn rằng:

"Gần đây chúa thượng [Lê Long Đĩnh] *ngu tối bạo ngược, làm nhiều việc bất nghĩa, trời chán ghét nên không cho hết thọ, con nối dõi thơ ấu, không kham nổi nhiều khó khăn. Mọi việc phiền nhiễu, thần linh không ưa, dân chúng nhao nhác, mong tìm chân chúa. Sao Thân vệ* [Lý Công Uẩn] *không nhân lúc này nghĩ ra mưu cao, quyết đoán sáng suốt, xa xem dấu cũ của Thang, Vũ; gần xem việc làm của Đinh, Lê, trên thuận lòng trời, dưới theo ý dân, mà cứ muốn khư khư giữ tiểu tiết làm gì!"* (1)**Toàn Thư**, Bản kỷ, quyển 2.

Công Uẩn còn chần chừ, Cam Mộc lại bàn thêm:

" *'Thân Vệ là người khoan thứ, nhân từ, lòng người chịu theo. Hiện nay trăm họ mỏi mệt kiệt quệ, dân không chịu nổi, Thân vệ nên nhân đó lấy ân đức mà vỗ về, thì người ta tất xô nhau kéo về như nước chảy chỗ thấp, có ai ngăn được!'.*

Cam Mộc biết việc cần kíp, sợ sinh biến, mới nói chuyện với khanh sĩ và các quan, ai cũng vui theo. Ngay ngày hôm ấy, điều họp cả ở trong triều, bàn rằng:

'Hiện nay, dân chúng ức triệu khác lòng, trên dưới lìa bỏ, mọi người chán ghét tiên đế hà khắc bạo ngược, không muốn theo về vua nối ngôi, mà đều có lòng suy tôn quan Thân vệ, bọn ta không nhân lúc này cùng nhau sách lập Thân vệ làm thiên tử, lỡ bối rối có xảy ra tai biến gì, liệu chúng ta có giữ được cái đầu hay không?'.

Thế rồi cùng nhau dìu Công Uẩn lên chính điện, lập làm Thiên tử, lên ngôi Hoàng đế. Trăm quan đều lạy rạp dưới sân, trong ngoài đều hô "vạn tuế", vang dậy cả trong triều." **Toàn Thư**, Bản Kỷ, quyển 2.

Riêng các bộ sử Trung Quốc (2) đều chép thêm rằng sau khi Lê Long Đĩnh mất, 2 người em là Minh Đề, Minh Sưởng dùng binh tranh ngôi, bị Đại hiệu Lý Công Uẩn giết; rồi lên ngôi; nhưng Vua Tống bỏ qua, vẫn tiếp tục phong tước cho Công Uẩn; nội dung xin trích dẫn qua 2 văn bản dưới đây:

"**Trường Biên**, quyển 73. Năm Đại Trung Tường Phù thứ 3 [1010]

Tháng 2, Chuyển vận sứ Quảng Tây Hà Lượng tâu:

'Lê Chí Trung Giao Châu, cai trị hà ngược không theo phép tắc, nên lòng dân chia lìa. Lúc mất con trai mới 10 tuổi; em là Minh Đề, Minh Sưởng dùng binh tranh ngôi; Đại hiệu Lý Công Uẩn đốc suất dân trong nước đánh đuổi và giết được. Công Uẩn tuổi mới 26, là người thân cận của Chí Trung, Trung từng ra lệnh đổi sang họ Lê; nay tự lãnh việc châu, xưng là An Nam Tĩnh hải quân quyền lưu hậu. Lại gửi văn thư xin mang sản vật địa phương phụng cống, xin giáng chế mệnh.'

Thiên tử ban:

'Chí Trung bất nghĩa mà được nước, Công Uẩn lại bắt chước theo, càng đáng ghét.'

Rồi bảo Lượng vỗ về yên dân biên giới, quan sát sự việc báo lên. Trước đó Chí Trung [Lê Long Đĩnh] *sai Sứ phụng cống còn tại kinh sư, Thiên tử ra lệnh đem thực trạng báo cho biết, nếu muốn về cũng chấp thuận; Sứ giả nghe tin chỉ biết che mặt khóc."*

(廣西轉運使何亮言：「交州黎至忠，苛虐不法，眾心離叛。其卒也，一子纔十歲，弟明提、明昶用兵爭立，大校李公蘊率土人逐而殺之。公蘊年始二十六，至忠最所親任，常令以黎為姓，既而自領州事，稱安南靜海軍權留後。且移文言見率方物奉貢，請降制命。」上曰：「至忠不義而得，公蘊尤而效之，益可惡也。」即詔亮安撫邊民，察視機事以聞。先是，至忠遣使貢奉，猶在京師，上令以其狀諭之，如欲行服亦聽，使人聞之，掩泣而已。)

*"**Trường Biên**, quyển 73. Tháng 3, Năm Đại Trung Tường Phù thứ 3* [1010] *Lý Công Uẩn sai Sứ đến cống. Thiên tử cho rằng man di không đáng để trách cứ; theo lệ cũ Lê Hoàn ban cho Công Uẩn Tĩnh Hải tiết độ sứ, phong Giao Chỉ quận vương, ban y phục dây đai, tiền và khí vật."*

(李公蘊遣使入貢。上以蠻夷不足責，即用黎桓故事，授公蘊靜海節度使，封交趾郡王，賜衣帶、器幣)

Vừa mới lên ngôi, vua thấy kinh đô cũ thành Hoa Lư tại Ninh Bình chật hẹp, bèn cho dời đô đến thành Đại La, rồi đổi tên là Thăng Long, tức Hà Nội hiện nay. Đây là việc làm sáng suốt, vì Hà Nội là trung tâm giao lưu của cả nước; suốt một ngàn năm phần lớn các triều đại đều chọn nơi này làm kinh đô. Từng được tận mắt xem các vật liệu khảo cổ dưới chân thành Thăng Long; thấy các đời Lý, Trần, Lê, Nguyễn, Pháp thuộc, có những kiến trúc, vật liệu đặc thù; có thể nói chân thành Thăng Long là một bộ sử vật thể, góp phần kiểm chứng và cung cấp tư liệu cho lịch sử nước nhà. Qua Chiếu chỉ dời đô, Vua Lý Thái Tổ có những lời tiên tri như sau:

"Huống chi thành Đại La, đô cũ của Cao Vương (3), ở giữa khu vực trời đất, được thế rồng cuộn hổ ngồi, chính giữa nam bắc đông tây, tiện nghi núi sông sau trước. Vùng này mặt đất rộng mà bằng phẳng, thế đất cao mà sáng sủa, dân cư không khổ thấp trũng tối tăm, muôn vật hết sức tươi tốt phồn thịnh. Xem khắp nước Việt đó là nơi thắng địa, thực là chỗ tụ hội quan yếu của bốn phương, đúng là nơi thượng đô kinh sư mãi muôn đời. Trẫm muốn nhân địa lợi ấy mà định nơi ở, các khanh nghĩ thế nào?" **Toàn Thư**, Chính Biên, quyển 2.

Sách **Việt Sử Lược** [越史略] mô tả thành Thăng Long thời Lý như sau:

"Trong kinh thành Thăng Long xây điện Triều Nguyên, bên trái điện Tập Hiền, bên phải điện Giảng Võ; phía trái mở cửa Long Môn, phía phải mở cửa Đan Phượng. Chính dương xây Cao điện, giai gọi là Long Trì, quanh co hồi chuyển, bốn phía trang hoàng. Sau điện Càn Nguyên xây 2 điện Long An, Long Thụy; bên trái xây điện Nhật Quang, bên phải Nguyệt Minh, phía sau có cung Thúy Hoa. Bốn phía thành xây 4 cửa, phía đông là cửa Tường Phù, phía tây Quảng Phúc, nam Đại Hưng, bắc Diệu Đức; tại thành nội lại xây chùa Hưng Thiên, lầu Ngũ Phượng Tinh, hướng nam [ly phương] *thành, lập chùa Thắng Nghiêm."* **Việt Sử Lược**, quyển trung.

(昇龍京內起朝元殿，左置集賢殿，右置講武殿，左啓飛龍門，右啟丹鳳門。正陽啟高殿，階曰龍墀。墀內翼以迴廊，周匝四面，乾元殿後置龍安、龍瑞二殿，左建日光殿，右建月明殿，後有翠華宮。城之四面啟四門，東曰祥符，西曰廣福，南曰大興，北曰曜德。又於城內起興天寺五鳳星樓，城離方創勝嚴寺,)

Nhà Vua lại bắt tay lo chấn chỉnh quân đội, rồi mang quân đi dẹp dân tộc thiểu số mán Cử Long (4), nổi dậy tại huyện Cẩm Thủy, Thanh Hóa. Loạn Cử Long dấy lên từ thời Đinh, Tiền Lê; năm 1001 Vua Lê Đại Hành mang quân đi đánh, tuy có thắng lợi nhưng vua cũ Đinh Toàn tử trận tại đây; đến nay vua Lý Thái Tổ mới dẹp được:

"*Thuận Thiên năm thứ 2* [1011]. *Mùa xuân, tháng giêng, đặt quân tả hữu túc xa (5), mỗi đội đều 500 người. Tháng hai, vua thấy giặc Cử Long ở Ái Châu hung hăng dữ tợn, trải hai triều Đinh, Lê không đánh nổi, đến nay càng dữ, mới đem sáu quân đi đánh, đốt bộ lạc, bắt kẻ đầu sỏ đem về, giặc ấy bèn tan.*" **Toàn Thư**, Bản Kỷ, quyển 2.

Bấy giờ vùng Thanh Nghệ, nơi Chiêm Thành từng ra vào cướp phá nên lòng người chưa ổn định, mối loạn thường nổi lên, khiến phải mang quân đi đánh dẹp; nhưng Vua tỏ ra thành khẩn, từng thắp hương cáo với trời đất, coi đó là việc bất đắc dĩ:

"*Tháng chạp năm Thuận Thiên thứ 3* [1012] *Vua thân đi đánh Diễn Châu. Khi về đến Vũng Biện (6) gặp lúc trời đất tối sầm, gió sấm dữ dội, vua đốt hương khấn trời rằng:*

'Tôi là người ít đức, lạm ở trên dân, nơm nớp lo sợ như sắp sa xuống vực sâu, không dám cậy binh uy mà đi đánh dẹp càn bậy. Chỉ vì người Diễn Châu không theo giáo hóa, ngu bạo làm càn, tàn ngược chúng dân, tội ác chồng chất, đến nay không thể dung tha không đánh. Còn như trong khi đánh nhau, hoặc giết oan kẻ trung hiếu, hoặc hại lầm kẻ hiền lương, đến nỗi hoàng thiên nổi giận phải tỏ cho biết lỗi lầm, dẫu gặp tổn hại cũng không dám oán trách. Đến như sáu quân (7) thì tội lỗi có thể dung thứ, xin lòng trời soi xét'.

Khấn xong, gió sấm đều yên lặng." **Toàn Thư**, Bản kỷ, quyển 2.

Lúc cuối đời, Vua Lý Thái Tổ lại phải sai thuộc hạ đi đánh giặc tại Diễn Châu một lần nữa:

"Năm Thuận Thiên thứ 17 [1026], *xuống chiếu cho Khai Thiên Vương đi đánh giặc ở Diễn Châu."* **Toàn Thư**, Bản Kỷ, quyển 2.

Về phía tây bắc có loạn tại Phong châu [Vĩnh Phúc], Đô Kim (8); nhà Vua bèn sai Thái tử Phật Mã, Khai quốc Bồ đi đánh dẹp:

"Mùa xuân năm Thuận Thiên thứ 15 [1024]; *xuống chiếu cho Khai Thiên Vương* [Phật Mã] *đi đánh Phong Châu, Khai Quốc Vương* [Bồ] *đi đánh châu Đô Kim."* **Toàn Thư**, Bản Kỷ, quyển 2.

Một vụ phản loạn khác xảy ra tại thượng nguồn sông Lô, nay thuộc tỉnh Tuyên Quang, do nước Nam Chiếu tại Vân Nam yểm trợ. Nguyên do người Man Nam Chiếu thường xâm nhập vào nước ta buôn lậu ngựa, bị nhà Vua sai người đến bắt:

"Năm Thuận Thiên thứ 3 [1012]; *năm ấy người Man sang quá cột đồng, đến bến Kim Hoa và châu Vị Long* [huyện Chiêm Hóa, Tuyên Quang] *để buôn bán. Vua sai người bắt được người Man và hơn 1 vạn con ngựa."* Toàn Thư, Bản Kỷ, quyển 2.

Năm sau, viên Tù trưởng địa phương là Hà Ấn Tuấn nổi lên làm phản, khiến nhà Vua phải thân chinh đi đánh:

"Năm Thuận Thiên thứ 4 [1013]; *mùa đông, tháng 10, châu Vị Long làm phản, hùa theo người Man* [Nam Chiếu]. *Vua thân đi đánh. Thủ lĩnh là Hà Ấn Tuấn sợ, đem đồ đảng trốn vào rừng núi."* **Toàn Thư**, Bản Kỷ, quyển 2.

Loạn này chưa dẹp xong, lại tiếp năm sau Nam Chiếu mang đại quân từ Vân Nam vượt biên giới sang cướp phá nước ta nhắm cấu kết với dư đảng Hà Ấn Tuấn, Vua sai Dực Thánh Vương mang quân đánh, chém đầu đến hàng vạn; sau khi chiến thắng đem hàng trăm con ngựa sang biếu nhà Tống, khiến vua Tống rất nể trọng:

"Năm Thuận Thiên thứ 5 [1014]. *Mùa xuân, tháng giêng, tướng của người Man là Dương Trường Huệ và Đoàn Kính Chí đem 20 vạn người Man vào cướp, đóng đồn ở bến Kim Hoa, dàn quân đóng trại gọi là trại Ngũ Hoa. Châu mục châu Bình Lâm (9) là Hoàng Ân Vinh đem việc tâu lên. Vua sai Dực Thánh Vương đem quân đi đánh, chém đầu kể hàng vạn, bắt sống được quân lính và ngựa không kể xiết. Xuống chiếu cho viên ngoại lang là Phùng Chân và Lý Thạc đem một trăm con ngựa bắt được của người Man sang biếu nhà Tống. Vua Tống xuống chiếu cho quan sở tại sai sứ thần đón tiếp, cùng đi đến cửa khuyết, mọi khoản cung đốn dọc đường đều được chu cấp đầy đủ. Khi đến, vua Tống gọi bọn Chân vào ra mắt ở điện Sùng Đức, ban cho mũ, đai, đồ dùng, tiền bạc theo thứ bậc khác nhau."* **Toàn Thư**, Bản Kỷ, quyển 2.

Sử Trung Quốc xác nhận việc này, cho biết số lượng quân Nam Chiếu bị giết đến vài vạn người, văn bản ghi chiến trường xảy ra tại châu Phương Lâm, chắc là châu Bình Lâm đã nêu trong sử Việt:

*"**Trường Biên**, quyển 83. Năm Đại Trung Tường Phù thứ 7 [1014].Ngày Tân Sửu tháng 7* [15/8/1014], *Lý Công Uẩn Giao Châu đánh bại man Hạc Chá* [Nam Chiếu, Vân Nam] *tại châu Phương Lâm; chém vài vạn, bắt được chỉ huy Dương Trương Huệ. Công Uẩn sai Sứ cống sản vật địa phương cùng báo tin chiến thắng."*

(辛丑，交州李公蘊敗鶴柘蠻於芳林州，斬首數萬，獲其主軍楊長惠，遣使來貢方物，且告捷。)

Triều đình Tống rất nể trọng chiến thắng này, vì dân tộc Nam Chiếu trước khi bị quân Nguyên thôn tính lập thành tỉnh Vân Nam; là mối lo hàng ngàn năm của Trung Quốc. Hãy nghiên cứu thêm sử Trung Quốc để hiểu tầm quan trọng của chiến thắng:

Dưới thời Tam Quốc, Gia Cát Lượng chủ trương bắc phạt dẹp Tào Ngụy; nhưng chỉ lo quân Nam Chiếu dưới quyền Mạnh Hoạch đánh vùng hậu phương Tứ Xuyên tại phía sau lưng, khiến không có đường trở về. Nên dụng công đánh Mạnh Hoạch 7 lần, tha 7 lần [thất cầm, thất túng] (10); khiến Mạnh Hoạch hoàn toàn tin phục, rồi mới cất quân lên phương bắc:

*"**Tư Trị Thông Giám**, quyển 70. Ngụy Văn Hoàng đế năm Hoàng Sơ thứ 6* [225]

Tháng 7 [8/225], *Gia Cát Lượng nhà Hán mang quân đến Nam Trung, chiến thắng nơi này, rồi tiến vào Việt Tuyển* [Tây Xương thị, Xichang, Tứ Xuyên] *chém Ung Khải và Cao Định; sai Lý Khôi, người đến hàng đốc Ích châu, từ Ích châu* [Thành Đô, Cheng Du, Tứ xuyên] *vào; Môn hạ đốc Ba Tây Mã Trung từ Tường Kha* [Quí Dương thị,Guiyang, Quí Châu] *vào; đánh phá các huyện, cùng với quân Lượng họp lại. Mạnh Hoạch thu quân còn lại của Khải, nhắm chống lại Lượng. Hoạch vốn là dân Di, bị quân Hán bắt sống, Lượng cho xem quân doanh bố trí, rồi hỏi:*

'Quân ta bố trí ra sao.'

Hoạch nói:

'Trước đây không biết rõ hư thực nên thua, nay được xem quân bố trí, nếu chỉ có vậy thôi, thì nhất định dễ thắng!'

Lượng cười, thả ra rồi đánh tiếp; 7 lần tha, 7 lần bắt; cuối cùng Hoạch dừng lại không đi nữa, nói rằng:

'Ông có uy trời, người phương nam không dám phản nữa.'

Lượng bèn mang quân tới Điền Trì [Hồ Côn Minh, Vân Nam].

Bốn quận Ích châu, Vĩnh Xương, Tường Kha, Việt Tuyển đều được bình định; Lượng đặt những cừ soái địa phương coi sóc. Có kẻ can gián việc này; Lượng nói:

'Nếu dùng tướng soái ngoài dân địa phương thì phải lưu binh giữ; binh đóng không có gì ăn, đó là điều khó thứ nhất. Hơn nữa dân di mới bị đánh phá, cha anh bị giết; dùng người ngoài dân địa phương mà không lưu binh ắt sẽ gây họa hoạn, đó là điều khó thứ hai. Di mấy lần bị đánh giết, sự hiềm thù còn nặng, nếu để người ngoài cai trị, sẽ không tin nhau, đó là điều khó thứ ba. Nay ta chọn không lưu binh,

không vận lương; kỷ cương có thể đại khái định, Di Hán có thể đại khái yên.'

Lượng bèn dùng những người giỏi của Mạnh Hoạch cho làm quan dưới quyền; đem tiền bạc, sơn, thuốc cao đơn, trâu cày, ngựa chiến cho dân tộc này dùng; từ đó suốt đời Lượng dân Di không phản nữa."

(秋，七月，　　漢諸葛亮至南中，所在戰捷，亮由越巂入，斬雍闓及高定。使庲降督益州李恢由益州入，門下督巴西馬忠由牂柯入，擊破諸縣，復與亮合。孟獲收闓餘眾以拒亮。獲素為夷、漢所服，亮募生致之，既得，使觀於營陳之間，問曰：「此軍何如？」獲曰：「向者不知虛實，故敗。今蒙賜觀營陳，若只如此，即定易勝耳。」亮笑，縱使更戰。七縱七擒而亮猶遣獲，獲止不去，曰：「公，天威也，南人不復反矣！」亮遂至滇池。

益州、永昌、牂柯、越巂四郡皆平，亮即其渠率而用之。或以諫亮，亮曰：「若留外人，則當留兵，兵留則無所食，一不易也；加夷新傷破，父兄死喪，留外人而無兵者，必成禍患，二不易也；又，夷累有廢殺之罪，自嫌釁重，若留外人，終不相信，三不易也。今吾欲使不留兵，不運糧，而綱紀粗定，夷、漢粗安故耳。」亮於是悉收其俊傑孟獲等以為官屬，出其金、銀、丹、漆、耕牛、戰馬以給軍國之用。自是終亮之世，夷不復反。）

Đời Đường phải bỏ ra rất nhiều tiền bạc, để nuôi dạy hàng ngàn con em người Nam Chiếu đến học như du học sinh ngày nay; đến lúc quá tốn kém cung đốn không xuể, thì Nam Chiếu sinh ra oán giận làm loạn:

*"**Tư Trị Thông Giám**, quyển 249. Đường Tuyên Tông năm Đại Trung thứ 13* [859]

Tháng 12, trước đây Hàn Cao tại Tây Xuyên [Tứ Xuyên], *mở đường tại Thanh Khê để thông với các man, khiến sứ Do Độc vào cống. Lại chọn con cháu các man, tụ tập tại Thành Đô, dạy cho thư số (11); nhằm an ủi ky my. Khi học xong thì về, lại cho đám khác đến học, tiếp tục như vậy đến 50 năm. Con cháu đệ tử các man học tại Thành Đô có đến hàng ngàn; quan phủ chán nãn về việc cung cấp. Lại thêm việc man Sứ vào cống, được hưởng lợi ban cho, nên số người đến càng đông. Đỗ Tông làm Tiết độ sứ Tây Xuyên, tâu xin tiết giảm số lượng, nhận được chiếu chấp thuận. Phong Hữu vua Nam Chiếu giận, sai Sứ giả Hạ Đông vào cống, đưa biểu văn tại Tuyển châu rồi trở về. Lại yêu cầu cho con em được học tập, gửi biểu văn lời lẽ không từ tốn; từ đó vào cống không định kỳ, mấy lần quấy nhiễu biên giới. Vào lúc vua Tuyên Tông mất, sai Trung sứ cáo ai; lúc bấy giờ Phong Hữu Nam Chiếu mới mất, con là Tù Long lên thay, y giận bảo rằng:*

'Nước ta cũng có tang, triều đình sao không đến điếu tế; lại chỉ gửi chiếu thư cho Vương đã mất.'

Rồi cho Sứ giả ở quán ngoài, lễ nghi rất bạc bẽo; Sứ giả về, tâu rõ tình trạng. Vua cho rằng Tù Long không sai Sứ đến cáo tang, tên y lại gần trùng tên húy của vua Huyền Tông, nên không thi hành lễ sách phong. Tù Long bèn tự xưng Hoàng đế, quốc hiệu Đại Lễ, cải niên hiệu Kiến Cực, sai quân đánh Bá châu (12)."

(初，韋皐在西川，開青溪道以通群蠻，使由蜀入貢。又選群蠻子弟聚之成都，教以書數，欲以慰悅羈縻之。業成則去，復以他子弟繼之。如是五十年，群蠻子弟學於成都者殆以千數，軍府頗厭於稟給。又，蠻使入貢，利於賜與，所從傔人浸多，杜悰為西川節度使，奏請節減其數，詔從之。南詔豐祐怒，其賀冬使者留表付巂州而還。又索習學子弟，移牒不遜，自是入貢不時，頗擾邊境。會宣宗崩，遣中使告哀，時南詔豐祐適卒，子酋龍立，怒曰：「我國亦有喪，朝廷不弔祭。又詔書乃賜故王。」遂置使者於外館，禮遇甚薄。使者還，具以狀聞。上以酋龍不遣使來告喪，又名近玄宗諱，遂不行冊禮。酋龍乃自稱皇帝，國號大禮，改元建極，遣兵陷播州。)

Thời cuối Đường quân Nam Chiếu từng đánh chiếm An Nam đô hộ phủ, bèn sai Cao Biền mang đại quân tranh dành, lại chiếm chiếm phía nam tỉnh Quảng Tây, trong đó có Ung châu tức Nam Ninh ngày nay:

"***Tư Trị Thông Giám**, quyển 250.Tháng 7 mùa thu, năm Hàm Thông thứ 2* [861]; *man Nam Chiếu đánh Ung châu,* *chiếm được. Trước đó 3 đạo Quảng, Quế, Dung mang 3 ngàn quân đến đóng tại Ung châu, 3 năm một lần thay đổi. Kinh lược sứ Đoàn Văn Sở xin lấy y phục và lương thực của 3 ngàn người đem mộ lính địa phương thay thế, triều đình chấp nhận. số mộ được chỉ mới được khoảng 500 tên. Lúc Văn Sở vào triều làm Kim ngô tướng quân, Kinh lược sứ Lý Mông lợi dụng việc thiếu ngạch y phục và lương thực, bãi quân lính của 3 đạo, dừng việc mộ binh phòng, Tả Giang, Hữu Giang,giảm đến 7,8 phần 10. Bấy giờ Lý Mông đã mất, Kinh lược sứ Lý Hoằng Nguyên mới đến trấn giữ được 10 ngày, không có quân để chống cự, Hoằng Nguyên cùng Giám quân thoát thân chạy đến Man châu. Hơn 20 ngày sau, man Nam Chiếu rút, bèn trở về nhiệm sở; Hoằng Nguyên bị biếm trích Ty hộ Kiến châu. Văn Sở lúc bấy giờ làm Điện trung giám, lại được trở lại làm Kinh lược sứ Ung quản. Đến nơi, thành ấp dân cư tiêu điều, mười không còn một."*

(秋，七月，南蠻攻邕州，陷之。先是，廣、桂、容三道共發兵三千人戍邕州，三年一代。經略使段文楚請以三道衣糧自募土軍以代之，朝廷許之，所募才得五百許人。文楚入為金吾將軍，經略使李蒙利其闕額衣糧以自入，悉罷遣三道戍卒，止以所募兵守左、右江，比舊什減七八，故蠻人乘虛入寇。時蒙已卒，經略使李弘源至鎮才十日，無兵以御之，城陷，弘源與監軍脫身奔蠻州，二十餘日，蠻去，乃還。弘源坐貶建州司戶。文楚時為殿中監，復以為邕管經略使，至鎮，城邑居人什不存一。)

Chiến thắng dưới triều Lý nước ta, làm suy yếu quân Nam Chiếu; khiến Trung Quốc bớt vơi đi một gánh nặng. Có thể nói nhà Tống gián tiếp nhận ơn lớn từ nước ta, bởi vậy mấy lần Vua Lý Thái Tổ cho mang quân đánh phá các châu Khâm Liêm, vì xích mích biên giới; hoặc trừng phạt việc che chở những người Việt có hành động trái pháp luật vượt biên, được nhà cầm quyền địa phương Tống bao che; hoặc chống đánh người Tống tụ tập cướp phá; nhưng trước sau triều Tống giải quyết việc biên giới một cách hòa bình; sử liệu từ các nguồn thu thập như sau:

*"**Trường Biên**, quyển 83; tháng 9 năm Đại Trung Tường Phù thứ 7* [1014]. *Chuyển vận sứ Quảng Nam Tây Lộ Cao Huệ*

Liên tâu giặc Giao Châu mang thuyền đến đậu tại cửa sông trấn Như Hồng (13); đã giới nghiêm tuần kiểm Ung Châu, Tân Châu (14) phòng bị biên cảnh. Chiếu ban chỉ phòng bị tại biên giới, không được sinh sự."

（廣南西路轉運使高惠連，言交州賊船泊如洪寨江口，已戒邕、賓州巡檢使臣防護邊境。詔止於界上設備，無或生事)

*"**Trường Biên**, quyển 83; tháng chạp, năm Đại Trung Tường Phù thứ 7* [1014]. *Trước đó Trương Bà Khán thuộc dân Yêu Liêu Giao Châu, trốn tội được Tri Khâm châu mục Trọng Dĩnh che chở; Đô tuần kiểm Tang Tự ra lệnh trại Như Hồng khao trâu rượu. Giao Châu trinh sát biết được việc này, bèn bắt Yêu Liêu cùng cướp phá trại Như Hồng, bắt người và súc vật rất nhiều. Ty Chuyển vận gửi thông điệp cho Giao Châu truy bắt và báo cho biết. Chiếu thúc dục Lý Công Uẩn hộ tống* [người bị bắt]; *vẫn răn quan lại tại biên giới không được chiêu dụ man Liêu rồi sinh sự."*

(先是，交州[犭夭]獠張婆看避罪來奔，知欽州穆重穎召之，至中路復拒焉，都巡檢臧嗣令如洪寨犒以牛酒。交州偵知其事，因捕[犭夭]獠，遂寇如洪寨，掠人畜甚眾。轉運司移牒交州追索之，并以聞。詔督李公蘊護送，仍戒疆吏自今無得誘召蠻獠，以致生事。)

*"**Trường Biên**, quyển 85. Năm Đại Trung Tường Phù thứ 8 [1015]*

Tháng 12, Khâm Châu tâu giặc châu Tô Mậu (15) cướp người và súc vật thuộc huyện An Viễn (16); chiếu ban Chuyển vận sứ sở tại ngăn phòng."

(欽州言蘇茂州賊寇安遠縣，劫掠人畜，詔本路轉運使防遏之。)

Sử nước ta, **Đại Việt Sử Ký Toàn Thư** cũng chép thêm về việc đánh trại Như Hồng, châu Khâm như sau:

"Năm Thuận Thiên thứ 13 [1022], xuống chiếu cho Dực Thánh Vương đi đánh Đại Nguyên Lịch. Quân ta đi sâu vào trại Như Hồng trong đất Tống, đốt kho đụn ở đó rồi về."
Toàn Thư, Bản Kỷ, quyển 2

Ngoài ra còn có vụ tranh chấp biên giới tại tỉnh Lạng Sơn, phía ta dành được quyền làm chủ châu Thất Nguyên, thuộc huyện Tràng Định hiện nay:

"Thuận Thiên năm thứ 18 [1027]; *xuống chiếu cho Khai Thiên Vương* [Thái tử PhậtMã] *đi đánh châu Thất Nguyên (17), Đông Chinh Vương đi đánh Văn Châu (18).*

Sử Trung Quốc xác nhận về cuộc tranh chấp này như sau:

"**Trường Biên**, quyển 106. Tống Nhân Tông năm Thiên Thánh thứ 6 [1028]

Tháng 4, quyền trại chủ châu Thất Nguyên, Ung Châu, Tam ban tá chức Lý Tự giao chiến với Giao Chỉ tử trận; nay đưa người con là Hòa làm Tam ban tá chức. Lý Công Uẩn tuy sai con là Hiển đến cống, nhưng lại ra lệnh cho con em và rể Thân Thừa Quí mang quân đến cướp phá."

(邕州七源州權寨主、三班借職李緒與交趾戰死，錄其子和為三班借職。李公蘊雖遣李公顯來入貢，又令其子弟及壻申承貴率眾內寇也。)

Tháng sau, triều Tống lại gửi chiếu thư đòi trả lại những chiến lợi phẩm bị quân ta tịch thu:

*"**Trường Biên**, quyển 106; tháng 5, Chuyển vận sứ Quảng Nam Tây Lộ tâu Giao Chỉ vào cướp, đã ra lệnh Đô đồng tuần kiểm mang quân, cùng điều động dân đinh các khe động truy kích, đòi lại những dồ vật bị cướp của các nhà, chiếu thư cho biết nếu như không trả hết những đồ bị cướp, tất Tri Ung Châu sẽ họp binh thảo phạt. Lúc bấy giờ Văn tư sứ Tiêu Thủ Tiết Tri Ung Châu, sai người đến Giao Chỉ dụ điều lợi hại; Công Uẩn dâng tấu chương tạ tội."*

(廣南西路轉運使言，交趾入寇，已令都同巡檢領兵及發溪洞丁追取所略戶口。詔如不盡還所略，即與邕州知州會兵討捕之。時文思使焦守節知邕州，遣人入交趾，諭以利害，公蘊拜章謝。守節事，附見。)

Về phương nam, Vua Lý Thái Tổ từng ra lệnh cho Thái tử Phật Mã mang quân đi đánh Chiêm Thành tại tỉnh Quảng Bình, chém giết rất nhiều:

"Mùa đông, tháng 12 Thuận Thiên năm thứ 11 [1020], *sai Khai Thiên Vương* [Phật Mã] *và Đào Thạc Phụ đem quân đi đánh Chiêm Thành ở trại Bố Chính (19), thẳng đến núi Long Tỵ (20), chém được tướng của chúng là Bố Linh tại trận, người Chiêm chết đến quá nửa."* **Toàn Thư**, Bản kỷ, quyển 2.

Chú thích:

1. **Đại Việt Sử Ký Toàn Thư**, viết tắt **Toàn Thư**, Bản Kỷ, quyển 2.

2. Các bộ sử Trung Quốc: chỉ **Tống Sử** của Thoát Thoát, **Tục Tư Trị Thông Giám Trường Biên** của Lý Đào.

3. Cao Vương: tức Cao Biền, tướng thời cuối Đường sang làm quan lúc An Nam bị đô hộ; từng xây đắp thành Đại La tức Thăng Long cũ.

4. Cử Long: **Cương Mục**, Chính Biên, quyển 1 có lời chua như sau: Cử Long: Tên dân tộc Mán. Nhà Đinh, nhà Tiền Lê gọi là mán Cử Long, đến nhà Lý diệt được. Năm Thuận Thiên (1428-1433), nhà Lê đặt là huyện Lạc Thủy; năm Quang Thuận (1460-1469), đổi lại Cẩm Thủy. Bây giờ vẫn theo tên cũ, thuộc phủ Quảng Hóa, tỉnh Thanh Hóa.

5. Túc xa: quân đi theo hầu vua.

6. Vũng Biện: Vũng Biện: nguyên văn là Biện Loan, vùng biển ở Biện Sơn, thuộc huyện Tĩnh Gia, tỉnh Thanh Hóa.

7. Sáu quân: thời xưa 6 quân, được gọi là lục quân; chỉ quân của Thiên tử.

8. Đô Kim: theo Đường Thư mục Địa lý chí, nhà Đường đặt châu Đô Kim, rồi lại chia ra, cho lệ thuộc vào các châu khác. Bây giờ là đất tổng Đô Kim, huyện Hàm Yên, tỉnh Tuyên Quang.

9. Châu Bình Lâm: theo chú thích bản dịch **Toàn Thư**, châu Bình Lâm thuộc huyện Vị Xuyên tỉnh Hà Giang ngày nay.

10. Thất cầm, thất túng: Sự kiện thất cầm thất túng, có thật trong lịch sử; riêng tiểu thuyết **Tam Quốc Chí Diễn Nghĩa** phóng tác thêm để hấp dẫn người đọc.

11. Thư số: nằm trong Lục nghệ, tức 6 yếu tố giáo dục thời xưa; thư số tức chữ nghĩa và tính toán.

12. Bá châu: vị trí hiện nay tại Tuân Nghĩa thị, tỉnh Quí Châu.

13. Như Hồng: **Cương mục** dẫn **Khâm Châu chí** nói trại Như Hồng ở phía tây Khâm Châu, giáp với trấn Như Tích, cách châu Vĩnh An của nước ta 20 dặm. Châu Vĩnh An tên cũ là trấn Triều Dương [đổi năm 1023], nay là đất huyện Hải Ninh, tỉnh Quảng Ninh.

14. Tân Châu: gần Ung Châu, thuộc Quảng Nam Tây Lộ.

15. Châu Tô Mậu: Theo **Đất Nước Việt Nam Qua Các Đời**, Đào Duy Anh, trang 121, Tô Mậu ngày nay thuộc Định Lập, tỉnh Hải Ninh.

16. Huyện An Viễn: thuộc Khâm Châu.

17. Thất Nguyên: tên châu thời Lý, nay là Thất Khê, tỉnh Lạng Sơn.

18. Văn Châu: tên châu thời Lý, nay là đất huyện Văn Quan và một đất huyện Văn Lãng, tỉnh Lạng Sơn.

19. Bố Chính: nay là đất các huyện Quảng Trạch, Bố Trạch, Tuyên Hóa, tỉnh Quảng Bình.

20. Núi Long Tỵ: theo **Cương mục**, ở địa phận xã Thuần Chất, huyện Bình Chính , tỉnh Quảng Bình, hình thể núi này nhô lên như vòi rồng, nên gọi là "Long tỵ" . Huyện Bình Chính nay thuộc phía nam huyện Quảng Trạch, tỉnh Quảng Bình.

9.
Lý Thái Tổ Khởi Nghiệp [1010-1028] (2)

Niên hiệu:
Thuận Thiên: 1010-1027

Về lãnh vực ngoại giao, sau khi lên ngôi vào năm Thuận Thiên thứ nhất [1010] Vua Lý Thái Tổ sai Sứ sang triều Tống giao hảo:

"Năm Thuận Thiên thứ nhất [1010] *Sai Viên ngoại lang Lương Nhậm Văn và Lê Tái Nghiêm sang nước Tống để kết hảo."* **Toàn Thư**, Bản Kỷ, quyển 2.

Triều Tống bèn phong chức cho Vua Lý Giao Chỉ Quận vương:

"Năm Thuận Thiên thứ nhất [1010] *Nhà Tống phong vua làm Giao Chỉ Quận Vương lĩnh Tĩnh Hải quân tiết độ sứ."* **Toàn Thư**, Bản kỷ, quyển 2.

Sử Trung Quốc chép, vào năm sau nhà Vua được phong tiếp chức Đồng bình chương sự:

*"**Trường Biên**, quyển 75. Năm Đại Trung Tường Phù thứ 4* [1011]

Ngày Bính Tý tháng 5 [7/6/1011], *gia phong Giao Chỉ quận vương Lý công Uẩn Đồng bình chương sự."*

（丙子，加交阯郡王李公蘊同平章事。）

Năm kế tiếp [1012], Sứ thần Đại Cồ Việt đến cống; triều Tống cho thăng trật, ưu đãi; riêng viên chức chết dọc đường được chu cấp đưa về quê nhà:

*"**Trường Biên**, quyển 77. Năm Đại Trung Tường Phù thứ 5* [1012]

Tháng 4, Lý Công Uẩn Giao Châu sai Sứ thần đến cống, viên Sứ được ưu đãi thăng trật; người tháp tùng bệnh chết trên đường, được chu cấp để đưa về nhà."

(交州李公蘊遣使來貢，其使者並優進秩。從隸有道病死者，所賜物附還其家。)

Sử nước ta xác nhận trong chuyến đi này do các các Sứ thần Thái bảo Đào Thạc Phụ, Viên ngoại lang Ngô Nhưỡng cầm đầu:

"Năm Thuận Thiên thứ 3 [1012]*; Mùa đông, tháng 10, sai Thái bảo Đào Thạc Phụ và Viên ngoại lang Ngô Nhưỡng sang nước Tống để kết hảo."* **Toàn Thư**, Bản kỷ, quyển 2.

Nội dung chuyến đi liên quan đến việc xin tổ chức buôn bán chung tại Nam Ninh Ung châu; nhưng vì lý do an ninh nên nhà Tống từ chối:

*"**Trường Biên**, quyển 78. Năm Đại Trung Tường Phù thứ 5* [1012]

Ngày Giáp Tý tháng 6 [19/7/1012]*, Chuyển vận sứ Quảng Nam Tây Lộ tâu Lý Công Uẩn đất Giao Châu xin điều người và thuyền đến Ung Châu* [Nam Ninh, Quảng Tây] *hỗ thị. Thiên tử phán:*

"Dân ven biển thường sợ Giao Châu xâm lăng quấy nhiễu, theo thông lệ trước chỉ cho hỗ thị tại Quảng Châu [Quảng Đông] *và trấn Như Hồng* [Khâm Châu]*; vì rằng đó là chốn góc biển là nơi có thể khống chế, nay nếu đưa vào thẳng nội địa, sự việc sẽ không thuận tiện; nên ra lệnh ty sở tại cẩn thận giữ qui chế cũ."*

(甲子，廣南西路轉運使言，交州李公蘊乞發人船直趨邕州互市。上曰：「瀕海之民常懼交州侵擾，承前止令互市於廣州及如洪鎮【五】，蓋海隅有控扼之所。今若直趨內地，事頗非便，宜令本司謹守舊制。」)

Trong quá trình bang giao năm 1014, lúc viên quan soạn thảo chiếu thư trình bản thảo lên, trong chiếu thư dùng 4 chữ *"thiện phủ lê manh* 善撫黎氓*"* để khen vua ta khéo cai trị dân; nhưng vua Tống cẩn thận sợ chữ "lê" là dân đen, dễ bị hiểu lầm là họ "Lê" ám chỉ Vua Lê Đại Hành, nên bắt sửa lại:

"**Trường Biên**, *ngày Kỷ Tỵ tháng 8* [12/9/1014], *Lý Công Uẩn đất Giao châu sai Sứ đến cống, Học sĩ viện thảo tờ chiếu ban cho Công Uẩn, trong đó có nhóm chữ "thiện phủ lê manh* 善撫黎氓*"* [khéo léo vỗ về dân đen lưu manh không nghề nghiệp]. *Vua bảo:*

"Vì Công Uẩn gây bất lợi cho họ Lê [Lê Hoàn], *sợ dân man không hiểu, cho là chế nhạo, nên ra lệnh đổi sang chữ khác."*

(己巳，交州李公蘊又遣使來貢，學士院草賜公蘊詔有「善撫黎氓」之語。上曰：「公蘊始不利於黎氏【七】，蠻夷不曉，或疑朝廷諷己，可令改易賜之。」)

Năm 1016 vua Tống ban chiếu phong Vua Lý Thái Tổ tước "Nam Bình Vương" có nghĩa là Vương dẹp loạn phương nam, tước này cao hơn tước "Quận vương" trước đó phong cho Vua Lê Đại Hành. Xét về truyền thống lịch sử Việt, trân trọng với độc lập thực sự, nhận phong chỉ là ngoại giao; nhưng phíaTrung Quốc thì họ phải cân nhắc, vậy đây có thể là đặc cách thưởng công Vua đã đánh dẹp Nam Chiếu:

"Thuận Thiên năm thứ 7 [1016], *nhà Tống phong vua chức Nam Bình Vương"* **Toàn Thư**, Bản Kỷ quyển 2.

Sử nước ta chép năm 1018, nhà Vua sai Sứ sang Trung Quốc thỉnh kinh Tam Tạng (1):

"Thuận Thiên năm thứ 9 [1018], *Mùa hạ, tháng 6, sai Viên ngoại lang là Nguyễn Đạo Thanh và Phạm Hạc sang nước Tống xin kinh Tam Tạng."* **Toàn Thư**, Bản Kỷ, quyển 2.

Phối kiểm với sử Trung Quốc thấy sự việc chép vào năm sau [1019], do phải cộng thêm thời gian di chuyển:

*"**Trường Biên**, quyển 94. Năm Thiên Hy thứ 3*[1019]

Ngày mồng một Ất Dậu tháng 8 [2/9/1019], *Lý Công Uẩn đất Giao Châu sai em là Hạc đến cống sản vật địa phương."*

(八月乙酉朔，交州李公蘊遣其弟鶴來貢方物。)

Hai năm sau [1021], lại có một phái đoàn khác sang Trung Quốc cống sản vật địa phương:

"Thuận Thiên năm thứ 12 [1021], *Sai bọn Viên ngoại lang Nguyễn Khoan Thái và Nguyễn Thủ Cương sang nhà Tống."* **Toàn Thư**, Bản Kỷ, quyển 2.

Cũng phải tính thêm nhu cầu đi lại, nên sử Trung Quốc chép vào năm sau [1022]:

*"**Trường Biên**, quyển 98. Năm Càn Hưng thứ nhất* [1022]

Ngày Bính Dần tháng 4 [30/5/1022], *Lý Công Uẩn đất Giao Châu sai Sứ đến cống sản vật địa phương."*

(丙寅，交州李公蘊遣使來貢方物。)

Cuối thời vua Lý Thái Tổ, vào năm 1026 cử phái bộ do Lý Trưng Hiển, Lê Tái Nghiêm cầm đầu sang triều Tống giao hảo:

"Thuận Thiên năm thứ 17 [1026], *Mùa thu, tháng 8, sai Lý Trưng Hiển và Lê Tái Nghiêm sang nước Tống kết hảo."* **Toàn Thư**, Bản Kỷ, quyển 2.

Về việc giao thiệp tại phương nam, như thường lệ nước Chiêm Thành sai sứ cống sư tử:

"Năm Thuận Thiên thứ 2 [1011]; *Nước Chiêm Thành dâng sư tử."* **Toàn Thư**, Bản Kỷ, quyển 2.

Việc đột xuất xãy ra là nước Chân Lạp bắt đầu đến cống nước ta, và rất chăm việc triều cống, trong 18 năm dưới thời vua Lý Thái Tổ đến cống 5 lần:

"Năm Thuận Thiên thứ 3 [1012]; *tháng chạp nước Chân Lạp đến cống."* **Toàn Thư**, Bản Kỷ, quyển 2.

"Năm Thuận Thiên thứ 5 [1014]. *Nước Chân Lạp sang cống."* **Toàn Thư**, Bản Kỷ, quyển 2.

"Thuận Thiên năm thứ 11 [1020]. *Mùa hạ, tháng 4, nước Chân Lạp đến cống."* **Toàn Thư**, Bản Kỷ, quyển 2.

"Thuận Thiên năm thứ 16 [1025]. *Mùa xuân, tháng 2, nước Chân Lạp sang cống."* **Toàn Thư**, Bản Kỷ, quyển 2.

"Thuận Thiên năm thứ 17 [1026], *Mùa đông, tháng 11, nước Chân Lạp sang cống."* **Toàn Thư**, Bản Kỷ, quyển 2.

Vua Lý Thái Tổ chú ý việc an dân, nhà Vua hiểu rõ dưới thời Lê Long Đĩnh dân chúng không được sống yên, lưu lạc tha phương; nên lúc mới lên ngôi bèn xuống chiếu khuyến khích dân trở về quê cũ làm ăn:

"Năm Thuận Thiên thứ nhất [1010]*; xuống chiếu truyền cho những kẻ trốn tránh phải về quê cũ."* **Toàn Thư**, Bản Kỷ, quyển 2.

Lại cấp thuốc men, lương thực, quần áo cho người thiểu số bị bắt; cùng tha những người dân vùng Nam Giới [Hà Tĩnh] từng chống đối, cho trở về quê:

"Năm Thuận Thiên thứ nhất [1010].*Cấp áo quần, lương thực, thuốc men cho 28 người lính man bị Ngọa Triều bắt, sai người đưa về quê cũ. Tha cho người ở vùng Nam Giới, huyện Thạch Hà thuộc châu Hoan được trở về bản huyện."* **Toàn Thư**, Bản Kỷ, quyển 2.

Đối với tù binh Chiêm Thành nhà Vua cũng tỏ lượng khoan hồng, cho lập trại Định Phiên tại phía nam Nghệ An để dễ bề sinh sống và tiện việc quản lý:

"Thuận Thiên năm thứ 16 [1025], *xuống chiếu lập trại Định Phiên ở địa giới phía nam châu Hoan, cho quân giáp Lý Thai Giai làm chủ."* **Toàn Thư**, Bản Kỷ, quyển 2.

Vua Lý Thái Tổ tỏ ra là nhà cai trị khéo, dùng phép trị nước giống như bà nội trợ điều hòa nồi canh *"điều canh nhi trị"*; nên lúc xây xong cung Thúy Hoa, xá giảm thuế khóa cho dân 3 năm, những người mồ côi, góa bụa, ốm đau từ lâu thiếu thuế đều được tha:

"Năm Thuận Thiên thứ nhất [1010]. *Mùa đông, tháng 12, cung Thúy Hoa làm xong; lễ khánh thành, đại xá các thuế khóa cho thiên hạ trong 3 năm, những người mồ côi, góa chồng, già yếu, thiếu thuế lâu năm đều tha cho cả."* **Toàn Thư**, Bản Kỷ, quyển 2.

Những năm được mùa, đều là dịp tốt để nhà Vua biểu lộ lòng nhân từ tha thuế cho dân:

"Thuận Thiên năm thứ 7 [1016], *Năm ấy được mùa to, 30 bó lúa giá 70 tiền. Cho thiên hạ 3 năm không phải nộp tô thuế."* **Toàn Thư**, Bản Kỷ, quyển 2.

"Thuận Thiên năm thứ 9 [1018], *xá một nửa tô ruộng cho thiên hạ."* **Toàn Thư**, Bản kỷ, quyển 2.

Thực hiện được những công việc xã hội nêu trên, cần một nền kinh tế tốt, vững, lành mạnh; là nước nông nghiệp với thành tích "*30 bó lúa giá 70 tiền*", có thể đánh giá cao về nền kinh tế lúc bấy giờ.

Về phương diện cai trị, sau khi lên ngôi nhà Vua chia lãnh thổ thành 24 lộ, riêng vùng đất mới tại 2 châu Hoan [Nghệ An], Ái [Thanh Hóa] thì thiết lập trại:

"Năm Thuận Thiên thứ nhất [1010]; *Đổi 10 đạo làm 24 lộ, châu Hoan, châu Ái làm trại."* **Toàn Thư**, Bản Kỷ, quyển 2.

Qui định chế độ thuế khoa một cách minh bạch, với 6 loại thuế trưng thu với mức độ khác nhau:

"Năm Thuận Thiên thứ 4 [1013]. *Mùa xuân, tháng 2, định các lệ thuế trong nước:*

1 - Ao hồ ruộng đất,

2 - Tiền và thóc về bãi dâu,

3 - Sản vật ở núi nguồn các phiên trấn,

4 - Các quan ải xét hỏi về mắm muối,

5 -Sừng tê, ngà voi, hương liệu của người Man Lão,

6 - Các thứ gỗ và hoa quả ở đầu nguồn." **Toàn Thư**, Bản kỷ, quyển 2.

Quân đội xếp cấp bậc, thấp nhất là giáp, mỗi giáp 15 người, do 1 Quản giáp chỉ huy:

"Thuận Thiên năm thứ 16 [1025]; *mùa thu, tháng 8, định binh làm giáp, mỗi giáp 15 người, dùng một người quản giáp."*

Nhà Vua sinh ra và lớn lên tại huyện Đông Ngàn, Bắc Ninh, vùng đất nỗi tiếng về hát Quan Họ, nên nghệ thuật trình diễn ca hát được lưu ý; bấy giờ có cô ca sĩ họ Đào nổi tiếng, nên thói quen từ đó con hát được gọi là Đào Nương:

"Khi ấy có con hát là Đào thị, giỏi nghề hát, thường được ban thưởng. Người thời bấy giờ hâm mộ tiếng hát của Đào thị, phàm các con hát đều gọi là Đào nương." **Toàn Thư**, Bản Kỷ, quyển 2.

Có lẽ vì thuở bé vua sống ở trong chùa, nên Phật Giáo được ưu đãi; lúc mới lên ngôi, Vua cho xây trong phủ Thiên Đức quê nhà đến 8 ngôi chùa:

"Năm Thuận Thiên thứ nhất [1010]*.Xuống chiếu phát tiền kho 2 vạn quan, thuê thợ làm chùa ở phủ Thiên Đức, tất cả 8 sở, đều dựng bia ghi công."* **Toàn Thư**, Bản Kỷ, quyển 2.

Ra lệnh trong nước, nơi nào có chùa quán đổ nát, đều trùng tu lại:

"Lại hạ lệnh cho các hương ấp, nơi nào có chùa quán đã đổ nát đều phải sửa chữa lại." **Toàn Thư**, Bản kỷ, quyển 2.

Lại khuyến khích giúp đỡ dân xuất gia, lấy tiền kho ra đúc chuông:

"Năm Thuận Thiên thứ nhất [1010]*; Năm ấy độ dân làm sư. Phát bạc ở kho 1.680 lạng để đúc chuông lớn, treo ở chùa Đại Giáo."* **Toàn Thư**, Bản Kỷ. quyển 2.

Mấy năm sau, lại cho chùa Chân Giáo ngay trong kinh thành Thăng Long:

"Năm Thuận Thiên thứ 15 [1024]*; mùa thu, tháng 9, làm chùa Chân Giáo ở trong thành để vua tiện ngự xem tụng kinh."* **Toàn Thư**, Bản Kỷ, quyển 2.

Về việc lạm dụng xây chùa, đúc chuông; Sử thần Lê Văn Hưu có nhận xét như sau:

"Lê Văn Hưu nói: Lý Thái Tổ lên ngôi mới được 2 năm, tông miếu chưa dựng, đàn xã tắc chưa lập mà trước đã dựng tám chùa ở phủ Thiên Đức, lại trùng tu chùa quán ở các lộ

và độ cho làm tăng hơn nghìn người ở Kinh sư, thế thì tiêu phí của cải sức lực vào việc thổ mộc không biết chừng nào mà kể. Của không phải là trời mưa xuống, sức không phải là thần làm thay, há chẳng phải là vét màu mỡ của dân ư? Vét máu mỡ của dân có thể gọi là làm việc phúc chăng? Bậc vua sáng nghiệp, tự mình cần kiệm, còn lo cho con cháu xa xỉ lười biếng, thế mà Thái Tổ để phép lại như thế, chả trách đời sau xây tháp cao ngất trời, dựng cột chùa đá, điện thờ Phật, lộng lẫy hơn cung vua. Rồi người dưới bắt chước, có kẻ hủy thân thể, đổi lối mặc, bỏ sản nghiệp, trốn thân thích, dân chúng quá nửa làm sư sãi, trong nước chỗ nào cũng chùa chiền, nguồn gốc há chẳng phải từ đấy?" **Toàn Thư**, Bản Kỷ, quyển 2.

Tuy có tỳ vết như vậy, nhưng khi nhận xét tổng quát Lê Văn Hưu vẫn đánh giá cao vua Lý Thái Tổ, với lời bình như sau:

"Lê Văn Hưu nói: Lê Đại Hành giết Đinh Điền, bắt Nguyễn Bặc, tóm Quân Biện, Phụng Huân dễ như lùa trẻ con, như sai nô lệ, chưa đầy vài năm mà bờ cõi định yên, công đánh dẹp chiến thắng dẫu là nhà Hán, nhà Đường cũng không hơn được.Có người hỏi: Đại Hành với Lý Thái Tổ ai hơn? Thưa rằng: Kể về mặt trừ dẹp gian trong, đánh tan giặc ngoài, làm mạnh nước Việt ta, ra oai với người Tống thì Lý Thái Tổ không bằng Lê Đại Hành có công lao gian khổ hơn. Nhưng về mặt tỏ rõ ân uy, lòng người suy tôn, hưởng nước lâu dài, để phúc cho con cháu thì Lê Đại Hành không bằng Lý Thái Tổ lo tính lâu dài hơn. Thế thì Lý Thái Tổ hơn ư ? Đáp: Hơn thì không biết, chỉ thấy đức của họ Lý dày hơn họ Lê, vì thế nên noi theo họ Lý." **Toàn Thư**, Bản kỷ, quyển 2.

Chú thích:

1. Tam Tạng: ba bộ gồm Kinh, Luật, Luận.

10.

Lý Thái Tông [1028-1053] (1)

Niên hiệu:

Thiên Thành: 1028-1033
Thông Thụy: 1034-1038
Càn Phù Hữu Đạo: 1039-1041
Minh Đạo: 1042-1043
Thiên Cảm Thánh Vũ: 1044-1048
Sùng Hưng Đại Bảo: 1049-1053

Hai triều đại Đinh, Lê trước đó, đều xãy ra tệ trạng anh em tranh ngôi; triều Lý cũng dẫm vào vết bánh xe đổ. Tuy nhiên Vua Lý Thái Tổ đã chuẩn bị sẵn trường hợp tệ nạn này có thể xãy ra, nên từng giao cho người con được chỉ định làm Vua là Thái tử Phật Mã, cầm quân dẹp giặc nhiều lần, có sẵn uy tín với các tướng lãnh dưới quyền. Nên sau khi Vua mất, các Hoàng tử tranh quyền, Thái tử Phật Mã bèn giao cho các tướng đánh dẹp; không phải trực tiếp nhúng tay vào việc anh em giết nhau; nhờ vậy chính quyền được chuyển tiếp một cách nhánh chóng. **Đại Việt Sử Ký Toàn Thư**, [Bản Kỷ, quyển 2] thuật lại như sau:

"Thuận Thiên năm thứ 19 [1028] *Mùa xuân, tháng 2, vua không khỏe. Ngày Mậu Tuất, vua băng ở điện Long An. Bề tôi đều đến cung Long Đức xin thái tử vâng di chiếu lên ngôi. Ba vương là Đông Chinh, Dực Thánh và Vũ Đức, nghe tin đều đem quân ở phủ mình vào phục sẵn trong cấm thành. Đông Chinh Vương phục ở trong Long Thành, hai vương*

Dực Thánh và Vũ Đức phục trong cửa Quảng Phúc, đợi thái tử đến thì đánh úp. Một lát sau, thái tử từ cửa Tường Phù vào, đến điện Càn Nguyên, biết có biến, sai người hầu đóng hết các cửa điện và sai các vệ sĩ trong cung phòng giữ, nhân bảo tả hữu rằng:

"Ta đối với anh em không phụ bạc chút nào. Nay ba vương làm việc bất nghĩa, quên di mệnh của Tiên đế, mưu chiếm ngôi báu, các khanh nghĩ thế nào?"

Nội thị là Lý Nhân Nghĩa nói:

"Anh em với nhau, bên trong có thể hiệp sức bàn mưu, bên ngoài có thể cùng nhau chống giặc. Nay ba vương làm phản, thì là anh em hay là kẻ thù? Xin cho bọn thần đánh một trận để quyết được thua".

Thái tử nói:

"Ta lấy làm xấu hổ là Tiên đế mới mất chưa quàn mà cốt nhục đã giết nhau, há chẳng để cho muôn đời chê cười sao?"

Nhân Nghĩa nói:

"Thần nghe rằng muốn mưu xa thì phải quên công gần, giữ đạo công thì phải dứt tình riêng, đó là việc Đường Thái Tông và Chu Công Đán bất đắc dĩ phải làm (1). Nay điện hạ có cho Đường Thái và Chu Công là chăm mưu xa, giữ đạo công chăng? Hay là tham công gần, đắm tình riêng chăng? Điện hạ biết theo dấu cũ của Đường Thái, Chu Công thì đời sau ca tụng công đức còn chưa rồi, còn rồi đâu mà chê cười!".

Nhân Nghĩa lại nói:

"Tiên đế cho điện hạ là người hiền, đủ để nối được chí, tài đủ để làm nổi việc, nên đem thiên hạ phó thác cho điện hạ. Nay giặc đến vây bức cửa cung mà ẩn nhẫn như thế, thì đối với sự phó thác của Tiên đế ra sao?"

Thái tử im lặng hồi lâu rồi bảo Nhân Nghĩa và bề tôi trong cung là bọn Dương Bình, Quách Thịnh, Lý Huyền Sư, Lê Phụng Hiểu rằng:

"Ta há lại không biết việc làm của Đường Thái, Chu Công hay sao? Chỉ vì ta muốn che giấu tội ác của ba vương,

khiến họ tự ý rút quân chịu tội để được vẹn toàn tình cốt nhục là hơn".

Khi ấy phủ binh của ba vương vây bức càng gấp, Thái tử liệu không thể ngăn được, nói:

"Thế đã như vậy, ta còn mặt mũi nào trông thấy ba vương nữa. Ta chỉ biết làm lễ thành phục (2) đứng hầu Tiên đế, ngoài ra đều ủy cho các khanh cả".

Bọn Nhân Nghĩa đều lạy hai lạy nói:

"Chết vì vua gặp nạn là chức phận của bọn thần. Nay đã được chỗ đáng chết, còn từ chối gì nữa!"

Bèn ra lệnh cho vệ sĩ trong cung mở cửa ra đánh, ai cũng vui lòng xông pha, đều là một người địch với trăm người. Quân đánh nhau chưa phân được thua, Phụng Hiểu tức giận rút gươm chạy thẳng đến cửa Quảng Phúc hô to rằng:

"Bọn Vũ Đức Vương ngấp nghé ngôi báu, không coi vua nối dõi vào đâu, trên quên ơn Tiên đế, dưới trái nghĩa tôi con, vì thế thần là Phụng Hiểu xin đem thanh gươm này để dâng".

Rồi xông thẳng đến chỗ ngựa của Vũ Đức Vương. Vương quay ngựa tránh, ngựa quỵ xuống, bị Phụng Hiểu bắt giết. Phủ binh của ba vương thua chạy. Quan quân đuổi theo chém giết không sót một mống, chỉ có hai vương Đông Chinh và Dực Thánh chạy thoát được.

Bọn Phụng Hiểu trở về, mặc áo trận đi vào báo tin thắng trận ở trước linh cữu Thái Tổ, rồi đến điện Càn Nguyên báo cho thái tử biết. Thái tử úy lạo rằng:

"Ta sở dĩ được gánh vác cơ nghiệp to lớn của tiên đế, toàn vẹn được thân thể của cha mẹ để lại đều là nhờ sức của các khanh cả. Ta thường xem sử nhà Đường thấy Uất Trì Kính Đức giúp nạn vua, tự nghĩ là bề tôi đời sau không ai sánh được. Ngày nay gặp biến, mới biết Phụng Hiểu còn trung dũng hơn Kính Đức nhiều".

Phụng Hiểu lạy tạ hai lạy nói:

"Đức của điện hạ cảm động cả trời đất, kẻ nào manh tâm mưu đồ gì khác thì trời đất thần linh đều làm hết chức phận mà giết đi, bọn thần có công sức gì!"

"Ngày Kỷ Hợi [1028], *Thái tử Phật Mã lên ngôi trước linh cữu. Tôn mẹ là Lê thị làm Linh Hiển thái hậu. Đại xá thiên hạ. Đổi niên hiệu là Thiên Thành năm thứ 1.*

Ngày ấy, hai vương Đông Chinh và Dực Thánh đến cửa khuyết xin chịu tội. Xuống chiếu tha cho, lại cho tước như cũ." **Toàn Thư**, Bản Kỷ, quyển 2.

Ngoài việc 3 Vương làm loạn nơi kinh sư; tại phủ Trường Yên thuộc tỉnh Ninh Bình ngày nay, Khai quốc vương cậy có sông núi hiểm trở tụ tập những kẻ trốn tránh cùng đem binh trong phủ làm loạn. Tháng 4 [1028], vua thân chinh đi đánh, Khai quốc vương đầu hàng, bèn tha cho và phong tước như cũ:

"Mùa hạ, tháng 4, vua thân đi đánh phủ Trường Yên, cho nội thị Lý Nhân Nghĩa ở lại giữ Kinh sư. Ngày Nhâm Thân đến Trường Yên. Ngày ấy, Khai Quốc Vương đầu hàng. Vua hạ lệnh rằng:

'Ai cướp bóc của cải của dân thì chém'.

Quân sĩ nghiêm theo, không mảy may xâm phạm. Đại quân vào thành Trường Yên, dân trong thành đem dâng biếu trâu rượu đứng đầy đường. Vua sai sứ tuyên chỉ ủy lạo, cả thành vui to. Xuống chiếu dời Khai Quốc Vương và các liêu thuộc của vương về kinh Thăng Long. Vua từ phủ Trường Yên về, xuống chiếu tha tội cho Khai Quốc Vương, vẫn cho tước như cũ."

Mới lên ngôi, các địa phương có những cuộc nổi dậy, do đó hầu như hàng năm vua phải thân chinh đi đánh dẹp, giúp cho đất nước trở nên ổn định hơn:

"Năm Thiên Thành thứ 2 [1029], *tháng 3 Giáp Đản Nãi ở châu Ái* [Thanh Hóa] *làm phản. Mùa hạ, tháng 4, ngày mồng 1, vua thân đi đánh giáp Đản Nãi, cho Đông cung thái tử ở lại Kinh sư làm Giám quốc. Khi đánh được giáp Đản Nãi rồi, sai Trung sứ đốc suất người Đản Nãi đào kênh Đản*

Nãi. Vua từ Đản Nãi trở về Kinh sư." **Toàn Thư**, Bản Kỷ, quyển 2.

"Năm Thiên Thành thứ 4 [1031]. *Mùa xuân, tháng giêng, châu Hoan* [Nghệ An] *làm phản.*

Tháng 2, ngày mồng 1, vua thân đi đánh châu Hoan, cho Đông cung thái tử làm Giám quốc.

Quân đi từ Kinh sư đến châu Hoan, người châu ấy đầu hàng. Xuống chiếu tha tội cho các quan châu huyện, sai Trung sứ phủ dụ dân chúng. Tháng 3, vua từ châu Hoan về đến Kinh." **Toàn Thư**, Bản Kỷ, quyển 2.

"Năm Thiên Thành thứ 6 [1033]. *Châu Định Nguyên (3) làm phản. Tháng 2, vua thân đi đánh, cho Đông cung thái tử giám quốc. Mồng 8, quân đi từ Kinh sư, đóng lại ở châu Chân Đăng, có người đàn bà họ Đào dâng con gái, vua nhận cho làm phi. Ngày 17, dẹp được châu Định Nguyên, đem quân về."*

Tháng 9, châu Trệ Nguyên (4) làm phản. Mùa đông, tháng 10, vua thân đi đánh châu Trệ Nguyên, cho Khai Hoàng Vương giám quốc. Dẹp yên châuTrệ Nguyên. Tháng 12, ngày mồng 1, vua đem quân về." **Toàn Thư**, Bản Kỷ, quyển 2.

"Năm Thông Thụy thứ 2 [1035], *người châu Ái [Thanh Hóa] làm phản. Mùa đông, tháng 10, vua thân đi đánh, cho Phụng Càn Vương lưu thủ Kinh sư. ..Tháng 11, ngày mồng 1, vua từ châu Ái về đến Kinh, làm tiệc rượu mừng việc trở về. Ủy lạo các tướng sĩ có công dẹp châu Ái."* **Toàn Thư**, Bản Kỷ, quyển 2.

"NămThông Thụy thứ 3 [1036] *Mùa đông, tháng 10, đạo Lâm Tây (5) vào cướp trâu ngựa, đốt nhà cửa rồi về."*

Bởi vậy vào năm sau, Vua Lý Thái Tông thân chinh đi đánh:

"NămThông Thụy thứ 4 [1037]. *Mùa xuân, tháng 2, ngày mồng 1, vua thân đi đánh đạo Lâm Tây, sai Khai Hoàng Vương Nhật Tôn làm Đại nguyên soái đánh các châu Đô Kim, Thường Tân, Bình Nguyên, cho Phụng Càn Vương*

Nhật Trung làm Kinh sư lưu thủ. Quân đi từ Kinh sư đến đóng ở Lâm Tây, dẹp yên được. Tháng 3, vua từ đạo Lâm Tây về đến kinh." **Toàn Thư**, Bản Kỷ, quyển 2.

Sử Trung Quốc xác nhận sự kiện cướp phá các châu như Tư Lăng, Bằng Tường, thuộc Bằng Tường thị [Pingxiang] tỉnh Quảng Tây hiện nay; thủ phạm là dân Việt thuộc động Giáp [Lạng Sơn] cùng các châu lân cận. Xét về phương diện địa lý, sử Trung Quốc hợp lý hơn vì động Giáp [Lạng Sơn] gần Bằng Tường, Tư Lăng. Riêng **Toàn Thư** nước ta chép *"các châu Đô Kim (5), Thường Tân (5), Bình Nguyên (5) làm phản, xâm lấn các châu Tư Lăng của nước Tống"*; sự kiện khó có thể xãy ra, vì vị trí các châu này thuộc các tỉnh Lao Cai, Tuyên Quang, Hà Giang hiện nay, xa xôi với Tư Lăng, Bằng Tường:

*"**Trường Biên** quyển 118. Năm Cảnh Hựu thứ 3[1036], ngày Nhâm Thân tháng 2* [23/3/1036] *Quảng Tây chuyển vận sứ báo man động Giáp cướp đoạt súc vật tại châu Tư Lăng* [Bằng Tường thị, Quảng Tây], *động Bằng Tường* [Bằng Tường Thị, Quảng Tây] *thuộc Ung châu, giết Đăng Uyển Trấn tướng; đã họp binh lại đánh. **Giao Chỉ phụ truyện** chép: Vào năm Cảnh Hựu thứ 3* [1036], *động Giáp* [Lạng Sơn] *cùng dân man châu Lạng, châu Môn* [Lạng Sơn], *châu Tô Mậu* [Quảng Ninh], *châu Quảng Nguyên* [Cao Bằng], *động Đại Phát, huyện Đơn Ba* [Lạng Sơn]*; cướp phá châu Tư Lăng, châu Tây Bình* [Bằng Tường thị, Quảng Tây], *châu Thạch Tây* [trấn Thạch Tây, Quảng Tây] *cùng các động; cướp trâu bò, ngựa, người, đốt nhà cửa rồi bỏ đi. Đã xuống chiếu trách vấn, cùng lệnh bắt các Tù trưởng trị tội, rồi báo cho biết. **Chính truyện** cũng chép như thế; nay chỉ theo **Thực Lục**."*

(壬申，廣西轉運使言，邕州甲峒蠻掠思陵州憑詳峝生口及殺登琬鎮將，已會兵追擊之。交趾附傳云：三年，其甲峒及諒州【二】、門州、蘇茂州、廣源州、大發峒、丹波縣蠻寇邕州之思陵州、西平州、石西州及諸峒【三】，掠居人馬牛，焚室廬而去。下詔責問之，且令捕酋首正其罪以聞。正傳同此。今但從實錄。)

Một vụ nổi dậy khác có tầm vóc lớn, kéo dài đến tận đời con, xãy ra tại tỉnh Cao Bằng vùng biên giới phía bắc, lấn sang đến tận Tĩnh Tây thị [Jingxi] tỉnh Quảng Tây hiện nay; đó là cuộc nổi dậy của cha con Nùng Tồn Phúc, Nùng Trí Cao; Toàn Thư [Bản Kỷ, quyển 2] thuật lại như sau:

"Năm Thông Thụy thứ 5 [1038], tháng 12, Nùng Tồn Phúc ở châu Quảng Nguyên (6) làm phản.

Năm Thông Thụy thứ 6 [1039]. Mùa xuân, tháng giêng, thủ lĩnh Tây Nông (7) là Hà Văn Trinh đem việc Tồn Phúc làm phản tâu lên. Trước đây Tồn Phúc là thủ lĩnh châu Thảng Do (8), em là Tồn Lộc làm thủ lĩnh châu Vạn Nhai (9). Em trai của A Nùng, vợ Tồn Phúc, là Đương Đạo làm thủ lĩnh châu Vũ Lặc (10) đều thuộc châu Quảng Nguyên, hàng năm nộp cống đồ thổ sản. Sau Tồn Phúc giết Tồn Lộc và Đương Đạo, chiếm luôn cả đất, tiếm xưng là Chiêu Thánh Hoàng Đế, lập A Nùng làm Minh Đức Hoàng Hậu, phong cho con là Trí Thông làm Nam Nha Vương, đổi châu ấy gọi là nước Trường Sinh, sửa soạn binh giáp, đắp thành kiên cố để tự giữ, không nộp cống xưng thần nữa.

Tháng 2, vua tự làm tướng đi đánh Tồn Phúc, cho Khai Hoàng Vương Nhật Tôn làm Giám quốc. Quân đi từ Kinh sư, qua bến Lãnh Kinh (11), có cá trắng nhảy vào thuyền. Đến châu Quảng Nguyên, Tồn Phúc nghe tin đem cả bộ lạc vợ con trốn vào chằm núi. Vua cho quân đuổi theo bắt được Tồn Phúc và bọn Trí Thông 5 người. Chỉ có vợ là A Nùng, con là Trí Cao chạy thoát. Đóng cũi bọn Tồn Phúc đem về Kinh sư, sai quân san phẳng thành hào, chiêu dụ tộc loại còn sống sót, vỗ về yên ủi rồi đem quân về.

Tháng 3, vua từ Quảng Nguyên về Kinh sư, xuống chiếu rằng:

"Trẫm từ khi có thiên hạ đến giờ, đối với tướng văn tướng võ cùng các bề tôi không thiếu đại tiết, phương xa cõi lánh, không đâu không đến xưng thần, mà họ Nùng nối đời giữ bờ cõi vẫn thường cúng nộp đồ cống. Nay Tồn Phúc càn rỡ tự tôn, cả tiếm vị hiệu, ra mệnh lệnh, tụ họp quân ong bọ, làm hại dân chúng biên thùy. Trẫm vâng mệnh trời đi đánh, bắt được bọn Tồn Phúc 5 tên, đều chém ở chợ kinh đô".

Sau khi giết Nùng Tồn Phúc, người con là Nùng Trí Cao và vợ là A Nùng trốn tại vùng đất Trung Quốc lại tiếp tục trở về châu Thảng Do, Cao Bằng gây loạn; lần này vua Lý Thái Tông chủ trương mềm dẽo ky my, bắt nhưng không giết, cho trở về quê cũ, lại cấp thêm đất:

"Năm Càn Phu Hữu Đạo thứ 3 [1041], *Năm ấy, Nùng Trí Cao cùng với mẹ là A Nùng từ động Lôi Hỏa (12) lại về chiếm cứ châu Thảng Do, đổi châu ấy làm nước Đại Lịch. Vua sai tướng đi đánh, bắt sống được Trí Cao đem về Kinh sư. Vua thương tình vì cha là Tồn Phúc và anh là Trí Thông đều đã bị giết nên tha tội, cho giữ châu Quảng Nguyên như cũ, lại phụ thêm cho bốn động Lôi Hỏa, Bình, An, Bà và châu Tư Lang (13) nữa."* **Toàn Thư**, Bản Kỷ, quyển 2.

Hai năm sau, nhà Vua lại đặc cách ban ấn cho Trí Cao cùng phong chức Thái Bảo:

"Năm Minh Đạo thứ 2 [1043].*Tháng 9, ngày mồng 1, sai Ngụy Trưng đến châu Quảng Nguyên, ban cho Nùng Trí Cao đô ấn, phong làm Thái bảo."* **Toàn Thư**, Bản Kỷ, quyển 2.

Việt Sử Lược chép vào tháng chạp năm Thiên Cảm Thánh Vũ [1044], Nùng Trí Cao đến triều cận:

"Thái bảo Nùng Trí Cao đến triều" **Việt Sử Lược** quyển trung.

(太保儂智高來朝)

Với chính sách ky my, Vua Thái Tông từng sử dụng trước đó, khi gả Công chúa cho các Tù trưởng miền núi để ràng buộc bằng tình thân, làm vững phên dậu:

"Năm Thông Thụy thứ 3 [1036], *Tháng 3, gả công chúa Kim Thành cho châu mục châu Phong (14) là Lê Tông Thuận. Mùa thu, tháng 8, gả công chúa Trường Ninh cho châu mục châu Thượng Oai (15) là Hà Thiện Lãm."* **Toàn Thư**, Bản Kỷ, quyển 2.

Riêng đối với Nùng Trí Cao, năm 1048 y lại chiếm giữ động Vật Ác (16) làm phản, triều đình phải mang quân đi đánh dẹp. Sau đó 4 năm [1052] đồng bọn lại quay sang đánh

Trung Quốc, chiếm thành Ung châu [Nanning, Nam Ninh, Quảng Tây] rồi xuôi theo dòng sông Uất chiếm nhiều châu khác, đến tận Quảng châu [Guangzhou, Quảng Đông] ; sự việc sẽ trình bày trong một bài nghiên cứu riêng:

"NămThiên Cảm Thánh Vũ thứ 5 [1048], *Nùng Trí Cao làm phản, chiếm giữ động Vật Ác. Sai Thái úy Quách Thịnh Dật đi đánh. Vừa mới giao chiến, trời đất bỗng tối mù, một lát nghe tiếng sét đánh trong động, thân thể các tù trưởng động ấy bị xé tan, cả động kinh hãi. Trí Cao phải hàng."* **Toàn Thư**, Bản Kỷ, quyển 2.

Tiếp theo trình tự thời gian, **Toàn Thư** thực lục về các cuộc dẹp loạn khác dưới thời Lý Thái Tông như sau:

"Năm Minh Đạo thứ 2 [1043], *Mùa xuân, tháng giêng, châu Ái* [Thanh Hóa] *làm phản. Châu Văn* [Lạng Sơn] (17) *làm phản.*

Tháng 3, ngày mồng 1, cho Khai Hoàng Vương [Nhật Tông] *làm Đô thống đại nguyên soái đi đánh châu Ái. Phụng Càn Vương* [Nhật Trung] *làm Đô thống nguyên soái đi đánh châu Văn. Dẹp yên châu Văn, Phụng Càn Vương dâng 4 con ngựa tốt bắt được. Vua đặt tên cho ngựa là Tái Thiên, Quảng Thắng, Truy Phong, Nhật Ngự."* **Toàn Thư**, Bản Kỷ, quyển 2.

Nhân nước Chiêm Thành thường lợi dụng gió mùa mang quân đến cướp bóc, nhà Vua quyết định thân chinh đánh dẹp, đến tận kinh đô Phật Thệ, quân ta toàn thắng, giết vua Chiêm Thành Sạ Đẩu:

Mùa hạ, tháng 4 [1043], *"giặc gió sóng"* (nghĩa là nhân gió sóng mà đi cướp) *Chiêm Thành cướp bóc dân ven biển. Vua sai Đào Xử Trung đi đánh, dẹp yên được.*

Vua hỏi tả hữu rằng:

"Tiên đế mất đi, đến nay đã 16 năm rồi, mà Chiêm Thành chưa từng sai một sứ giả nào sang là cớ gì? Uy đức của trẫm không đến họ chăng? Hay là họ cậy có núi sông hiểm trở chăng?"

Các quan đáp:

"Bọn thần cho rằng đó là vì đức của bệ hạ tuy có đến nhưng uy thì chưa rộng. Sao thế? Vì từ khi bệ hạ lên ngôi đến giờ, họ trái mệnh không đến chầu, bệ hạ chỉ ban ơn để vỗ về, chưa từng ra oai dùng võ để đánh phạt, đó không phải là cách làm cho người ta sợ oai. Bọn thần e rằng các chư hầu khác họ trong nước đều như Chiêm Thành cả, há chỉ riêng người Chiêm mà thôi đâu".

Vua từ đấy quyết ý đánh Chiêm Thành." **Toàn Thư**, Bản Kỷ, quyển 2.

"*Năm Minh Đạo năm thứ* 3 [1044]. *Mùa xuân, tháng giêng, phát khí giới trong kho ban cho các quân. Ngày Quý Mão, vua thân đi đánh Chiêm Thành, cho Khai Hoàng Vương Nhật Tông làm Lưu thủ Kinh sư. Ngày ấy Hữu ty đem dâng túi mật to bằng quả bưởi lấy được khi làm cỗ thiếu lao* (18) *cúng thần núi. Vua nói đùa rằng:*

'Chữ "đảm" (mật) âm gần với chữ "đam" (vui), còn thiếu lao (nghĩa đen là khó nhọc ít) *mà có mặt to, có lẽ là điềm báo cho ta biết chỉ khó nhọc một chút mà được vui lớn'.*

Ngày Giáp Thìn, quân đi từ Kinh sư, ngày Ất Tỵ, đến cửa biển Đại Ác, gặp lúc sóng gió yên lặng, đại quân qua biển dễ dàng, cho nên đổi tên Đại Ác làm Đại An (19). *Đến núi Ma Cô* (20), *có đám mây tía bọc lấy mặt trời. Qua vụng Hà Não* (21), *có đám mây che thuyền ngự, theo thuyền mà đi hoặc ngừng. Ngày hôm ấy đến đóng doanh ở cửa biển Trụ Nha (có bản chép Trụ Thân). Ngày hôm sau đi, nhờ thuận gió, trong một ngày qua hai bãi Đại Tiểu Trường Sa* (22). *Đến cửa biển Tư Khách* (23), *có con cá trắng nhảy vào thuyền. Vua nghe tin Chiêm Thành đem quân và voi bày trận ở bờ nam sông Ngũ Bồ* [Theo Đào Duy Anh là hạ lưu sông Thu Bồn, Quảng Nam] *muốn chống cự quan quân. Vua truyền cho quân bỏ thuyền lên bộ, đem quân sĩ lên bờ bắc, thấy quân Chiêm đã dàn ở bên sông. Vua mới cắt đặt quân sĩ dựng cờ nổi trống, sang tắt ngang sông đánh. Binh lính chưa chạm mà quân Chiêm đã tan vỡ, quan quân đuổi chém được 3 vạn thủ cấp. Quách Gia*

Di chém được đầu vua Chiêm là Sạ Đẩu tại trận đem dâng. Đoạt được hơn 30 voi thuần, bắt sống hơn 5 nghìn người, còn thì bị quan quân giết chết, máu nhuộm gươm giáo, xác chất đầy đồng. Vua tỏ ý cảm khái, xuống lệnh rằng:

'Kẻ nào giết bậy người Chiêm Thành thì sẽ giết không tha.'

Mùa thu, tháng 7, vua đem quân vào thành Phật Thệ [Chà Bàn, Qui Nhơn] (24) *bắt vợ cả, vợ lẽ của Sạ Đẩu và các cung nữ giỏi hát múa khúc điệu Tây Thiên* (25). *Sai sứ đi khắp các hương ấp phủ dụ dân chúng.*

Tháng 9, ngày mồng 1, đến phủ Trường Yên, có rồng vàng hiện ở thuyền ngự. Khi đến hành điện Ly Nhân (26), sai nội nhân thị nữ gọi Mỵ Ê là phi của Sạ Đẩu sang hầu thuyền vua. Mỵ Ê phẫn uất khôn xiết, ngầm lấy chăn quấn vào mình nhảy xuống sông chết. Vua khen là trinh tiết, phong là Hiệp Chính Hựu Thiện phu nhân." Toàn Thư, Bản Kỷ, quyển 2.

Chiến thắng Chiêm Thành ảnh hưởng lớn sang tận đến Trung Quốc, Vua Nhân Tông nhà Tống nghe tin, sợ quân ta thừa thắng sang đánh miền Quảng Đông, Quảng Tây, nên ra lệnh đề phòng:

"***Trường Biên**, quyển 158. Năm Khánh Lịch thứ 6* [1046]

Ngày Ký Sửu tháng 3 [17/4/1046], *Thiên tử bảo các quan phụ tá rằng:*

'Nghe tin Lý Đức Chính đất Giao châu mới chiếm lấy Chiêm Thành, sợ ôm mưu gian gây mối lo cho miền Ngũ Lãnh [Quảng Đông, Quảng Tây]*; cần hạ lệnh cho ty chuyển vận Quảng Tây dự bị chế ngự rồi trình lên.'*

Ngay lúc này viện Khu Mật cho kiểm soát từ đời Đường trở lại gồm 16 xứ đường bộ, ra lệnh Chuyển vận sứ Đỗ Kỷ mật giám sát, mang quân đến phòng thủ."

(己丑，上謂輔臣曰：「如聞交州李德政近取占城，慮漸畜姦謀為五嶺之患，宜下廣西轉運司豫經制以聞。」於是樞密院檢自唐以來通交趾水陸道路凡一十六處，令轉運使杜杞密行按視，置兵戍守。)

Sau khi chinh phục Chiêm Thành, nhà Vua lại sai tướng mang quân sang phía tây đánh nước Ai Lao:

"Năm Thiên Cảm Thánh Vũ thứ 5 [1048], Mùa thu, tháng 9, sai tướng quân là Phùng Trí Năng đi đánh Ai Lao, bắt được người và gia súc rất nhiều đem về." **Toàn Thư**, Bản Kỷ, quyển 2

Chú thích:

1. Trưởng Tôn Vô Kỵ và Uất Trì Kính Đức giết hai anh của Lý Thế Dân là Kiến Thành và Nguyên Cát để giữ ngôi vua cho Thế Dân [Đường Thái Tông]. Chu Công Đán giết em là Quản Thúc và đày một em khác là Thái Thúc để giữ ngôi vua cho cháu là Thành Vương.

2. Lễ thành phục: tên nghi thức lễ tang, bắt đầu chít khăn mặc áo tang.

3. Định Nguyên, người dịch **Toàn Thư** chú: tên châu thời Lý, có lẽ là miền thuộc tỉnh Yên Bái.

4. Trệ Nguyên, người dịch **Toàn Thư** chú: tên châu thời Lý, **Cương mục** chua "không thảo được" (CMCB2, 38a), có thể ở gần châu Định Nguyên.

5. Lâm Tây: tên đạo thời Lý, **Cương Mục** chú, nhà Trần gọi là đạo Đà Giang, thời thuộc Minh gọi là châu Gia Hưng, nhà Lê đổi là phủ Gia Hưng. Nay là đất hai tỉnh Sơn La, Lai Châu.

Đô Kim: Theo Cương Mục là huyện Hàm Yên, tỉnh Tuyên Quang.

Thường Tân, chú thích của người dịch Toàn Thư: chưa rõ chỗ nào trong tỉnh Hà Tuyên.

Bình Nguyên: tên châu đời Lý, từ đời Lê trở về sau gọi là châu Vị Xuyên; gồm các huyện Hà Tuyên, Bắc Quang, Hà Su Phì tỉnh Hà Tuyên hiện nay.

6. Quảng Nguyên: tên châu thời Lý, thời thuộc Minh thuộc về đất Uyên huyện, thời Lê đổi là châu Lộng Nguyên.

Nay là đất các huyện Quảng Uyên, Phúc Hòa, Thạnh An, tỉnh Cao Bằng.

7. Tây Nông: tên châu, nay là huyện Tư Nông, tỉnh Bắc Thái.

8. Thảng Do: tên châu thời Lý, nơi Nùng Trí Cao làm phản lập ra nước Đại Lịch, ở về phần đất tỉnh Cao Bằng ngày nay.

9. Vạn Nhai: tên châu thời Lý, nay là phần đất huyện Bắc Sơn, tỉnh Lạng Sơn và một phần huyện Võ Nhai, tỉnh Bắc Thái.

10. Vũ Lặc: tên châu, chưa rõ ở đâu. **Cương mục** dẫn **Đường thư**, Địa lý chí: "Nhà Đường đặt Lung Châu quản lĩnh huyện Vũ Lặc" và cho rằng hai châu Thảng Do, Vũ Lặc có lẽ ở vào địa hạt tỉnh Cao Bằng và tỉnh Lạng Sơn ngày nay (CMCB2, 43a).

11. Lãnh Kinh: có lẽ là khúc sông Cầu chảy qua Thị Cầu, tỉnh Hà Bắc.

12. Lôi Hỏa: tên động, ở phía tây bắc tỉnh Cao Bằng ngày nay. Các động Bình, An, Bà đều thuộc về đất tỉnh Cao Bằng.

13. Tư Lang: nay là đất huyện Trùng Khánh và phần đất đông bắc huyện Quảng Hòa vùng quanh Hạ Lang, tỉnh Cao Bằng.

14. Phong châu: huyện Tiên Phong, phủ Quảng Oai, tỉnh Sơn Tây.

15. Thượng Oai: theo **Đất Nước Việt Nam Qua Các Đời** cua Đào Duy Anh trang 121, Thượng Oai có thể là một châu tại tỉnh Sơn Tây.

16. Vật Ác: Theo văn bản **Trường Biên**, quyển 349, năm Nguyên Phong thứ 7 [1084]: *"Vào thời Gia Hựu [1056-1059], bọn Nùng Tôn Đán đem động Vật Ác qui phụ, ban tên Thuận An châu;"* Vùng đất này hiện nay thuộc Tĩnh Tây thị, tỉnh Quảng Tây.

17. Châu Văn, thuộc tỉnh Lạng Sơn. Nhà Lý gọi là Văn Châu; khi thuộc Minh gọi là châu Thượng Văn và châu Hạ Văn; nhà Lê gọi là châu Văn Uyên. Nay vẫn là châu Văn Uyên.

18. Thái lao, thiếu lao: Vua cúng đàn xã tắc thì dâng cỗ thái lao (trâu, dê, lợn mỗi thứ 1 con), cúng thần sông núi thì dâng cỗ thiếu lao (dê, lợn mỗi thứ 1con).

19. Đại An: tên cửa biển, tức Cửa Liêu ở huyện Hải Hậu; vùng giáp giới các tỉnh Ninh Bình, Nam Định.

20. Núi Ma Cô: theo Cương mục, còn có tên núi là Lễ Đễ, ở ngoài biển huyện Kỳ Anh tỉnh Hà Tĩnh ngày nay.

21. Vụng Hà Não (Hà Não loan): **Cương mục** chua sông Ngũ Bồ, vụng Hà Não đều không khảo được (CMCB3, 10a).

22. Đại Tiểu Trường Sa: bãi cát từ cửa Nhật Lệ đến Cửa Tùng là Đại Trường Sa; bãi cát từ Cửa Việt đến cửa Tư Hiền, là Tiểu Trường Sa.

23. Tư Khách: tên cửa biển đúng tên thời Lý gọi là cửa Ô Long, thời Trần đổi gọi là cửa Tư Dung (do tên huyện Tư Dung, châu Hóa); đời Mạc, vì kiêng húy Mạc Đăng Dung nên đổi gọi là Tư Khách. Thời Nguyễn đổi là Tư Hiền như tên gọi hiện nay, ở phía đông nam tỉnh Thừa Thiên.

24. Phật Thệ, chú thích của người dịch **Toàn Thư**: Phật thành tức là thành Phật Thệ (Vijaya), Cũng gọi là thành Chà Bàn, kinh đô của Chiêm Thành; ở về phía Bắc thành phố Quy Nhơn, ngày nay khoảng 27 Km.

25. Tây Thiên khúc điệu: ở đây có thể là những khúc hát và múa Chiêm Thành có nguồn gốc Ấn Độ (Tây Thiên, chỉ Ấn Độ).

26. Lý Nhân: nay là đất huyện Lý Nhân, tỉnh Hà Nam.

11.
Lý Thái Tông (2)

Niên hiệu:
Thiên Thành: 1028-1033
Thông Thụy: 1034-1038
Càn Phù Hữu Đạo: 1039-1041
Minh Đạo: 1042-1043
Thiên Cảm Thánh Vũ: 1044-1048
Sùng Hưng Đại Bảo: 1049-1053

Ngược dòng thời gian, hãy bàn sang lãnh vực ngoại giao giữa hai nước Trung Việt. **Tục Tư Trị Trường Biên** chép rằng sau khi Vua Lý Thái Tổ mất, nhà Tống lập tức điều quân xuống tỉnh Quảng Tây để phòng lúc hữu sự:

*"**Trường Biên**, quyển 106. Tống Nhân Tông năm Thiên Thánh thứ 6* [1028]

Ngày Kỷ Mão tháng 6 [10/7/1028], *Quảng Tây Chuyển vận ty báo Tĩnh hải tiết độ sứ đồng bình chương sự An Nam đô hộ Nam bình vương Lý Công Uẩn mất, các con dành ngôi; xin tăng phòng binh tại 3 châu Ung, Khâm, Quảng. Chiếu ra lệnh Tuần kiểm, Đô giám tại các châu Quế, Nghi (27), mang quân đến biên giới chặn phòng, đến lúc yên định được trở về."*

(己卯，廣西轉運司言，靜海節度使、同平章事、安南都護、南平王李公蘊卒，諸子爭立，乞增餙邕、欽、廣三州兵備。詔桂、宜等州巡檢、都監領所部兵於近界防扼，事定即還。)

Sau khi thấy tình hình nước ta ổn định bèn sai Sứ sang phong vua Lý Thái Tông tước Quận vương:

*"**Trường Biên** quyển 107. Năm Thiên Thánh thứ 7* [1029]

Con Lý Công Uẩn là Đức Chính [Vua Lý Thái Tông] *tự xưng là quyền Tri An Nam Tĩnh hải quân lưu hậu, sai Sứ đến cáo ai. Vào ngày Tân Hợi tháng 4* [7/6/1029] *tặng Công Uẩn Thị trung Nam Việt vương; mệnh Quảng Nam Tây Lộ Chuyển vận sứ Vương Duy Chính làm Điếu điện sứ cùng Tứ quan cáo sứ ban cho Đức Chính Kiểm hiệu thái úy Tĩnh hải quân tiết độ sứ An Nam đô hộ Giao Chỉ quận vương."*

(李公蘊之子德政自稱權知安南靜海軍留後事，遣使來告哀。辛亥，贈公蘊侍中、南越王，命廣南西路轉運使王惟正為祭奠使，又為賜官告使。除德政檢校太尉、靜海軍節度使、南安都護、交趾郡王。)

Sử nước ta xác nhận việc phong Quận vương, nhưng nêu tên viên Sứ thần Chương Dĩnh, chắc là viên Tứ quan cáo sứ nêu ở trên:

"Năm Thiên Thành thứ 2 [1029]. *Năm ấy, sứ nhà Tống là Chương Dĩnh sang làm lễ điếu tang. Lại sai sứ sang phong vua làm Quận Vương."* **Toàn Thư**, Bản Kỷ, quyển 2

Theo thông lệ, nước ta cử sứ bộ sang đáp lễ, tạ ơn:

"Năm Thiên Thành thứ 3, [1030]. *Mùa hạ, tháng 4, sai Đại liêu ban Lê Ốc Thuyên và Viên ngoại lang Nguyễn Viết Thân sang nhà Tống để đáp lễ."* **Toàn Thư**, Bản Kỷ, quyển 2.

Mấy năm sau triều Tống gia phong Vua Lý chức Đồng bình chương sự:

*"**Trường Biên**, quyển 111. Năm Minh Đạo thứ nhất*[1032]

Ngày Nhâm Thìn tháng 11 [29/12/1032], *Giao Chỉ quận vương Lý Đức Chính được thăng Đồng bình chương sự."*

(壬辰，交趾郡王李德政加同平章事。)

Năm 1034 xãy ra rắc rối tại biên giới, có 600 người vượt biên xin nội thuộc Trung Quốc, Vua Thái Tông sai quân đuổi bắt; để tránh tình hình căng thẳng, Vua Tống ra lệnh cho số người này trở về nước:

*"**Trường Biên** quyển 114. Năm Cảnh Hựu thứ nhất*[1034]

Tháng 6 [19/6-17/7/1034], *Quảng Đông chuyển vận ty báo bọn Trần Công Vĩnh đất Giao Châu gồm hơn 600 người xin nội phụ, Lý Đức Chính phát binh đến biên giới đuổi bắt. Chiếu mệnh khiến bọn Công Vĩnh trở về; cùng dụ cho Đức Chính săn sóc chiêu phủ giữ mạng sống cho họ. Khu mật sứ Thái Tề tâu:*

'Dân man bỏ kẻ bạo ngược, về với người có đức, xin dung nạp họ, cấp cho ruộng hoang tại Kinh Hồ [Hồ Bắc, Hồ Nam] *để tự canh. Nay đuổi đi, tất chúng không trở về chổ cũ; có thể tản vào núi rừng, rồi gây hậu hoạn!'*

Triều đình không nghe; năm sau quả thực man làm loạn."

(廣東轉運司【二八】言交州陳公永等六百餘人內附，李德政發兵境上捕逐。詔遣公永等還，仍諭德政撫存之。樞密使蔡齊言：「蠻去暴歸德，請納之，給以荊湖閑田使自營。今縱去，必不復還舊部。若散入山谷，如後患何！」不聽。明年，蠻果為亂。)

Cũng trong năm này, 2 Sứ bộ Đại Cồ Việt sang Trung Quốc cống thú lạ và voi, triều Tống đáp lễ tặng lại kinh Đại Tạng:

"Năm Thiên Thành thứ 7 [1034]. *Tháng 6, châu Hoan đem dâng con thú một sừng, sai Viên ngoại lang là Trần Ứng Cơ, Vương Văn Khánh đem sang biếu nhà Tống."* **Toàn Thư**, Bản Kỷ, quyển 2.

"*Năm Thiên Thành thứ 7* [1034]. *Sai Viên ngoại lang là Hà Thụ, Đỗ Khoan đem biếu nhà Tống hai con voi thuần. Nhà Tống lấy kinh Đại tạng để tạ."* **Toàn Thư**, Bản Kỷ, quyển 2.

Sử Trung Quốc xác nhận phái đoàn nêu trên, nhưng chép sai tên Hà Thụ thành Hà Viễn, cùng bổ sung thêm việc phong tước cho các Sứ thần:

*"**Trường Biên**, ngày Tân Mão tháng 5* [10/6/1036], *Giao Chỉ quận vương Lý Đức Chính sai Sứ đến cống sản vật địa*

phương; cho Tiến phụng sứ Hà Viễn làm Thứ sử châu Thuận, Phó sứ Đỗ Khoan làm Thứ sử châu Lặc."

(交趾郡王李德政遣使來貢方物，以進奉使何遠為順州刺史，副使杜寬為勒州刺史。)

Cuối năm Thông Thụy thứ 5 vua Tống Nhân Tông phong nhà Vua chức Nam Bình Vương, lúc này Nùng Tồn Phúc tại biên giới làm phản; phải chẳng triều Tống muốn khuyến khích nhà Vua an định vùng biên giới:

"Tháng chạp năm Thông Thụy thứ 5 [1038] *Nhà Tống phong vua làm Nam Bình Vương."* **Toàn Thư**, Bản Kỷ, quyển 2.

Sử Trung Quốc cũng xác nhận việc phong tước trong văn bản ghi vào năm sau [1039]

*"**Trường Biên**, quyển 122. Năm Bảo Nguyên thứ nhất*[1039]

Ngày Quí Dậu tháng 12 [8/1/1039], *mệnh ban Giao Chỉ quận vương Lý Đức Chính chức Nam bình vương."* **Toàn Thư**, Bản Kỷ, quyển 2.

(交趾郡王李德政為南平王，邈川首領、保順軍留後唃厮囉為節度使。)

Năm 1042, triều đình nước ta sai Viên ngoại lang Đỗ Khánh và Lương Mậu Tài sang Trung Quốc cống voi thuần:

*"**Nhâm Ngọ**,* [Càn Phù Hữu Đạo] *năm thứ 4* [1042], *Sai Viên ngoại lang Đỗ Khánh và Lương Mậu Tài đem voi thuần sang biếu nhà Tống để tiếp tục sự thông hiếu cũ."* **Toàn Thư**, Bản Kỷ, quyển 2.

Sử Trung Quốc xác nhận sự việc vào năm sau, và cho biết số lượng là 5 con:

*"**Trường Biên**, quyển 140. Năm Khánh Lịch thứ 3* [1043]

Ngày Ất Hợi tháng 3 [19/4/1043], *Giao Châu hiến 5 con voi thuần."*

(乙亥，交州獻馴象五。)

Lại kèm thêm văn bản phong chức cho 2 Sứ giả:

*"**Trường Biên**, quyển 141. Năm Khánh Lịch thứ 3* [1043]

Ngày Nhâm Tuất tháng 6 [4/8/1943], *cho Tiến phụng sứ đất Giao Châu, An Nam tĩnh hải tiết độ phó sứ Đỗ Duy Khánh chức Thứ sử Dĩnh châu, Phó sứ tam ban phụng chức Lương Tài làm Thái tử tả giám môn suất phủ suất; đoạn này có thể xem phụ vào dưới phần cống voi thuần."*

(壬戌，以交州進奉使、安南靜海節度副使杜惟慶為潁州刺史【三二】，副使、三班奉職梁材為太子左監門率府率。此段或附見貢馴象下.)

Sau khi nhận được tin nhà Lý có ý định đánh Chiêm Thành một lần nữa, vua Tống ra lệnh trinh thám tình hình, để tìm cách can thiệp:

*"**Trường Biên**, quyển 157. Năm Khánh Lịch thứ 5 [1046]*

Ngày Bính Thìn tháng 12 [14/1/1046], *chiếu ban Quảng nam đông lộ chuyển vận ty mộ người vào Giao Chỉ trinh thám việc chiêu tập binh, nếu có tin đúng được trọng thưởng. Bấy giờ Lý Đức Chính định dùng binh đánh Chiêm Thành, triều đình chưa biết chắc, nên tìm hiểu."*

(丙辰，詔廣南東路轉運司募人入交趾以刺點兵事宜，如得實【一九】即優賞之。時李德政將以兵伐占城，朝廷未知故也。)

Lại cho tăng cường phòng thủ biên giới, thay thế quân lão nhược:

*"**Trường Biên**, quyển 158. Năm Khánh Lịch thứ 6* [1046]

Ngày Mậu Thìn tháng 6 [25/7/1046], *chiếu ban cho các châu tiếp giáp với Giao Chỉ thuộc Quảng Nam Tây Lộ cần lưu ý khống chế bọn di; lệnh cho Chuyển vận sứ nơi này quan sát trưởng lại, bãi bỏ kẻ lão nhược, rồi trình sự việc lên."*

(戊辰，詔廣南西路諸州接連交趾，控制夷落，其令轉運使察長吏罷老不任事者聞。)

Cũng năm này, triều đình nước ta sai 2 Sứ giả sang nhà Tống cống voi:

*“**Trường Biên**, quyển 159. Năm Khánh Lịch thứ 6* [1046]

Ngày Tân Sửu tháng 11 [23/12/1046], *Lý Đức Chính đất Giao Chỉ mới sai Sứ thần Bí thư thừa Đỗ Văn Ủy đến hiến voi thuần.”*

(時交阯李德政適遣使祕書丞杜文蔚等獻馴象，)

Năm sau cả 2 Sứ giả đều được phong chức:

*“**Trường Biên**, quyển 160. Năm Khánh Lịch thứ 7* [1047]

Ngày Canh Ngọ tháng 4 [23/5/1047], *cho Tiến phụng sứ Giao Châu Bí thư thừa Đỗ văn Ủy chức Đồn điền viên ngoại lang, Phó sứ tả thị cấm Phùng Xương Chiêm chức Nội điện thừa chế.”*

(庚午，以交州進奉使、祕書丞杜文蔚為屯田員外郎，副使左侍禁馮昌瞻為內殿承制。)

Sử Trung quốc lại chép thêm việc phong tước cho 2 Sứ thần Tô Nhân Tộ, và Đào Duy Hoàn và xác nhận chưa tra ra ngày 2 Sứ thần đến nơi:

*“**Trường Biên**, quyển 164. Năm Khánh Lịch thứ 8* [1048]

Ngày Giáp Ngọ tháng 4 [10/6/1048], *Giao Châu đến cống bèn cho Tiến phụng sứ Binh bộ viên ngoại lang Tô Nhân Tộ chức Công bộ lang trung, Phó sứ Đông đầu cung phụng quan Đào Duy Hoàn chức Nội điện sùng ban. Ngày bọn Nhân Tộ đến nơi chưa thấy.”*

(交州入貢，以進奉使兵部員外郎蘇仁祚為工部郎中，副使東頭供奉官陶惟懽為內殿崇班。仁祚等初來時未見。)

Lúc này Nùng Trí Cao đang nổi dậy tại châu Quảng Nguyên, nên việc động Vật Dương (28) làm phản, ghi dưới đây có liên quan đến Trí Cao:

“Năm Sùng Hưng Đại Bảo thứ 2 [1050]. *Mùa thu, tháng 9, người động Vật Dương làm phản, dẹp yên.”* ***Toàn Thư***, Bản Kỷ, quyển 2.

Phía triều Tống lại cho xây trại quân tại động La Hồi vị trí tại phía đông bắc châu Quảng Nguyên để chặn quân Nùng Trí Cao:

"*Trường Biên* *quyển 168. Ngày Bính Tuất tháng 2* [24/3/1050], *ty kiềm hạt Quảng Nam Tây Lộ xin lập 1 trại tại động La Hồi (29) thuộc Ung Châu, để chặn man tặc Quảng Nguyên. Chấp thuận.*"

（丙戌，廣南西路鈐轄司請於邕州羅徊峒置一寨，以扼廣源州蠻賊，從之。）

Lúc Nùng Trí Cao mang quân đánh phá Trung Quốc, vua Lý Thái Tông đề xuất đem quân đánh giúp, lúc đầu triều Tống hoan nghênh chuẩn bị lương tiền để đón tiếp, nhưng sau đó theo lời khuyên của tướng Địch Thanh nên hủy bỏ:

"*Trường Biên*, *quyển 173 ngày Mậu Tý năm Hoàng Hựu thứ 4* [9/1/1053], *Tri Quế Châu Dư Tĩnh tâu:*

'Năm nay Giao Chỉ đáng phải đến triều cống, nhân vì Nùng Trí Cao phản, đường đi không thông; mấy lần gửi văn thư xin phối hợp quân đánh giặc, nhưng đã lâu triều đình không đáp. Thấy lời ước hẹn rất thành khẩn, nếu chưa có thể diệt đảng giặc, thì cũng có thể chia rẽ chúng thêm; tại các châu Ung, Khâm đã trừ sẵn số lương thực vạn người ăn để đợi.'

Chiếu thư cũng đã cấp 2 vạn quan tiền để trợ binh phí, đợi khi bình giặc lại thưởng tiền 3 vạn quan. Lúc đầu triều đình không chấp thuận cho Giao Chỉ ra quân; Tĩnh tâu Trí Cao là phản tặc của Giao Chỉ, nên cho ra quân, đừng ngăn trở thiện ý. Nay không cho, Giao Chỉ tất giận, quay lại trợ giúp Trí Cao; vậy nên thuận tiện hứa cho. Triều đình chấp thuận lời xin, nhưng Địch Thanh tâu:

'Lý Đức Chính thanh ngôn rằng mang bộ binh 5 vạn, kỵ binh 1.000 đến viện trợ, đó không phải là thực tình. Vả lại dùng binh nước ngoài để trừ giặc bên trong, không có lợi cho ta. Chỉ một mình Trí Cao dày xéo 2 xứ Quảng [Quảng Đông, Quảng Tây] *lực không dẹp được; lại thêm quân lính của Man. Người Man tham được lợi, quên nghĩa; nếu chúng nhân đó mà khởi loạn, ta lấy gì chống cự đây! Xin bãi quân Giao Chỉ đừng dùng, và ban hịch cho Tĩnh đừng thông sứ với Giao Chỉ.'*

Triều đình cuối cùng dùng kế sách của Địch Thanh, dư luận cũng cảm phục Thanh có sách lược xa.”

(戊子，知桂州余靖言：「交趾今歲當入貢，屬儂智高叛【三四】，道阻不通，累移文乞會兵討賊，而朝廷久未報。觀其要約甚誠，縱未能勦滅賊黨，亦可使益相離貳，已於邕欽州備萬人糧以待之【三五】。」詔亦給緡錢二萬助兵費，候賊平更賞緡錢三萬。始，朝廷不聽交趾出兵，靖言智高，交趾叛者，宜聽出兵，毋阻其善意。今不聽，必忿而反助智高，因以便宜許之。朝廷從其請。已而狄青奏：「李德政聲言將步兵五萬，騎一千赴援，此非情實；且假兵於外以除內寇，非我利也。以一智高橫蹂二廣，力不能討，乃假蠻人兵。蠻人貪得忘義，因而啟亂，何以禦之！願罷交趾兵勿用，且檄靖無通交趾使。」朝廷卒用青計策，人亦服青有遠略云。)

Sử liệu Toàn Thư cho biết rằng Trí Cao xin nước ta cứu viện, Vua ra lệnh cho Vũ Nhị mang quân đi; việc này các bộ sử Trung Quốc không chép, phải chăng sau khi thua, chưa kịp thực hiện thì đạo quân Trí Cao đã tan rã:

“Năm Sùng Hưng Đại Bảo thứ 5 [1053], *Mùa đông, tháng 10, Trí Cao sai Lương Châu đến xin quân cứu viện. Vua xuống chiếu cho chỉ huy sứ là Vũ Nhị đem quân cứu viện. Địch Thanh lại đánh phá được Trí Cao. Trí Cao chạy sang nước Đại Lý (30). Người nước Đại Lý chém đầu Cao bỏ vào hòm dâng vua Tống. Từ đây họ Nùng bị diệt.”* **Toàn Thư**, Bản Kỷ, quyển 2.

Về việc giao thiệp với các nước phương nam; dưới thời Vua Lý Thái Tông Chân Lạp 2 lần sai Sứ triều cống nước ta:

“Năm Thiên Thành thứ 6 [1033]. *Mùa xuân, tháng giêng, nước Chân Lạp sang cống.”* **Toàn Thư**, Bản Kỷ, quyển 2.

“Tháng chạp năm Thông Thụy thứ 6 [1039], *nước Chân Lạp sang cống.”* **Toàn Thư**, Bản Kỷ, quyển 2.

Riêng Chiêm Thành, trước khi Vua mang quân đi đánh vào năm 1044, trong nội bộ có sự lủng củng, Hoàng tử Chiêm Thành cùng đám tùy tùng trốn sang nước ta:

"Năm Thông Thụy thứ 6 [1039] *Mùa hạ, tháng 4, con vua Chiêm Thành là Địa Bà Lạt cùng bọn Lạc Thuẩn, Sạ Đâu, La Kế, A Thát Lạt 5 người sang quy phục nước ta."* **Toàn Thư**, Bản Kỷ, quyển 2.

Sau khi thua trận thì tỏ vẻ ngoan ngoan thần phục, mang voi trắng sang cống:

"Năm Sùng Hưng Đại Bảo thứ 2 [1050]. *Mùa xuân, tháng 3, Chiêm Thành dâng voi trắng."*

Về phương diện kinh tế xã hội có những nét đặc trưng chứng tỏ Vua chú trọng về nông nghiệp; vào năm được mùa, ngài đích thân ra thăm ruộng xem gặt:

"Năm Thiên Thành thứ 3, [1030]. *Mùa đông, tháng 10, được mùa to. Ngày 14, Vua thân ra ruộng xem gặt, nhân đổi tên cánh ruộng ấy gọi là ruộng Vĩnh Hưng."* **Toàn Thư**, Bản Kỷ, quyển 2.

Nhà Vua lại khuyến khích các cung nữ dệt gấm, đem sử dụng trong cung; rồi lấy gấm vóc trong kho mua từ Trung Quốc ban phát cho các quan lại từ cửu phẩm (31) trở lên:

"Tháng 2 năm Bảo Nguyên thứ 2 (1040).

Trước đó, nhà vua sai cung nữ dệt gấm vóc, họ đã dệt được thành những tấm hàng rồi; đến đây, sai đem những gấm vóc, hàng của nhà Tống, vẫn chứa trong kho, ban phát cho bầy tôi: từ ngũ phẩm trở lên thì áo gấm, từ cửu phẩm trở lên thì áo vóc, tỏ ý không dụng gấm vóc của Tống nữa." **Khâm Định Việt Sử Thông Giám Cương Mục**, Chính Biên, Quyển 3.

Gặp năm thái bình được mùa cho tha tội, giảm một nữa thuế, tạc ngàn pho tượng, làm 1 vạn chiếc cờ phướn:

*"**Tháng 10**, mùa đông năm Bảo Nguyên thứ 2 (1040).*

Trước đây, nhà vua sai tạc hơn một nghìn pho tượng Phật và vẽ hơn một nghìn bức tranh Phật; lại làm hơn một vạn chiếc bảo phan (32); đến đây, làm xong, mở hội, đại xá, tha cho những người phạm tội đồ lưu; xá một nửa tiền thuế cho cả nước." **Khâm Định Việt Sử Thông Giám Cương Mục**, Chính Biên, Quyển 3.

Vào tháng 10 năm Minh Đạo thứ nhất [1042] ban hành bộ Hình Thư, gồm 3 quyển (33). Đây là bộ hình luật đầu tiên của quốc gia, giúp cho phép xử án được rõ ràng; nhà Vua coi nó là con đường sáng để noi theo, nên đổi niên hiệu năm đó là "Minh Đạo":

"*Ban Hình Thư. Trước kia, việc kiện tụng trong nước phiền nhiễu, quan lại giữ luật pháp câu nệ luật văn, cốt làm cho khắc nghiệt, thậm chí có người bị oan uổng quá đáng. Vua lấy làm thương xót, sai trung thư san định luật lệnh, châm chước cho thích dụng với thời thế, chia ra môn loại, biên thành điều khoản, làm thành sách Hình thư của một triều đại, để cho người xem dễ hiểu. Sách làm xong, xuống chiếu ban hành, dân lấy làm tiện. Đến đây phép xử án được bằng thẳng rõ ràng, cho nên mới đổi niên hiệu là Minh Đạo và đúc tiền Minh Đạo*" **Toàn Thư**, Bản Kỷ, quyển 2.

Nhà Vua lại cho đúc chuông lớn đặt tại Long Trì, phòng khi dân có oan ức, đánh chuông để khiếu nại:

"***Nhâm Thìn***, [Sùng Hưng Đại Bảo] *năm thứ* 4 [1052], *Tháng 3, đúc chuông lớn để ở Long Trì, cho dân ai có oan ức gì không bày tỏ được thì đánh chuông ấy để tâu lên.*" **Toàn Thư**, Bản Kỷ, quyển 2.

Mùa thu năm Sùng Hưng Đại Bảo thứ 6 [1054], nhà Vua mất tại điện Trường Xuân, miếu hiệu là Thái Tông, nhân dịp đổi quốc hiệu là Đại Việt:

"*Năm Sùng Hưng Đại Bảo thứ 6* [1054], *Mùa đông, tháng 10, ngày mồng một, vua băng ở điện Trường Xuân. Thái tử lên ngôi ở trước linh cữu; đổi niên hiệu là Long Thụy Thái Bình năm thứ 1. Truy tôn tên thụy cho Đại Hành Hoàng Đế, miếu hiệu là Thái Tông, mẹ họ Mai làm Kim Thiên Hoàng Thái Hậu. Đặt quốc hiệu là Đại Việt. Ban quan tước cho các bề tôi cũ ở Đông cung theo thứ bậc khác nhau.*" **Toàn Thư**, Bản Kỷ, quyển 2.

Chú thích:

27. Quế Châu, Nghi châu, vị trí đều thuộc miền bắc tỉnh Quảng Tây, Quế Châu tức Quế Lâm thị hiện nay.

28. Trường Biên, quyển 349 chép " thời Trị Bình [1064-1067] Nùng Trí Hội đem động Vật Dương qui phụ, ban tên là Qui Hóa châu", nay thuộc Tĩnh Tây thị [Jingxi], Quảng Tây.

29. Động La Hồi: tiếp giáp phía nam châu Quảng Nguyên; sông Tả Giang phát nguyên từ Cao Bằng, chảy qua biên giới vào lãnh thổ động La Hồi.

30. Nước Đại Lý: một nước ở vùng Vân Nam, Trung Quốc, trên địa bàn của nước Nam Chiếu đời Đường, cư dân chủ yếu là người Di, mà thư tịch cổ Trung Quốc thường chép là người Thoán, Bặc.

31. Cửu phẩm: quan lại thời xưa chia làm 9 cấp; cấp thấp nhất là cửu phẩm, cao nhất là nhất phẩm.

32. Phan: loại cờ có lụa rủ xuống.

33. **Hình Thư**: Theo **Đại Việt Thông Sử** của Lê Quí Đôn, bộ **Hình Thư** gồm 3 quyển, nay đã thất truyền.

12.
Lý Thái Tông (3)

Nùng Trí Cao đánh Tống:[1052]

A. Cuộc trường chinh từ Ung châu đến Quảng châu

Năm 1048 Nùng Trí Cao giao tranh với quân nhà Lý bất lợi, bèn xin hàng để củng cố nội bộ; rồi quay sang gây hấn với Trung Quốc. Cuộc chiến tuy châm ngòi vào năm 1049, nhưng sau đó tạm hòa; để rồi bùng nổ khốc liệt trong năm 1052. Trong vòng 1 năm, đạo quân bách chiến bách thắng của Nùng Trí Cao, lần lượt chiếm từng thành từ Ung châu [Nam Ninh] đến Quảng Châu; rồi lại quay trở về Ung châu, cuối cùng bị tiêu diệt bởi kỵ binh của Địch Thanh tại Qui Nhân Phố. **Tục Tư Trị Thông Giám Trường Biên** của Lý Đào, chép về cuộc chiến khởi sự như sau:

"***Trường Biên**, quyển 167. Năm Hoàng Hựu thứ nhất* [1049]

Ngày Ất Tỵ tháng 9 [14/10/1049], *Chuyển vận ty Quảng Nam Tây Lộ báo man Quảng Nguyên cướp phá Ung Châu; chiếu ban cho các lộ Giang Nam* [tỉnh Giang Tây], *Phúc Kiến phát binh phòng bị.*

Châu Quảng Nguyên vị trí tại phía tây nam Ung Châu, thượng nguồn sông Uất (1), đất hiểm trở, sản xuất vàng, chu sa, sống cư tụ. Dân búi tóc phía bên trái, thiện chiến, coi thường cái chết, ham làm loạn. Tổ tiên họ Vi, họ Hoàng, họ Chu, họ Nùng làm thủ lãnh, tranh nhau cướp phá; Kinh lược sứ đời Đường Từ Thân Hậu chiêu phủ. Họ Hoàng nạp chức cống, nên 13 bộ, 29 châu đều yên định. Từ khi man Giao Chỉ chiếm cứ An Nam (2), châu Quảng

Nguyên tuy do Ung Châu ràng buộc ky my, nhưng kỳ thực phục dịch Giao Chỉ.

Trước kia có Nùng Toàn Phúc giữ chức Tri châu Thảng Do (3), em là Tồn Lục Tri châu Vạn Nhai (4), em vợ Toàn Phúc là Nùng Đương Đạo Tri châu Vũ Lặc. Một hôm Toàn Phúc giết Tồn Lục, Đương Đạo, thôn tính đất đai. Giao Chỉ giận, mang binh bắt Toàn Phúc, cùng con là Trí Thông mang về. Vợ là A Nùng vốn người châu Vũ Lặc, Tả Giang; A Nùng rời đến châu Thảng Do, Toàn Phúc lấy làm vợ. Khi Toàn Phúc bị bắt, A Nùng bèn lấy thương nhân, sinh ra Trí Cao. Lúc Trí Cao 13 tuổi, giết người cha thương nhân, và bảo rằng:

'Trong thiên hạ há lại có người 2 cha!'

Nhân mạo họ là Nùng, cùng mẹ đến ở động Lôi Hỏa (5); người mẹ lại lấy Nùng Hạ Khanh, người đạo Đặc Ma. Lâu sau đó, Trí Cao lại cùng người mẹ đến chiếm châu Thảng Do, lập nước gọi là Đại Lịch. Giao Chỉ lại chiếm châu Thảng Do, bắt Trí Cao, rồi tha, cho làm Tri châu Quảng Nguyên. Lại lấy động Lôi Hỏa, 4 động Tần Ba, cùng châu Tư Lang (6) cho phụ thêm. Nhưng trong lòng oán Giao Chỉ, 4 năm sau bèn chiếm châu An Đức, tiếm xưng là nước Nam Thiên,cải niên hiệu Cảnh Thụy; rồi xin nội phụ triều Tống, nhưng chưa được, bèn bắt đầu cướp phá."

(乙巳，廣南西路轉運司言廣源州蠻寇邕州，詔江南、福建等路發兵備之。廣源州在邕州西南鬱江之源，地峭絕深阻，產黃金、丹砂，頗有邑居聚落。俗椎髻左衽，善戰鬥，輕死好亂。其先韋氏、黃氏、周氏、儂氏為酋領，互相劫掠，唐邕管經略使徐申厚撫之。黃氏納職貢，而十三部二十九州之蠻皆定。自交趾蠻據有安南，而廣源雖號邕管西羈縻州，其實服役於交趾。初，有儂全福者知儻猶州，其弟存祿知萬涯州，全福妻弟儂當道知武勒州。一日，全福殺存祿、當道，并有其地。交趾怒，舉兵擄全福及其子智聰以歸。其妻阿儂，本左江武勒族也，按宋史蠻貊傳及王惟儉宋史記，俱作左江，原本作佐江，誤，今改正。轉至儻猶州，全福納之。全福見擄，阿儂遂嫁商人，生子名智高。智高生十三年，殺其父商人，曰：「天下豈有二父耶？」因冒姓儂，與其母奔雷火洞，其母又嫁特磨道儂夏卿。久之，智高復與其母出據儻猶州，建國曰大曆。交趾復拔儻猶州，執智高，釋其罪，使知廣源州。又以雷火、頻婆四洞案宋史蠻貊傳及王惟儉宋史記，皆作頻婆，原本作平婆，誤。今改正。及思浪州附益之。然內怨交趾，居四年，遂襲據安德州，僭稱南天國，改年景瑞。求內附，未即得，於是始入寇。)

Trong trận đánh đầu tiên với quân Tống, quân Nùng Trí Cao bắt được viên Chỉ sử Ung châu Nguyên Bân; viên này khuyên Nùng Trí Cao nên theo Trung Quốc. Trí Cao bèn dâng biểu xin cống, nhưng triều Tống cho rằng đất Quảng Nguyên vốn thuộc nước Đại Cồ Việt, nên từ chối:

"***Trường Biên**, quyển 170. Năm Hoàng Hựu thứ 3* [1051]

Ngày Ất Dậu tháng 2 [18/3/1051], *Chuyển vận ty Quảng Nam Tây Lộ tâu Nùng Trí Cao, man châu Quảng Nguyên xin nội thuộc. Chiếu ban Chuyển vận sứ, cùng Đề điểm hình ngục lộ này, Ty kiềm hạt, tâu trình đầy đủ những điều lợi hại.*

Trước đó Giao Chỉ phát binh đánh Trí Cao, nhưng không dẹp được. Bấy giờ Chuyển vận sứ Tiêu Cố người đất Tân Dụ [thuộc Giang Tây] *sai Chỉ sử Ung Châu Nguyên Bân thám thính; nhưng Bân tự tiện đánh Trí Cao, nên bị bắt. Bị thẩm vấn tin tức về Trung Quốc, Bân trình bày đại lược và khuyên Trí Cao nội phụ. Bèn tha cho Bân về, rồi dâng biểu xin hàng năm cống sản vật địa phương. Triều đình cho rằng Quảng Nguyên lệ thuộc Giao Chỉ, nên chưa chấp thuận. Tiêu Cố tâu:*

'Người man thấy lợi thì động tâm, tất giữ cái chiếm được, thần không thể làm gì hơn. Nhưng xem ra hiện tại, Trung Quốc chưa thể gây sự với bọn man; đối với bọn Trí Cao nên chiêu phủ mà thôi. Vả lại tài năng về vũ lực, Giao Chỉ không thể tranh đấu chế ngự được. Cho dù chúng tranh nhau, thì ta cũng yên bình vô sự thôi.'

Cuối cùng triều đình không nghe lời Cố. Những lời Tiêu Cố, lấy từ mộ bia Vương An Thạch."

(乙酉，廣南西路轉運司【二】言，廣源州蠻儂智高請內屬，詔轉運使與本路提點刑獄、鈐轄司具利害以聞。

初，交趾發兵討智高，不克，轉運使新喻蕭固遣邕州指使亓贇往刺候，而贇擅發兵攻智高，為所執。因問中國虛實，贇頗為陳大略，說智高內屬。乃遣贇還，奉表請歲貢方物。朝廷以其役屬交趾，未聽也。固言智高必為南方患，願賜一官以撫之，且使抗交趾。詔問固能保交趾不爭智高，智高終不內寇，則具以聞。固言：「蠻人見利則動，必保其往，非臣所能。顧今中國勢未可以有事於蠻方，如智高者，宜撫之而已。且智高才武強力，非交趾所能爭而畜也。就其能爭，則蠻人方自相攻，吾乃得以閒而無事矣。」朝廷訖不從固言。蕭固云云，據王安石墓誌增入。)

Nùng Trí Cao dâng biểu hiến voi và vàng, Vua Tống Nhân Tông sai viên Chuyển vận sứ Quảng Tây cho biết trong trường hợp đưa đồ cống gộp với Sứ thần nhà Lý thì chấp thuận, nhưng Trí Cao không tuân:

"***Trường Biên**, ngày Qui Dậu tháng 3* [5/5/1051], *Chuyển vận ty Quảng Nam Tây Lộ tâu rằng Nùng Trí Cao dâng biểu hiến voi thuần, cùng vàng bạc các loại sống và luyện* (7). *Chiếu ban Chuyển vận sứ và Kiềm hạt ty cho dừng lại; và lấy tư cách Ty chuyển vận đáp rằng châu Quảng Nguyên lệ thuộc vào Giao Chỉ, nếu đưa gộp với nước này cùng tiến phụng thì chấp nhận.*"

(癸酉，廣南西路轉運司言儂智高奉表獻馴象及生熟金銀。詔轉運鈐轄司止作本司意答以廣源州本隸交趾，若與其國同進奉，即許之。)

Bấy giờ Trí Cao giận vì bị khước từ, lại có 2 viên Tiến sĩ Trung Quốc bất mãn với triều Tống đến kết đảng xúi dục, nên quyết định tập kích trại Hoành Sơn, vị trí bên dòng sông Hữu Giang cách thành Ung châu [Nam Ninh, Nanning, Quảng Tây] khoảng 20km về phía tây:

"***Trường Biên**, quyển 172. Năm Hoàng Hựu thứ 4* [1052]

Ngày Bính Tuất tháng 4 [12/5/1052], *trước đó Nùng Trí Cao cống sản vật địa phương xin nội thuộc, bị triều đình khước từ. Sau đó dâng thư viết trên vàng lá, Tri Ung Châu Trần Cung tâu lên, nhưng không được trả lời. Trí Cao đã xin không được, lại cừu địch với Giao Chỉ, bèn dựa vào lợi thế sông núi đất Quảng Nguyên, chiêu tập những thành phần vong mệnh. Mấy lần mang y phục cũ xin đổi gạo ăn, nói dối rằng dân trong động đói, bộ lạc ly tán; Ung Châu tin rằng chúng yếu nhược, nên không phòng bị. Bèn cùng với các viên Tiến sĩ đất Quảng Châu [Quảng Đông] Hoàng Vi, Hoàng Sư Mật; cùng đồng đảng Nùng Kiến Hầu, Nùng Chí Trung, ngày đêm mưu vào cướp phá. Một buổi chiều, đốt sạch sào huyệt, lừa dối bảo bộ hạ rằng:*

'Từ lâu nay tích tụ, nay thiên tai thiêu hủy, không còn gì để sống, kế cùng rồi. Cần phải đánh Ung Châu, chiếm cứ Quảng Châu làm Vương; nếu không thì chết.'

Vào ngày này, mang 5.000 quân xuôi dòng sông Uất tiến sang phía đông, đánh chiếm trại Hoành Sơn (8). *Trại chủ Hữu thị cấm Trương Nhật Tân, Ung Châu Đô tuần kiểm tả ban điện trực Cao Sĩ An, Khâm Hoành châu đồng tuần kiểm hữu ban điện trực Ngô Hương đều tử trận."*

(初，儂智高貢方物，求內屬，朝廷拒之。後復貢金函書以請，知邕州陳珙上聞，亦不報。智高既不得請，又與交趾為仇，且擅廣源山澤之利，遂招納亡命，數出弊衣易穀食，紿言峒中饑，部落離散，邕州信其微弱，不設備也。乃與廣州進士黃瑋、黃師宓及其黨儂建侯、儂志中等案宋史作儂志忠。日夜謀入寇。一夕，焚其巢穴，紿其眾曰：「平生積聚，今為天火所災，無以為生，計窮矣。當拔邕州，據廣州以自王，否則必死。」是日【三二】，率眾五千沿鬱江東下，攻破橫山寨，寨主右侍禁張日新，邕州都巡檢、左班殿直高士安，欽橫州同巡檢、右班殿直吳香死之。)

Sau khi chiếm Hoành Sơn, vào 19 ngày sau chiếm nốt Ung châu [Nam Ninh]; nếu trừ hao thời gian di chuyển, việc đánh hạ thành tương đối nhanh. Ung châu là thành lớn, ắt phải có quân phòng thủ bên ngoài; do bởi quân Trí Cao với đồng phục màu ráng, trông dữ tợn, với chiến thuật một tay cầm thuẫn che ngực, một tay cầm gươm đao đâm chém, nên tên bắn vô sự, xông lên như một bức thành di động nên khí thế rất mạnh; riêng quân Tống yếu nhược, thiếu tinh thần, khiến mau tan rã. Thành bị hãm, trong lúc viên Chủ soái Trần Cung còn đang mở tiệc mừng đạo quân mới đến tăng viện:

"***Trường Biên**, quyển 172. Ngày mồng một Ất Tỵ tháng 5* [31/5/1052]. *Nùng Trí Cao đánh chiếm Ung Châu, bắt Tri châu*

Bắc tác phòng sứ Trần Cung, Thông phán điện trung thừa Vương Càn Hữu, Quảng Tây đô giám Trương Lập.

Trước đó giặc vây thành, Cung ra lệnh cho Càn Hữu giữ cửa Lai Viễn; Quyền đô giám tam ban phụng chức Lý Túc giữ cửa Đại An, Chỉ sứ Vũ Cát giữ cửa Triều Thiên. Trương Lập từ Tân Châu (9) đến tăng viện; khi mới đến, Cung cho khao quân tại trên thành, lúc đang uống rượu thì thành phá. Cung, Lập, Càn Hữu, cùng Tiết độ suy quan Trần Phụ Nghiêu, Quan sát suy quan Đường Giám, Ty hộ tham quân Khổng Tông Đán đều bị bắt, quân tử trận 1.000 người. Trí Cao duyệt kho quân tư, bắt được thư dát vàng gửi cho triều đình, tức giận bảo Cung rằng:

'Ta xin nội thuộc, muốn một chức quan để cai trị các bộ lạc, người không đưa lên là tại sao?'

Cung đáp, đã từng tâu nhưng triều đình không trả lời; Cao đòi xem bản thảo tờ tâu nhưng không thấy, bèn dắt Cung ra ngoài. Cung mắt đau, không thấy gì, kinh hoảng hô "Vạn tuế" mong được tha, nhưng vẫn bị giết. Rồi lại giết hại luôn bọn Lập, Càn Hữu, Phụ Nghiêu, Giám, Tông Lập. Lập bị hành hình, chửi to không khuất phục; hơn tháng sau, tìm được thi thể, trông như còn sống. Còn Lý Túc, Vũ Cát, Vũ Duyên Lệnh, Mai Vi Chi, Chỉ sứ Tô Tòng vốn quen với giặc Hoàng Sư Mật, nên được miễn. Lúc Trí Cao chưa làm phản, có bạch khí bay lên giữa sân Ung Châu, nước sông dâng lên; Tông Đán cho rằng có điềm về việc binh, đoán rằng Trí Cao sẽ làm phản, bèn gửi thư cho Cung, nhưng Cung không nghe. Tông Đán tiếp tục báo động, Cung giận, trách rằng:

'Ty hộ điên ư!'

Đến lúc Trí Cao phá trại Hoành Sơn, Đán bèn cho gia đình di tản đến Quế Châu [Quế Lâm thị, Quảng Tây] *và bảo rằng:*

"Ta có việc quan không đi được, không có nhiệm vụ thì đừng chết theo."

Giặc bắt Tông Đán, muốn giao việc cho, Tông Đán chửi rồi bị giết. Tông Đán người đất Lỗ [tây nam tỉnh Sơn Đông], *trước kia làm quan tại Đông Kinh, cùng với bọn Lý Đạo, Từ Trình,*

Thượng Đồng 4 người làm tai mắt cho Giám ty, bị nhiều người ghét; nhưng giữ tiết được như vậy.

Sau khi Trí Cao chiếm được Ung Châu, lập nước ngụy Đại Nam, tiếm hiệu là Nhân Huệ Hoàng đế, cải niên hiệu Khải Lịch, tuyên bố xá tội; bọn Sư Mật trở xuống đều được chức quan giống như Trung Quốc."

(五月乙巳朔，儂智高破邕州，執知州、北作坊使陳珙，通判、殿中丞王乾祐，廣西都監、六宅使張立。

初，賊圍城，珙令乾祐守來遠門，權都監、三班奉職李肅守大安門，指使武吉守朝天門。張立自賓州來援，既入，珙犒軍城上，酒行而城破。珙、立、乾祐及節度推官陳輔堯、觀察推官唐鑑、司戶參軍孔宗旦皆被執，兵死者千餘人。智高閱軍資庫，得所上金函，怒謂珙曰：「我請內屬，求一官以統攝諸部，汝不以聞，何也？」珙對嘗奏不報，索奏草，不獲，遂扶珙出。珙病目，不能視，惶恐呼萬歲，求自效，不聽，并立、乾祐、輔堯、鑑、宗旦害之。立臨刑，大罵不為屈，逾月，得其尸，面如生【三三】。而李肅、武吉、武緣令梅微之、支使蘇從與賊黃師宓有舊，獲免。當智高未反時，邕州有白氣出庭中，江水溢，宗旦以為兵象，度智高必反，以書告珙，珙不聽，宗旦言不已，珙怒，詆之曰：「司戶狂耶！」及智高破橫山寨，即載其親桂州，曰：「吾有官守，不得去，無為俱死也。」既而賊執宗旦，欲任以事，宗旦叱賊，且大罵，遂被害。宗旦，魯人，始官京東，與李道、徐程、尚同等四人為監司耳目，號為「四〈目掌〉」【三四】，人多惡之，然其立節乃如此.

智高既得邕州，即偽建大南國，僭號仁惠皇帝，改年啟曆，赦境內，師宓以下皆稱中國官名。)

Sau khi chiếm xong thành Ung châu, quân Trí Cao dùng thuyền xuôi dòng sông Uất, kế tiếp sông Tây Giang, thủy trình trên 500 km xuống tận Quảng châu [Guangzhou, Quảng Đông]; liên tục đánh phá 9 châu: Hoành, Quí, Cung, Tầm, Đằng, Ngô, Phong, Khang, Đoan trong vòng hơn 1 tháng; có thể gọi đây là một cuộc hành quân lướt gió, nhánh chóng như qua chỗ không người. Sử liệu cung cấp chi tiết như sau:

-"***Trường Biên**, quyển 172, ngày Quí Sửu tháng 5* [8/6/1052]. *Nùng Trí Cao chiếm Hoành Châu* [huyện Hoành tỉnh Quảng

Tây], *Tri châu Điện trung thừa Trương Trọng Hồi, Giám áp đông đầu cung phụng quan Vương Nhật Dụng đều bỏ thành.*"

(癸丑，儂智高入橫州，知州殿中丞張仲回、監押東頭供奉官王日用棄城。)

-"***Trường Biên**, quyển 172, ngày Bính Thìn* [11/6/1052], *vào chiếm Quí Châu* [huyện Quí tỉnh Quảng Tây]; *Tri châu Bí thư thừa Lý Cư bỏ thành.*"

(丙辰，入貴州，按原本作「費州」。考宋史地里志廣南西路無費州，乃「貴」字之誤，今改正。知州、祕書丞李琚棄城。)

-"***Trường Biên**, quyển 172, ngày Canh Thân* [15/6/1052], vào Cung Châu [huyện Bình Nam tỉnh Quảng Tây], *Tri châu Điện trung thừa Trương Tự bỏ thành.*"

(庚申，入龔州，知州、殿中丞張序棄城)

-"***Trường Biên**, quyển 172, ngày Tân Dậu* [16/6/1052], *vào Đằng Châu* [huyện Đằng, tỉnh Quảng Tây], *rồi vào Ngô Châu* [Ngô Châu Thị, tỉnh Quảng Tây], *Phong Châu* [Phong Khai, tỉnh Quảng Tây]. *Tri Đằng Châu Thái tử trung xá Lý Thực, Tri Ngô Châu Bí thư thừa Giang Tư đều bỏ thành.*

Tri Phong Châu Thái tử trung xá Tào Cận chết. Người dân Phong Châu chưa từng biết việc binh; quân lính chỉ có 100 người không quen chiến trận, không có thành quách để phòng thủ. Có kẻ khuyên Tào Cận nên tránh giặc; Cận nghiêm mặt bảo:

"Ta là quan giữ lãnh thổ, chỉ biết chết mà thôi, ai bảo tránh giặc sẽ chém."

Rồi ra lệnh Đô giám Trần Hoa mang quân đánh giặc, viên Lệnh Phong Châu đốc suất dân đinh cùng lính bắn cung kế tục tiến. Giặc đông đến hàng trăm lần, quân Hoa thua chạy, dân đinh cũng tan, Cận đốc suất tùy tòng đánh nhưng thua rồi bị bắt. Giặc không giết, nắm đầu bắt bái rồi dụ dỗ:

"Theo ta, sẽ được chức quan tốt, cho cầm quân, tìm gái gả cho."

Cận không chịu bái, mắng lại rằng :

"Làm bầy tôi chỉ hướng về phương bắc bái Thiên tử, ta há lại theo người để sống cẩu thả ư; mong các người mau giết ta."

Giặc còn tiếc chưa giết, bèn đưa xuống thuyền. Cận không ăn trong 2 ngày, rồi lấy ấn chương dấu trong túi giao cho viên lính hầu và dặn:

"Ta sẽ chết, hãy tìm đường tắt đưa vật này dâng lên quan."

Giặc biết rằng Cận không muốn hàng, bèn giết; cho đến lúc gần chết vẫn chửi không ngừng. Rồi giặc ném thây xuống sông; Cận mất năm 35 tuổi."

(辛酉，入藤州；又入梧州、封州，知藤州、太子中舍李植，知梧州、祕書丞江鎡，並棄城。知封州、太子中舍曹覲死之。封州人未嘗知兵，士卒才百人，不任鬥，又無城隍以守，或勸覲避賊，覲正色叱之曰：「吾守臣也【四一】，有死而已，敢言避賊者斬。」麾都監陳曄引兵迎擊賊，封川令率鄉丁、弓手繼進【四二】。賊眾數百倍，曄兵敗走，鄉丁亦潰，覲率從卒決戰不勝，被執。賊戒勿殺，捽使拜，且誘之曰：「從我，得美官，付汝兵柄【四三】，以女妻汝。」覲不肯拜，且罵曰：「人臣惟北面拜天子，我豈從爾苟生耶！幸速殺我。」賊猶惜不殺，徙置舟中。覲不食者兩日，探懷中印章授其從卒曰：「我且死，若求間道以此上官。」賊知其無降意，害之，至死罵賊聲不絕。投其尸於江，時年三十五。)

-"***Trường Biên****, quyển 172, ngày Nhâm Tuất [17/6/1052], quân Trí Cao vào đánh Khang Châu; viên Tri châu Thái tử hữu tán thiện đại phu Triệu Sư Đán, Giám áp hữu ban điện trực Mã Quí đều chết. Sư Đán là cháu Sư Tích.*

Sau khi giặc đánh phá Ung Châu bèn xuôi dòng sông sang phía đông, Sư Đán sai người trinh sát giặc, khi họ trở về báo rằng:

"Các châu phòng thủ đều bỏ thành chạy."

Sư Đán la lên:

"Ngươi lại muốn ta bỏ chạy ư!"

Bèn cho làm cuộc lục soát lớn, bắt được 3 điệp viên, đem ra chém để răn. Nhưng giặc kéo đến đầy thành, Sư Đán chỉ có 300 quân, vẫn mở cửa nghênh chiến, giết được mấy chục tên. Đến chiều, áp lực quân giặc hơi giảm; Sư Đán sai vợ mang con đi trốn cùng mang ấn tín theo và bảo rằng:

"Hôm sau đại quân giặc sẽ đến, ta biết rằng không địch nổi, nhưng không thể trốn; nàng ở lại đây chết, vô ích."

Bèn cùng với quân lính dưới quyền Mã Quí cố thủ thành. Sư Đán bảo Quí đi ăn, Quí không ăn nổi; một mình Đán ăn no như bình thường; đêm Quí nằm không yên chiếu, riêng Đán ngáy như sấm. Đến sáng, giặc đánh thành gấp; kẻ xung quanh khuyên nên tránh né; Sư Đán nói:

"Bị giặc giết, hoặc đánh giặc chết, cái nào hơn!"

Quân lính đều bảo:

"Nguyện vì nước tử chiến."

Cho đến lúc thành bị phá, không một ai trốn. Tên hết, Đán cùng Quí quay trở về ngồi tại công đường. Trí Cao điều binh la hét, tranh vào uy hiếp, Sư Đán chửi lớn:

"Bọn man liêu đói! Triều đình có gì phụ bạc các người đâu, lại dám làm phản? Khi Thiên tử phạt một đạo binh đến, thì bọn người không còn!"

Trí Cao giận, bắt giết Đán cùng Quí."

(壬戌，智高入康州，知州太子右贊善大夫趙師旦、監押右班殿直馬貴死之。師旦，稹從子也。賊既破邕州，順流東下，師旦使人覘賊，還報曰：「諸州守皆棄城走矣。」師旦叱曰：「汝亦欲吾走耶！」乃大索，得諜者三人，斬以徇。而賊已薄城下，師旦止有兵三百，開門迎戰，殺數十人。會暮，賊稍卻，師旦語其妻，取州印佩之，使負其子以匿，曰：「明日賊必大至，吾知不敵，然不可以去，爾留死，無益也。」遂與貴部士卒固守城。召貴食，貴不能食，師旦獨飽如平時。至夜，貴臥不安席，師旦即臥內大鼾【四四】。遲明，賊攻城愈急，左右請少避，師旦曰：「戰死與戮死何如？」眾皆曰：「願為國家死。」至城破，無一人逃者。矢盡，與貴俱還，據堂而坐。智高麾兵鼓譟，爭入脅之，師旦大罵曰：「餓獠！朝廷負若何事，乃敢反耶？天子發一校兵，汝無遺類矣。」智高怒，并貴害之。)

-"***Trường Biên****, quyển 172, ngày Quí Hợi* [18/6/1052], *quân Trí Cao vào Đoan Châu* [Triệu Khánh thị, tỉnh Quảng Đông], *viên Tri châu Thái thường bác sĩ Đinh Bảo Thần bỏ thành chạy; Bảo Thần người đất Tấn Lăng* [Thường Châu thị, tỉnh Giang Tô]. *Âu Dương Tu, Vương An Thạch soạn mộ bia cho Bảo Thần đều ghi Bảo Thần từng xuất chiến, đánh bắt được giặc, nhưng cuối cùng không thắng; đó chỉ là những lời văn chương che đậy tội, không đúng sự thực, nên không đưa vào sử."*

(癸亥，智高入端州，知州、太常博士丁寶臣棄城走。寶臣，晉陵人也。歐陽修、王安石作寶臣墓碑，皆稱寶臣嘗出戰，有所斬捕，卒不勝【四五】，乃去。蓋飾說也，今不取)

Sau khi đánh chiếm Đoan Châu, chỉ mấy ngày sau Trí Cao xua quân vây thành Quảng Châu, khiến dân chúng vùng phụ cận thành hoảng hốt, phải đạp nhau tranh vào thành.

Chú thích:

1. Sông Uất: do 2 sông Tả Giang và Hữu Giang hợp lại tại phía tây nam Nam Ninh thị, tỉnh Quảng Tây.

2. Ý chỉ thời Khúc Thừa Dụ dành quyền tự chủ cho nước Việt Nam.

3. Châu Thảng Do: theo sách Độc Sử Phương Dư Kỷ Yếu của Cố Tố Vũ, châu Thảng Do giáp châu Quảng Nguyên.

4. Châu Vạn Nhai: theo **Khâm Định Việt Sử Thông Giám Cương Mục**, Châu Vạn Nhai thuộc tỉnh Thái Nguyên. Xưa gọi là châu Vạn Nhai (nhai là sườn núi); nhà Lý gọi là Vạn Nhai (nhai là bến nước); khi thuộc Minh gọi là Vũ Lễ; nhà Lê gọi là Vũ Nhai, tức là châu Vũ Nhai ngày nay.

5. Động Lôi Hỏa: theo sách Độc Sử Phương Dư Kỷ Yếu của Cố Tố Vũ, động Lôi Hỏa ở phía tây bắc phủ Lạng Sơn, khoảng giữa châu Quảng Nguyên và châu Thảng Do

6. Châu Tư Lang: theo **Khâm Định Việt Sử Thông Giám Cương Mục,** Tư Lang trước thuộc tỉnh Thái Nguyên, bây giờ

thuộc tỉnh Cao Bằng. Nhà Lý gọi là Tư Lang; nhà Trần vẫn theo như trước; khi thuộc Minh chia làm Thượng Tư Lãng và Hạ Tư Lãng; nhà Lê đổi làm Thượng Lang và Hạ Lang, tức là huyện Thượng Lang và huyện Hạ Lang bây giờ.

7. Nguyên văn "sinh thục kim ngân 生熟金銀": sinh kim là loại vàng lấy từ mỏ lên, chưa tôi luyện; thục kim, loại vàng rộng đã qua tôi luyện; sinh ngân là loại bạc lấy từ mỏ lên, chưa tôi luyện; thục ngân loại bạc đã luyện.

8. Trại Hoành Sơn: thuộc huyện Tuyên Hóa, phía tây Ung Châu [Nam Ninh thị, Quảng Tây], khác với huyện Hoành tại phía đông Nam Ninh.

9. Tân Châu: châu tại phía đông bắc Ung Châu, nay gọi là huyện Tân Dương, Quảng Tây.

13.
Lý Thái Tông (4)

Niên hiệu:
Thiên Thành: 1028-1033
Thông Thụy: 1034-1038
Càn Phù Hữu Đạo: 1039-1041
Minh Đạo: 1042-1043
Thiên Cảm Thánh Vũ: 1044-1048
Sùng Hưng Đại Bảo: 1049-1053

Nùng Trí Cao đánh Tống: [1052-1053]

B. Quân Nùng dày xéo Quảng châu.

Đạo quân của Trí Cao tiến rất nhanh, tuy có người báo trước nhưng viên quan giữ thành Quảng châu vẫn không tin đó là sự thực. Đến lúc giặc đến gần chân thành, mới cho dân vào lánh nạn, nên xãy ra cảnh dẫm đạp nhau tại cổng thành có nhiều người chết:

- *"**Trường Biên**, quyển 172, ngày Bính Dần* [21/6/1052], *Nùng Trí Cao bắt đầu vây Quảng Châu. Trước đó 2 ngày, có người đến cáo cấp, Tri châu Trọng Giản cho là dối, bắt bỏ tù; rồi hạ lệnh*:

'Ai nói sàm giặc đến sẽ bị chém.'

Ví lý do đó nên dân không được chuẩn bị. Lúc giặc đến, mới ra lệnh vào thành; dân tranh nhau, dùng tiền của hối lộ để được vào cửa nhanh, đạp chết rất nhiều; số còn lại theo giặc, khiến thế giặc trở nên mạnh hơn."

(丙寅，儂智高圍廣州。前二日，有告急者，知州仲簡以為妄，囚之，下令曰：「有言賊至者斬！」以故民不為備。及賊至，始令民入城，民爭以金貝遺閽者，求先入，踐死者甚眾，餘皆附賊，賊勢益張。)

Tuy lỗi lầm như vậy, nhưng triều đình ở xa chỉ biết thành vẫn giữ vững, cho là công của viên Chỉ huy Trọng Giản, nên phong chức cho y Tri Kinh Nam. Riêng phía ngoài thành, quân triều đình bị Trí Cao đánh thua tại khu bến cảng dành cho người nước ngoài buôn bán gọi là đình Thị Bạc:

"***Trường Biên**, quyển 172, ngày Giáp Thân tháng 6* [9/7/1052], *đổi Tri Quảng Châu Binh bộ lang trung thiên chương các đãi chế Trọng Giản làm Tri Kinh Nam. Triều đình cho rằng Giản có khả năng giữ thành nên mới có lệnh này; không biết rằng dân Quảng Châu oán Giản rất nhiều.*

Cũng ngày này, Đô tuần kiểm Quảng Châu và Đoan Châu, Cao Sĩ Nghiêu đánh Nùng Trí Cao tại đình Thị Bạc [Quảng Châu], *bị thua.*"

(甲申，徙知廣州、兵部郎中、天章閣待制仲簡知荊南。朝廷但以簡能守城，故有是命，不知廣人怨之深也。是日，廣、端都巡檢高士堯擊儂智高於市舶亭，為賊所敗。)

Thực ra thành Quảng châu không bị hãm là do công của viên cựu Chỉ huy Ngụy Quyền; viên này biết lo xa nên đào giếng sẵn trong thành cung cấp đủ nước; lại cho đặt nỗ cứng trên thành, nỗ này bắn rất trúng và mạnh khiến quân Trí Cao tuy che người bằng thuẫn, nhưng cũng có nhiều thương vong:

"***Trường Biên**, quyển 173, ngày Đinh Tỵ tháng 7* [11/8/1052], *trước đây Ngụy Quyền xây thành Quảng Châu, đào giếng chứa nước, chế tạo nỗ lớn để phòng thủ. Đến lúc Nùng Trí Cao đánh thành rất gấp, lại ngăn nước không cho chảy vào; nhưng thành chắc, nước giếng dùng không hết; nỗ bắn thì trúng; trúng nên giao động, thế giặc nao núng...*"

(初，魏瓘築廣州城，鑿井畜水，作大弩為守備。及儂智高攻城甚急，且斷流水【一】，而城堅，井飲不竭，弩發輒中，中輒洞潰，賊勢稍屈。)

Khi triều đình hiểu được sự việc, bèn dùng lại Ngụy Quyền, giao chức Tri Quảng châu:

"***Trường Biên**, quyển 172, ngày Bính Tuất tháng 6* [11/7/1052], *dùng Tri Việt Châu* [tỉnh Quảng Tây] *Cấp sự trung Ngụy Quyền làm Thị lang bộ Công Tập hiền viện học sĩ Tri Quảng Châu. Trước* *đó mệnh Lang trung bộ Công Vương Quì làm Thái thường thiếu khanh Trực chiêu văn quán thay Trọng Giản Tri Quảng Châu. Nhưng quan can gián tâu rằng vùng Lãnh ngoại* [chỉ Quảng Đông, Quảng Tây] *mới dùng binh, Quì không có tài phủ ngự, nên bãi chức; rồi chọn Quyền. Vì từ khi Nùng Trí Cao làm phản, chỗ nào giặc đi qua đều phá, chỉ riêng thành Quảng Châu không đánh được. Triều đình xét lúc Quyền coi thành Quảng Châu, xây dựng phòng thủ thành công, nên tăng tước trật, cấp thêm 5.000 cấm binh, lại cho tiện nghi thi hành sự việc."*

(丙戌，知越州、給事中魏瓘為工部侍郎、集賢院學士、知廣州。初，命工部郎中王逵為太常少卿、直昭文館，代仲簡。而言者以今嶺外方用兵，逵非撫禦才，罷之，遂改命瓘。自儂智高反，所過輒破，獨廣州城守不下。朝廷追論瓘有築城功，既加爵秩，又給禁卒五千使往，且聽以便宜從事。)

Quân triều đình từ châu lân cận đến giải cứu thành Quảng châu cũng bị thảm bại dưới chân thành, cấp chỉ huy đều tử trận:

"***Trường Biên*** *quyển 172, ngày Canh Dần* [15/7/1052], *Đô đại đề cử Quảng Châu, Huệ Châu (1) mang quân đánh giặc. Tây kinh tả tàng khố phó sứ Vũ Nhật Huyên, Tuần kiểm Huệ Châu Tả thị cấm Ngụy Thừa Hiến giao chiến với quân Nùng Trí Cao tại dưới thành Quảng Châu, bị tử trận."*

(庚寅，廣惠等州都大提舉捉賊、西京左藏庫副使武日宣，惠州巡檢、左侍禁魏承憲擊儂智高於廣州城下，死之。)

Nhằm đối phó với tình hình chiến sự, triều đình lập bộ chỉ huy cấp cao, Dư Tĩnh phụ trách lộ Quảng Tây, Dương Điền phụ trách Quảng Đông; sau đó thấy rằng quân Trí Cao cướp phá cả 2 tỉnh, cần thống nhất chỉ huy mới đối phó nổi, nên giao cho Dư Tĩnh tiết chế cả 2 lộ:

"***Trường Biên*** *quyển 173, ngày Bính Ngọ tháng 7* [31/7/1052], *mệnh Tri Quế Châu Dư Tĩnh chế ngự giặc tại Quảng Nam Đông Tây Lộ. Lúc bấy giờ Gián quan Giả Âm tâu:*

Tĩnh và Dương Điền đều được ban tiện nghi hành sự, nếu 2 người ra lệnh không giống nhau, thì kẻ dưới không biết theo ai. Lại nếu Tĩnh chuyên trách Tây lộ, mà giặc hướng về phía đông;

chổ đó Tĩnh không thống trị, thì không có cách gì sai phái quần chúng; như vậy nên cho Tĩnh kinh chế cả 2 lộ.'

Riêng Tĩnh cũng tâu rằng:

'Giặc tại phía đông, mà Thần chỉ có quyền lực tại phía tây, không hợp với chí thần mong ước.'

Thiên tử chấp nhận lời xin, nên mới có lệnh này."

(丙午，命知桂州余靖經制廣南東、西路盜賊。時諫官賈黯言：「靖及楊畋皆許便宜從事，若兩人指蹤不一，則下將無所適從。又靖專制西路，若賊東嚮，則非靖所統，無以使眾。不若併付靖經制兩路。」而靖亦自言賊在東而使臣西，非臣志也。上從其言，故有是命。)

Bấy giờ triều đình nhà Tống cố gắng tỏ ra bớt thụ động, giao cho Tri châu 2 châu lớn Quảng châu, Quế châu kiêm chức Kinh lược An phủ sứ, trực tiếp đôn đốc:

"***Trường Biên*** *quyển 172, ngày Kỷ Sửu* [14/7/1052], *chiếu Tri Quảng Châu, Quế Châu từ nay đều kiêm chức Kinh lược an phủ sứ."*

(己丑，詔知廣州、桂州自今並帶經略安撫使。)

Triều đình bắt đầu ra lệnh hoãn thu thuế tại những nơi bị quân Trí Cao đánh phá:

"***Trường Biên*** *quyển 172, ngày Bính Thân tháng 6* [21/7/1052], *chiếu ban Quảng Nam Đông Lộ* [Quảng Đông], *Tây Lộ* [Quảng Tây], *những vùng bị giặc dày xéo, chưa cho thu thuế mùa hè này."*

(詔廣南東、西路經蠻賊蹂踐處，夏稅未得起催。)

Cho tăng cường hệ thống ngựa trạm giúp cho việc truyền tin và giao thông từ kinh sư đến Lưỡng Quảng mau chóng dễ dàng hơn; điền bổ các quan hữu dụng đến các châu quận từng bị chiếm đóng:

"***Trường Biên*** *quyển 173, ngày Nhâm Tý* [6/8/1052], *chiếu ban viên Thẩm Quan rằng các châu Liên* [Quảng Nam Đông Lộ], *Hạ* [Quảng Nam Tây Lộ], *Đoan* [Quảng Nam Đông Lộ], *Bạch* [Quảng Nam Tây Lộ] *mới đây bị giặc dày xéo, cần chọn quan đứng đầu coi sóc dân.*

Lại ban chiếu từ Quảng Châu đến kinh sư tăng đặt các phố trạm cho ngựa chuyển thư; vẫn ra lệnh 1 viên Đề cử nội thần phụ trách."

(壬子，詔審官院，廣西連、賀、端、白等州，近為蠻賊所踐，宜擇長吏存撫其民。)

Thi hành chính sách bao vây kinh tế, trừng trị nặng kẻ giao dịch buôn bán lương thực với kẻ địch:

"***Trường Biên**, quyển 173, ngày Đinh Tỵ tháng 7* [11/8/1052], *Khu mật viện tâu rằng bọn man tặc và đồ đảng khoảng 2 vạn tên, 1 ngày ăn hết 500 thạch (2) gạo, nếu không có chỗ dựa về lương thực, chúng không thể ở lâu; cần phải cấm đoán giao dịch lương thực nghiêm, coi như ngoài vòng pháp luật. Ngày Tân Dậu* [15/8/1052], *chiếu ban bắt thủ phạm xử chém, tòng phạm đày đi lao thành (3) tại Lãnh Bắc (4); xe, thuyền đều tịch thu sung công.*"

(樞密院言，蠻賊徒黨無慮二萬人，日食米五百石，非有資其糧食者，則勢不可留，須法外禁之。辛酉，詔犯者其首處斬，從者配嶺北牢城，舟車沒官。)

Triều đình treo giải thưởng lớn bằng chức quan tiền bạc cho kẻ bắt được Trí Cao, A Nùng mẹ Trí Cao, cùng viên Tiến sĩ tại Quảng châu làm mưu sĩ Trí Cao:

"***Trường Biên**, quyển 173, ngày Mậu Tý tháng 8* [11/9/1052], *chiếu ban cho vùng Quảng Nam* [Quảng Đông, Quảng Tây], *ai bắt được Nùng Trí Cao được ban chức Chánh thứ sử, thưởng 3.000 quan tiền, 2.000 tấm quyên; bắt mẹ Trí Cao được ban Phó sứ các ty, thưởng tiền 3.000 quan, 2.000 tấm quyên; bắt Hoàng Vi được ban Đông đầu cung phụng quan, 1.000 quan tiền.*"

(詔廣南有捕獲儂智高者，授正刺史，賞錢三千緡、絹二千匹；獲智高母，授諸司副使、錢三千緡、絹二千匹；獲黃師宓、黃瑋授東頭供奉官、錢一千緡。)

Nhờ thành xây chắc, tường hào phòng thủ kiến cố, lương thực nước uống đầy đủ; trên thành đặt nõ cứng có chỗ trú ẩn an toàn gây tổn thất nhiều cho kẻ địch, nên sau nhiều đợt tấn công thất lợi, quân Trí Cao tỏ ra nao núng. Bên ngoài, viên Tri Anh châu Tô Giam tại châu lân cận, mang quân đến cứu, giết cha viên Tiến sĩ Hoàng Sư Mật làm quân sư cho Trí Cao, cùng tìm cách lôi kéo dân chúng từ bỏ hàng ngũ địch. Lại có viên Huyện lệnh Phiên Ngung Tiêu Chú mang quân ra khỏi thành, dùng kế hỏa công thiêu hủy thuyền địch. Do vậy quân Trí Cao vây 57 ngày, rồi biết rằng không lấy được thành, đến ngày 16/8/1052 lại tìm cách quay về Ung châu:

"***Trường Biên*** *quyển 173, ngày Đinh Tỵ tháng 7* [11/8/1052]*, trước đây Ngụy Quyền xây thành Quảng Châu, đào giếng chứa nước, chế tạo nõ lớn để phòng thủ. Đến lúc Nùng Trí Cao đánh thành rất gấp, lại ngăn nước không cho chảy vào; nhưng thành chắc, nước giếng dùng không hết; nõ bắn thì trúng; trúng nên giao động, thế giặc nao núng. Viên Tri Anh Châu* [Anh Đức thị, tỉnh Quảng Đông] *Tô Giam, bắt đầu nghe tin Quảng Châu bị vây, bảo mọi người rằng:*

'Quảng Châu và châu ta gần nhau, nay thành nguy trong sớm tối, mà điềm nhiên không đến cứu là phi nghĩa.'

Bèn chiêu mộ trai tráng hàng vạn người, giao ấn của châu cho Đề điểm hình ngục Bao Kha, trong đêm đi cứu nạn, dừng binh cách Quảng Châu 20 dặm. Hoàng Sư Mật là người Quảng Châu, theo giặc làm minh chủ; Giam bèn bắt trói cha Mật, chém để làm răn; giặc nghe tin sợ táng đởm. Lúc bấy giờ quân vô loại tụ tập cướp phá, Giam bắt được hơn 60 tên, đem chém; chiêu dụ những kẻ bị ăn hiếp trở về với nghề cũ, gồm hơn 6.700 người.

Thành bị vây đã lâu ngày, mấy lần đánh không thắng; giặc bèn tụ tập vài trăm chiếc thuyền đánh gấp phía nam. Có viên huyện lệnh Phiên Ngung tên là Tiêu Chú, người đất Tân Dụ [Nam Xương thị, tỉnh Giang Tây], *từ trong vòng vây vượt ra ngoài, chiêu mộ dân cường tráng ven biển hơn 2.000 người, dùng hải thuyền đánh miền thượng lưu. Khi chưa ra quân, thì trong đêm gió nổi lên, bèn dùng hỏa công đốt thuyền giặc, đại phá khiến thây giặc chất như núi. Lập tức mở cửa huyện, viện binh từ các lộ vào, cùng dân mang rượu, bò, lương thực tiếp tục vào thành; khí thế trong thành phấn khởi, mỗi lần đánh tất thắng, Lại có Chuyển vận sứ Vương Can, mộ dân binh từ bên ngoài vào thành, càng tăng thêm việc phòng bị.*

Giặc vây 57 ngày, rồi biết rằng không lấy được thành, đến ngày Nhâm Tuất [16/8/1052] *bèn bỏ đi."*

(初，魏瓘築廣州城，鑿井畜水，作大弩為守備。及儂智高攻城甚急，且斷流水【一】，而城堅，井飲不竭，弩發輒中，中輒洞潰，賊勢稍屈。知英州晉江蘇緘，始聞廣州被圍，謂其眾曰：「廣與吾州密邇，今城危在旦暮而恬不往救，非義也。」乃蒐募壯勇合數千人，委州印於提點刑獄鮑軻，夜行赴難，去廣二十里駐兵。黃師宓者，廣人也，陷賊中，為謀主，緘使縛其父，斬以徇，賊聞之喪氣。時羣不逞皆旁緣為盜，緘捕得六十餘人，斬之，招懷其驅脅註誤使復故業者，凡六千八百餘人。城被圍日久，戰數不勝。賊方舟數百，急攻南城，番禺縣令蕭注者，新喻人也，先自圍中出，募得海上強壯二千餘人，以海船集上流，未發，會颶風夜起，縱火焚賊船，煙燄屬天，大破之，積尸甲如山。即日發縣門，諸路援兵及民戶牛酒芻糧相繼入城，城中人乃有生意，每戰必勝。而轉運使王罕，亦自外募民兵，遂入城，益修守備。賊知不可拔，圍五十七日，壬戌解去)

Quân Nùng Trí Cao theo đường thủy trở về Ung Châu; tại con sông nhỏ Biên Độ Võng nối liên hai sông Bắc Giang, và Tây Giang bị quân Tô Giam dùng chướng ngại vật chặn sông nên không thể theo đường cũ ngược dòng Tây Giang trở về Ung châu được; khiến Trí Cao phải điều quân ngược dòng Bắc Giang rồi đi vòng sang phía tây. Tại Biên Độ Võng quân triều đình do Hội Trung chỉ huy giao chiến, Hội Trung tử trận:

*"**Trường Biên** quyển 173, ngày Đinh Tỵ tháng 7* [11/8/1052]. *Trước đó, Giam cùng Đô giám Hồng Châu* [Giang Tây] *Thái Bảo Cung dùng 8.000 quân đóng tại Biên Độ Võng, chặn đường về của giặc. Hội Trung từ kinh sư tới, tiến đánh; lúc lâm chiến bảo thuộc hạ rằng:*

'Ta 10 năm về trước chỉ là một chẳng trai tráng kiện, nhờ chiến công mà lên đến chức Đoàn luyện sứ, các người hãy gắng lên.'

Rồi trên lưng ngựa tiên phong, gặp lúc giặc chạy đến, Trung dùng tay bắt 2 chỉ huy giặc; chẳng may ngựa sa vào bùn, không cất bước được, bị giáo đâm chết."

(先是，緘與洪州都監蔡保恭，以兵八千人據邊渡蝄，扼賊歸路，會忠自京師至，奪而將之。臨戰，謂其下曰：「我十年前一健兒，以戰功為團練使，汝曹勉之。」於是不介馬而前。先鋒遇賊奔，忠手拉賊帥二人，馬陷濘，不能奮，遂中標槍死。)

Sáng kiến của viên Tri Anh châu Tô Giam cho lập chướng ngại vật tại Biên Độ Võng để chặn đường về, khiến kẻ địch phải dùng thủy trình theo sông nhỏ đường vòng, gây khó khăn lớn, lại bị tổn thất nhân mạng và mất nhiều tài sản cướp được; Vua Tống Nhân Tông bèn phong cho Giam chức Cung bị khố phó sứ:

"***Trường Biên** quyển 173.Ngày Tân Mão tháng 8* [14/9/1052] *Tri Anh châu Bí thư thừa Tô Giam được ban chức Cung bị khố phó sứ. Trước đó giặc đến vùng Quảng châu, không kịp thi hành thanh dã (5), khiến giặc mặc sức cướp phá. Sau này Giam biết giặc sắp đến, chia quân ngăn tại Biên Độ Võng, chặn đường trở về của giặc bằng cách đặt bè gỗ, đá lớn đến 40 dặm (6). Giặc đến quả nhiên không tiến được, phải đi vòng mấy chục dặm rồi vào sông Sa Đầu Độ từ huyện Thanh Viễn qua phía tây đến Liên châu, Hạ châu để rồi trở về lối cũ. Số tổn thương rất nhiều, Giam lấy được hầu hết đồ vật giặc để lại."*

(知英州、祕書丞蘇緘為供備庫副使.

初，廣州以賊遽至，不及清野，故賊得肆略。後緘知賊將走，分兵邊蝄，扼其歸路，布槎木、巨石幾四十里。賊至，果不能前，遂繚繞數舍，入沙頭渡江，由清遠縣道連、賀州西歸，摧傷者極多，緘盡得賊所略去物。)

Riêng viên Huyện lệnh Tiêu Chú, dùng hỏa công đốt thuyền địch tại Quảng châu cũng được thăng chức Lễ tân phó sứ:

"***Trường Biên** quyển 173. Ngày Đinh Hợi* [10/9/1052], *dùng Tiêu Chú làm Lễ tân phó sứ, vẫn trao quyền điều động tại huyện Phiên Ngung."*

(丁亥，以蕭注為禮賓副使，仍權發遣番禺縣事。)

Đạo quân của Nùng Trí Cao trên đường trở về Ung châu tuy bị ngăn chặn tại Biên Độ Võng phải đi vòng, nhưng không tỏ ra thụ động. Tuy vô học nhưng y đã làm đúng theo binh pháp, chuyển từ thụ động rút lui dễ bị đánh sau lưng, quay sang thế tấn công mạnh, tiêu diệt nhiều tướng lãnh quân lính đối phương, rồi trở về Ung châu một cách an toàn; chi tiết chiến sự xảy ra xin trình bày tại chương sau.

Chú thích:

1. Huệ Châu: thuộc tỉnh Quảng Đông, giáp phía đông Quảng Châu.

2. Thạch: tương đương 120 cân, mỗi cân 16 lượng.

3. Lao thành: thời Tống đặt nơi đày phạm nhân gọi là lao thành.

4. Lãnh Bắc: phía bắc Ngũ Lãnh; tức phía bắc các tỉnh Quảng Đông, Quảng Tây.

5. Thanh dã: thực hiện vườn không, nhà trống; khiến không còn gì để giặc cướp phá.

6. Quân Nùng Trí Cao lúc trở về theo đường cũ ngược sông Tây Giang, nhưng bị lực lượng của Tô Giam cản nên phải dùng sông Bắc Giang ngược lên huyện Thanh Viễn, rồi theo dòng sông nhỏ đánh Liên châu, Hạ châu.

14.
Lý Thái Tông (5)

Niên hiệu:
Thiên Thành: 1028-1033
Thông Thụy: 1034-1038
Càn Phù Hữu Đạo: 1039-1041
Minh Đạo: 1042-1043
Thiên Cảm Thánh Vũ: 1044-1048
Sùng Hưng Đại Bảo: 1049-1053

Nùng Trí Cao đánh Tống:[1052-1053]

Quân Nùng hành quân ngược về Quảng Tây.

Khởi đầu đạo quân Nùng Trí Cao toàn thắng trong cuộc trường chinh từ Hoành Sơn [Ung Châu], xuôi hạ lưu các sông Hữu Giang, Uất, Tây Giang, Châu Giang; cuối cùng bị khựng lại tại thành Quảng châu. Trên đường trở về thành Ung [Nam Ninh] bị quân Tô Giam dùng chướng ngại vật chặn tại Biên Độ Võng phải ngược sông Bắc Giang. Quả thực Trí Cao đúng như ý nghĩa tên gọi, trí óc vượt người thường, từ thế bị động chuyển sang chủ động; trên thuyền ra lệnh ca hát vui mừng, rồi tiếp tục tấn công các châu, huyện; từ Thanh Viễn [Quingyuan], ngược Thiều châu [Shaoguan], theo sông nhỏ hướng tây sang Quảng Nam Tây Lộ [Quảng Tây]; gây tổn thất lớn cho quân dân nhà Tống:

*"**Trường Biên**, quyển 173. Giặc vây 57 ngày, rồi biết rằng không lấy được thành, đến ngày Nhâm Tuất bèn* [16/8/1052] *bỏ đi, theo ngược dòng sông* [Bắc Giang] *đến huyện Thanh Viễn* [Thanh Viễn thị, Quảng Đông], *trên thuyền chở phụ nữ vừa ca hát tiếp tục hành trình. Rồi đánh Hạ Châu* [Hạ Châu thị, Quảng Tây] *nhưng không lấy được. Gặp Đô giám Quảng Đông Trương Trung tại Bạch Điền, Trung bị thua, tự sát. Tuần kiểm Kiền Châu* [Giang Tây] *Đổng Ngọc, Tuần kiểm Khang Châu* [Quảng Đông]*Vương Ý, Tuần kiểm Liên Châu* [Quảng Đông] *Trương Tú, Tuần kiểm Hạ Châu* [Hạ Châu] *Triệu Duẫn Minh, Giám Áp Trương Toàn, Ty lý tham quân Đặng Vãn đều tử trận."*

(賊知不可拔，圍五十七日，壬戌解去，由清遠縣濟江，擁婦女作樂而行。攻賀州，不克。遇廣東都監張忠於白田，忠戰敗被殺。虔州巡檢董玉，康州巡檢王懿，連州巡檢張宿，賀州巡檢趙允明、監押張全、司理參軍鄧冕皆沒。)

Tiếp tục cuộc hành trình, Trí Cao tổ chức cuộc tập kích đêm giết viên Kiềm hạt hống hách kiêu hãnh Tưởng Giai, tại Thái Bình Trường:

*"**Trường Biên**, quyển 173. Ngày Mậu Thân tháng 9* [1/10/1052], *ngày hôm nay Nùng Trí Cao giết Quảng Nam kiềm hạt Tưởng Giai tại Thái Bình Trường* [Hạ châu thị, Hezhou, Quảng Tây], *Trang Thác Phó sứ Hà Tông Cổ, Hữu thị cấm Trương Đạt, Tam ban phụng chức Đường Hiện đều tử trận.*

Giai nhận mệnh đi dẹp giặc, đi đường 17 ngày đến chân thành Quảng châu. Lúc vào thành, chưa chào hỏi xong vội bảo Tri châu Trọng Giản rằng:

'Ngươi giữ binh phòng thủ, không đánh giặc, lại cho bộ binh cắt tai dân để lãnh thưởng, tội đáng chém.'

Giản cự rằng:

'Làm sao có việc Đoàn luyện sứ muốn chém quan Thị tòng!'

Giai nói:

"Ta có kiếm chém chư hầu trong tay, Thị tòng không đáng bàn."

Người xung quanh khuyên giải mới dừng. Đến khi giặc rời Quảng châu, Dương Điền ban hịch ra lệnh Giai đốt lương tích trữ, rút về giữ Thiều châu [Thiều Quan thị, Quảng Đông]; *quân đến Hạ châu, giặc tập kích trong đêm, giết Giai. Giai hành động khinh suất, cuối cùng bị bại.*"

(是日，儂智高殺廣南鈐轄蔣偕於賀州太平場，莊宅副使何宗古、右侍禁張達、三班奉職唐峴皆沒。偕始受命討蠻賊，馳驛十七日，至廣州城下，入城，揖州官未定，數知州仲簡曰：「君留兵自守，不襲賊，又縱部兵馘平民以幸賞，可斬也！」簡曰：「安有團練使欲斬侍從官」偕曰：「斬諸侯劍在吾手，何論侍從！」左右解之，乃止。及賊去廣州，楊畋檄偕焚儲糧，退保韶州。軍次賀州，賊夜入其營，襲殺之。偕舉動輕肆，卒坐此敗。)

Tiếp tục cuộc xâm lăng, Trí Cao xua quân đánh phá vùng tây bắc tỉnh Quảng Tây, viên Tuần kiểm vùng Quế Lâm, Liễu châu tử trận:

"*Ngày Giáp Dần* [7/10/1052], *Quế Nghi Liễu châu Tuần kiểm Tam ban tá chức Lý Quí đánh Nùng Trí Cao tại động Long Tụ, bị thua tử trận.*"

(甲寅，桂宜柳州巡檢、三班借職李貴，擊儂智高於龍岫峒，兵敗，死之。)

Qua mấy lần tổn thất nặng, triều đình Tống nhận được tin, bèn lập tức giáng chức 2 viên chỉ huy tổng quát Quảng Nam Đông Lộ [Quảng Đông], cùng một số tướng lãnh, tri châu dưới quyền:

"***Trường Biên***, *quyển 173.Ngày Bính Thìn* [9/10/1052], *giáng Quảng Nam Đông Tây Lộ Thể lượng an phủ kinh chế tặc đạo, Khởi cư xá nhân, Trực sử quán đồng tri gián viện Dương Điền làm Tri Ngạc châu lạc tri gián viện; Đồng thể lượng an phủ kinh chế tặc đạo, Tây thượng hạp môn phó sứ Tào Tu làm Đô giám Kinh Nam; Quảng Nam đông lộ kiềm hạt kiêm tróc sát man tặc doanh uyển sứ, Thiều châu Đoàn luyện sứ Tưởng Giai làm Đô giám Đàm châu.*

Lúc đầu Điền và Tu nghe tin quân Trí Cao di chuyển đến sông Sa Đầu, sắp vượt sông, bèn ra lệnh Giai bỏ Anh châu, đốt lương thảo; cùng lệnh Nội điện thừa chế Ngột Bân, Sầm Tông Mẫn, Tây đầu cung phụng quan hạp môn chi hầu Vương Tòng Chính rút lui giữ Thiều châu; gửi văn thư cho Ngự sử đài cùng Gián Viện biết; vì vậy nên đều bị trách phạt. Lúc này Giai tử trận đã qua 9 ngày. Tòng Chí người phủ Khai Phong.

Cung bị khố phó sứ Tô Giam, Lễ tân phó sứ Tiêu Chú đều được làm Đô giám Quảng Nam Đông Lộ kiêm Quản câu tặc đạo sự 2 lộ Đông Tây."

(丙辰，降廣南東西路體量安撫經制賊盜、起居舍人、直史館、同知諫院楊畋知鄂州，落知諫院；同體量安撫經制賊盜、西上閤門副使曹修為荊南都監；廣南東路鈐轄兼捉殺蠻賊、宮苑使、韶州團練使蔣偕為潭州都監。初，畋與修聞智高徙軍沙頭，將濟江，即命偕棄英州，焚儲糧，及召內殿承制亓贇岑宗閔、西頭供奉官閤門祗候王從政退保韶州，仍移文御史臺及諫院，故并責之。時偕死既九日矣。從政，開封人也。供備庫副使蘇緘、禮賓副使蕭注，並為廣南東路都監兼管勾東西兩路賊盜事。)

Viên Tri Quế châu Dư Tĩnh [Quế Lâm, Quảng Tây] được chỉ định kiêm luôn chức Đề cử Quảng Nam Đông Lộ [Quảng Đông] để thay thế các viên Đồng thể lượng kinh chế đạo tặc Quảng Nam Đông Tây lộ là Dương Điền, Tào Tu, đã bị giảng chức:

"***Trường Biên**, quyển 173. Ngày Đinh Tỵ* [10/10/1052], *mệnh Tri Quế châu Dư Tĩnh làm Đề cử Quảng Nam Đông Lộ* [Quảng Đông] *binh giáp. Xét* ***Tống Sử*** *chép làm Đề cử Quảng Nam binh giáp, kinh chế đạo tặc."*

(丁巳，命知桂州余靖提舉廣南東路兵甲按宋史作提舉廣南兵甲。經制賊盜【一七】。)

Tiếp tục cuộc càn quét, tại Chiêu châu [Zhaozhou Mister Garden, Quảng Tây], quân triều đình bị thiệt hại nặng, thành mất, một số võ quan tử trận; sau khi chiến thắng quân Nùng làm cuộc tàn sát dã man những người dân trốn trong hang động:

"***Trường Biên*** *quyển 173. Ngày Canh Thân* [13/10/1052], *Nùng Trí Cao đánh phá Chiêu châu, Tri châu Liễu Ứng Thần bỏ thành. Lạc uyển sứ Quảng Tây kiềm hạt Vương Chính Luân* *giao chiến với giặc tại trạm dịch Quan Môn, tử trận. Đông đầu cung phụng quan, Hạp môn chi hầu Vương Tòng Chính; Tam ban phụng chức Từ Thủ Nhất; Tá chức Văn Hải đều bị giết. Núi trong châu có mấy hang động, có thể chứa vài trăm người; dân chúng thấy giặc đến bèn chui vào trốn, bị giặc đốt chết. Lúc giặc mới bắt Tòng Chính, Chính chửi giặc không ngừng, lại lấy nước sôi tạt vào, bất khuất nên bị giết."*

(庚申，儂智高破昭州，知州柳應辰棄城，洛苑使、廣西鈐轄王正倫與賊鬥於館門驛，死之。東頭供奉官、閤門祗候王從政，三班奉職徐守一，借職文海皆被害。州之山有數穴，可容數百人，民聞賊至，走匿其中，悉為賊所焚。賊始執從政，罵賊不絕口，至以湯沃之，終不屈而死。)

Vào ngày 30/10/1052, đạo quân Nùng Trí Cao đánh chiếm thành Tân Châu, vị trí phía phía đông đông bắc Ung châu [Nam Ninh, Quảng Tây] trên 60 km; viên Tri châu phải bỏ thành chạy:

"***Trường Biên**, quyển 173. Ngày Đinh Sửu tháng 10* [30/10/1052]*, Nùng Trí Cao đánh Tân châu* [huyện Tân Dương, Binyang, Quảng Tây]*; Tri châu Quốc tử giám bác sĩ Trịnh Đông Mỹ bỏ thành trốn."*

(丁丑，儂智高入賓州，知州、國子監博士程東美棄城。)

Mấy tháng trước, sau khi quân Nùng Trí Cao rời Ung châu, xuôi dòng sông đến Quảng châu; triều đình sai viên Tri Nghi châu Tống Khắc Long đến tái chiếm Ung châu và ra lệnh cho viên này chiêu tập quân binh, sửa sang thành trì để phòng thủ:

"***Trường Biên**, quyển 173. Ngày Mậu Tý* [13/7/1052]*, Dùng Tri Nghi Châu Văn tư phó sứ Tống Khắc Long làm Lễ tân sứ Tri Ung Châu. Ban chiếu cho Khắc Long chiêu tập những người lưu vong tản mác, sửa sang lại thành trì, nhằm yên dân."*

((戊子，知宜州、文思副使宋克隆為禮賓使、知邕州。仍詔克隆招輯亡散，繕完城池，以慰安人民。)

Rồi đến ngày 6/11/1052 quân Nùng Trí Cao quay trở lại tái chiếm thành Ung châu [Nam Ninh, Quảng Tây]; viên Tri Ung châu không dám chống cự, bỏ thành trốn. Triều đình nghiêm khắc đàn hặc y không chăm lo việc phòng thủ, lại bắt dân lành vu cho là giặc để lãnh thưởng:

"*Trường Biên* quyển 173, Ngày Giáp Thân [6/11/1052], hôm nay Nùng Trí Cao trở lại chiếm thành Ung Châu [Nam Ninh, Quảng Tây], Tri châu Lễ tân sứ Tống Khắc Long bỏ thành. Triều đình đàn hặc y không chịu chăm sóc việc phòng thủ*

Khắc Long tiếp thu sau khi thành bị giặc dày xéo, không chịu sửa sang chăm lo việc phòng thủ; thả lỏng quân lính đến các sơn trại lân cận, giết những người trốn tránh, trá xưng là bắt được giặc, cứ một đầu người lãnh 1.000 đồng tiền; lại dối trá ban thiếp cho thân binh (1) để thưởng công. Đến lúc giặc tái chiếm, không chống cự, mang quân bỏ trốn."

(是日，儂智高復入邕州，知州、禮賓使宋克隆棄城。克隆承賊踐蹂之後【二○】，不能營葺守備，頗縱士卒下諸山寨【二一】，殺逃民，詐為獲賊，一級賞錢十千，又詐給親兵帖以為嘗有功【二二】。及智高再至，克隆無以禦賊，遂遁去。)

Sau khi trở về thành Ung, Nùng Trí Cao tung tin rằng sẽ quay trở lại đánh chiếm Quảng châu, hàng ngày cho đi tìm gỗ đóng thuyền. Triều đình lo sợ sự việc này xảy ra, bèn ra lệnh cho viên Tri Quảng châu hoãn việc tập thủy chiến, để tu bổ thành trì và hệ thống phòng thủ vững chắc hơn:

"***Trường Biên**, quyển 173. Ngày Canh Ngọ tháng 11 [22/12/1052], chiếu ban Tri Quảng Châu Ngụy Quyền, Chuyển vận sứ Quảng Đông Nguyên Giáng:*

"Phàm việc phòng thủ không được cẩu thả; nếu dân không tạm thời lao khổ, không thể được an nhàn lâu dài. Thành trì tại Quảng Châu cần mộ các hộ giàu có Phiên (2), Hán cùng đinh tráng ra sức tu bổ hoàn thành. Nếu không có kế sách cản địch, chỉ lo tập thủy chiến, giặc đến đánh không được, không phải là sách lược hoàn hảo."

(詔知廣州魏瓘、廣東轉運使元絳：「凡守禦之備，無得苟且為之。若民不暫勞，則不能以久安。其廣州城池，當募蕃漢豪戶及丁壯併力修完。若無捍敵之計，但習水戰，寇至而門，乃非完策。」時儂智高還據邕州，日採木造舟，揚言復趣廣州也。)

Chiến dịch hành quân theo chuổi liên hoàn của Nùng Trí Cao, khởi đầu từ trại Hoành sơn, Ung châu vào ngày 12/5/1052, rồi quay trở lại thành Ung [Nam Ninh] ngày 6/11/1052. Ngót trong vòng ngót nữa năm đoàn quân vượt qua lưu vực hai con sông lớn Tây Giang, Bắc Giang, thuộc 2 tỉnh Quảng Đông, Quảng Tây; chiếm hàng mấy chục phủ huyện thành trì; gây tổn thất lớn cho nhà Tống, không thể bù đắp nổi!

Chú thích:

1. Thân binh: quân thân cận.

2.Phiên: chỉ người ngoại quốc đến Quảng Châu buôn bán.

15.
Lý Thái Tông (6)

Niên hiệu:
Thiên Thành: 1028-1033
Thông Thụy: 1034-1038
Càn Phù Hữu Đạo: 1039-1041
Minh Đạo: 1042-1043
Thiên Cảm Thánh Vũ: 1044-1048
Sùng Hưng Đại Bảo: 1049-1053

Nùng Trí Cao đánh Tống [1052-1053]:

Trí Cao thua trận sau cùng.

Trước tình hình đạo quân Nùng Trí Cao liên tục chiến thắng; nội bộ triều Tống chia làm 2 phe: chủ hòa, và chủ chiến. Phe chủ hòa muốn nhường cho Trí Cao 7 châu tại Quảng Tây, mong rằng sau khi nhận được quan chức, y sẽ tỏ ra hòa hoãn. Phái chủ chiến cho rằng y sẵn có tham vọng nên "được voi đòi tiên"; nếu nhượng bộ vài châu, thế lực mạnh hơn y sẽ tiếp tục ôm mộng xâm lăng, để nuốt chửng Trung Quốc. Triều đình nhận định cách phòng thủ hữu hiệu nhất là tấn công, bèn chọn tướng ra quân, dùng Địch Thanh làm chủ soái, lại theo lời khuyên bãi viên Hoạn quan phụ tá cho Thanh :

"***Trường Biên**, quyển 173. Ngày Quí Hợi tháng 9* [16/10/1052], *Dương Điền, Tào Tu khống chế man tặc không lập được công; bèn sửa mệnh ban cho Tôn Miện, Dư Tĩnh phụ trách. Thiên tử vẫn còn lo lắng, có kẻ nói rằng Trí Cao muốn chiếm được 7 châu tại Ung* [Nam Ninh thị, Quảng Tây] *Quế* [Quế Lâm thị], *lên làm Tiết độ sứ rồi mới chịu hàng. Khu mật phó sứ Lương Thích nói:*

'Nếu chúng chiếm được 2 châu, thì đến lúc triều đình cũng không còn.'

Thiên tử hỏi Tể tướng Bàng Tịch rằng ai có thể làm tướng, Tịch tiến cử Khu mật phó sứ Địch Thanh; Thanh cũng dâng biểu xin đi. Ngày hôm sau vào triều yết, Thanh tự xưng xuất thân từ lính, không đánh nhau thì không có gì để đền ơn nước; nguyện có dưới tay vài trăm kỵ binh phiên, tăng thêm cấm binh, sẽ mang đầu giặc về kinh khuyết. Thiên tử hài lòng vì lời hùng tráng. Ngày Canh Ngọ [23/10/1052], Thanh được cải chức Tuyên huy nam viện sứ Kinh Hồ bắc lộ tuyên phủ sứ Đề cử Quảng Nam Đông Tây lộ kinh chế tặc đạo sự. Lúc đầu muốn dùng hoạn quan Nhập nội đô tri Nhậm Thủ Trung làm phó cho Thanh, sau Gián quan Lý Đoài tâu rằng nhà Đường mất do để cho Hoạn quan coi quân, ảnh hưởng đến chủ tướng, không nên theo; cuối cùng bãi Thủ Trung."

(楊畋、曹修經制蠻事，既無功，改命孫沔及余靖等，上猶以為憂。或言智高欲得邕、桂七州節度使即降，樞密副使梁適曰：「若爾，二廣非朝廷有矣！」上問宰相龐籍誰可將者，籍薦樞密副使狄青，青亦上表請行，翌日入對，自言臣起行伍，非戰伐無以報國，願得蕃落騎數百，益以禁兵，羈賊首至闕下。上壯其言，庚午，改宣徽南院使、荊湖北路宣撫使、提舉廣南東、西路經制賊盜事【一九】。初欲用入內都知任守忠為青副，諫官李兌言，唐失其政，以宦者觀軍容，致主將掣肘，是不足法。遂罷守忠。)

Vua Tống Nhân Tông cho đặt tiệc tiễn biệt tại điện Thùy Củng, lại gửi chiếu thư, ân cần dặn dò Địch Thanh cẩn thận lưu ý về vấn đề an ninh cá nhân:

"***Trường Biên**, quyển 173. Ngày Canh Thìn [2/11/1052], Địch Thanh từ giả kinh đô, đặt tiệc tiễn biệt tại điện Thùy Củng. Thiên tử nói với quan phụ tá rằng:*

'Thanh có uy danh, lúc đến chắc giặc sợ; cần cảnh giác, những kẻ phục dịch xung quanh, nếu không thân cận không được dùng; lúc ăn ngủ nên đề phòng thích khách.'

Nhân sai Sứ giả phi ngựa đến để chuyển lời răn."

(庚辰，狄青辭，置酒垂拱殿。青既行，上謂輔臣曰：「青有威名，賊必畏其來，左右使令，非親信不可，雖飲食臥起，皆宜防竊發。」因馳使以戒之。)

Ngày hôm sau lại gửi tiếp chiếu thư cầm tay, lệnh Địch Thanh khoan hồng cho dân chúng lầm lỗi trong lúc loạn lạc; miễn sưu dịch, cấp tuất cho các nạn nhân chiến tranh. Buổi đầu định cử 1 viên quan văn phụ tá cho Địch Thanh, nhưng thời Tống trọng văn khinh võ, nên Tể tướng Bàng Tịch sợ viên quan văn lắm lời khống chế, bèn xin cho Địch Thanh toàn quyền chỉ huy:

"***Trường Biên***, *quyển 173. Ngày Tân Tỵ* [3/11/1052], *Thiên tử sai Nội thị mang chiếu chỉ chuyển bằng tay cho Địch Thanh như sau:*

"Cần tránh giặc nơi núi rừng, cấp tốc gọi dân trở về với nghiệp cũ; kẻ lợi dụng thế giặc ăn cướp không xử tội chết; kẻ bị giặc ăn hiếp phải theo nay trở về cũng không bắt tội... Nếu có kẻ bị giết, rồi mạo xưng là thủ cấp giặc; xét thấy rõ, cấp tiền gạo an ủi gia đình họ. Nhà bị cướp đốt, tạm thời cho người trong nhà miễn sưu dịch, nếu hiện tại ngũ thì cho nghĩ để sửa sang nhà cửa. Phàm thành quách bị đốt phá; hoặc trước kia không có thành, hay thành không kiên cố, thì xây cho tốt; khí giới hư không dùng được, cho tu sửa lại."

Hữu chính ngôn Hàn Ráng tâu rằng Địch Thanh là quan võ, không nên nắm chức một mình; Thiên tử đem việc này hỏi Bàng Tịch, Tịch tâu:

'Thanh xuất thân từ lính, nếu sai quan văn làm Phó ắt sẽ bị chế ngự, hiệu lệnh trở nên bất nhất; vậy tốt hơn là đừng sai đi.'

Bèn ban chiếu cho tướng tá tại Quảng Nam [Quảng Đông, Quảng Tây] *tuân theo tiết chế của Thanh. Nếu Tôn Miện, Dư Tĩnh phân lộ dẹp giặc, thì tuân theo sự chỉ huy của Miện."*

(辛巳，內降手詔付狄青：「應避賊在山林者，速招令復業。其乘賊勢為盜，但非殺人，及賊所脅從能逃歸者，並釋其罪。已嘗刺面，令取字，給公憑自便。若為人所殺，而冒稱賊首級，令識驗，給錢米賙之。其被焚刼者，權免戶下差役；見役，仍寬與假，使營葺室居。凡城壁嘗經焚毀，若初無城及雖有城而不固，並加完築。器甲朽敝不可用者，繕治之。」右正言韓絳言狄青武人，不可獨任，帝以問龐籍，籍曰：「青起行伍，若用文臣副之，必為所制，而號令不專，不如不遣。」乃詔廣南將佐皆稟青節制；若孫沔、余靖分路討擊，亦各聽沔等指揮。)

Lúc này triều Tống chủ trương vừa đánh vừa an dân; bèn ban chiếu miễn thuế hè thu; giúp tre, gỗ làm nhà cho các nạn nhân thuộc 2 tỉnh Quảng Đông, Quảng Tây, từng bị Nùng Trí Cao đánh phá:

-"***Trường Biên**, quyển 173. Ngày Giáp Thân* [6/11/1052], *chiếu ban các châu huyện tại Quảng Nam Đông Lộ bị giặc cướp phá đã được miễn thuế mùa hè, mùa thu này cũng không bị đòi hỏi."*

(詔廣南東路應刼掠州縣，已放今年夏稅，其秋稅亦未得催理。)

-"***Trường Biên**, quyển 173. Ngày Ất Tỵ tháng 11* [27/11/1052], *chiếu ban An phủ chuyển vận sứ Quảng Nam Đông Tây Lộ cần gia tăng yên ổn các châu huyện bị giặc cướp phá; giúp đỡ tre gỗ để làm nhà, cùng miễn trừ thuế."*

(乙巳，詔廣南東、西路安撫轉運使，應賊焚刼州縣倍加安輯之，其造室廬竹木，並蠲其稅。)

Tuy dùng chính sách an ủi dân, nhưng vẫn duy trì chủ trương bao vây kinh tế, nghiêm khắc với kẻ buôn bán với địch, phạt đến tội chết, không tha:

"***Trường Biên**, quyển 173. Ngày Ất Mão* [7/12/1052], *chiếu ban cho Địch Thanh rằng dân hoặc quan lại tại Quảng Nam ai buôn bán với giặc hãy chém rồi tâu lên; gia đình bắt dời qua phía bắc Lãnh* (1)."

(乙卯，詔狄青，廣南民吏有與蠻人買賣物者，斬訖以聞，仍徙其家嶺北。)

Khởi đầu, viên Đề cử Quảng Nam Đông Tây lộ Dư Tĩnh tâu rằng đã dụ được 9 khe động giúp đỡ và hẹn với Vua nhà Lý nước ta hợp tác đánh lại Nùng Trí Cao; triều đình Tống còn nghi ngờ nên ra lệnh cho Địch Thanh, Tôn Miễn tìm hiểu kỹ về việc này:

"**Trường Biên**, quyển 173. Ngày Mậu Thân [30/11/1052], chiếu ban về việc Dư Tĩnh dụ được 9 khe động tình nguyện giúp quân nhà Vua; sợ là mưu gian bị giặc lợi dụng; hãy cùng Địch Thanh, Tôn Miễn xem xét dò hỏi. Trước đó Tĩnh lo Nùng Trí Cao sẽ cầu viện Giao Chỉ và hiếp các động để củng cố; nên hẹn ước với Lý Khắc Chính [vua Lý Thái Tông] hội binh đánh giặc; lại chiêu mộ các Tù trưởng họ Nùng, Hoàng, ky my bằng chức tước để tiết chế; bị ngờ là không thể dùng được. Tĩnh nói:*

'Mong bọn chúng không cấu kết với Trí Cao là được rồi.' "

(戊申，詔余靖所招九溪峒蠻願助王師者，恐畜姦謀，陰為賊用，其與狄青、孫沔察防之。先是，靖策儂智高必援交趾而脅諸峒以自固，因約李德政會兵擊賊，又募儂、黃諸姓酋長，皆縻以職，使聽節制。或疑其不可用，靖曰：「使不與智高合，足矣！」)

Lý do Dư Tĩnh chủ trương nhờ quân viện nước ta đánh Trí Cao; vì sợ nếu không cho, Vua Lý tất giận, quay lại trợ giúp Trí Cao. Riêng viên Tổng chỉ huy Địch Thanh lo rằng nếu quân ta vào nội địa, rồi nhân đó đánh chiếmTrung Quốc thì lấy lực lượng nào để chống lại; triều đình nhà Tống nhận định rằng ý kiến Địch Thanh đúng, do đó quyết định hủy bỏ việc nhờ cậy nước ta:

"**Trường Biên** quyển 173. *Ngày Mậu Tý* [9/1/1053], *Tri Quế Châu Dư Tĩnh tâu:*

"Năm nay Giao Chỉ đáng phải đến triều cống, nhân vì Nùng Trí Cao phản, đường đi không thông; mấy lần gửi văn thư xin phối hợp quân đánh giặc, nhưng đã lâu triều đình không đáp. Thấy lời ước hẹn rất thành khẩn, nếu chưa có thể diệt đảng giặc, thì cũng có thể chia rẽ chúng thêm; tại các châu Ung, Khâm đã trử sẵn số lương thực vạn người ăn để đợi."

Chiếu thư cũng đã cấp 2 vạn quan tiền để trợ binh phí, đợi khi bình giặc lại thưởng tiền 3 vạn quan. Lúc đầu triều đình không chấp thuận cho Giao Chỉ ra quân; Tĩnh tâu Trí Cao là phản tặc của Giao Chỉ, nên cho ra quân, đừng ngăn trở thiện ý. Nay không cho, Giao Chỉ tất giận, quay lại trợ giúp Trí Cao; vậy nên hứa cho. Triều đình chấp thuận lời xin, nhưng Địch Thanh tâu:

"Lý Đức Chính thanh ngôn rằng mang bộ binh 5 vạn, kỵ binh 1.000 đến viện trợ, đó không phải là thực tình. Vả lại dùng binh nước ngoài để trừ giặc bên trong, không có lợi cho ta. Chỉ một mình Trí Cao dày xéo 2 xứ Quảng [Quảng Đông, Quảng Tây] *lực không dẹp được; lại thêm quân lính của Man. Người Man tham được lợi, quên nghĩa; nếu chúng nhân đó mà khởi loạn, ta lấy gì chống cự đây! Xin bãi quân Giao Chỉ đừng dùng, và ban hịch cho Tĩnh đừng thông sứ với Giao Chỉ."*

Triều đình cuối cùng dùng kế sách của Địch Thanh, dư luận cũng cảm phục Thanh có sách lược xa. Ngày Giáp Tý tháng 11 [16/12/1052], *Tẩu mã thừa thụ Lý Tông Đạo báo rằng nghe tin Giao Chỉ mang quân 2 vạn người, do đường bộ và đường biển giúp quân nhà Vua đánh giặc; binh số so với Địch Thanh tâu không giống. Nay dùng lời tâu của Thanh, tước bỏ lời báo của Tông Đạo vào ngày Giáp Tý."*

(戊子，知桂州余靖言：「交趾今歲當入貢，屬儂智高叛，道阻不通，累移文乞會兵討賊，而朝廷久未報。觀其要約甚誠，縱未能勦滅賊黨，亦可使益相離貳，已於邕欽州備萬人糧以待之。」詔亦給緡錢二萬助兵費，候賊平更賞緡錢三萬。始，朝廷不聽交趾出兵，靖言智高，交趾叛者，宜聽出兵，毋阻其善意。今不聽，必忿而反助智高，因以便宜許之。朝廷從其請。已而狄青奏：「李德政聲言將步兵五萬，騎一千赴援，此非情實；且假兵於外以除內寇，非我利也。以一智高橫蹂二廣，力不能討，乃假蠻人兵。蠻人貪得忘義，因而啟亂，何以禦之！願罷交趾兵勿用，且檄靖無通交趾使。」朝廷卒用青計策，人亦服青有遠略云。十一月甲子，走馬承受李宗道言聞交趾將發兵二萬人，由水路入助王師討賊。兵數與狄青所奏不同，今但存青奏，削宗道甲子日所言。)

Về vấn đề này, **Đại Việt Sử Ký Toàn Thư** sử nước ta, cung cấp gộp sử liệu **trước và sau trận chiến cuối cùng** giữa quân Địch Thanh và Trí Cao. Về điều trước khi trận chiến xãy ra, Địch Thanh xin triều đình Tống từ chối nước ta nhận giúp, **Toàn Thư** cũng chép tương tự; riêng việc sau khi Trí Cao thất bại Vua nước ta xuống chiếu cho chỉ huy sứ là Vũ Nhị đem quân cứu viện Nùng Trí Cao; thì các bộ sử nước ta đều chú thích rằng việc đó chưa thực sự xãy ra, có thể chỉ mới nằm trong kế hoạch; riêng sử Trung Quốc không chép:

"**Ngày Quý Tỵ**, [Sùng Hưng Đại Bảo] *năm thứ* 5 [1053] *Mùa đông, tháng 10, Trí Cao sai Lương Châu đến xin quân* [cứu viện]. *Vua xuống chiếu cho chỉ huy sứ là Vũ Nhị đem quân cứu viện. Địch Thanh lại đánh phá được Trí Cao. Trí Cao chạy sang nước Đại Lý (2). Người nước Đại Lý chém đầu Cao bỏ vào hòm dâng vua Tống. Từ đó họ Nùng bị diệt.*

Trước đây, Trí Cao cướp biên giới nước nước Tống, Tống sai Khu mật trực học sĩ Tôn Miện, Nhập nội áp ban Thạch Toàn Bân cùng Kinh lược sứ bản lộ là Dư Tĩnh tính việc đánh giặc cướp, vua xin đem quân đánh giúp, vua Tống cho được tiện nghi. Đến khi Địch Thanh làm Đại tướng bèn tâu rằng:

"Mượn binh ngoài để trừ giặc trong không lợi cho ta. Có một Trí Cao mà sức hai tỉnh Quảng không thể chống nổi, lại phải nhờ đến quân cõi ngoài, nếu họ nhân đó mà dấy loạn, thì lấy gì chống lại?"

Năm ấy, nhà Tống có chiếu dừng việc viện binh của ta. Đến khi Trí Cao xin quân, vua lại nghe theo lời xin. Đô giám nhà Tống là Tiêu Chú đi theo đường đạo Đặc Ma (3) đánh úp, bắt được mẹ Trí Cao là A Nùng, đem giết. Đạo Đặc Ma: tức phủ Quảng Nam, tỉnh Vân Nam, Trung Quốc." Toàn Thư, Bản Kỷ, quyển 3.

Trước khi Địch Thanh mang quân đến tỉnh Quảng Tây, viên Kiềm hạt Quảng Tây Trần Thự giao chiến với quân Nùng Trí Cao tại trạm dịch Kim Thành gần ải Côn Lôn, quân thua bại, một số quan tướng bị giết:

"**Trường Biên**, *quyển 173. Ngày mồng một Nhâm Thân tháng 12* [24/12/1052], *Kiềm hạt Quảng Tây Trần Thự đánh Nùng Trí Cao, bại trận tại trạm dịch Kim Thành; Đông đầu cung phụng quan Vương Thừa Cát, Trưởng sử Bạch Châu Từ Ngạc tử trận. Thự vốn không có uy lãnh đạo, khi chạm địch thì quân dưới quyền còn ở trong trại, sai Thừa Cát mang 500 quân Trung Cảm của Nghi châu làm tiên phong, vội vả khoác áo giáp tiến trước, rồi quân bị sụp đổ.*"

(十二月壬申朔，廣西鈐轄陳曙擊儂智高，兵敗於金城驛，東頭供奉官王承吉、白州長史徐詛死之【三三】。曙素無威令，既與賊遇，士卒猶聚博營中，使承吉將宜州忠敢兵五百為先鋒，倉卒被甲以前，遂至覆軍。)

Trước khi ra quân, Địch Thanh hài tội bọn Trần Thự thua trận, bèn bắt một lượt 32 người đem ra xử chém:

*"**Trường Biên**, quyển 174. Năm Hoàng Hựu thứ 5* [1053]

Ngày Đinh Vị tháng giêng [28/1/1053], *chiếu ban Quảng Nam Tây Lộ Chuyển vận ty gửi văn thư cho Giao Chỉ đình chỉ việc giúp binh; theo lời xin của Địch Thanh. Địch Thanh hợp quân của hai tướng Tôn Miễn và Dư Tĩnh; từ Quế châu di chuyển đến Tân châu* [huyện Tân Dương, Quảng Tây]. *Thanh cho rằng Trương Trung, Tưởng Giai khinh địch tử trận, uy danh quân bại hoại, bèn răn trước các tướng không được tự tiện khinh suất giao chiến với giặc, thi hành theo lệnh của chủ tướng. Trần Thự lo Địch Thanh một mình lập công, bèn nhắm lúc Thanh chưa đến, mang 8.000 quân đánh giặc, thua tại ải Côn Lôn; bọn thuộc hạ như Triển trực Viên Dụng bỏ trốn. Thanh bảo:*

'Lệnh không tuân theo, vì vậy quân thua.'

Vào sáng sớm ngày Kỷ Dậu [30/1/1053] *họp các tướng tại vũ đường, bắt Thự đến, và triệu tập tất cả 32 người; xét tội trạng thua bại, đem ra cửa quân chém; Miễn, Tĩnh nhìn nhau, ngạc nhiên. Tĩnh thường bắt Thự xuất chiến, nhân rời chiếu bái tạ nói:*

'Thự làm trái luật, cũng do tội tiết chế của Tĩnh.'

Thanh nói:

'Ông là quan văn, trách nhiệm trong quân, không phải gánh.'

Chư tướng đều run sợ. ..."

(丁未，詔廣南西路轉運司移文止交趾助兵，從狄青之請也。狄青合孫沔、余靖兩將之兵，自桂州次賓州。青以張忠、蔣偕皆輕敵取死，軍聲大沮，前戒諸將無得妄與賊鬥，。陳曙恐狄青獨有功，乘青未至，以步卒八千犯賊，潰於崑崙關，其下殿直袁用等皆遁。青曰：「令之不齊，兵所以敗。」己酉，晨會諸將堂上，揖曙起，并召用等三十二人，按所以敗亡狀，驅出軍門斬之，沔、靖相顧愕然。靖嘗迫曙出戰，因離席而拜曰：「曙失律，亦靖節制之罪。」青曰：「舍人文臣，軍旅之責，非所任也。」諸將皆股栗.”

Trận chiến xãy ra tại vùng đất bằng, phía sau là núi dễ dấu quân. Trí Cao cho dàn trận thành 3 mũi; dùng đại thuẩn, thương dài, y phục màu ráng, trông qua giống như lửa, xông vào, khí thế rất hung dữ. Khởi đầu quân Tống hơi núng, nhưng rồi quân kỵ xuất hiện phía sau lưng, từ phía trái đánh sang phải, lại từ phải đánh sang trái, rồi cứ thế tiếp tục; khiến quân Trí Cao chống cự không nổi, đại bại bỏ chạy:

"*Ngày Đinh Tý tháng giêng* [7/2/1053] *Địch Thanh sau khi giết Trần Thự bèn án binh bất động, rồi ra lệnh điều 10 ngày lương; quân dưới quyền không biết được ý định của chủ tướng như thế nào. Ngày hôm sau ra lệnh tiến quân, Thanh đi theo đội tiền quân, Tôn Miện đội thứ hai, Dư Tĩnh theo hậu quân; buổi chiều đến ải Côn Lôn. Sáng hôm sau, chỉnh bị cờ trống đại tướng, các tướng đứng xung quanh trướng đợi lệnh xuất phát; Thanh mặc thường phục giống như đồng đội, cùng quân tiên phong vượt quan ải; đốc thúc các tướng họp nhau ăn tại ngoài quan ải, dùng phố Qui Nhân bày trận. Ngày Mậu Ngọ* [8/2/1053], *giặc điều động đại quân, dàn trận thành 3 mũi đến đánh quan quân; dùng đại thuẩn, thương dài, y phục màu ráng, trông qua giống như lửa. Vào trận, đội tiền phong hơi nhụt, Hữu tướng khai phong Tôn Tiết tử trận. Khí thế giặc rất tinh nhuệ, bọn Miễn đều thất sắc. Thanh đứng lên, cầm cờ trắng vẫy kỵ binh Phiên tại 2 cánh phải, trái. Quân kỵ xuất hiện phía sau lưng giặc, từ phía trái đánh sang phải, lại từ phải đánh sang trái; rồi tiếp tục phía phải đánh sang trái, phía trái đánh sang phải; giặc không chống cự được, đại bại bỏ chạy. Nùng Trí Cao lại chạy về Ung Châu, quân nhà vua truy đuổi 50 dặm, chém được 2.200 thủ cấp; bọn đồ đảng Hoàng Sư Mật, Nùng Kiến Trung, Nùng Trí Trung, cùng quan ngụy 57 người chết; bắt sống hơn 500 giặc. Trí Cao trong đêm đốt thành rút lui, theo sông Hợp Giang vào nước Đại Lý* [Vân Nam]....

Sáng muộn ngày hôm sau Thanh cho quân vào thành, lấy được vàng bạc hàng vạn, mấy ngàn súc vật các loại, chiêu hồi 7.200 già, trẻ bị giặc hiếp bắt, an ủi cho trở về quê. Treo đầu bọn Sư Mật dưới thành Ung Châu, gộp 5.341 thây giặc, làm mồ tập thể kinh quan tại phía bắc thành. Bấy giờ thấy có thây giặc khoác áo kim long [rồng vàng], mọi người cho rằng đó là thây của Trí Cao, muốn tâu lên, nhưng Thanh nói:

"Biết đâu không phải là giả trá, không dám nói vu lên triều đình, để mong thưởng công."

Lúc Thanh mới đến Ung Châu, gặp lúc mây mù giăng mắc, có kẻ bảo giặc bỏ thuốc độc tại thượng nguồn, quân lính uống chết nhiều, Thanh rất buồn. Rồi một buổi chiều bất ngờ nước suối phun lên tại dưới ải, uống thấy ngọt, quân lính yên ổn. Trí Cao từ khi nổi dậy đến lúc bình định thời gian gần một năm, phá hại một phương như vào chốn không người. Trước đó có câu đồng dao rằng "Nùng gia chủng, Địch gia thu", sự việc Nùng Trí Cao bị Địch Thanh đánh phá giống như lời đồng dao.

Cuộc chiến tại Qui Nhân Phố, Hữu ban điện trực Trương Ngọc làm Tiên phong, Như kinh phó sứ Giả Quí làm Tả tướng, Tây kinh tả tạng phó sứ Tôn Tiết làm Hữu tướng. Lúc vào trận Thanh thề rằng:

'Không đợi lệnh mà làm sẽ chém.'

Đến lúc Tiết dằng co với giặc bị giết; Quì riêng nghĩ rằng dưới quyền đều là quân thiểu số Trung Cảm, Trừng Hải, trường hợp bị khốn trở nên khiếp sợ dễ bị thua; nếu đợi lệnh trên chắc sẽ bị giặc đánh, vả lại binh pháp dạy rằng kẻ ở cao điểm hơn sẽ thắng, bèn dẫn binh hướng về núi, bố trí xong thì giặc đến. Quì mang quân xông xuống, vung kiếm hô lớn, chia cắt quân giặc thành hai, Ngọc dùng quân tiên phong đột xuất trận tiền, còn Thanh điều động kỵ binh đánh sau lưng giặc, khiến giặc thua to. Sau đó Quì bèn đến trướng Thanh xin chịu tội, Thanh vỗ lưng Quì mà bảo rằng:

"Trái lệnh mà thắng là tòng quyền (1), có tội gì đâu."

Ngọc quê tại Bảo Định, Quì tại Cảo Thành."

(狄青既誅陳曙，乃按軍不動，更令調十日糧，眾莫測。賊覘者還，以為軍未即進也。翼日，遂進軍，青將前陣，孫沔將次陳，余靖將後陣，夕次崑崙關，黎明，整大將旗鼓，諸將環立帳前，待令乃發。而青以微服與先鋒度關，趣諸將會食關外，即歸仁鋪為陣。戊午，賊率其眾，列三銳陣以拒官軍，執大盾、標槍，衣絳衣，望之如火。及戰，前軍稍卻，右將開封孫節死之。按武貴傳稱前軍孫節，賈逵傳稱右將孫節，而狄青傳乃稱前鋒孫節，蓋為前軍之右將，當軍鋒最前爾。張玉實將先鋒，實錄即稱節為先鋒，恐誤，玉傳可攷也。今于此削先鋒字，仍詳列先鋒左右將于後。賊氣銳甚，沔等俱失色。青起，自執白旗麾蕃落騎兵，張左右翼，出賊後交擊，左者右，右者左，已而右者復左，左者復右，賊眾不知所為，大敗走。儂智高復趨邕州，王師追奔五十里，捕斬二千二百級，其黨黃師宓、儂建中智忠并偽官屬死者五十七人，生禽賊五百餘人。智高夜縱火燒城遁，由合江入大理國。遲明，青按兵入城，獲金帛巨萬，雜畜數千，招復老壯七千二百嘗為賊所俘脅者，慰遣使歸。梟師宓等首於邕州城下，得尸五千三百四十一，築京觀於城北隅。時有賊尸衣金龍衣，眾以為智高已死，欲具奏，青曰：「安知非詐耶！寧失智高，不敢誣朝廷以貪功也。」青始至邕州，會瘴霧昏塞，或謂賊毒水上流，士卒飲者多死，青甚憂之。一夕，有泉湧寨下，汲之甘，眾遂以濟。智高自起至平，幾一年，暴殘一方，如行無人之境，吏民不勝其毒。先是謠言「農家種，糴家收」，而智高為青所破，皆如其謠。其戰於歸仁也，右班殿直張玉為先鋒，如京副使賈逵將左，西京左藏庫副使孫節將右。既陣，青誓曰：「不待令而舉者斬。」及節搏賊死山下，逵私念所部忠敢、澄海皆士兵，數困而心懾易衄，苟待令必為賊所薄，且兵法先據高者勝，乃引兵疾趨山，立始定而賊至。逵擁眾而下，揮劍大呼，斷賊陣為二，玉以先鋒突出陣前，而青麾蕃落騎兵出賊後，賊遂大潰。逵乃詣青帳下請罪，青拊逵背曰：「違令而勝，權也，何罪之有！」玉，保定人。逵，藁城人也。)

Cuối cùng Nùng Trí Cao bị giết tại Đại Lý, nước này mang thi hài Trí Cao nạp cho nhà Tống. Trước đó quân binh Tống đã bắt được A Nùng mẹ Trí Cao, cùng con và em; bèn đem tạm giam để mong dụ Trí Cao; nhưng sau khi biết chắc Trí Cao đã chết, bèn đem tất cả ra giết:

"*__Trường Biên__, quyển 180. Năm Chí Hòa thứ 2* [1055]

Ngày Ất Tỵ tháng 6 [15/7/1055], A Nùng mẹ Nùng Trí Cao, em là Trí Quang, con là Kế Tông, Kế Phong; đều bị giết. Trước đó muốn giữ bọn Kế Phong để chiêu hàng Trí Cao, ngày cấp cho ăn uống; nay có tin báo Trí Cao đã chết, bèn tru diệt chúng."

(乙巳，儂智高母阿儂，弟智光，子繼宗、繼封伏誅。初，欲留繼封等以招降智高，日給飲食，或傳智高已死，遂并戮之。)

*

Lời Bàn:

Tìm hiểu kỹ về chiến dịch Nùng Trí Cao đánh Tống, trải qua hàng trăm trận đánh lớn nhỏ, xảy ra suốt 2 tỉnh Quảng Đông, Quảng Tây; tình hình nhà Tống nói chung quân lính hèn nhát không tin cậy được; nếu chủ tướng không hàng hoặc bỏ chạy, thì cũng bị giết. Chỉ có 3 trận thắng, trận thứ nhất vào tháng 7/1052, viên Huyện lệnh Phiên Ngung Tiêu Chú dựa vào hỏa công đốt thuyền; trận thứ 2 vào tháng 8/1052 Tô Giam ngăn đường trở về Ung Châu của Nùng Trí Cao tại Biên độ Võng, nhờ chuẩn bị đặt chướng ngại vật trước khi quân Trí Cao tới nơi, nên cuối cùng Trí Cao phải dùng đường khác mà đi. Riêng trận thắng cuối cùng, là nhờ cuộc khủng bố trắng, do viên tướng Địch Thanh cố tình dàn ra, để làm nên chiến thắng. Địch Thanh là viên tướng dày dạn trận mạc, xuất thân từ lính trơn, lúc khởi đầu đăng lính bị khắc chữ vào trán, trải qua mấy chục năm kinh nghiệm mới lên đến Đại tướng. Y biết rõ đạo quân Tống cần phải lấy cái chết ra dọa mới chịu dừng lại chiến đấu, nên y giết một lúc 32 người không tuân lệnh. Sau cuộc khủng bố, quân Tống dưới quyền chỉ có 2 con đường lựa chọn; nếu bỏ chạy sẽ bị giết như 32 người kia; hoặc dừng lại chiến đấu, còn có cơ trở về với vợ con, ngày trở về nếu thắng trận sẽ được thăng thưởng; lẽ dĩ nhiên họ phải chọn lấy con đường thứ hai, rõ ràng đây là thắng lợi do hoàn cảnh bức bách!

Riêng triều đình nhà Lý nước ta, ứng xử với cùng một địch thủ là quân Nùng; vua Lý Thái Tông 2 lần đánh dẹp cha con Nùng Trí Cao một cách dễ dàng, thấy được tinh thần võ dõng của quân ta hơn hẳn Trung Quốc.

Sự việc xảy ra không phải chỉ một thời, trải qua hơn 1000 năm dưới thời tự chủ, kể từ thời Ngô vương Quyền cho đến hiện đại, không thời nào không bị Trung Quốc sang xâm lăng; nhưng duy chỉ có một lần thảm bại vào năm Vĩnh Lạc thứ 4 [1406], vì vướng phải mưu ma chước quỉ của Minh Thành Tổ. Với tờ hịch chia rẽ kể 20 tội của cha con Hồ Quí Ly thả trôi trên các dòng sông, khiến lòng người ly tán, đó là tự dân ta làm thua. Sách lược *"công thành không bằng công tâm"* khiến Tả Tướng quốc Hồ Nguyên Trừng đã tiên liệu được, và thốt ra trước mặt Vua cha Quí Ly như sau: *"Tôi không sợ đánh, chỉ sợ lòng dân có theo hay không theo mà thôi"*, nhưng rất tiếc biết trước, mà không cứu vãn được. May mắn sau này người Việt Nam rút được kinh nghiệm; có 3 triều đại Lê, Nguyễn Tây Sơn, và Nguyễn Gia Long đối nghịch nhau như nước với lửa, nhưng đã nhất trí đòi vùng đất bị mất (5)tại biên giới phía bắc; và hiện nay tuy lòng người cũng chưa đoàn kết, nhưng tuyệt nhiên không có hiện tượng công khai ủng hộ Trung Quốc chiếm cứ Biển Đông.

Hãy nói thêm về tinh thần chiến đấu của quân Trung Quốc thời hiện đại. Qua nghiên cứu của Thượng tướng Lưu Á Châu, con rể cố Chủ tịch Trung Quốc Lý Tiên Niệm nên báo chí Trung Quốc thường gọi ông ta là Thái tử đảng. Tại một đề tài, viên Thượng tướng này tiết lộ, trong cuộc chiến tranh Trung Nhật tại Thiên Tân, lính Trung Quốc thua trận đầu hàng; với hàng ngàn tù binh, chỉ cần 10 lính Nhật áp giải, mà lính Trung Quốc cũng không có gan chạy trốn! Lại trong một bài viết về một anh hùng quân đội Trung Quốc, trong cuộc chiến Trung Việt, chiến đấu tại đỉnh núi Lão Sơn, phía Việt Nam gọi là Núi Đất tại cao độ 1509 mét, biên giới tỉnh Hà Giang. Bài viết nhan đề **"Vương Nhân Tiên cố sự"**, cho biết Vương Nhân Tiên là Liên đội phó [đại đội phó] quân Giải Phóng Trung Quốc, bấy giờ bị hôn thê từ hôn, được lệnh đóng quân tại một bản dân tộc thiểu số, dưới chân núi Lão sơn. Tại đây y tằng tịu với một phụ nữ thiểu số trẻ tên là A Nham; do người phụ nữ khích dục bằng cách chìa vú cho con bú, lúc gặp riêng Nhân Tiên tại chuồng bò. Người chồng A Nham biết chuyện, bèn tố cáo nhưng không biết rõ tên thủ phạm; viên tiểu đoàn trưởng muốn làm vừa lòng dân, bèn cho tập hợp cả đại đội lại, rồi mời vợ chồng A Nham nhận diện. Trước hàng quân, A Nham chỉ vào Nhân Tiên, và cho biết đã thương yêu anh này! Mấy ngày sau Vương Nhân Tiên được lệnh lên đóng chốt tại đỉnh núi Lão Sơn. Quân Việt Nam đánh, Nhân Tiên lúc này trong lòng buồn bực không muốn sống, nên chống trả mạnh liệt, bắn chạy 1 xe tăng, và nhiều lần gọi pháo binh yểm trợ. Sau đó Nhân Tiên bị giết, còn lưu lại phần mộ dưới đây:

Lưu Nhân Tiên liệt sĩ chi mộ

Theo đồng đội Vương Nhân Tiên tiết lộ, Nhân Tiên có thói quen sau khi làm tình với A Nham thường hút thuốc lá liên miên, nên cứ đến ngày giổ Nhân Tiên, A Nham đến nghĩa địa tại dưới chân núi, mang thuốc lá cắm trước mộ [trên hình có 3 điếu thuốc cắm trước mộ chí], để kỷ niệm một mối tình. Hành trạng Lưu Nhân Tiên, được Thượng tướng Lưu Á châu mô tả; quả là anh hùng bất đắc dĩ!

Chú thích:

1. Phía bắc Lãnh: phía bắc Ngũ Lãnh, tức phía bắc các tỉnh Quảng Đông, Quảng Tây.

2. Nước Đại Lý: một nước ở vùng Vân Nam, Trung Quốc, trên địa bàn của nước Nam Chiếu đời Đường, cư dân chủ yếu là người Di, mà thư tịch cổ Trung Quốc thường chép là người Thoán, Bặc. Việc quân của Vũ Nhị cứu viện cho Nùng Trí Cao đánh quân Tống không thấy tài liệu nào nói đến; có thể chỉ mới có dự định, chưa kịp thực hiện thì Trí Cao đã chết.

3. Đạo Đặc Ma: tức phủ Quảng Nam, tỉnh Vân Nam, Trung Quốc.

4. Tòng quyền: linh động mà làm.

5. Xin xem **Ba triều đại nối tiếp đòi trả đất,** tại mục Biên Khảo. diendan.org.

16.

Vua Lý Thánh Tông [1054-1072]: Thương Dân Trong Nước, Nhưng Cương Quyết Với Ngoại Bang (1)

Niên Hiệu:
Long Thụy Thái Bình: 1054-1058
Chương Thánh Gia Khánh:1059-1065
Long Chương Thiên Tự:1066-1067
Thiên Huống Bảo Tượng :1068
Thần Vũ:1069-1071

Dân ta ghét những triều **đại** ác với dân; riêng vua Lý Thánh Tông có lòng thương dân, ngay cả với người tù tội; nhưng cương quyết với ngoại bang, nên được nhớ ơn đời đời. Nhà Vua lên ngôi Hoàng đế vào tuổi trung niên [31 tuổi], trước đó từng xông pha trận mạc, sống gần với dân, nên tỏ ra dày kinh nghiệm, lịch lãm, chửng chạc. Lúc vua Thái Tông mất, bèn cho đem kỷ vật của Vua cha biếu tặng nhà Tống; nên được Vua Tống nể trọng sai sứ sang điếu tế, và phong cho nhà Vua tước Quận vương:

"***Trường Biên** (1), quyển 181. Tống Nhân Tông năm Chí Hòa thứ 2* [1055]

Ngày Kỷ Tỵ tháng 11 [6/12/1055], *Nhật Tuân* [Vua Lý Thánh Tông], *con Vương An Nam Lý Đức Chinh, sai Sứ cáo Đức Chính* [Vua Lý Thái Tông] *mất; đem tiến phụng vật kỷ niệm lưu lại, cùng hiến 10 con voi. Ngày Quí Dậu [10/12/1055] tặng Đức Chính Thị trung Nam Việt vương, ban thưởng rất hậu. Mệnh Chuyển vận sứ Quảng Tây Đồn điền viên ngoại lang Tô An Thế làm Điếu tế sứ. Ngày Ất Hợi [12/12/1055] ban cho Nhật Tuân chức Tĩnh hải tiết độ sứ An Nam đô hộ Giao Chỉ quận vương."*

(己巳，安南王李德政之子日遵遣使告德政卒，仍進奉遺留物及獻馴象十。癸酉，贈德政侍中、南越王，賻賚甚厚。命廣西轉運使、屯田員外郎蘇安世為弔贈使。乙亥，授日遵靜海節度使、安南都護、交阯郡王。)

Mới lên ngôi chưa được bao lâu, gặp một mùa đông rét mướt, gió lạnh thổi về, nhà Vua mặc áo lông chồn còn cảm thấy rét; nghĩ đến những người trong tù rét lạnh thấu xương, bèn ra lệnh ban thêm chăn chiếu, săn sóc đủ cơm ăn:

"Mùa đông, tháng 10, Thánh Tông năm Long Thụy Thái Bình thứ 2 [1055] đại hàn, vua bảo các quan tả hữu rằng:

'Trẫm ở trong cung, sưởi than xương thú, mặc áo lông chồn còn rét thế này, nghĩ đến người tù bị giam trong ngục, khổ sở về gông cùm, chưa rõ ngay gian, ăn không no bụng, mặc không kín thân, khốn khổ vì gió rét, hoặc có kẻ chết không đáng tội, trẫm rất thương xót. Vậy lệnh cho Hữu ty phát chăn chiếu, và cấp cơm ăn ngày hai bữa." (**Toàn Thư** (2), Bản Kỷ, quyển 3)

Lại một ngày hè, Vua ngồi trong điện xử kiện, Công chúa đứng hầu bên cạnh; Ngài chỉ vào con mà bảo viên coi ngục rằng Ngài yêu dân như con; nhưng vì dân không biết pháp luật, mắc vào tội lỗi, bèn cho khoan giảm:

"Ngày ***Giáp Thìn****, Thánh Tông năm Chương Thánh Gia Khánh thứ 6 [1064], mùa hạ, tháng 4, vua ngự ở điện Thiên Khánh xử kiện. Khi ấy công chúa Động Thiên đứng hầu bên cạnh, vua chỉ vào công chúa, bảo ngục lại rằng:*

'Ta yêu con ta, cũng như lòng ta làm cha mẹ dân. Dân không hiểu biết mà mắc vào hình pháp, trẫm rất thương xót, từ nay về sau, không cứ gì tội nặng hay nhẹ đều nhất luật khoan giảm". (**Toàn Thư**, **Bản Kỷ**, quyển 3)

Vừa mới lên ngôi nhà Vua phải tham dự cuộc đấu tranh *"ai thắng ai"* với nhà Tống. Nguyên do sau khi Địch Thanh chiến thắng Nùng Trí Cao; Tiêu Chú, viên quan có thành tích trong việc dùng hỏa công đốt thuyền Trí Cao để bảo vệ thành Quảng châu được ban chức Đô giám Quảng Nam Tây Lô [Quảng Tây] vào ngày 8/3/1053. Y chủ trương liên tục gây hấn và xui dục các Tù trưởng dân thiểu số tại vùng biên giới nước ta, quay sang theo Tống. Đối phó lại, vua Lý Thánh Tông áp dụng sách lược 2 mặt; cấp trung ương vẫn tiếp tục liên lạc ngoại giao, nhưng tại vùng biên giới quân địa phương và các Tù trưởng ra tay đánh phá. Các Tù trưởng tiêu biểu tham gia tấn công lãnh thổ và lãnh hải Trung Quốc như châu Tô Mậu, động Giáp, động Hỏa:

Châu Tô Mậu thuộc huyện Đình Lập tỉnh Hải Ninh, nổ ngòi đánh phá vùng ven châu Ung [Nam Ninh], khiến triều đình nhà Tống phải sai Kinh lược Quảng Nam Tây Lộ mang quân đánh:

"***Trường Biên**, quyển 178.* Tống Nhân Tông năm Chí Hòa thứ 2 [1055]

Ngày Mậu Thìn tháng giêng [8/2/1055] *Ung Châu tâu rằng Man châu Tô Mậu (1) vào cướp phá, bèn ra lệnh ty kinh lược Quảng Nam Tây Lộ mang quân đánh; còn ra lệnh cho 7 viên Tam ban viện vũ dõng sứ thần chỉ huy."*

(邕州言蘇茂州蠻內寇，命廣南西路經略司發兵捕擊之，仍令三班院武勇使臣七員為指揮。)

Cuộc chiến do châu Tô Mậu phạt động, kéo dài từ năm 1055 đến năm 1059; viên quan coi trại Cổ Vạn [phía nam Nam Ninh, Quảng Tây] tử trận:

"**Trường Biên**, *quyển 190. Tống Nhân Tông Năm Gia Hựu thứ 4* [1059]

Ngày Bính Thân tháng 7 [14/8/1059], *truy tặng Binh giáp tam ban phụng chức Lý Duy Tân thuộc trại Cổ Vạn Ung Châu, chức Nội điện thừa chế, do man tại Tô Mậu* [Đình Lập, Hải Ninh] *cướp phá biên giới, Duy Tân giao chiến tử trận."*

(贈管勾邕州古萬寨兵甲三班奉職李惟賓為內殿承制，以蘇茂州蠻寇邊而惟賓戰死也。)

Chiến dịch này xảy ra tại nhiều nơi, lại còn một cánh quân khác đánh phá tại châu Khâm:

"**Trường Biên** ***quyển 189.*** *Tống Nhân Tông năm Gia Hựu thứ 4 [1059]*

Ngày Canh Ngọ tháng 2 [21/3/1059], ty kinh lược Quảng Nam tâu Giao Chỉ cướp phá động Tư Lẫm, Khâm Châu."

(庚午，廣南經略司言交阯寇欽州思稟峒。)

Sử nước ta cũng xác nhận, cùng năm [1059] quân ta đánh châu Khâm [Quảng Tây] ra uy rồi trở về; có thể hiểu ngoài việc biểu dương lực lượng, còn có mục đích yểm trợ cho cánh quân châu Tô Mậu. Lại chép thêm việc 2 năm trước đó [1057] Sứ bộ nước ta sang triều Tống biếu con thú lạ, nói là con lân; viên Thừa tướng tương lai Tư Mã Quang sợ bị lừa, nên đề nghỉ ban thưởng rồi trao trả về :

"***Kỷ Hợi***, *Lý Thánh Tông năm Chương Thánh Gia Khánh thứ 1 [1059], Mùa xuân, tháng 3, đánh Khâm Châu nước Tống, khoe binh uy rồi về, vì ghét nhà Tống phản phúc. Long Thụy Thái Bình năm thứ 4 [1057], sai sứ đem con thú lạ sang biếu nhà Tống nói là con lân. Tư Mã Quang nói: 'Nếu là con lân thực mà đến không phải thời cũng chẳng lấy gì làm điềm tốt, nếu không phải lân, thì làm cho người phương xa chê cười. Xin hậu thưởng rồi bảo đem về".* **Toàn Thư**, Bản Kỷ, quyển 3.

Một mũi tấn công khác từ động Giáp vị trí tại vùng phía nam tỉnh Lạng Sơn, viên Chúa động lập công là Thân Thiệu Thái được Vua Lý gả Công chúa cho nên giữ tước Phò mã. Phò mã họ Thân không chỉ lập thành tích dưới thời vua Lý Thánh Tông, mà lại còn có công lớn trong cuộc chiến tranh Lý Tống, thời vua Lý Nhân Tông sau này:

"***Trường Biên,*** *quyển 191. Tống Nhân Tông năm Gia Hựu thứ 5 [1060]*

Ngày Mậu Dần tháng 6 [21/7/1060], ty Kinh lược Quảng Tây tâu: giặc thuộc các động như động Giáp hơn 50 người cướp phá trong nội địa; chiếu ban Ung châu phát binh đánh dẹp."

(戊寅，廣西經略司言，邕州甲峒等蠻賊五十餘人內寇。詔邕州發兵攻討之。)

Bấy giờ viên Đô tuần kiểm Tống Sĩ Nghiêu tại châu Tây Bình dung dưỡng thành phần bất mãn tại nước ta sang Trung Quốc trốn tránh; Phò Mã Thân Thiệu Thái bèn mang quân đuổi bắt. Sĩ Nghiêu mang quân chống cự, bị quân ta giết tại trận:

"***Trường Biên**, quyển 192. Tống Nhân Tông năm Gia Hựu thứ 5* [1060]

Ngày Tân Mão tháng 7 [3/8/1060], *khởi đầu tướng thuộc động tại châu Tây Bình (4) Vi Huệ Chính ngầm giấu những hộ Giao Chỉ trốn tránh; man động Giáp, Thân Thiệu Thái mang binh dân đuổi bắt người trốn, bị Đô tuần kiểm Tống Sĩ Nghiêu cầm quân chống cự, xông vào đất Giao Chỉ chém bắt rất nhiều. Ngày hôm sau Giao Chỉ cùng quân động Giáp hợp binh đến cướp phá, Sĩ Nghiêu tử trận."*

(初，西平州峒將韋惠政匿納交阯逃戶，甲峒蠻申詔泰【一】領眾襲逐所亡，都巡檢宋士堯等帥兵拒之，.擅入交阯界，多所斬獲。明日【二】，交阯與甲峒蠻復合兵來寇，士堯等皆戰沒.)

Sự kiện khác xảy ra khiến tình hình trở nên căng thẳng hơn, viên Chúa động Hỏa, Nùng Tôn Đán, chiếm cứ chỗ hiểm tại phía Bắc tỉnh Cao Bằng thường mang quân đánh phá Trung Quốc. Các quan chức Tống tìm cách chiêu dụ, Tôn Đán bèn mang cả động này theo, nhà Tống đổi tên thành châu Thuận An:

"***Trường Biên**, quyển 186. Tống Nhân Tông ngày Giáp Tuất tháng 4* [3/6/1057]. *Nùng Tông Đán thuộc man Hỏa Động, cùng họ với Trí Cao, chiếm cứ chỗ hiểm, tụ tập dân chúng, mấy lần ra cướp phá. Tri Ung Châu Tiêu Chú muốn mang quân binh tại các động đánh phá; Tri Quế Châu Tiêu Cố một mình xin dùng sắc mệnh chiêu hàng. Chuyển vận sứ Vương Hãn cho rằng Tông Đán giữ chốn núi rừng tre trúc, nếu dùng phục binh quân ta vị tất có thể thắng, lại gây nên mối hoạn biên giới. Bèn mang binh đến biên giới, cho người chiêu dụ con Tông Đán là Nhật Tân rằng:*

'Cha người bên trong thì cừu thù với Giao Chỉ, phía bên ngoài thì làm mồi cho các quan biên giới được thưởng. Hãy về báo cha người, chọn điều lợi mà làm.'

Do đó cha con Tông Đán đều hàng, việc phương nam bình yên. Ban cho Tông Đán chức Trung vũ tướng quân, Nhật Tân làm Tam ban phụng chức."

(火峒蠻儂宗旦者，智高之族也。據險聚眾，數出剽略。知邕州蕭注欲大發峒丁擊之，知桂州蕭固獨請以敕招降。轉運使王罕以為宗旦保山溪篁竹間，苟設伏要我，軍未必可勝，徒滋邊患，乃獨領兵次境上，使人召宗旦子日新，謂曰：「汝父內為交阯所仇，外為邊臣希賞之餌。歸報汝父，可擇利而行。」于是宗旦父子皆降，南事遂平。以宗旦為忠武將軍，日新為三班奉職。

Sau vụ Nùng Tôn Đán làm phản, tình hình biên giới trở nên căng thẳng hơn, nhằm làm dịu bớt tình hình, Vua Tống ra lệnh cho Tri Ung châu Tiêu Chú, từ nay không được mang quân đi tuần biên giới:

"***Trường Biên**, quyển 188. Tống Nhân Tông ngày Canh Dần tháng 7* [13/8/1058], *chiếu ban cho Tri Ung châu, từ nay không được mang quân tuần biên giới. Bấy giờ Tiêu Chú mấy lần mang quân tuần tiễu các khe động, Chuyển vận sứ Vương Hãn tâu việc này sinh sự."*

(庚寅，詔邕州知州，自今毋得輒出巡邊。時蕭注數領兵出巡溪峒，而轉運使王罕言其生事也。)

Nhằm trả đũa về vụ Nùng Tôn Đán; động Giáp tiếp tục gây hấn tại biên giới, đánh phá trại Vĩnh Bình, khiến Quảng Nam Tây Lộ [Quảng Tây] phải xin tăng cường quân tinh nhuệ:

"***Trường Biên** quyển 192, Tống Nhân Tông ngày Tân Sửu tháng 7* [13/8/1060], *Ty kinh lược Quảng Tây tâu:*

'Giao Chỉ cùng dân di động Giáp lại cướp phá trại Vĩnh Bình, xin triều đình 3.000 quân Kinh Hồ Bắc Lộ [Kinh Châu thị, Hồ Bắc] *giỏi sử dụng phiêu bài (5) đến lộ này.'*

Chấp thuận."

(辛丑，廣西經略司言，交阯與甲峒夷人又寇永平寨，乞朝廷發荊湖北路兵善用摽牌者三千人赴本路。從之。)

Sử nước ta xác nhận trong chiến dịch này, Phò mã Thân Thiệu Thái bắt được viên Chỉ huy sứ Dương Bảo Tài; rồi có cuộc hội nghị giữa hai nước tại Ung châu, quan chức Tống xin trả lại Bảo Tài, nhưng phía ta không đồng ý:

"***Canh Tý***, *Lý Thánh Tông năm Chương Thánh Gia Khánh thứ 2* [1060]. *Mùa xuân, châu mục Lạng Châu là Thân Thiệu Thái đánh bắt những binh lính bỏ trốn vào đất Tống, bắt được chỉ huy sứ là Dương Bảo Tài và quân lính, trâu ngựa đem về.*

Mùa thu, tháng 7, quân Tống sang xâm lấn, không được, bèn sai Thị Lang bộ lại là Dư Tĩnh đến Ung Châu để hội nghị. Vua sai Phí Gia Hựu đi. Tĩnh hậu tặng cho Gia Hựu và đưa thư xin trả Bảo Tài cho họ, vua không nghe." **Toàn Thư**, Bản Kỷ, quyển 3.

Về mặt ngoại giao, Sứ bộ nước ta đem 2 con thú lạ, gọi là con lân đến cống Vua Tống; dấy lên một cuộc tranh luận sôi nổi tại nội bộ nước này:

"***Trường Biên****, quyển 187. Năm Gia Hựu thứ 3* [1058]

Ngày Đinh Mão tháng 6 [21/7/1058], *Giao Chỉ cống 2 thú lạ. Lúc đầu nước này xưng cống lân, hình dáng giống như trâu nước, thân che bởi giáp thịt, cuối mũi có sừng, ăn cỏ hoặc trái dưa; phải đánh trước rồi mới cho ăn. Lúc đưa đến nơi, Khu mật sứ Điền Huống viện dẫn lời tâu của viên quan tại châu Nam Hùng* [Nam Hùng thị, Quảng Đông], *cho rằng con thú không phải là lân, đừng để cho lừa dối:*

'Hôm qua Thiêm phán châu Nam Hùng Đồn điền viên ngoại lang Tề Đường tâu con thú này so với những điều trong sách sử chép thì không giống; sợ không phải là kỳ lân, như vậy triều đình sẽ bị man di lừa dối.'

Lại có Tri Kiền châu, Tỷ bộ lang trung Đỗ Thực cũng tâu:

'Tại Quảng Châu từng nghe viên Thương biện Phiên [ngoại quốc] *nói rằng: 'đó chỉ là sơn tê* [tê ngưu trên núi] *mà thôi.'*

Kính cẩn xét **Phù Thụy Đồ** *chép lân là con thú có lòng nhân,* *thân mình giống như con quân [麕](6), đuôi trâu, một sừng, cuối sừng có thịt. Nay Giao Chỉ hiến không có thân hình như con quân, mà có giáp; biết rằng nó không phải là lân, nhưng không biết tên là con gì. Trước kia vào cuối đời Tống Thái Thủy, Vũ Tiến đưa ra một con thú có 1 sừng, đầu giống dê, cánh giống rồng, chân ngựa, các phụ lão không biết giống gì; như vậy vật lạ tại trung nguyên cũng có. Sách* ***Nhĩ Nhã*** *chép con quân, lớn như con nai, có 1 sừng...* ***Quảng Chí*** *ghi rằng chân xem như lân, da có giáp lân; trông thì cũng gần giống, nhưng hình thể lại như trâu, lại sợ rằng không phải. Bởi vậy các quan ở ngoài triều, mấy lần dâng tấu chương tranh biện. Vậy không biết phải chăng triều đình muốn cho nước di xa xôi hưởng lợi trong việc triều cống, để ràng buộc; thì cũng không nên nói là có được lân rồi cho đó là điềm lành. Hãy xin tuyên dụ cho Tiến phụng sứ Giao Chỉ, cùng ban chiếu chỉ hồi đáp rằng được phụng tiến thú lạ, nhưng không nói là kỳ lân, đủ để cho thói tục lạ không lừa được ta; cũng không mất ý nghĩa triều đình hoài nhu với nước xa xôi.'*

Cuối cùng chiếu ban chỉ xưng thú lạ mà thôi."

(丁卯，交阯貢異獸二。初，本國稱貢麟，狀如水牛，身被肉甲，鼻端有角，食生芻果瓜，必先以杖擊然後食。既至，而樞密使田況言：「昨南雄州簽判、屯田員外郎齊唐奏此獸頗與書史所載不同。儻非麒麟，則朝廷殆為蠻夷所詐。」又，知虔州、比部郎中杜植亦奏：「廣州嘗有蕃商辨之曰：『此乃山犀爾。』謹按符瑞圖：麟，仁獸也，麕身、牛尾、一角，角端有肉。今交阯所獻，不類麕身而有甲，必知非麟，但不能識其名。昔宋太始末，武進有獸見，一角、羊頭、龍翼、馬足，父老亦莫之識。蓋異物，雖中原或有之。爾雅釋麐，大如麃，牛尾、一角；䮂，如馬，一角；麐，麕身、牛尾、一角；又，兕，似牛，一角、青色、重千斤。然皆不言身有鱗甲。廣志云：符枝【一六】如麟，皮有鱗甲。此雖近之，而形乃如牛，又恐非是。故在外之臣，屢有章奏辨之。然不知朝廷本以遠夷利朝貢以示綏來，非以獲麟為瑞也。請宣諭交阯進奉人，及回降詔書，但云得所進異獸，不言麒麟，足使殊俗不能我欺，又不失朝廷懷遠之意。」乃詔止稱異獸云。)

Trước phản ứng quyết liệt của nước Đại Việt trước đó, viên Đô giám Quảng Tây Tiêu Chú không làm được gì hơn; bèn kiến nghị lên triều đình một giải pháp đê hèn là bắt giữ sứ bộ cống lân, chờ khi trả lại người và súc vật bị mất trong cuộc chiến, mới cho trở về. Lẽ dĩ nhiên đường đường nước Trung Quốc tự vỗ ngực là Thiên triều, không thể sượng mặt chấp thuận giải pháp này:

"***Trường Biên*** *quyển 189. Tống Nhân Tông ngày Giáp Tuất* [25/3/1059], *Quảng Tây An phủ sứ đô giám Tiêu Chú tâu:*

'Giao Chỉ cướp phá các động Tư Lẫm, Cổ Sâm, Thiếp Lãng [đều tại Khâm Châu, Quảng Tây]*; cướp người và súc vật tại 19 thôn, không biết bao nhiêu mà kể, muốn xuống Quảng Châu giữ lại người tiến phụng thú lạ; đợi khi lấy lại được người và súc vật bị cướp, mới cho trở về. Nếu không tuân mệnh, tức mang quân đánh sâu vào.'*

Chiếu cho Tiêu Cố An phủ sứ lộ này, Chuyển vận sứ Tống Hàm, Đề điểm hình ngục Lý Sư Trung cùng Tiêu Chú xử trí."

(甲戌，廣西安撫都監蕭注言：「交阯寇思稟、古森、貼浪等峒，掠十九村人畜不可勝數，欲下廣州截留進奉異獸人，候取索人畜數足，遣還本道。苟不聽命，即發兵深討。」詔本路安撫使蕭固、轉運使宋咸、提點刑獄李師中同蕭注處置。)

Kế đó Tiêu Chú viện dẫn lý do để xin mang đại quân đánh Đại Việt, nhưng nghị luận trong triều cho rằng Chú sinh chuyện, không ủng hộ giải pháp này:

"***Trường Biên*** *quyển 190. Tống Nhân Tông ngày Mậu Thân tháng 9* [25/10/1059], *Đề điểm Quảng Nam Tây Lộ hình ngục Lý Sư Trung tâu:*

'Tri Ung Châu Tiêu Chú muốn đánh Giao Chỉ, Tri Nghi Châu [Nghi Châu thị, Quảng Tây] *muốn giữ lấy quân An Hóa; sợ người xa xôi* [An Nam] *nghe tin sẽ không yên tâm; xin ngăn Chú đừng sinh sự tại biên giới.'*

Chấp thuận.

Chú tại Ung Châu đã lâu, ngầm lấy lợi dụ dỗ các Man tại Quảng Nguyên [tỉnh Cao Bằng], *bí mật tu bổ giáp binh, rồi tâu rõ như sau:*

'Giao Chỉ ngoài mặt thì triều cống, bên trong ngầm gây mối họa, thường mưu tàm thực đất đai nhà vua. Vào năm Thiên Thánh [1023-1031] Trịnh Thiên Ích làm Chuyển vận sứ thường trách Giao Châu không nên tự tiện dùng binh tại động Vân Hà, nay động Vân Hà vào trong tay man đến mấy trăm dặm, do năm tháng chồng chất xâm lấn dần dần xãy ra như vậy. Thần hiện nay biết hết bụng dạ của chúng, rõ các chỗ đất trọng yếu, thừa lúc này không chiếm, ngày sau sẽ lo lắng không nhỏ; mong được đến kinh khuyết, để diện trình phương lược.'

Nghị luận cho rằng Chú sinh chuyện cho nước, không nhận định như vậy."

(戊申，提點廣南西路刑獄李師中言：「知邕州蕭注欲伐交趾，知宜州張師正欲取安化軍，恐遠人聞之不自安，請戒注等毋得為邊生事。」從之。注在邕州久，陰以利啗廣源諸蠻，密繕甲兵，迺露奏曰：「交趾外奉朝貢，中包禍心，常以蠶食王土為事。天聖中，鄭天益為轉運使，嘗責交州不當擅賦雲河洞。今雲河洞乃入蠻徼數百里，蓋積歲月侵削以至於此。臣今盡得其腹心，周知要害之地，乘此時不取，他日為患不細，願得馳至闕下，面陳方略。」論者以注且為國生事，不省也。)

Tuy nhiên vào năm sau vua Tống Nhân Tông lại điều viên quan lão luyện vùng biên giới Việt Hoa, Tiêu Cố, bấy giờ làm Tri Quảng châu [Quảng Đông], đến Ung châu [Nam Ninh] nghiên cứu bàn bạc việc đánh Đại Việt:

"***Trường Biên** quyển 192. Tống Chân Tông ngày Quí Tỵ [5/8/1060] Ung châu tâu lên, chiếu ban Tri Quảng châu Tiêu Cố đến Ung châu phát quân các châu, cùng Chuyển vận sứ Tống Hàm, Đề điểm hình ngục Lý Sư Trung bàn việc đánh."*

(。癸巳，邕州以聞，詔知廣州蕭固赴邕州發諸郡兵，與轉運使宋咸、提點刑獄李師中同議掩擊之。)

Tiếp đến vào cuối năm Âm Lịch, Tù trưởng châu Tô Mậu lại mang quân sang đánh Ung châu:

"***Trường Biên** quyển 192. Tống Chân Tông ngày Kỷ Mão tháng chạp [18/1/1061], An phủ ty Quảng Tây tâu man thuộc châu Tô Mậu cướp phá Ung châu."*

(己卯，廣西安撫司言蘇茂州蠻寇邕州。)

Tình hình nơi biên giới không suôn sẻ, các quan tố cáo Tri Ung châu Tiêu chú gây sự làm cho quân dân suy bại, hối lộ, bắt dân tìm vàng làm lợi riêng nên bị cách chức:

"***Trường Biên** quyển 193. Tống Chân Tông năm Gia Hựu thứ 6* [1061]. *Ngày Canh Thân tháng 4* [29/4/1061], *Đề điểm Quảng Nam Tây Lộ hình ngục Đồn điền viên ngoại lang Lý Sư Trung quyền bản lộ Chuyển vận sứ; trước đó Sư Trung hặc Tri Ung châu Tiêu Chú:*

'Cai trị Ung châu 8 năm, có quân tại các động hơn 10 vạn, mà không thể phủ dụ dùng được. Lại vào các khe động mua bán, vơ vét khiến mất lòng dân, cuối cùng làm cho quân lính suy bại. Kinh lược sứ Tiêu Cố thi thố sai lạc, cùng với Chuyển vận sứ Tống Hàm bè đảng.'

Sau khi Chú bị trách phạt đến Kinh Nam [nam Hồ Nam], *Sư Trung lại tâu thêm:*

'Chú tham ô ngăn trở ra uy, dụ bắt 5 tôi tớ bị thiến của Nùng Trí Cao về làm nô tỳ, tự tiện điều động đinh tráng trong khe động tìm vàng, thu hoạch được không ghi vào sổ sách, gây chuyện rắc rối cho quốc gia, xét theo pháp luật đáng tội chém. Nay chỉ giảng một quan, từ Đô Giám làm Kiềm Hạt, không biết lấy danh nghĩa nào mà quyết định như vậy?'

Chiếu chỉ sai Trung sứ Lý Nhược Ngu điều tra sự thực; Chú lại bị kết tội thêm giáng làm Đoàn luyện phó sứ an trí tại Thái Châu [Giang Tô]; *Cố và Hàm đều bị đình chức.*".

(庚申，提點廣南西路刑獄、屯田員外郎李師中權本路轉運使。初，師中劾知邕州蕭注：「治邕八年，有峒兵十餘萬，不能撫而用之。乃入溪峒貿易，掊斂以失眾心，卒致將卒覆敗。經略使蕭固措置乖謬，與轉運使宋咸黨附。」注既責荊南，師中復言：「注黷貨阻威，誘略儂智高所閹民羅寨五輩為奴，又擅發溪峒丁壯采黃金，無簿籍可鉤考，為國生事，案法當斬。今就橫行降一官，自都監作鈐轄，不知此何名也？」詔遣中使李若愚鞫實，注竟坐此責為泰州團練副使安置，固及咸皆追官勒停。)

Trên 10 năm dài dưới thời Vua cha, tình hình biên giới Việt Hoa vẫn chưa cải tiến, Vua Anh Tông nhà Tống mới lên ngôi sốt ruột ôm ý đồ xâm lăng, muốn biết ngọn ngành về việc dành tự chủ của nước Đại Việt. Tể tướng Hàn Kỳ ngăn trở, kể lại việc thất bại trong cuộc chiến tranh Lý Tống dưới thời vua Lê Đại Hành; và kết luận rằng nếu đánh lấy Đại Việt cũng không giữ được; cuối cùng Anh Tông chỉ ra lệnh cho viên Tri Quế châu tăng cường phòng thủ nơi biên giới:

"***Trường Biên*** *quyển 203. Tống Anh Tông ngày Kỷ Mão tháng 11 năm Trị Bình thứ nhất* [28/12/1064]. *Tri Quế Châu Lục Tiên tâu Giao Chỉ sai Sứ đến bàn việc, nhân dịp Thiên tử hỏi:*

'Giao Chỉ bắt đầu cát cứ vào năm nào?'

Quan phụ tá tâu:

'Từ đời Đường Chí Đức [Túc Tông 756-757] *đổi là An Nam đô hộ phủ, thời Lương Trinh Minh* [915-919] *Thổ hào Khúc Thừa Mỹ chiếm đất này.'*

Hàn Kỳ [Tể tướng] *tâu:*

'Trước đây Lê Khu phản mệnh (xét theo Tống Sử chép Lê Hoàn), Thái Tông sai sứ đánh dẹp nhưng không khuất phục, sau sai Sứ chiêu dụ mới thuận. Nước này núi rừng hiểm trở, nhiều mưa lụt lam chướng độc hại; nếu chiếm đất này không dễ phòng thủ, đáng dùng chính sách nhu viễn mềm mỏng.'

Mùa đông năm này, Lục Tiên bắt đầu đến Ung Châu xét biên giới, triệu tập 45 động tại Tả Giang, Hữu Giang, duyệt lính địa phương được 5 vạn, đặt tướng tá, xin đúc ấn cấp cho, tâu miễn thuế cho Tả, Hữu Giang đến vài vạn. Giao Chỉ rất sợ, nhân sai Sứ triều cống, lời lẽ thêm phần cung kính. Sau đó Tiên lại tâu xin mỗi năm một lần dạy lính địa phương, được chấp thuận; từ đó về sau vẫn cứ 3 năm 1 lần lập sổ hộ tịch rồi tâu lên; việc này thi hành vào tháng 8 năm sau, nay phụ xem."

(己卯，知桂州陸詵奏交趾使所議事，上因問：「交趾於何年割據？」輔臣對曰：「自唐至德中改安南都護府，梁貞明中土豪曲承美專有此地。」韓琦曰：「向自黎樞【三三】叛命，案宋史黎樞作黎桓。太宗遣將討伐不服，後遣使招誘，始效順。山路險僻，多潦霧瘴毒之氣，雖得其地，恐不能守，當懷柔之爾。」是冬，陸詵始按邊至邕州，召左、右江四十五崮將領詣麾下【三四】，閱土丁得精兵五萬，補置將校，請更鑄印給之，奏免兩江積欠稅物數萬。交趾大恐，因遣使朝貢，辭禮加恭。其後詵又奏請每歲一教土丁，從之，仍自今三歲一造籍以聞。此事附見。交趾遣使當自有日月，詵請邕州溪洞丁比歲一教，三歲一造籍以聞，乃明年八月事，今附見。）

Đến đời Vua Tống Thần Tông dùng Vương An Thạch làm Tể tướng, cho thi hành chính sách bảo giáp, tổ chức lực lượng dân quân tại các địa phương; Quảng Nam Tây Lộ [Quảng Tây] có thêm quân, nên chính sách nhà Tống lại tỏ ra cứng rắn hơn. Nhân Sứ bộ nước ta xin tiến cống, bèn đòi hỏi muốn tiến cống phải giao nạp số người và tài sản đã đánh lấy trước kia:

"***Trường Biên*** *quyển 218. Tống Thần Tông ngày Nhâm Thân tháng 12 năm Hy Ninh thứ 3* [19/1/1071], *ty kinh lược Quảng Nam Tây Lộ tâu:*

'Sứ thần Giao Chỉ Lý Kế Nguyên xin tiến cống sản vật địa phương. Nay binh dân nước này cướp phá đất đai; xin lệnh trước hết phải trả lại người và súc vật đã cướp, mới theo lệ dẫn người tiến phụng đến kinh khuyết."

(廣南西路經略司言：「交趾使人李繼元乞進方物，今其兵丁劫掠省地，乞令先歸所掠人口，乃許依例引伴進奉人赴闕。」)

Rồi dùng lại Tiêu Chú cho làm Tri Quế châu, với ý đồ gây hấn như cũ. Lúc này trinh thám nhà Tống biết được quân ta thua rút lui tại Chiêm Thành, nhưng không biết việc vua Lý Thánh Tông đã quay trở lại đánh thắng và bắt sống Vua Chiêm Chế Củ. Riêng Tiêu Chú thì hiểu được thực lực quân ta mạnh hơn trước nhiều, nên thẳng thắn từ chối việc đánh nước Đại Việt:

*“**Quyển 219.** Tống Thần Tông năm Hy Ninh thứ 4* [1071].

Ngày Quí Mão tháng giêng [19/2/1071], *chiếu ban cho Vương Khánh Dân vẫn chuyên giữ chức Quản câu Lân phủ lộ quân mã; riêng Tiêu Chú đợi chiếu chỉ tại phủ Thái Nguyên. Lúc đầu định cho Chú thay thế Khánh Dân. Chú đã đi, nghe tin Hà Đông dùng binh, bèn tự trình bày rằng bản thân vốn thư sinh, sở trường về phủ dụ, sở đoản về chiến đấu; sợ không làm tròn nhiệm vụ tại phủ Lân. Vào lúc có tin Giao Chỉ bị Chiêm Thành đánh bại, dân chúng không đầy 1 vạn, có thể kể ngày chiếm được; nên mệnh Chú Tri Quế châu.* ***Phan Túc truyện*** *kể rằng Túc trình bày Giao Chỉ có thể lấy được; điều nói “ Dân chúng không đầy 1 vạn”; có thể do Túc trình bày, đáng khảo. Tháng giêng năm thứ 6* [1073] *Chú thôi giữ Quế Châu. Thiên tử hỏi Chú sách lược đánh hoặc giữ; Chú từ chối rằng:*

‘Trước đây thần có ý như vậy; vì vào lúc đó dân khe động 1 người có thể chống lại 10; khí giáp sắc bén, những người thân tín có thể lấy tay chỉ để điều khiển. Nay binh giáp không hoàn bị như đường thời, những người tâm phục chết quá nửa, mà người Giao sinh sôi tập luyện cả 15 năm; bảo rằng dân chúng không đầy 1 vạn người, sợ là truyện nói láo.”

(癸卯，詔王慶民依舊專管勾麟府路軍馬，蕭注於太原府聽旨。初，以注代慶民，注既行，聞河東用兵，乃自言本書生，長於撫納，而短於戰鬥，恐不能辦麟府事。會有言交趾為占城所敗，眾不滿萬，可計日取也。因命注知桂州。潘夙傳云夙陳交趾可取，此云「眾不滿萬」，或是夙所陳也，當考。六年正月注罷桂州。上問注攻取之策，注辭曰：「臣昔者意嘗在此。方是時，溪洞之兵一可當十，器甲犀利，其親信之人皆可指手役使。今兵甲無當時之備，腹心之人死亡大半，而交人生聚教訓之又十五年矣。謂其眾不滿萬，恐傳者之妄也。」)

Chú Thích:

1. **Trường Biên: Tục Tư Trị Thông Giám Trường Biên**, tác giả Lý Đào.

2. **Toàn Thư**: Đại Việt Sử Ký Toàn Thư, tác giả Ngô Sĩ Liên.

3. Châu Tô Mậu: Theo Đất Nước Việt Nam Qua Các Đời, Đào Duy Anh, trang 121, Tô Mậu thuộc Định Lập, tỉnh Hải Ninh ngày nay.

4. Châu Tây Bình: châu ky my, vị trí tại vùng biên giới phía nam Ung châu [Quảng Tây]

5. Bài: lá chắn dùng để ngăn gươm giáo cung tên.

6. Quân: **Hán Việt Tự Điển** Thiều Chửu giải thích quân là tên riêng của con chương.

17. Vua Lý Thánh Tông [1054-1072]: Ngoại Giao, Nội Trị. (2)

Niên Hiệu:
Long Thụy Thái Bình: 1054-1058
Chương Thánh Gia Khánh:1059-1065
Long Chương Thiên Tự:1066-1067
Thiên Huống Bảo Tượng :1068
Thần Vũ:1069-1071

Việc giao thiệp với Trung Quốc đã trình bày ở chương trên, riêng chương này đề cập đến các lân bang về phía tây và nam. Về phía nam, nước Chân Lạp sát nách với Chiêm Thành cho người đến cống:

"*Mùa xuân, tháng giêng, Lý Thánh Tông Long Thụy Thái Bình năm thứ 3* [1056]. *nước Chân Lạp sang cống.*" **Toàn Thư** (1), Bản Kỷ, quyển 3.

Tại miền đông nam xa xôi, có lái buôn Trảo Oa [Java thuộc nước Indonesia], ghé đến dâng ngọc:

"*Lý Thánh Tông, năm Long Chương Thiên Tự thứ nhất* [1066]; *l*ái buôn người nước Trảo Oa *dâng ngọc châu dạ quang, trả tiền giá 1 vạn quan.*" **Toàn Thư**, Bản Kỷ, quyển 3.

Về phía tây, các nước Ai Lao, Ngưu Hống (2) đều mang vàng bạc và các vật quí đến cống:

"*Ngày Đinh Mùi, Lý Thánh Tông Long Chương Thiên Tự năm thứ 2* [1067]. *Mùa xuân, tháng 2, các nước Ngưu Hống, Ai*

Lao dâng vàng bạc, trầm hương, sừng tê, ngà voi và các thứ sản vật địa phương. Lễ cống gồm có vàng, bạc, trầm hương, sừng tê, ngà voi." **Toàn Thư**, Bản Kỷ, quyển 3.

Riêng nước Chiêm Thành không chịu thần phục; tuy vào năm 1068 mang voi trắng đến cống, nhưng chẳng bao lâu lại mang quân đến cướp phá nơi biên giới:

"Lý Thánh Tông năm Thiên Huống Bảo Tượng thứ nhất [1068]. *Chiêm Thành dâng voi trắng, sau lại quấy nhiễu biên giới."* **Toàn Thư**, Bản Kỷ, quyển 3.

Năm sau Vua thân chinh đi đánh Chiêm Thành, nhưng đánh mãi không được bèn mang quân trở về. Đến nửa đường, được tin Nguyên Phi coi việc nước yên ổn, nhà Vua nhận thấy một người đàn bà còn làm được như vậy; với tấm lòng phục thiện hướng theo điều phải, bèn quay trở lại quyết đánh cho kỳ được; bắt sống Vua Chiêm, mở rộng lãnh thổ đến tận tỉnh Quảng Trị:

"Ngày Kỷ Dậu, Lý Thánh Tông năm Thiên Huống Bảo Tượng thứ 2 [1069], *Mùa xuân tháng 2, Vua thân đi đánh Chiêm Thành, bắt được Vua nước ấy là Chế Củ và dân chúng 5 vạn người. Trận này Vua đánh Chiêm Thành mãi không được, đem quân về đến châu Cư Liên, nghe tin Nguyên phi giúp việc nội trị, lòng dân cảm hoá hoà hợp. Trong cõi vững vàng, tôn sùng Phật giáo, dân gọi là bà Quan Âm, vua nói:*

'Nguyên phi là đàn bà còn làm được như thế, ta là nam nhi lại chẳng được việc gì hay sao?'

Bèn quay lại đánh nữa, thắng được.

Mùa hạ, tháng 6 đem quân về. Mùa thu, tháng 7, vua từ Chiêm thành về đến nơi, dâng tù ở Thái Miếu, đổi niên hiệu là Thần Vũ năm thứ 1. Chế Củ xin dâng ba châu Địa Lý [Quảng Bình] *(3), Ma Linh* [Quảng Trị] *(4), Bố Chính* [Quảng Bình] *(5) để chuộc tội. Vua bằng lòng, tha cho Chế Củ về nước."* **Toàn Thư**, Bản Kỷ, quyển 3.

Sau trận này Chiêm Thành thần phục, lại sai Sứ sang cống như cũ:

"Lý Thánh Tông, Thần Vũ năm thứ 3 [1071] *Chiêm Thành sang cống."* **Toàn Thư**, Bản Kỷ, quyển 3.

Lý Thánh Tông thành công trong việc phạt Tống bình Chiêm là nhờ tổ chức quân đội có qui củ, tỏ ra hữu hiệu:

" Lý Thánh Tông năm Chương Thánh Gia Khánh thứ 1 [1059]. *Định hiệu quân, gọi là Ngự Long, Vũ Thắng, Long Dực, Thần Điện, Bổng Thánh, Bảo Thắng, Hùng Lược, Vạn Tiệp đều chia làm tả hữu, thích vào trán ba chữ "Thiên tử quân".* **Toàn Thư**, Bản Kỷ, quyển 3.

Lại dựa vào chính sách "*Ngụ binh ư nông*", quân lính được cấp ruộng, thời bình làm nông, thời chiến đăng lính; nhờ vậy nhà nước ít tốn kém:

" Chế độ binh lính của nhà Lý đại lược theo quân Phủ vệ của nhà Đường, quân Cấm sương của nhà Tống, mỗi tháng lên cơ ngũ một lần, gọi là đi canh, hết hạn canh lại về quê làm ruộng, quan không phải cấp lương, duy có người trưởng cấm quân theo hầu chực túc vệ, được cấp cho 10 bó lúa, 1 tấm vải, cho ăn gọi là đại hòa, cấp cho lúa mạch gọi là chiêm mễ. Không có phí tổn nuôi lính, mà có công hiệu dùng sức lính, cũng là chế độ hay." **Việt Sử Tiêu Án**, Ngô Thời Sĩ, trang mạng 51

Sách **Vân Đài Loại Ngữ** của Lê Quí Đôn kê cứu tư liệu đời Tống, cho biết quân sự gia Thái Diên Khánh từng dâng binh pháp triều Lý nước Đại Việt cho vua Tống Thần Tông tham khảo, được Vua Tống khen và đem áp dụng:

***"Lý Thánh Tông năm Chương thánh gia khánh thứ 1 (1059)** Sách **Vân đài loại ngữ** của Lê Quý Đôn có trích dẫn truyện Thái Diên Khánh nhà Tống: "Diên Khánh từng phỏng theo phép hành quân của An Nam: bộ đội chia ra chín tướng, gồm có các binh chủng như chính binh (6), tay cung tên (7), đoàn người ngựa (8). Mỗi tướng, từ quân bộ đến quân kỵ và khí giới, đều như nhau. Lại chia ra bốn bộ là Tả, Hữu, Tiền, Hậu, gộp lại là 100 đội. Mỗi đội đều có quân trú chiến (9) và quân thác chiến (10). Còn người và ngựa của quân Phiên thì chia riêng làm đội khác, không cho lẫn lộn với quân khác để* *phòng sự biến loạn, gần đâu thì cho họ lệ thuộc vào đó. Hạng quân già yếu thì cho đóng ở thành trại. Diên Khánh đem binh pháp ấy trình bày tường tận trong bức thư dâng lên vua Tống. Tống Thần Tông (1068-1085) khen là hay". Binh pháp triều Lý được Trung Quốc phỏng theo là thế đấy. Nhà Lý, phía bắc, phá được châu Ung, châu Liêm, phía nam, bình được Chiêm Thành, Chân Lạp, đánh đâu được đấy, thật là có cớ thế chứ!"* **Cương Mục**, Chính Biên, quyển 3.

Với chính sách an dân, nhà Vua chăm lo cho dân no ấm, khuyến khích việc nông tang, thường ban chiếu nhắc nhở việc canh nông:

"Lý Thánh Tông năm Long Thụy Thái Bình thứ 3 [1056]. *Mùa hạ, tháng 4, xuống chiếu khuyến nông."* **Toàn Thư**, Bản Kỷ, quyển 3.

Bấy giờ lương bổng các quan, ngoài việc phát tiền, còn thưởng thêm nhu yếu phẩm lúa, cá, muối:

"Lý Thánh Tông năm Long Chương Thiên Tự thứ 2 [1067], *cho Viên ngoại lang là Ngụy Trọng Hoà và Đặng Thế Tư làm Đô hộ phủ sĩ sư (11), đổi mười người thư gia (12)làm án ngục lại (13). Cho Trọng Hoà và Thế Tư mỗi người bổng hàng năm là 50 quan tiền, 100 bó lúa và các thứ cá muối v..v.. ngục lại mỗi người 20 quan tiền, 100 bó lúa để nuôi đức liêm khiết của họ."* **Toàn Thư**, Bản Kỷ, quyển 3.

Triều đình lập kho lúa tại các địa phương; gặp năm hạn hán thiên tai, cấp phát cho dân:

"Lý Thánh Tông năm Thần Vũ thứ 2 [1070]. *Mùa xuân, làm điện Tử Thần. Mùa hạ, tháng 4 đại hạn, phát thóc, và tiền lụa trong kho để chẩn cấp cho dân nghèo."* **Toàn Thư**, Bản Kỷ, quyển 3.

Về lãnh vực nhân văn, thời Vua Thánh Tông lưu ý đến ca nhạc, du nhập thêm nhạc khúc Chiêm Thành, sai nhạc công ca hát, giúp cho nền âm nhạc nước nhà phong phú hơn:

" Lý Thánh Tông năm Chương Thánh Gia Khánh thứ 2 [1060]. *Tháng 8, phiên dịch nhạc khúc và điệu đánh trống của Chiêm Thành, sai nhạc công ca hát."* **Toàn Thư**, Bản Kỷ, quyển 3.

Buổi đầu nhà Lý dời đô từ Trường yên đến Thăng Long là chốn ngàn năm văn vật; cho mở mang cung điện, đặt thêm quan chức trong triều và các địa phương, áo mũ y phục, đến nay lễ nghi đã đi vào nền nếp:

" *Lý Thánh Tông năm Chương thánh gia khánh thứ 1 (1059) tháng 8, mùa thu. Đặt ra kiểu mẫu triều phục. Nhà vua ngự ở điện Thủy Tinh, sai các quan đội mũ phốc đầu (14)* đi giày và bí tất vào chầu. Tục đội *mũ phốc đầu là trước từ đấy.*

*Sách **Giao Chỉ di biên** (không rõ họ tên người làm sách) chép: An Nam lúc mới dựng nước, mọi việc hãy còn đơn giản sơ sài; đến nhà Lý mới làm ra cung thất. Cung điện thì có điện Thủy Tinh, điện Thiên Quang. Quan trong và quan ngoài thì có những chức như phụ quốc thái uý, gián nghị đại phu, tả hữu ti lang trung, viên ngoại lang, xu mật sứ, kim ngô, lĩnh binh sứ. Lễ nhạc văn vật xem ra cũng đã đầy đủ."* Cương Mục, Chính Biên, quyển 3.

Lúc nhà Vua tuổi 40 vẫn chưa có con trai, một hôm đi kinh lý vùng Bắc Ninh, dân chúng nô nức đến xem, duy có một người con gái vẫn nép bên khóm lan; nhà Vua trông thấy, đưa vào cung, phong làm Ỷ lan phu nhân. Chẳng bao lâu Phu nhân sinh được Hoàng Tử, tức anh quân Lý Nhân Tông sau này. Buổi gặp gỡ Ỷ lan phu nhân, có lẽ mang nặng kỷ niệm trong lòng, nên Vua đổi tên làng quê Phu nhân là Thổ Lỗi thành làng Siêu Loại (15):

"***Ngày Quý Mão**, Lý Thánh Tông năm Chương Thánh Gia Khánh thứ 5* [1063]. *Bấy giờ vua xuân thu đã nhiều, tuổi 40 mươi mà chưa có con trai nối dõi, sai Chi hậu nội nhân Nguyễn Bông làm lễ cầu tự ở chùa Thánh Chúa, sau đó Ỷ Lan phu nhân có mang, sinh hoàng tử Càn Đức tức Nhân Tông, (Tục truyền rằng vua cúng khấn cầu tự chưa thấy hiệu nghiệm, nhân đi chơi khắp các chùa quán, xa giá đi đến đâu, con trai con gái đổ xô đến xem không ngớt, duy có một người con gái hái dâu cứ nép trong bụi cỏ lan. Vua trông thấy, gọi đưa vào cung, được vua yêu, phong làm Ỷ Lan phu nhân."* **Toàn Thư**, Bản Kỷ, quyển 3.

Việc học trước kia tổ chức trong chùa, nay nhà Vua cho lập văn miếu, tạc tượng các danh Nho, đưa Hoàng tử đến học:

"Lý Thánh Tông năm Thần Vũ thứ 2 [1070]*, mùa thu, tháng 8, làm Văn Miếu, đắp tượng Khổng Tử, Chu Công và Tứ phối (16), vẽ tượng Thất thập nhị hiền (17), bốn mùa cúng tế. Hoàng thái tử đến học ở đây."* **Toàn Thư**, Bản Kỷ, quyển 3.

Về phương diện pháp luật, sửa đổi luật chuộc tiền của triều trước, xét theo tội nặng nhẹ, cho phép mọi người chuộc tiền nhiều hay ít:

"Lý Thánh Tông năm Thần Vũ thứ 3 [1071] *Định tiền chuộc tội theo thứ bậc khác nhau.*

Trước đó, Lý Thái Tông đặt ra pháp lệnh: phàm kẻ phạm tội, nếu là dân mà là người già hay trẻ con, nếu là người họ thân nhà vua mà còn phải để tang nhau từ 9 tháng trở lên, đều được nộp tiền chuộc cả. Đến đây, định lệ lại: phàm người được nộp tiền chuộc tội phải tùy theo tội nặng hay nhẹ mà bắt nộp tiền nhiều hay ít khác nhau." **Cương Mục**, Chính Biên, quyển 3.

Tháng giêng năm Thần Vũ thứ 4 [1072] vua Thánh Tông mất tại điện Hội Tiên, Vua Tống bèn sai Sứ đến phụng điếu:

***"Trường Biên** quyển 231. Năm Hy Ninh thứ 5* [1072]

Ngày Giáp Ngọ tháng 3 [5/4/1072]*, Ty kinh lược Quảng Nam Tây Lộ tâu Nam bình vương Lý Nhật Tôn* [vua Lý Thánh Tông] *mất; con là Càn Đức* [vua Lý Nhân Tông] *nối ngôi. Chiếu ban Chuyển vận sứ Khang Vệ làm Điếu tặng sứ."*

（甲午，廣南西路【一】經略司言南平王李日尊卒，子乾德嗣。詔轉運使康衛為弔贈使。）

Xét ra lời bàn của Sử thần Ngô Sĩ Liên có thể tóm tắt được sự nghiệp vua Lý Thánh Tông, xin ghi lại như sau:

"Sử thần Ngô Sĩ Liên nói: Xót thương vì hình ngục, nhân từ với nhân dân, là việc đầu tiên của vương chính. Thánh Tông lo tù nhân trong ngục hoặc có kẻ vô tội mà chết vì đói rét, cấp cho chiếu chăn ăn uống để nuôi sống, lo quan lại giữ việc hình ngục hoặc có kẻ vì nhà nghèo mà nhận tiền đút lót, cấp thêm cho tiền bổng và thức ăn để nhà được giàu đủ. Lo dân thiếu ăn thì xuống chiếu khuyến nông, gặp năm đại hạn thì ban lệnh chẩn

cấp người nghèo, trước sau một lòng, đều là thành thực. Huống chi lại tôn sùng đạo học, định rõ chế độ, văn sự thi hành mau chóng bên trong; phía nam bình Chiêm; phía bắc đánh Tống, uy vũ biểu dương hiển hách bên ngoài. Tuy có việc lầm lỗi nhỏ khác cũng vẫn là bậc vua hiền. Hoặc có người bảo là vua nhân nhu có thừa mà cương đoán không đủ, ngu ý chưa cho là phải." **Toàn Thư**, Bản Kỷ, quyển 3.

Chú Thích:

1. **Toàn Thư**: Đại Việt Sử Ký Toàn Thư, tác giả Ngô Sĩ Liên.

2. Bản dịch **Toàn Thư** chú: Ngưu Hống: tộc người Thái ở vùng Sơn La, có thể là người Thái Đen. Ngưu Hống có thể là phiên âm tên Ngù Háu trong tiếng Thái, có nghĩa là "Rắn hổ mang". Theo Quắm tố mướu (truyện kể bản Mường) của người Thái Đen thì chúa Lò Rẹt ở Mường Muổi (khoảng thế kỷ XIV) lấy hiệu là Ngù Háu. Nhưng Ngù Háu có thể là hình tượng của tộc Thái Đen từ trước.

3. Địa Lý: Xưa là đất Việt Thường; đời Hán, thuộc quận Nhật Nam; đời Tống, là châu Địa Lý thuộc Chiêm Thành; nhà Lý đổi là Lâm Bình, nhà Trần đổi là Tân Bình; khi thuộc Minh vẫn để tên như thế; nhà Lê đổi là Tiên Bình. Bấy giờ là đất phủ Quảng Ninh thuộc tỉnh Quảng Bình. (Theo **Khâm Định Việt Sử Thông Giám Cương Mục**, viết tắt **Cương Mục**, Chính Biên, quyển 3)

4. Ma Linh: Xưa là đất Việt Thường; đời Hán, thuộc quận Nhật Nam; đời Tống, là châu Ma Linh thuộc Chiêm Thành; nhà Lý đổi là Minh Linh; nhà Trần vẫn để tên như thế; thuộc Minh, đổi là châu Nam Linh; nhà Lê đặt làm huyện. Bây giờ là đất đai huyện Minh Linh và Do Linh thuộc tỉnh Quảng Trị. (Theo **Khâm Định Việt Sử Thông Giám Cương Mục**, viết tắt **Cương Mục**, Chính Biên, quyển 3)

5. Bố Chính: Xưa là châu Bố Chính; đời Hán là đất huyện Thọ Lãnh thuộc quận Nhật Nam; đời Tống là châu Bố Chính thuộc Chiêm Thành; nhà Lý vẫn để tên như thế; thuộc Minh đổi là châu Trấn Bình; nhà Lê chia làm hai châu Nội Bố Chính và Ngoại Bố Chính. Bây giờ là đất ba huyện Bình Chính, Minh Chính và Bố Trạch thuộc tỉnh Quảng Bình. (Theo **Khâm Định Việt Sử Thông Giám Cương Mục**, viết tắt **Cương Mục**, Chính Biên, quyển 3)

6. Chính binh: Quân chính quy.

7. Cung tên: Quân chuyên bắn cung.

8. Đoàn người ngựa: Đoàn quân kỵ.

9. Quân trú chiến: Chiến đấu trong khi đóng giữ.

10. Quân thác chiến: Chiến đấu trong khi tấn công.

11. Sĩ sư: tên chức quan coi việc hình pháp ở Đô hộ phủ (Đô hộ phủ vốn là tên gọi cơ quan cai trị cấp châu đời Đường, các triều đình Đinh, Lê, Lý vẫn giữ tên Đô Hộ Phủ, nhưng chỉ chuyên việc hình pháp) [Bản dịch **Toàn Thư** chú]

12. Thư gia: Theo Lê Quý Đôn, thư gia tức là ty lại (Kiến Văn Tiểu Lục, bản dịch, Nxb Sử học, 1962, tr. 129 - 130), có thể cũng như tên gọi "thư lại" đời sau. Phan Huy Chú ghi tên các thư gia như: Nội hỏa thư gia, Ngự khố thư gia, Chi hậu thư gia, Nội thư gia, Lệnh thư gia v.v ... (Lịch triều hiến chương loại chí, bản dịch, T.2, Nxb Sử học, 1962, tr. 6) [Bản dịch **Toàn Thư** chú]

13. Án ngục lại: người giúp việc xét hỏi về công việc hình án. [Bản dịch **Toàn Thư** chú]

14. Phốc đầu: tên mũ, tức là mũ cánh chuồn, có hai dải cánh giương ra hai bên.

15. Làng Siêu Loại: nay thuộc địa phận huyện Thuận Thành tỉnh Hà Bắc. (Chú thích của bản dịch **Toàn Thư**.)

16. Tứ phối: chỉ Nhan Uyên, Tăng Sâm, Tử Tư, Mạnh Tử là bốn học trò của Khổng Tử được thờ với thầy ở Văn Miếu.(Bản dịch **Toàn Thư** chú)

17. Thất thập nhị hiền: 72 học trò giỏi của Khổng Tử. (Bản dịch **Toàn Thư** chú)

18.
Vua Lý Nhân Tông: Đối Phó Tống Âm Mưu Xâm Lăng [1072-1127] (1)

Niên Hiệu:
Thái Ninh: 1072-1075
Anh Vũ Chiêu Thắng: 1076-1084
Quảng Hựu: 1085-1091
Hội Phong: 1092-1100
Long Phù: 1001-1109
Hội Tường Đại Khánh: 1110-1119
Thiên Phù Duệ Vũ: 1120-1126
Thiên Phù Khánh Thọ: 1127

Khác với 3 vị Vua Thái Tổ, Thái Tông, Thánh Tông tiền nhiệm, nắm chính quyền lúc trưởng thành; Vua Nhân Tông lên ngôi lúc 7 tuổi, nên địa vị bà mẹ đẻ Linh Nhân Thái hậu lúc bấy giờ rất quan trọng. Thời con gái, Thái hậu gặp Vua Thánh Tông trong khung cảnh thơ mộng, bên khóm lan, nên được đặt tên là Ỷ Lan Phu nhân. Buổi gặp gỡ mang dấu ấn đậm đà trong lòng Vua; nên làng Thổ Lỗi quê Thái Hậu, nguyên chỉ là một làng tầm thường như tất cả các làng khác tại Bắc Ninh; được Vua đổi thành làng Siêu Loại. Ở địa vị được sủng ái, lúc Vua mất, con trai nối ngôi còn nhỏ tuổi; ắt phải có nhiều người xu phụ xui dục nắm quyền lực; Thái hậu nghe lời bèn xui Vua ban lệnh giết Thái hậu chính cung họ Dương, cùng cung nhân tùy tùng:

"Lý Nhân Tông năm Thái Ninh thứ 2 [1073]. Giam Hoàng thái hậu họ Dương, tôn Hoàng thái phi làm Linh Nhân hoàng thái hậu. Linh nhân có tính ghen, cho mình là mẹ đẻ mà không được dự chính sự, mới kêu với vua rằng:

'Mẹ già khó mới có ngày nay, mà bây giờ phú quý người khác được hưởng, thế thì sẽ để mẹ già vào đâu?'

Vua bèn sai đem giam Dương thái hậu và 76 người thị nữ vào cung Thượng Dương, rồi bức phải chết chôn theo lăng Thánh Tông." **Toàn Thư**, Bản Kỷ, quyển 3.

Ngoài vết nhơ này, suốt cuộc đời Thái hậu Linh Nhân tỏ ra là người tốt, lại hối hận về chuyện cũ, còn Vua lúc đó còn trẻ thơ; nên Sử thần Ngô Sĩ Liện có lời bàn nặng lòng trắc ẩn như sau:

"Sử thần Ngô Sĩ Liên nói: Nhân Tông là người nhân hiếu, Linh Nhân là người sùng Phật, sao lại đến nỗi giết đích thái hậu, hãm hại người vô tội, tàn nhẫn đến thế ư? Vì ghen là thường tình của đàn bà, huống chi lại mẹ đẻ mà không được dự chính sự. Linh Nhân dẫu là người hiền cũng không thể nhẫn nại được, cho nên phải kêu với vua. Bấy giờ vua còn trẻ thơ, chỉ biết chiều lòng mẹ là thích, mà không biết là lỗi to. Thái sư Lý Đạo Thành phải ra trấn bên ngoài, biết đâu chẳng vì can gián việc ấy?" **Toàn Thư**, Bản Kỷ, quyển 3.

Quả vậy, Lý Đạo Thành giữ chức Gián nghị đại phu, là vị quan có uy tín lúc bấy giờ, lặng lẽ rời triều đình ra coi châu Nghệ An xa xôi:

"Lý Nhân Tông năm Thái Ninh thứ 2 [1073]. Thái sư Lý Đạo Thành lấy chức Tả gián nghị đại phu ra coi châu Nghệ An. Đạo Thành lập viện Địa Tạng ở trong miếu Vương Thánh châu ấy, ở giữa viện đặt tượng Phật và vị hiệu của Thánh Tông, sớm hôm thờ phụng." **Toàn Thư**, Bản Kỷ, quyển 3.

Thời Vua Nhân Tông mới lên ngôi, nhằm giai đoạn tại Trung Quốc Vương An Thạch được trọng dụng, mấy lần Vua Tống Thần Tông vời ra làm Tể tướng. Vương An Thạch cho thi hành biến pháp, gồm những phép quan trọng như: Thanh miêu, mộ dịch, nông điền thủy lợi, thị dịch và bảo giáp.

Nội dung phép thanh miêu: cho nông dân vay lúc giáp hạt, đến mùa thu hoạch lấy 20-30/100 tiền lời; khiến mùa giáp hạt dân không đến nỗi chết đói, mà ngân quỹ nhà nước có thêm tiền.

Phép mộ dịch: bắt kẻ người nhiều, người ít; mỗi người phải đóng một số tiền gọi là tiền miễn dịch, địa chủ khoa bảng cũng phải đóng; rồi quan dùng tiền mướn sai dịch. Trước đó nhà Tống không bắt khoa bảng, chức sắc, sư sãi đóng, nay áp dụng cho mọi người; những người bận làm ruộng đóng để an tâm sản xuất; thành phần cố nông đi làm mướn, vô nghề nghiệp được mướn làm sai dịch để kiếm sống qua ngày.

Phép nông điền thủy lợi: cổ vũ khẩn hoang, hưng tu thủy lợi; khiến nông nghiệp sản lượng gia tăng.

Phép thị dịch: xuất tiền mua sản phẩm lúc rẽ, bán lúc đắt; nhắm điều hòa thị trường, giúp nhà nước có thêm tiền.

Phép bảo giáp pháp: chia dân tại hương thôn cứ 10 nhà thành 1 bảo, nhà 2 đinh [con trai lớn] lấy 1 bảo đinh, bắt luyện tập quân sự. Chủ trương đoàn ngũ hóa nông thôn; tăng quân, mà ít tốn kém.

Biến pháp đem ra thi hành, tuy cũng có công hiệu; nhưng dân bị nhũng nhiễu, nên các thành phần bảo thủ như Tư Mã Quang, Trình Di, cha con Tô Thức phản đối kịch liệt. Vương An Thạch ôm hoài bão làm mạnh Trung Quốc, phía bắc muốn đánh các nước Liêu, Tây Hạ, phía nam thôn tính nước Đại Việt. Về nước Liêu, nhà Tống vẫn tiếp tục ôm mối nhục "**hiệp ước Thiền Uyên**" ký từ thời Vua Chân Tông [1005] hàng năm phải nạp cho Liêu 20 vạn xấp lụa, mười vạn lượng bạc, Tuy hận nhưng nước này vị trí tại phương bắc hiểm trở, quân Tống thử sức, bị thua nhiều lần, nên đành phải tạm gác. Tây Hạ tuy yếu hơn, nhưng nằm sát nách nước Liêu; nếu Tống bức bách quá, thì hàng Liêu; hai nước gộp binh, lại càng thêm nguy hiểm. Bởi vậy Vương An Thạch chủ trương đánh Đại Việt trước, nếu thành công sẽ dựa vào khí thế của đạo quân chiến thắng, tiến về phía tây bắc đánh nước Hạ, rồi tập trung vào mục đích cuối cùng tiêu diệt nước Liêu.

Thực hiện sách lược này, đầu tiên cho dùng lại Tiêu Chú làm Tri Quế Châu, phụ trách vùng Quảng Nam Tây Lộ [Quảng Tây, Hải Nam]. Nhưng sau khi làm việc, quan sát kỹ khả năng hai bên, Chú không đồng ý việc tấn công Đại Việt; lúc thôi việc, y có nhận xét như sau:

*"**Trường Biên** quyển 219. Tống Thần Tông tháng giêng năm Hy Ninh thứ 6 [1073] Chú thôi giữ Quế Châu. Thiên tử hỏi Chú sách lược đánh hoặc giữ; Chú từ chối rằng:*

'Trước đây thần có ý như vậy; vì vào lúc đó dân khe động 1 người có thể chống lại 10; khí giáp sắc bén, những người thân tín có thể lấy tay chỉ để điều khiển. Nay binh giáp không hoàn bị như đường thời, những người tâm phục chết quá nữa, mà người Giao thì sinh sôi tập luyện cả 15 năm; bảo rằng dân chúng không đầy 1 vạn người, sợ là truyện nói láo."

(六年正月注罷桂州。上問注攻取之策，注辭曰：「臣昔者意嘗在此。方是時，溪洞之兵一可當十，器甲犀利，其親信之人皆可指手役使。今兵甲無當時之備，腹心之人死亡大半，而交人生聚教訓之又十五年矣。謂其眾不滿萬，恐傳者之妄也。」)

Triều đình bèn dùng Thẩm Khởi, viên quan khăng khăng tuyên bố rằng có thể chiếm được nước Đại Việt nhỏ bé. Trong triều có kẻ chê Thẩm Khởi thiếu đảm lược; nhưng y được Vua che chở và Vương An Thạch ủng hộ:

*"**Trường Biên**, quyển 242. Tống Thần Tông ngày Tân Sửu tháng 2 năm Hy Ninh thứ 6 [7/4/1073], giao cho quyền Độ chi phó sứ Lang trung bộ Hình Tập hiền điện tu soạn Thẩm Khởi làm Thiên chương các đãi chế Tri Quế Châu, thay Tiêu Chú. Chú tại Quế Châu, từ Đặc Ma đến Điền Đống châu, các Tù trưởng xa gần đều đến; Chú hỏi rành rọt núi sông, già trẻ mất còn; rất được vui lòng người, nhờ vậy tình hình Lý Càn Đức động tĩnh đều hay biết. Nhưng đề cập đến việc hiến sách bình Giao Chỉ, thì từ chối đã đốt đi rồi. Bấy giờ Thẩm Khởi nói Giao Châu tiểu xú, không thể không chiếm được, bèn bãi Chú; điều này căn cứ vào truyện chép về Chú..... Sau đó Khởi càng thi hành kế chinh thảo, cuối cùng bị bại.*

Đương sơ, bàn về việc dùng Khởi, Phùng Kinh nói rằng Khởi trước đây làm Chuyển vận sứ Thiểm Tây, binh loạn tại Khánh Châu; Khởi đóng thành Trường An không dám ra, người ta ngờ rằng khiếp sợ. Thiên tử phán:

'Giặc đến dưới thành, trong thành không có người trấn thủ phòng bị, sao lại không đóng thành, đây không phải là điều sai của Khởi?'

Vương An Thạch nói:

'Khởi tại Thiểm Tây thực không bị sai lầm lớn. Thời đi Giang Ninh, thần từng tâu có thể lưu giữ. Quần chúng luận phản đối Khởi nhiều, vì Khởi từng biện chính Vương Thiều, Lý Sư Trung, phải, trái; nên bị người ghét. Bệ hạ bị ràng buộc bởi lời chê Khởi nên không dùng."

(辛丑，權度支副使、刑部郎中、集賢殿修撰沈起為天章閣待制、知桂州，代蕭注也。注在桂州，自特磨至田凍州酋長遠近狎至，注問其山川曲折、老幼存亡，甚得其懽心，故李乾德動息必知之。然有獻策平交州者，輒火其書。會起言交州小醜無不可取之理，乃罷注歸。此據注本傳。十一月甲子，用注遺表推恩，當并此【一七】。其後起更為征討計，卒以此敗。

初，議用起，馮京言起前為陝西轉運使，慶州兵亂，起閉長安城不敢出，人疑其怯。上曰：「賊到城下，城中又無人守備，安可不閉城？此非起過也。」王安石曰：「起在陝西誠無大過。去江寧時，臣嘗奏以為可留，眾論所以攻起尤切者，蓋以起嘗辨正王韶、李師中曲直，故為人所惡，陛下牽於眾毀，故不欲留起耳。」)

Sợ các quan trong triều có lời dèm pha nên lúc nhận việc Thẩm Khởi xin tâu thẳng với Vua và Vương An Thạch, không phải qua trung gian; lại xin cho thám tử ra hoạt động ngoài biên giới; cả hai việc đều được nhà Vua chấp thuận:

"***Trường Biên***, *quyển 244. Tống Thần Tông ngày Mậu Dần tháng 4 năm Hy Ninh thứ 6* [14/5/1073], *Tri Quế Châu Thẩm Khởi mới nhậm chức xin cho lộ này theo lệ của 4 lộ tại Thiểm*

Tây được trực tiếp tâu lên Thiên tử cùng ty Kinh lược chuyên ủy xử trí; được chấp thuận. Khởi lại xin cho người ra ngoài biên giới lo liệu, Thiên tử quay sang Vương An Thạch hỏi:

"Chỉ huy việc này như thế nào?"

Vương An Thạch xin chấp nhận lời xin. Thiên tử đáp: "Có thể được."

An Thạch ghi riêng việc này như sau:

"Thiên tử ra lệnh Thẩm Khởi mật kinh chế việc Giao Chỉ, các công thần không được biết đến, phạm những điều tâu đều báo cho [An Thạch] *nghe."*

(新知桂州沈起，乞自今本路有邊事，依陝西四路止申經略司專委處置及具以聞，從之。起又乞差人出外界勾當，上顧王安石曰：「如何指揮？」安石請依所乞，劄與監司，上曰：「可。」安石私記又云：「上令起密經制交趾事，諸公皆不與聞，凡所奏請皆報聽。」)

Sau khi Vua Thần Tông mất, Thám hoa Trần Quan [1057-1124] từng giữ chức Thái học bác sĩ bình luận về âm mưu gây hấn của nhà Tống tiết lộ rằng Vua Thần tông còn lưỡng lự vì dùng binh không có lý do; Vương An Thạch cãi lại rằng muốn dùng binh đừng sợ không có lý do, ý nói lý do rất dễ kiếm. Ngoài ra cho biết nhà Vua cố tình bao che cho An Thạch, An Thạch lại bao che cho Thẩm Khởi:

*"**Trường Biên**, quyển 244. Tống Thần Tông ngày Mậu Dần tháng 4 năm Hy Ninh thứ 6* [14/5/1073] *Trần Quan luận về sự việc, như sau:*

"An Thạch vào cáo với Thần khảo [lời tôn xưng Vua đã mất] *rằng: 'Việc binh không đúng thời điểm không dùng được.'*

Thần khảo bảo:

'Dùng binh không có lý do, không được.'

An Thạch tâu:

'Bệ hạ quả muốn dùng binh, đừng lo không có lý do.'

Do đó trong 7 năm chấp chính đã dùng binh 4 lần; Thần khảo khoanh tay chờ thành công; bất cứ công việc nào hễ thắng thì qui công cho An Thạch, nếu không thắng thì qui lỗi vào chính mình. Hàn Xước thất bại tại phương tây, Thần khảo giảng chiếu trách tội mình; chưa từng trách An Thạch. Hy Hà (1) tấu công, lập tức cởi đai ngọc ban cho An Thạch và nói:

"Không có khanh chủ mưu tại triều, thì không có sự thành công này."

Việc dùng binh tại Mai Sơn, Chương Đôn nhận lệnh từ An Thạch, đến khi tấu công Thần khảo thăng chức cho Đôn và dùng. Việc Quảng Tây, Thẩm Khởi cũng nhận lệnh từ An Thạch, đến lúc thất bại, Thần khảo yểm hộ rằng việc sai lầm sinh sự từ Trung Thư (2), theo lời An Thạch tha tội chết cho Thẩm Khởi và chưa từng trách An Thạch. Thần khảo cư xử với An Thạch có thể nói rằng rất hậu; An Thạch báo đáp Thần khảo nên như thế nào?

....Thẩm Khởi khiêu khích dân man, khiến cho Giao Chỉ phạm biên cương; vây hãm Ung châu, Khâm, Liêm thất thủ; kẻ sinh sự là Khởi, mọi người đều biết; tạo mưu là An Thạch, mọi người không biết hết. Lúc việc biên giới chưa gây nên, Thần khảo đã có chiếu thư bãi Khởi, bảo rằng:

'Việc dùng binh Hy Hà chưa chấm dứt, Thẩm Khởi tại phương nam lại gây việc dẫn đến khiêu khích'

Muốn trị tội Khởi để yên trong ngoài; nhưng An Thạch không chịu phụng chiếu. Năm sau quả có sự biến, dân 3 châu gan óc lầy đất, mấy lộ tao động, riêng một người (3) lao khổ. Đương thời chiếu ban sinh linh một lộ, lâm vào cảnh giết chóc, trách nhiệm gây nên, tội tất tại Khởi. Nhưng Khởi sở dĩ không bị chết, là nhờ An Thạch bảo hộ. Thần khảo mấy lần trái lời xin, không muốn thi hành đến nơi. An Thạch rút lui rồi viết sách, truy cứu ghi việc này, bảo rằng Thẩm Khởi kinh chế, đều mật mưu với vua, các Công đều không tham dự; những điều Khởi tâu Thiên tử đều chấp nhận. Ô hô! 4 lần gây sự biên giới, 2 bại, 2 thắng; 2 lần thắng đều qui công cho mình, 2 lần bại thì đổ oán vào Thiên tử; những lời của Lữ Hối (4) đã sớm biện biệt ra."

(陳瓘論曰：安石入告之言曰：「兵無時不可用。」神考曰：「用兵安可無名？」安石曰：「陛下若果欲用兵，何患無名？」於是七年執政而四作邊事，神考垂拱仰成，任其所為，事成則歸功於安石，事不成則引咎於己。韓絳西事既敗，神考降詔罪己，未嘗責安石也。熙河奏功，則解玉帶以賜安石曰：「非卿主謀於內，無以成此。」梅山用兵，章惇受旨於安石，及其奏功，則神考擢惇而驟用之。廣西之事，沈起亦受旨於安石，及其敗也，神考掩護中書生事之過，曲從安石，貸起之死，而亦未嘗責安石也。神考之於安石，可謂厚矣，安石之所以報上者，宜如何哉？臣今考日錄，安石於熙河、梅山先書李若愚妄沮王韶，而神考崇長若愚；又先書經制成算已付章惇，而神考為人游說，即欲改授蔡燁，然後言王韶、章惇必可任使之意，以謂能知王韶者安石也，非神考也。矜主謀之功，返復張大，至于數十萬言，自謂有天地以來無此功矣。至于韓絳敗事，則曰：「陛下于一切小事勞心，于一大事獨誤。」又曰：「若陛下詳慮熟計，則必無可悔之事。」夫安石自作可悔之事，而恣為誣誕歸過之言，神考愛民之志，孚於天下，此等誣辭可累天德【三】，但臣子之心不能平耳。沈起引惹蠻事，致令交趾犯邊，圍陷邕州，欽、廉失守，生事者起，人皆知之，造謀者安石，人不盡知也。邊事未作之時，神考有罷起之詔，曰：「熙河用兵，未有息期，沈起又於南方造作引惹。」欲治起罪，以安中外，安石不肯奉詔，明年果有事宜，三州之民，肝腦塗地，數路騷動，一人焦勞。當時詔語以謂一路生靈，橫遭屠戮，職在致寇，罪悉在起。然起之所以得不死者，良以安石護起，神考重違其請，不欲盡行耳。安石退而著書，追記其事，則謂沈起經制，皆上密謀，諸公皆不與聞，起所奏乞，上皆許之。嗚呼！四作邊事，二敗二勝，二勝則掠美於己，二敗則歛怨於君，呂誨之言，辨之早矣。)

Chuẩn bị cho việc xâm lăng Đại Việt, Thẩm Khởi cho thi hành phép bảo giáp, thường xuyên tổ chức hành quân tuần thám tại biên giới nhằm tăng cường đe dọa các bộ tộc thiểu số tại nước ta, mưu đồ chiêu dụ uy hiếp các các khe động theo chúng, dưới danh nghĩa hoa mỹ là "Qui minh 歸明" (5). Về phép bảo giáp, y cho đoàn ngũ hóa nông thôn, cùng sai quan tập luyện bảo đinh tại 51 khe động thuộc tỉnh Quảng Tây:

"*Trường Biên, quyển 244. Tống Thần Tông ngày Nhâm Thìn tháng 4 Hy Ninh thứ 6 [28/5/1073], viên tân Tri Quế Châu Thẩm Khởi xin cho 51 khe động cùng bày thành bảo giáp, sai quan tập luyện; được chấp thuận.*"

(新知桂州沈起乞以邕州五十一溪洞洞丁排成保甲，遣官教閱，從之。)"

Đồng bộ với kế hoạch, Đô giám Quảng Nam Đông Lộ [Quảng Đông] Dương Tòng Tiên cũng tâu về triều đã huấn luyện được mấy chục vạn bảo đinh:

"***Trường Biên**, quyển 246. Tống Thần Tông ngày Nhâm Thân tháng 8 năm Hy Ninh thứ 6* [5/9/1073], *Trú bạc đô giám Quảng Nam Đông Lộ* [Quảng Đông] *Dương Tòng Tiên tâu:*

"Lộ này quân binh 1 vạn 4 ngàn, nay bày ra bảo giáp nếu cho 2 đinh lấy 1, thì số bảo đinh là 25 vạn 8 ngàn; nếu 3 đinh lấy một 1, thì số bảo đinh là 13 vạn 4 ngàn (6); tối thiểu thí số bảo đinh gấp 10 lần số quân binh. Xin ủy quyền cho lộ phân công 2 viên Đô giám và Đề cử huấn luyện."

Chiếu cho Ty Nông Tự định rõ điều ước rồi trình lên. Sau đó có lệnh ban, hộ loại đệ tứ trở lên cứ 3 đinh lấy 1 người; cứ 100 người làm 1 đô, 5 đô thành 1 chỉ huy. Từ tháng 11 đến tháng 2 năm sau, ngày trăng tròn duyệt tập 1 phiên, cứ 3 ngày một lần tỷ thí, đợi cho tài nghệ cao mới cho trở về. **Bản Chí** cũng chép như vậy."

(廣南東路駐泊都監楊從先言：「本路槍手萬四千，今排保甲，若兩丁取一，得丁二十五萬八千，若三丁取一，得丁十三萬四千。自少計之，猶十倍於槍手。願委路分都監二員，分提舉教閱。」詔司農寺詳定條約以聞。其後，戶自第四等以上，有丁三者以一為之，每百人為一都，五都為一指揮。自十一月至次年二月，每月輪一番閱習，每三日一比試，事藝高者先次放歸。」本志同此。)

Thẩm Khởi giao cho Chuyển vận phán quan Đỗ Phác lên lịch tổ chức các cuộc hành quân tuần thám tại biên giới, được triều đình chấp thuận:

"***Trường Biên**, quyển 247. Tống Thần Tông ngày Ất Hợi tháng 10 năm Hy Ninh thứ 6* [7/11/1073], *Tri Quế Châu Thẩm Khởi tâu:*

'Khe động tại Tả, Hữu Giang Ung Châu, các viên ty chức trước chưa từng ra lịch đi tuần, nay Chuyển vận phán quan Đỗ Phác đầu tiên thực hiện, sợ vì vậy các man kinh sợ nghi ngờ.'

Chiếu ban cho Phác y theo lệ cũ mà làm, việc huấn luyện binh giáp tại các động lệnh ty kinh lược sai quan thi hành."

(知桂州沈起言：「邕州左、右江溪洞，前此職司未嘗巡歷。今轉運判官杜璞獨往，慮諸蠻以故驚疑。」詔璞依故例出巡，其入洞點檢教閱兵甲，即令經略司差官。

Vào thời Tống Gia Hựu [1056-1059], bọn Nùng Tôn Đán đem động Vật Ác qui phụ, nhà Tống đặt tên là châu Thuận An; đến thời Trị Bình [1064-1067] Nùng Trí Hội đem động Vật Dương qui phụ, đổi là châu Qui Hóa. Nhắm mua chuộc các châu này, cùng làm mồi nhử các khe động tại biên giới nước ta, triều Tống thăng quan cho các viên chúa động:

"***Trường Biên**, quyển 244. Tống Thần Tông ngày Bính Tý tháng 4 năm Hy Ninh thứ 6* [12/5/1073], *ty kinh lược Quảng Nam Tây Lộ Câu đương công sự Ôn Cảo tâu:*

"Chiếu chỉ bổ Nùng Tôn Đán, Nùng Trí Hội làm Tướng quân; vì dân di không biết chức quan này, muốn xin một chức Cận thượng ban hoặc Phó sứ."

Chiếu ban cho Tông Đán và Trí Hội đều giữ chức Cung bị khố phó sứ, Tôn Đán làm Đô giám Quế Châu, Trí Hội làm Tri Qui Hóa châu."

(廣南西路經略司勾當公事溫杲言：「詔補儂宗旦、儂智會等為將軍，以夷人不知此官，欲乞一近上班行或副使。」詔宗旦、智會並為供備庫副使，宗旦桂州都監，智會知歸化州。)

Bấy giờ tại biên giới nước ta các bộ tộc thiểu số có các họ nổi tiếng nhiều quyền lực như Nùng, Thân, Hoàng, Lưu, Vi vvv....; nhắm chặt chân tay, làm suy yếu Đại Việt, nhà Tống ra sức lôi kéo. Những người gửi đi dụ dỗ, tung tin rằng Lưu Kỷ, Tù trưởng châu Quảng Nguyên [Cao Bằng] muốn hàng; bộ tham mưu triều Tống đem sự việc ra họp bàn; nhưng điều này thiếu căn cứ, sự thực thì sau này Lưu Kỷ vẫn tiếp tục chống lại Tống:

*"**Trường Biên**, quyển 247. Tống Thần Tông ngày Bính Thân tháng 10 năm Hy Ninh thứ 6* [28/11/1073], *Thẩm Khởi tâu:*

'Lưu Kỷ đất Giao Chỉ muốn qui thuận, triều đình chưa cho, sợ sẽ gây sự giống như Nùng Trí Cao.'

Thiên tử hỏi các quan chấp chính, đều cho rằng chưa thể hứa với Lưu Kỷ, hứa cho Lưu Kỷ Giao Chỉ tất tranh. Vương An Thạch tâu:

'Nghe tin Ôn Cảo [Kinh lược Quảng Nam Tây Lộ] *sắp tới, đợi Ôn Cảo tới, thượng lượng tìm ra hướng giải quyết.'*

Thiên tử bảo:

'Việc Giao Chỉ có thể hiểu, chỉ sợ Thẩm Khởi hiểu không đến nơi.'

An Thạch tâu:

'Khởi thường tự phụ coi thường, nhưng việc binh rất khó, chỉ mong rằng Khởi không coi thường.'

Phùng Kinh tâu:

'Giao chỉ làm sao có thể đồng lòng được; e rằng dân này cấu kết với nhau không vững, không được như người Khương (7).'

An Thạch tâu:

'Tại Giao Chỉ giữ chức quan trọng phần nhiều là người man [Việt], *như vậy thổ dân* [dân thiểu số] *không đủ để dựa'*

Sự việc vào ngày 27."

(沈起言：「交趾劉紀欲歸明，不納，必恐如儂智高。」上問執政交趾事，僉以為未可許劉紀【二四】，許劉紀，交趾必爭。王安石曰：「聞溫杲已來，乞候溫杲到，商量取旨。」上曰：「交趾可了，但恐沈起了不得。」安石曰：「起自以為易了，然兵事至難，誠恐起未易了。」馮京曰：「交趾安能一心，但恐其人相與之固，不如羌人爾。」安石曰：「交趾所任，乃多是閩人，必其土人無足倚仗故也。」二十七日事。)

Một sự kiện gây căng thẳng khiến khó hàn gắn được mối bang giao Tống, Lý, đó là việc Thẩm Khởi cho người móc nối chiêu dụ Tù trưởng Nùng Thiện Mỹ tại châu Ân Tình (8). Vị trí châu này theo Đồng Khánh Dư Địa Chí thuộc huyện Cảm Hóa tỉnh Thái Nguyên; nhưng theo văn bản **Trường Biên** (9) thì châu Ân Tình tại Thất Nguyên, tức Thất Khê Lạng Sơn ngày nay; phải chẳng lúc này lãnh thổ châu Ân Tình kéo dài ra đến tận Thất Khê gần biên giới. Vì cách hành xử thiếu khéo léo của Khởi, nên y bị mất chức; Vua Tống cho Lưu Di thay thế:

"***Trường Biên***, *quyển 251.Tống Thần Tông ngày Canh Tý tháng 3 năm Hy Ninh thứ 7* [1/4/1074], *mệnh Tri Kiền châu* [Giang Tây] *Đô quản viên ngoại lang Lưu Di Trực sứ quán Tri Quế châu. Tri Quế châu Lang trung bộ Hình Thiên chương các đãi chế Tập hiền điện tu soạn Thẩm Khởi lệnh đến Đàm châu* [Hồ Nam] *đợi nghe chiếu chỉ. Trước đó Chuyển vận sứ Quảng Tây Trương Cận tâu Đô tuần kiểm Tiết Cử tự tiện thu nhận Nùng Thiện Mỹ vào đất tỉnh, nhưng Thẩm Khởi không cấm; Thiên tử phê:*

'Hy Hà dùng binh chưa xong, mà Thẩm Khởi tại phương nam còn làm việc thưởng sai, sinh sự với dân man; nếu không sớm làm việc bình trị, thì gây cho Trung Quốc mối hoạn lớn, thực không thể sơ hốt. Cần cấp tốc nghị bàn việc bãi Khởi, trị việc tự tiện chiêu nạp, để yên trong ngoài.'

Do đó Trung thư tỉnh xin cho Tôn Cấu hoặc Khang Vệ thay Khởi. Bấy giờ Cấu làm Chuyển vận sứ Kinh Hồ Bắc Lộ [Hồ Bắc], *Vệ giữ chức Tri Đàm châu* [Hồ Nam]. *Thiên tử phê:*

" Chương Đôn chẳng mấy lâu sẽ tới kinh khuyết, việc tại Hồ Bắc cần Tôn Cấu lo liệu; còn Khang Vệ là người như thế nào? Nếu Hùng Bản có thể dừng việc, để đi thì rất tốt."

Nhưng bọn Vương An Thạch, Trần Thăng Chi đều tâu Bản mới giữ chức Kinh lược về dân di tại Lô châu [Tứ Xuyên]; *Lô châu, Quế châu cách nhau xa, mà Quảng Tây thì cần người gấp. Phát vận phó sứ Giang Hoài Trương Hiệt, Tri Kiền châu Lưu Di có thể dùng thay Khởi, nhưng Di tiện đường, đến Quế châu gần hơn. Bèn ban chiếu sai Di đi, vẫn ra lệnh ước thúc giống như trước kia đã sai Khởi; lại bảo Di bao dung việc Khởi dung nạp* Nùng *Thiện Mỹ. Sau đó Di tâu việc dung nạp Thiện Mỹ, triều đình vẫn ra lệnh cho Thẩm Khởi giữ chức Tri Đàm châu."*

(知虔州、都官員外郎劉彝【一】直史館、知桂州。知桂州、刑部郎中、天章閣待制、集賢殿修撰沈起令於潭州聽旨。初，廣西轉運使張覲言都巡檢薛舉擅納儂善美於省地而起不之禁，上批：「熙河方用兵未息，而沈起又於南方干賞妄作，引惹蠻事，若不早為平治，則必滋長為中國巨患，實不可忽。宜速議罷起，治其擅招納之罪，以安中外。」於是中書請以孫構【二】或康衛代起。

時構為荊湖北路轉運使，衛知潭州。上批：「章惇不久赴闕，湖北事恐且須孫構照管，康衛不知其為人如何？若熊本可輟以往甚善。」而王安石、陳升之等皆言，本方經畫瀘州夷事，瀘、桂相去絕遠，而廣西即今須人應接；江淮發運副使張頡、知虔州劉彝恐可使代起，而彝便道趨桂尤近。乃詔遣彝，而又令以前日付起約束付之，且使彝體量起納善美事。後彝體量奏至，仍命起知潭州。沈起知潭州。)

Sự việc châu Ân Tình triều Tống biết là sai, nội bộ thì cách chức Thẩm Khởi; nhưng với lòng tham ham bành trướng, nên khi Vua Lý Nhân Tông đòi trả lại Vua Tống vẫn khăng khăng từ chối, hành động này châm ngòi cho cuộc chiến tiếp đó xãy ra:

"***Trường Biên**, quyển 259. Tống Thần Tông ngày Kỷ Vị tháng giêng năm Hy Ninh thứ 8* [14/2/1075], *Giao Chỉ Quận vương Lý Càn Đức* [Lý Nhân Tông] *dâng biểu tâu rằng:*

'Thủ lãnh châu Ân Tình Ma Thái Dật là người châu Định Biên của bản đạo, rời chỗ ở đến châu Ân Tình; nay đổi tên xưng là Nùng Thiện Mỹ, cùng thuộc hạ hơn 700 người chạy qua đất của tỉnh [Quảng Tây], *xin điều tra tận gốc.'*

Trước đó, Kinh lược sứ Quảng Nam Tây Lộ Thẩm Khởi tâu:

'Tri châu Ân Tình Nùng Thiện Mỹ cùng gia thuộc hơn 600 người qui minh đến châu Thất Nguyên. Thần khám xét về bọn Nùng Thiện Mỹ trước kia thuộc châu Thất Nguyên là nơi thôn động của tỉnh nội địa quản hạt; mấy năm trước do Giao Chỉ xâm chiếm, đổi là châu Ân Tình. Do sự đòi hỏi thuế má phục dịch phiền khổ, nên đưa người đến qui phụ; nếu không nhận, tức sẽ bị Giao Chỉ giết.'

Chiếu ban cho phép qui thuận, cấp tuất nhiều. Đến nay, Càn Đức lại đem lời yêu cầu, bèn ban chiếu cho lộ Quảng Tây điều tra rồi gửi điệp văn lên; cuối cùng gửi chiếu cho Càn Đức không chấp nhận lời xin. (Căn cứ ***Giao Chỉ vương*** *truyện)"*

(交趾郡王李乾德表言，恩情州首領麻泰溢是本道定邊州人，移住恩情，今改稱儂善美，與其屬七百餘人逃過省地，乞根問。先是，廣南西路經略使沈起言：「知恩情州儂善美與其家屬等六百餘人歸明至七源州。臣勘會儂善美等，舊係省地七源州管下村峒，往年為交趾侵取，改為恩情州。以賦役誅求煩苦來歸，不納，必為交趾所戮。」詔聽歸明，厚加存恤。至是，乾德以為言，乃詔廣西路經略司勘會牒報，賜乾德詔不許。賜詔語不許，據交趾王傳。)

Chú thích:

1. Hy Hà: năm Hy Ninh thứ 8 [1075] mở biên giới chiếm được Hy Châu [Lâm Thao, Cam Túc], Hà Châu [Lâm Hạ, Cam Túc] của Tây Hạ.

2. Trung Thư: cơ quan trực tiếp phụ giúp Vua.

3. Một người: ý chỉ Vua Thần Tông.

4. Lữ Hối [1014-1071], thời Tống Thần Tông giữ chức Ngự sử trung thừa; kịch liệt phản đối biến pháp của Vương An Thạch.

5. Qui minh 歸明: có nghĩa là theo con đường sáng; từ ngữ mang nặng tính tự cao, dùng để chỉ dân các nước lân bang bỏ theo Trung Quốc.

6. Dịch nguyên văn, có lẽ các con số chép sai.

7. Khương: dân tộc thiểu số tại tây nam Trung Quốc.

8. Châu Ân Tình: Theo Đồng Khánh Dư Địa Chí xã Ân Tình, thuộc tổng Lương Thượng, huyện Cảm Hóa tỉnh Thái Nguyên; huyện Cảm Hóa nay thuộc huyện Bạch Thông tỉnh Bắc Cạn và huyện Ngân Sơn tỉnh Cao Bằng.

9. **Trường Biên**, quyển 259. Năm Hy Ninh thứ 8 [1075]

19.
Lý Nhân Tông: Từ Ngoại Giao Hòa Bình Đến Chuẩn Bị Chiến Tranh [1072-1127]

Niên Hiệu:
Thái Ninh: 1072-1075
Anh Vũ Chiêu Thắng: 1076-1084
Quảng Hựu: 1085-1091
Hội Phong: 1092-1100
Long Phù: 1001-1109
Hội Tường Đại Khánh: 1110-1119
Thiên Phù Duệ Vũ: 1120-1126
Thiên Phù Khánh Thọ: 1127

Thời Vua Nhân Tông nước Đại Việt chủ trương đối phó với nhà Tống từ mềm dẽo đến cứng rắn, khởi đầu duy trì bang giao rồi chuyển sang chiến tranh. Khi Vua lên ngôi được 1 năm [1072], Vua Tống phong tước Giao Chỉ quận vương:

"*Lý Nhân Tông năm Thái Ninh thứ 2* [1073] *Nhà Tống phong Vua tước Giao Chỉ Quận Vương.*" **Toàn Thư**, Bản Kỷ, quyển 3.

Năm sau nhà vua sai Sứ sang Trung Quốc tiến cống:

"***Trường Biên,*** *quyển 243. Tống Thần Tông ngày Giáp Tý tháng 3 năm Hy Ninh thứ 6* [30/4/1073], *Lý Càn Đức* [Vua Lý Nhân Tông] *đất Giao Châu sai Sứ cống sản vật địa phương.*"

(甲子，交州李乾德遣使貢方物。)

Trong sứ đoàn có một viên quan bị bệnh rồi bị mất tích, do phía Đại Việt khiếu nại, nên nhà cầm quyền Tống cho mở cuộc điều tra:

"***Trường biên**, quyển 246. Tống Thần Tông ngày Ất Tỵ tháng 7 năm Hy Ninh thứ 6* [9/8/1073], *bọn Lý Hoài Tố, Tiến phụng sứ Giao Chỉ xin tìm từ gốc viên Nha quan Đặng Am. Khởi đầu Am trên đường bị bệnh, cõng đến Trương Tam Quán, y bảo rằng bệnh đã lành, không muốn cõng nữa; rồi thất tung, không biết ở đâu. Chiếu ban cho Ung Châu trình bày đầy đủ người Giao Chỉ từ khi vào biên giới và khởi trình; cùng gửi văn thư cho Tĩnh hải quân An Nam và ra lệnh phủ Khai Phong* [kinh đô Bắc Tống] *trình bày đầy đủ về việc Đặng Am; cấp bằng cứ công cho bọn Hoài Tố.*"

（ 乙巳，交阯進奉使李懷素等乞根尋牙官鄧暗。初，暗道病，舁至張三館，自言病且愈，不願復舁，已而失之，不知所在。詔客省牒邕州具交人自入界至起發因依，移文靜海軍，及令開封府具鄧暗事，給與懷素等公據。）

Ngoài sự việc Sứ thần Đại Việt mất tích; lúc này viên quan phụ trách vùng Quảng Nam Tây Lộ [Quảng Tây] Thẩm Khởi cho thi hành phép bảo giáp, thường xuyên tổ chức hành quân tuần thám, mưu đồ chiêu dụ uy hiếp các khe động tại biên giới; triều đình nước ta gián tiếp cảnh cáo bằng cách đem việc đánh bắt Vua Chiêm Thành Chế Củ vào năm 1069 báo cho nhà Tống hay; nói rằng Vua Chiêm Thành mang người đến hàng:

"***Trường Biên**, quyển 252. Tống Thần Tông ngày Canh Dần tháng 4 năm Hy Ninh thứ 7* [21/5/1074]. *Giao Chỉ Quận vương Càn Đức dâng biểu tâu:*

'Tháng 10 mùa đông năm ngoái, trại Định Phiên tại biên giới phía nam báo rằng Quốc vương Chiêm Thành mang hơn 3.000 người cùng vợ đáp thuyền đến hàng; vào tháng giêng năm nay đến bản đạo rập đầu xin thần phục.'

Chiếu chỉ phúc đáp."

(庚寅，交趾郡王乾德表言：「去冬十月南界定蕃寨申占城國王領兵三千餘人及王妻子乘舟來降，今年正月已至本道稽顙克伏。」詔答之。新紀於六年十月遂書是月占城降于交趾，誤也，今不取。）

Do Kinh lược sứ Quảng Nam Tây Lộ Thẩm Khởi tạo rắc rối tại vùng biên giới Hoa Việt, lại nhân nước Liêu phương Bắc gây áp lực, nên triều đình nhà Tống muốn tạm thời hòa hoãn với Đại Việt, bèn tước đoạt chức tước của Thẩm Khởi:

*"**Trường Biên**, quyển 272. Tống Thần Tông ngày Bính Dần tháng giêng năm Hy Ninh thứ 9* [6/2/1076], *chiếu ban Chiêu thảo ty An nam Đồng Thạch Giám, Chu Ốc cân nhắc việc Thẩm Khởi, Lưu Di làm điều quấy sinh sự nơi biên giới; rồi tâu đầy đủ sự thực. Trước đó Thiên tử ban chiếu cầm tay cho Trung thư như sau:*

'Thẩm Khởi trước kia tại Quảng Tây nói xàm rằng đã nhận triều đình mật chỉ, kinh lược đánh dẹp Giao Chỉ. Lại không đợi chiếu chỉ, tự tiện sai quan lại tại biên giới chiêu dụ Nùng Thiện Mỹ tại châu Ân Tình (1), cùng cưỡng đặt các doanh, trại tại Dung Châu [Dung Thủy Miêu Tộc Tự Trị Khu, Quảng Tây], *Nghi Châu* [Nghi Châu thị, Quảng Tây]; *hư tấu dân man đã qui phụ. Rồi bắt xây tường đất, gây nên phản loạn; giết thổ đinh, quân lính, quan lại có đến hàng ngàn. Nay giặc Giao Chỉ xâm phạm, dân Liêu tại Nghi Châu gây biến trong nước; khiến cho sinh linh trong một đạo (2) bị hoành hành giết chóc; biết rằng gây ra loạn lạc tội do tại Khởi, không nghi ngờ gì nữa. Trẫm là cha mẹ của dân, thấy dân vô tội tại nơi xa xôi bị vướng vào tai họa, cảm thấy thương xót vô cùng. Thẩm Khởi tha cho tội chết, tước đoạt mọi chức tước, quản thúc tại châu xa xôi hiểm ác."*

（詔安南招討司同石鑑、周沃體量沈起、劉彝妄生邊事，具實以聞。先是，手詔中書：「沈起昨在廣西，妄傳密受朝廷意旨，經略討交州；又不俟詔，擅委邊吏，招接恩、靖州儂善美；及於融、宜州溪峒強置營寨，虛奏言蠻眾同附。既興版築，果致叛擾，殺土丁、兵校、官吏以千數。今交賊犯順，宜獠內侵，使一道生靈橫遭屠戮，職其致寇，罪悉在起，了無疑者。朕為人父母，視此遠方無辜之民橫罹災害，深所哀悼。沈起可貸死，削奪在身官爵，送遠惡州軍編管。」）

Qua mật tâu từ các nguồn do thám triều đình nhà Tống biết rằng nước Đại Việt sắp tấn công lớn, bèn ra lệnh cho Tô Giam án binh cố thủ, không tham công điều binh ra ngoài biên giới:

*"**Trường Biên** quyển 251. Ngày Mậu Ngọ tháng 3 năm Hy Ninh thứ 7* [19/4/1074], *chiếu gửi tay:*

"Căn cứ vào mấy lần ty Kinh lược Quảng Tây tâu rằng thám báo cho biết Giao Chỉ tụ binh, muốn xâm phạm đất tỉnh. Thâm lự rằng các quan tại biên giới không lượng được lực lượng phía ta và phía địch, khinh suất điều quân xa rời thành trại nghênh địch; cần chỉ huy gấp Tô Giam nếu như người man trực tiếp xâm phạm Ung châu, thì án binh cố thủ, không được tham công khinh địch."

(手詔：「累據廣西經略司奏，探報交趾聚兵欲犯省地。深慮邊臣不量彼已輕出兵，遠離城寨迎敵，宜速指揮蘇緘，如蠻人敢直來侵犯邕州，仰按兵固守，無得貪功輕敵。」)

Cho tăng cường việc phòng thủ nên việc tổ chức huấn luyện lực lượng bảo giáp vẫn duy trì như cũ, giữ quân số tối đa:

*"**Trường Biên**, quyển 254. Tống Thần Tông ngày Quí Tỵ tháng 6 năm Hy Ninh thứ 7* [23/7/1074], *Tri Quế Châu Lưu Di tâu:*

'Theo qui chế cũ 5 quận dân đinh thổ [dân thiểu số] *Nghi* [Nghi Châu thị, Quảng Tây], *Dung* [Dung Thủy Miêu Tộc Tự Trị huyện], *Quế* [Quế Lâm], *Ung* [Nam Ninh], *Khâm* [Khâm Châu], *lúc đến tuổi thành đinh đều ghi vào sổ. Những chỗ tiếp xúc với man* [chỉ Đại Việt] *sợ bị cướp phá, việc phòng ngự, tiếp ứng, tăng viện, không đợi lệnh có thể hành động. Nhưng qui chế mới đây cho chủ hộ loại đệ tứ trở lên, thì cứ 3 đinh lấy 1 người làm thổ đinh. Nếu 3 đinh lấy tên vào sổ 1 người, tức giảm số đinh so với trước còn 7/10; dư ra 3 phần làm bảo đinh; bảo đinh phần đông ở trong nội địa, lại phải đợi huấn luyện thêm việc võ bị, như vậy thiếu thổ đinh, sợ phòng bị nơi biên giới bị khuyết, xin y theo cựu chế tiện hơn.'*

Lời tâu được chấp nhận."

(知桂州劉彝言：「舊制，宜、融、桂、邕、欽五郡土丁，成丁以上者皆籍之。既接蠻徼，自懼寇掠，守禦應援，不待驅策。而近制主戶自第四等以上，三丁取一，以為土丁。而傍塞多非四等以上者，若三丁籍一，則減舊丁十之七。餘三分以為保丁，保丁多處內地，又俟其益習武事，則當多蠲土丁之籍。恐邊備有闕，請如舊制便。」奏可。此據本志熙寧七年事，今附六月二十七日。）

Lúc này Lưu Kỷ Tri châu Quảng Nguyên [Cao Bằng] mang quân đánh Ung châu để yểm trợ cho đường di chuyển ngựa mua từ phía tây bắc, Nùng Trí Hội bèn sai con mang binh đánh chặn; Vua Thần Tông và Tể tướng Vương An Thạch đều chủ trương củng cố lòng tin, yểm trợ cho Trí Hội:

"**Trường Biên**, *quyển 263. Tống Thần Tông ngày Ất Vị tháng 4 nhuần năm Hy Ninh thứ 8* [21/5/1075], *Tri Quế Châu* [Quế Lâm] *Lưu Di tâu rằng: Lưu Kỷ tại châu Quảng Nguyên* [bắc Cao Bằng] *dùng 3.000 quân xâm lược Ung Châu, Nùng Trí Hội tại châu Qui Hóa* [Ung Châu] *sai người con Tiến An, đánh chặn lập công. Chiếu cấp Trí Hội bổng tiền, cho Tiến An chức Tây đầu cung phụng quan; còn ra lệnh ty kinh lược sai quan mộ đinh trong động, lập trại nơi gần thuận tiện để thanh viện; ngày cấp lương ăn; như gặp giặc bắt một tên hoặc chém một thủ cấp, được thưởng riêng 10 tấm quyên. Lưu Di từng tâu rằng:*

'Trí Hội có thể đoạn tuyệt đường mua ngựa của Giao Chỉ làm phên dậu cho Ung Châu; Lưu Kỷ lo lắng về việc cách tuyệt đường mua ngựa nên đánh.'

Lại tâu:

'Trí Hội cũng không thể tin được; để cho hai bên đánh nhau, thắng hay bại đều có lợi cho triều đình.'

Thiên tử phán:

'Lưu Di bảo Trí Hội có thể triệt đường mua ngựa của Giao Chỉ, làm phên dậu cho ta; nhưng lại bảo thắng, hay thua đều có lợi cho triều đình, tại sao vậy? Phàm người ta đã qui thuận, bị giặc đánh, có 2 đường thắng bại, kẻ theo ta không được giúp, kẻ phản ta thì đắc chí; có thể nói rằng thi thố trái phương lược.'

Vương An Thạch tâu:

'Đúng như lời Thánh dụ, giả sử Trí Hội theo sự giáo hóa chưa thuần nhất, cần nhân lúc này giúp đỡ kết nạp, để nội phụ trở nên

kiến định. Vả lại Càn Đức ấu nhược, nếu Lưu Kỷ phá được Trí Hội, thừa thắng đánh Giao Chỉ, tất gây mối hoạn cho Trung Quốc trong tương lai [giống như Nùng Trí Cao]*; bởi vậy lúc này nên giúp Trí Hội, để khiên chế Lưu Kỷ, khiến không rảnh mưu Giao Chỉ, đó là điều lợi cho Trung Quốc.'*

Thiên tử cho là đúng nên ban mệnh như vậy."

(知桂州劉彝言，廣源州劉紀帥鄉兵三千侵略邕州，歸化州儂智會率其子進安逆戰有功。詔給智會俸錢，授進安西頭供奉官，仍令經略司選差使臣，募峒丁於近便處箚寨，以為聲援。日給口食，如遇賊，每生擒一人、獲一首級，依見行賞格外，更支絹十匹。初，彝奏曰：「智會能斷絕交趾買夷馬路，為邕州藩障，劉紀患其隔絕買馬路，故與之戰。」又曰：「智會亦不可保，使其兩相對，互有勝負，皆朝廷之利。」上曰：「彝既言智會能絕交趾買馬之路，為我藩障，而又以為勝負皆朝廷之利，何也？且人既歸順，為賊所攻，而兩任其勝敗，則附我者不為用，叛我者得志，可謂措置乖方矣。」王安石曰：「誠如聖諭，縱智會向化未純，尤宜因此結納，以堅其內附。且乾德幼弱，若劉紀既破智會，乘勝并交趾，必為中國之患，宜於此時助智會，以牽制劉紀，使不暇謀交趾，乃中國之利。」上以為然，故有是命)

Ngoài việc Vua Lý Nhân Tông chính thức phản kháng nhà Tống chiêu dụ Tù trưởng Nùng Thiện Mỹ tại châu Ân Tình, Tĩnh hải quân An Nam còn gửi thông điệp phản đối bọn Lưu Di ngăn cản buôn bán chung, cùng cấm đoán Sứ thần ta đến triều cống:

"***Trường Biên** quyển 270, Tống Thần Tông ngày Giáp Thân tháng 11 năm Hy Ninh thứ 8* [3/1/1076]*, ty kinh lược Quảng Nam Tây Lộ tâu:*

'Tĩnh hải quân An Nam gửi thông điệp cho 2 châu Khâm, Liêm rằng mới gặp cản trở, không thể thông thương mua hàng rộng rãi, cũng không dám đưa người đến cống tại kinh đô.'

Chiếu Lưu Di không được cấm chỉ. Lúc này An Nam đã vào cướp phá, chiếu ban Lưu Di không được ngăn cấm buôn bán chung với An Nam."

(廣南西路經略司言：「安南靜海軍牒欽、廉二州，新有艱阻，不與通和博買，及未敢發人上京貢奉【五】。」詔劉彝毋得止絕。時安南已入寇矣。詔劉彝毋得止絕安南和市，據神宗史交趾傳。實錄云：「是冬，安南入寇。」按此月二十日已陷欽州，後三日陷廉州，今改之。)

Lưu Di nhậm chức được hơn 1 năm, tình hình biên giới càng lắm mâu thuẩn, nên bị chỉ trích nặng nề; địa vị của y cũng sẽ sụp đổ như Thẩm Khởi trước đó:

"***Trường Biên**, quyển 272. Tống Thần Tông ngày Bính Dần tháng giêng năm Hy Ninh thứ 9* [6/2/1076]. *Lúc Khởi chưa đi, thì Trung thư và Khu mật tâu:*

'Lưu Di cũng tiếp tục gây sự, xin bãi quân tại những nơi mà dân chiêu dụ chưa có thể sử dụng được, cùng tạo chiến thuyền, cấm người Giao Chỉ đến buôn bán, không cho Tô Giam gặp để bàn luận việc biên giới, không chịu nhận các văn bản thông tin [của Giao Chỉ], *khiến nghi sợ sinh biến. E rằng sự việc gây ra không phải một mình Thẩm Khởi mà thôi.'*

Do vậy sai ty Chiêu thảo tìm hỏi thêm sự thực. (Vào ngày 24 tháng 2 năm trước đưa cho Chu Ốc; ngày 4 tháng 2, Khởi và Di đều bị trách.)"

((未行，而中書、樞密院言：「劉彝亦相繼生事，請罷屯札兵，致所招之人未堪使；并造戰船，止絕交趾人賣買；不許與蘇緘相見商量邊事，及不為收接文字，令疑懼為變。事恐不獨起，而亦有可疑者。」乃並下招討司更訪其實焉。去年十二月二十四日付周沃等，二月四日起、彝俱責。)

Lúc này quân ta đã chuẩn bị sẵn tại biên giới, tập trung nhiều tại châu Quảng Nguyên; tin điệp báo tại Quảng Nam Tây Lộ [Quảng Tây] nhiều lần gửi về, triều đình nhà Tống không còn nghi ngờ gì nữa, bèn cho chuẩn bị phòng thủ, tưởng thưởng người lập công, ủy lạo chăn sóc nơi bị cướp phá:

"***Trường Biên**, quyển 270. Tống Thần Tông ngày Kỷ Tỵ tháng 11 năm Hy Ninh thứ 8* [21/12/1075], *ty kinh lược Quảng Tây tâu rằng gián điệp báo châu Quảng Nguyên Giao Chỉ tập trung lính địa phương mưu đồ vào cướp phá. Chiếu ban:*

'Người đánh giặc có công cấp tốc đưa tên lên; những gia đình bị cướp phá, ước lượng chăn sóc cứu tế."

(廣西經略司言，諜報交趾、廣源州集鄉兵，欲圖入寇，又言古萬峒為蠻賊攻劫。詔：「與賊戰有功人速以名聞，被焚略之家量與存恤。」九月十五日寇古萬峒。)

Tại nước ta vào năm 1075, tuy trong nước chuẩn bị chiến tranh nhưng vẫn tỏ ra ung dung, lo việc văn học. Trước kia việc học do các tự viện Phật giáo phụ trách; nay triều đình đảm đang, tuyển Minh kinh bác học và thi Nho học tam trường; chọn Lê Văn Thịnh trúng Thủ khoa đầu tiên, đưa vào dạy Vua học:

"*Lý Nhân Tông ngày Ất Mão năm Thái Ninh thứ 4* [1075]. *Mùa xuân, tháng 2, xuống chiếu tuyển Minh kinh bác học và thi Nho học tam trường. Lê Văn Thịnh trúng tuyển, cho vào hầu vua học.*" **Toàn Thư**, Bản Kỷ, quyển 3.

Phía ta nắm vững hoạt động của địch, biết rõ sách lược của Vương An Thạch lăm le tấn công An Nam trước, để tạo khí thế làm bàn đạp vươn lên giải tỏa áp lực phương bắc:

"*Lý Nhân Tông ngày Ất Mão năm Thái Ninh thứ 4* [1075]. *Vương An Thạch nhà Tống cầm quyền, tâu với vua Tống rằng nước ta bị Chiêm Thành đánh phá. Quân còn sót lại không đầy vạn người, có thể dùng kế chiếm lấy được. Vua Tống sai Thẩm Khởi, và Lưu di làm tri Quế Châu ngầm dấy binh người Man động (3), đóng thuyền bè, tập thủy chiến, cấm các châu huyện không được mua bán với nước ta. Vua biết tin, sai Lý Thường Kiệt, Tông Đản đem hơn 10 vạn binh đi đánh.*" **Toàn Thư**, Bản Kỷ, quyển 3.

Về tin tức địch triều đình nắm được có giá trị rất cao, ngoại trừ các tin do thám tử gửi về, còn được phối kiểm chặt chẻ bởi nguồn tin từ nội tuyến. Kẻ nội tuyến thuộc thành phần bất mãn với nhà Tống, sinh quán tại Quảng Đông, bấy giờ thi hỏng Tiến Sĩ tên là Từ Bá Tường từng gửi thư cho vua ta trình bày mọi âm mưu của địch, trong đó có cả trận đồ chuẩn bị đánh An Nam. Nhưng sau đó Bá Tường thi đậu Tiến sĩ rồi phản bội; cũng là một cách để trừng trị y, triều đình ta công khai cho nhà Tống biết. Sự việc giặc sắp sửa đến nhà rõ ràng như ban ngày, triều đình giao cho Lý Thường Kiệt mang đại binh ra tay trước, đúng như lời binh thư cổ kim Đông Tây đều cho rằng *"Cách phòng thủ hữu hiệu nhất là tấn công cho giỏi"* [The best defense is a good offense], hoặc *"Tiên hạ thủ vi cường"* trong binh thư Tôn Tử.

"***Trường Biên** quyển 272. Tống Thần Tông ngày Đinh Sửu tháng 3 năm Hy Ninh thứ 9 [27/4/1076]. Vào thời Hy Ninh [1068-1077]; triều đình sai Thẩm Khởi, Lưu Di kế tục làm Tri Quế châu nhắm mưu đồ đánh Giao Chỉ; bọn Khởi, Di cho đóng chiến thuyền, đoàn kết dân đinh trong động thành tổ chức bảo giáp, cấp cho trận đồ, sai y như vậy mà dạy chiến thuật, các động bị tao nhiễu. Người dân địa phương cầm trận đồ, bàn về chiến thuật tấn công, phòng ngự Giao Chỉ nhiều không biết bao nhiêu mà kể.*

Bấy giờ Tiến sĩ đất Lãnh Nam Từ Bá Tường thi không đậu, bèn bí mật gửi thư cho Giao Chỉ rằng:

'Đại vương đời trước gốc tích vốn là người Phúc Kiến (4), nghe rằng các Công, Khanh Giao Chỉ hiện nay phần lớn là người Phúc Kiến. Bá Tường tài cán không dưới người, nhưng không dùng tại Trung Quốc, nguyện được làm tay dưới phụ tá cho Quốc vương. Nay Trung Quốc muốn cử đại binh diệt Giao Chỉ; binh pháp cho rằng tiếng nói trước có thể đoạt lòng người; chi bằng hãy mang quân vào đánh trước, Bá Tường xin làm nội ứng.'

Do vậy, Giao Chỉ phát đại binh vào cướp phá; đánh chiếm 3 châu Ung, Khâm, Liêm; nhưng Bá Tường chưa có cơ hội theo. Nhân Thạch Giám quen thân với Bá Tường, tâu rằng Bá Tường lập được chiến công, cho giữ chức Thị cấm, làm Tuần kiểm các châu Khâm, Liêm, Bạch. Khi triều đình mệnh Tuyên huy sứ Quách Quì mang quân đánh Giao Chỉ, Giao Chỉ xin hàng nói rằng:

'Tôi vốn không có ý vào đánh, người Trung Quốc hô hào tôi vào.'

Rồi đưa thư của Bá Tường cho Quì, Quì truyền hịch cho ty Chuyển vận Quảng Tây hạch hỏi. Nhân đó Bá Tường chạy trốn, rồi tự tử. Điều này do Tư mã Quang văn ghi, Vào ngày Tân vị tháng 2 năm Nguyên Phong thứ nhất [11/4/1078]*, sự việc Bá Tường bị bại lộ.*"

(熙寧中，朝廷遣沈起、劉彝相繼知桂州以圖交趾。起、彝作戰船，團結峒丁以為保甲，給陣圖，使依此教戰，諸峒騷然。土人執交趾圖言攻取之策者，不可勝數。嶺南進士徐伯祥屢舉不中第，陰遺交趾書曰：「大王先世本閩人，聞今交趾公卿貴人多閩人也。伯祥才略不在人後，而不用於中國，願得佐大王下風。今中國欲大舉以滅交趾，兵法先聲有奪人之心【一二】，不若先舉兵入寇，伯祥請為內應。」於是，交趾大發兵入寇，陷欽、廉、邕三州。伯祥未得間往歸之。會石鑑與伯祥有親，奏稱伯祥有戰功，除侍禁，充欽、廉、白州巡檢【一三】。朝廷命宣徽使郭逵討交趾，交趾請降曰：「我本不入寇，中國人呼我耳。」因以伯祥書與逵，逵檄廣西轉運司按鞫。伯祥逃去，自經死。此據司馬記聞。元豐元年二月辛未，伯祥事敗。)

Chú thích:

1. Xem lời tâu của vua Lý Nhân Tông vào ngày Kỷ Vị tháng giêng năm Hy Ninh thứ 8 [14/2/1075].

2. Một đạo: chỉ Quảng Nam tây Đạo.

3. Người man động: chỉ các dân tộc thiểu số Trung Quốc tại vùng biên giới phía nam.

4. Người Mân: tức Phúc Kiến; đây chỉ là lời đồn rằng nhà Lý nước ta tổ tiên gốc tại Phúc Kiến; điều này không có bằng chứng ghi trong sử.

20.
Vua Lý Nhân Tông: (3) Phạt Tống [1072-1127]

Niên Hiệu:
Thái Ninh: 1072-1075
Anh Vũ Chiêu Thắng: 1076-1084
Quảng Hựu: 1085-1091
Hội Phong: 1092-1100
Long Phù: 1001-1109
Hội Tường Đại Khánh: 1110-1119
Thiên Phù Duệ Vũ: 1120-1126
Thiên Phù Khánh Thọ: 1127

Cuộc chiến Lý Tống chính thức mở màn vào tháng 10 năm 1075. Theo sử Trung Quốc, **Tục Tư Trị Thông Giám Trường Biên,** Tổng chỉ huy cuộc chiến là Lý Thượng Cát, có lẽ họ ghi lại theo âm Việt, nên chép sai tên Lý Thường Kiệt. Căn cứ vào tờ chiếu Vua Tống truy tặng quan chức Chỉ huy các châu, động, thuộc 2 lộ Quảng Tây và Quảng Đông tử trận, thấy được tổng quát chiến lược của Lý Thường Kiệt; ông cho mở hai mặt trận từ 2 phía tây và đông, rồi đánh kẹp vào thành Ung [Nam Ninh], khiến viên Tri Ung châu Tô Giam phải đơn độc chịu trận.

Về phía tây chiến trận chính thức mở màn vào tháng 10/1075, tại động Cổ Vạn, vị trí ở vùng hạ lưu sông Tả Giang, cách thành Ung châu [Nam Ninh] khoảng 20 km. về phía tây nam:

"***Trường Biên*** *(1) quyển 268. Năm Hy Ninh thứ 8* [1075]

"Ngày Giáp Tuất tháng 9 [27/10/1075], *giặc man hơn 700 người cướp động Cổ Vạn."*

(是日，蠻賊七百餘人寇古萬峒。據十一月十一日奏。)

Vua Tống được tin thành mất, biết tình thế khẩn trương, ra lệnh cho Kinh lược sứ Lưu Di, bấy giờ bộ chỉ huy đầu não đóng tại Quế Lâm miền bắc Quảng Tây; cho phòng bị nghiêm nhặt, không được khinh suất tấn công:

*"**Trường Biên**, quyển 269, ngày Bính Thìn tháng 10 [8/12/1075], ty kinh lược Quảng Nam Tây Lộ tâu man tặc đánh phá trại Cổ Vạn. Chiếu ban cho Lưu Di xử trí trọn vẹn, răn Tuần kiểm sai quan thủ bị nghiêm nhặt, không được khinh chiến."*

(廣南西路經略司言蠻賊寇古萬寨。詔劉彝詳審處置，戒巡檢使臣嚴守備，無輕出戰。九月十五日、十一月十一日。)

Viên Tri Ung châu Tô Giam giữ thành Nam Ninh, báo cáo rõ rằng vào tháng 11 năm Hy Ninh thứ 6 [12/1075] chỉ trong vòng chưa đến 10 ngày, quân An Nam đã chiếm 2 châu Khâm, Liêm tại bờ biển; riêng mặt trận phía tây chiếm trọn 4 trại Thái Bình, Vĩnh Bình, Thiên Long, Cổ Vạn, vị trí tại lưu vực sông Tả Giang:

"***Trường Biên***, *quyển 271, Ngày Đinh Dậu tháng chạp* [18/1/1076]... *Rồi người Giao quả đã cử đại binh, chúng bảo là 8 vạn; tháng 11 đến vùng bờ biển, chưa đến 1 tuần chiếm 2 châu Khâm, Liêm; đánh phá 4 trại Thái Bình* [Sùng Tả thị, Chongzuo, hạ lưu Tả Giang], *Vĩnh Bình* [Bằng Tường thị], *Thiên Lục* [huyện Ninh Minh, Ningming, Quảng Tây], *và Cổ Vạn."*

(於是交人果大舉，眾號八萬，十一月抵海岸，未旬日陷欽、廉二州，破邕之太平、永平、遷陸、古萬四寨)

Không chỉ riêng lưu vực sông Tả Giang, quân An Nam cũng chiếm luôn Hữu Giang khiến viên Trại chủ Hoành Sơn Lâm Mậu Thăng tử trận*;* trại này vị trí bên dòng sông Hữu Giang, cách thành Ung châu [Nam Ninh] khoảng 20km về phía tây. Sau khi quân ta rút về nước, dân Tả Giang, Hữu Giang vẫn chưa chịu ngã theo chính quyền nhà Tống, nên Vua Thần Tông phải sai Phó tổng binh Triệu Tiết mang quân uy hiếp; trước khi đặt chân vào nội địa xâm lăng nước ta:

"***Trường Biên**, quyển 273, Tống Thần Tông ngày Tân Sửu tháng 2 năm Hy Ninh thứ 9* [22/3/1076]. *Nay khanh tuyển mộ lính địa phương 1,2 ngàn tên tinh nhuệ khỏe mạnh, chọn một viên tướng kiêu hùng, hiếp những dân đinh trong các động, rằng khi đại binh đến, theo ta thì được thưởng, không theo ta thì giết; nếu quả không theo thì giết 2, 3 họ làm gương. Binh uy đã lập, trước hết hiếp Hữu Giang* [Quảng Tây], *rồi hiếp Tả Giang* [Quảng Tây]; *sau khi bọn chúng qui thuận, thì đánh sào huyệt Lưu Kỷ* [tại Quảng Nguyên, Cao Bằng] *không mấy khó khăn. Quách Quì tính keo kiệt, khanh nên bảo rằng triều đình không tiếc phí tổn; ngoài ra Quì quá nghiêm trang, không cảm thông với kẻ dưới, tướng tá không dám trình bày, khanh đến đó chuyện trò với họ, ngoài ra đừng khinh địch.*"

(今卿可選募精勁土人一二千，擇梟將領之，以脅峒丁，諭以大兵將至，從我者賞，不從者殺。若果不從，即誅三兩族。兵威既立，先脅右江，然後脅左江。此等既歸順，則攻劉紀巢穴不難也。郭逵性吝嗇，卿宜諭以朝廷不惜費，兼逵好作崖岸，不通下情，將佐莫敢言，卿至彼為言之，毋得輕敵。」))

Cuộc tấn công thành công mau, lại ít tổn thất, bởi ngoài nỗ lực quân sự, quân ta đi đến đâu đều trưng lên bản tuyên cáo gọi là "**Lộ Bố**" (2) nêu cao cuộc chiến chính nghĩa tự vệ, do phía Tống gây hấn trước. Lại chỉ trích việc nhà Tống dưới sự chỉ đạo của Tể tướng Vương An Thạch với danh nghĩa cải cách đặt ra các phép Thanh miêu (3), Trợ dịch (4), Bảo giáp (5); kềm kẹp dân chúng. Vì lòng dân sẵn mối bất mãn các quan lại hà khắc, cưỡng bách thi hành cải cách, bắt dân đoàn ngũ hóa giống như trại lính; nên hưởng ứng lời chỉ trích trong bản **Lộ Bố**, quay sang ủng hộ quân ta:

"***Trường Biên**, quyển 271 ngày Quí Sửu* [3/2/1076]: *Lúc bấy giờ những thành ấp Giao Chỉ đánh phá đều trưng bản* **Lộ Bố** *yết thị tại các nơi giao lộ nói rằng:*

'Những dân phản chạy trốn vào Trung Quốc, bị quan lại dung chứa dấu diếm; ta đã sai Sứ đến Quế Lâm tố cáo nhưng không trả lời; lại sai Sứ vượt biển đến Quảng Châu trình bày, cũng không chịu phục đáp; bởi vậy ta mang quân truy bắt những kẻ phản loạn.'

Lại bảo rằng:

'Quế quản điểm binh tập luyện tráng đinh trong động, tuyên bố rằng muốn thảo phạt ta.'

Rồi đả kích:

'Trung Quốc dùng phép thanh miêu trợ dịch làm cùng khốn dân chúng, nên chúng ta mang quân đến cứu vớt.'

Vương An Thạch giận, nên đích thân *thảo chiếu đánh dẹp*."

(時交趾所破城邑，即為露布揭之衢路，言所部之民亡叛入中國者，官吏容受庇匿，我遣使訴於桂管，不報，又遣使泛海訴於廣州，亦不報，故我帥兵追捕亡叛者。又言桂管點閱峒丁，明言欲見討伐。又言中國作青苗、助役之法，窮困生民。我今出兵欲相拯濟。安石怒，故自草此詔。)

Về mặt trận phía đông, quân ta sử dụng cả 2 đường thủy, bộ. Vào ngày 30/10/ 1075 đánh châu Khâm, trước tiên xông vào 2 đồn biên giới Để Trạo và Như Tích; giết viên Hữu ban điện trực Trương Thủ Trại chủ Để Trạo, tại động Như Tích giết viên Tam ban tá sứ Ngũ Hoàn. Chu Khứ Phi [1134-1189], một vị quan thời Tống tòng sự tại Quảng Tây trong nhiều năm, tác giả sách **Lĩnh Ngoại Đại Đáp**; sách ông mô tả vị trí các địa danh châu Khâm, châu Liêm, Như Tích, Để Trạo như sau:

"*Khâm, Liêm là phần đất tận cùng biên giới, cách lãnh thổ An Nam không xa. Vào thời trước thuyền An Nam thường ghé châu Liêm, một số bị chìm, nên đổi sang ghé châu Khâm; bấy giờ lệnh cho châu Liêm không quản lý khe động, do những giới chức quản lý khe động chuyển sang phòng bị An Nam. Phía tây châu Liêm là châu Khâm, phía tây Khâm là An Nam. Người Giao châu thường dùng thuyền nhỏ ghé đến, thuyền ra khỏi cảng nước này, chạy dọc theo bờ, từ ngoài bờ vào cảng châu Khâm chưa đến nửa dặm. Nếu thuyền chạy đến châu Liêm, phải vượt qua cảng Khâm, biển chia nhiều dòng, sóng gió hiểm ác; còn người Giao đến châu Khâm, từ lãnh thổ họ tại châu Vĩnh An* [Móng Cái, Quảng Ninh], *sáng khởi hành chỉ buổi chiều đến nơi. Cảng châu Khâm do trại Để Trạo gánh vác, gần cảng có bến Mộc Long điều hành, duyên hải có ty Tuần kiểm đón đưa và phòng bị hải đạo. Nếu quá cảnh bằng đường bộ, có 7 động dọc biên giới, trong đó có động Như Tích đặt đồn quân, để làm vững biên giới của ta."* **Lĩnh Ngoại Đại Đáp** quyển 1.

欽、廉皆號極邊，去安南境不相遠。異時安南舟楫多至廉，後為溺舟，乃更來欽。令廉州不管溪峒，猶帶溪峒職事者，蓋為安南備爾。廉之西，欽也。欽之西，安南也。交人之來，率用小舟。既出港，遵崖而行，不半里卽入欽港。正使至廉，必越欽港。亂流之際，風濤多惡。交人之至欽也，自其境永安州，朝發暮到。欽於港口置抵棹寨以誰何之，近境有木龍渡以節之，沿海巡檢一司，迎且送之，此其備諸海道者也。若乃陸境，則有七峒，於如昔峒置戍，以固吾圉。

Cùng chung số phận với mặt trận miền tây, chỉ trong 3 ngày quân ta chiếm trọn 2 châu Khâm, Liêm; phía Tống chống cự coi như không đáng kể:

"***Trường Biên**, quyển 270, Ngày Mậu Dần tháng 11* [30/12/1075], *Giao Chỉ chiếm Khâm Châu; sau đó 3 ngày chiếm Liêm Châu. Khâm Châu, ngày 20 tháng 12* [8/1/1076] *tâu về triều đình; riêng Liêm Châu, ngày 22 tháng 12* [10/1/1076] *tâu về."*

(戊寅，交趾陷欽州，後三日又陷廉州。欽州十二月二十日奏到，廉州十二月二十二日奏到。)

Sau khi chiếm xong hai châu Khâm, Liêm, thủy quân tụ họp tại trấn Hồ Dương, để chuẩn bị đánh 2 lộ Quảng Đông, Quảng Tây:

"***Trường Biên**, quyển 271, ngày Quí Tỵ tháng chạp năm Hy Ninh thứ 8* [14/1/1076], *ty kinh lược Quảng Nam Tây Lộ tâu:*

"Giao Chỉ cho thủy quân đóng tại trấn Hồ Dương, mưu cướp phá 2 lộ. Đã chiếm xong 2 châu Khâm, Liêm."

(廣南西路經略司言：「交趾以舟師駐湖陽鎮，謀以兩路入寇，欽、廉已陷矣。」十一月二十日陷欽州，十二月二十日奏方到。廉州當是十一月二十三日陷，十二月二十二日奏到。)

Địa danh Hồ Dương chưa tra được đích xác, nhưng xét về địa lý hai châu, vũng biển Mao Vĩ tại cửa sông Khâm có thể ứng với chỗ này. Vũng biển này khép lại như hồ nước lớn; nam bắc, đông tây mỗi chiều trên 10 km, kín gió, rộng rãi cho thuyền hạm neo đậu hoặc qua lại; vị trí nằm trên tuyến giao thông bằng đường thủy sang Việt Nam, dưới thời Minh đô hộ, Tổng Binh Trương Phụ xin Vua Thành Tổ cho sử dụng. Tuyến đường này xuất phát từ thành Thăng Long đến huyện Hoành phía tây Nam Ninh; nếu đi theo đường bộ qua Lạng Sơn, Bằng Tường phải mất trên 400 km, nay chỉ sử dụng khoảng 150 km đường bộ, tiện việc chuyển vận số lượng lớn lương thực cho đại quân; lại có thể sử dụng tiếp sông Uất [Yujiang River] ngược dòng, hoặc xuôi dòng để tỏa ra khắp 2 lộ Quảng Đông và Quảng Tây. Căn cứ vào văn bản **Minh Thực Lục** đính kèm, từ thành Thăng Long xuôi dòng sông Đuống dọc theo huyện Từ Sơn, qua Lục Đầu huyện Chí Linh, xuôi sông Bạch Đằng dọc theo biên giới tỉnh Quảng Ninh, Hải Phòng để ra biển. Rồi theo hướng đông bắc qua Vân Đồn, noi theo bờ biển Quảng Ninh, qua Phòng Thành, châu Khâm, đến vũng biển Mao Vĩ; từ đó ngược dòng Khâm Giang đến vùng thượng du huyện Linh Sơn, dùng đường bộ đến huyện Hoành [Heng Xian] tại phía tây thành Ung [Nam Ninh]:

*"**Ngày 19 tháng 5 năm Vĩnh Lạc thứ 14 [14/6/1416]**. Quan Tổng binh Giao Chỉ Anh quốc công Trương Phụ tâu rằng từ trạm dịch Thiên Nhai thuộc châu Khâm, tỉnh Quảng Đông qua cảng Miêu Vĩ đến Thông Luân, Phí Đào theo ngã huyện Vạn Ninh đến Giao Chỉ phần lớn do đường thủy, đường bộ chỉ có 291 dặm. Đường cũ bắc Khâu Ôn gần Thất Dịch; nên lập cả trạm đường thủy và trạm ngựa để tiện việc đi lại. Thiên tử chấp thuận.*

Rồi cho lập 2 trạm đường thủy tại Phòng Thành (6) và Phật Đào tại châu Khâm tỉnh Quảng Đông; lập 3 sở chuyển vận tại Ninh Việt, Dõng, Luân; lập ty tuần kiểm tại Phật Đào; lập 2 trạm mã dịch tại Long Môn, An Viễn huyện Linh Sơn, lập 2 sở chuyển vận tại An Hà, Cách Mộc. Tại huyện Đồng Yên [đông bắc tỉnh Quảng Ninh], *châu Tĩnh An, Giao Chỉ lập trạm dịch đường thủy cùng sở chuyển vận tại Đồng Yên; lập trạm dịch đường thủy cùng sở chuyển vận tại Vạn Ninh, huyện Vạn Ninh* [huyện Đầm Hà, Quảng Ninh]; *lập 3 trạm dịch đường thủy tại Tân Yên thuộc huyện Tân Yên* [Tiên Yên, Quảng Ninh], *Yên Hòa thuộc huyện Yên Hòa* [Yên Hưng, tỉnh Quảng Ninh] *và Đông Triều thuộc châu Đông Triều* [Quảng Ninh]; *lập trạm dịch đường thủy cùng sở vận chuyển tại Bình Than, huyện Chí Linh* [tỉnh Hải Dương]*; lập trạm dịch đường thủy tại Từ Sơn, thuộc huyện Từ Sơn* [tỉnh Bắc Ninh]. *Các trạm ngựa tại Thiên Nhai thuộc châu Khâm, Quảng Đông; Gia Lâm thuộc huyện Gia Lâm ; sông Lô phủ Giao Châu. Các trạm ngựa tại Quảng Châu, Khâm Châu, Thiên Nhai đều lập thêm trạm đường thủy. Trạm đường thủy Châu Môn, Hoành Châu lệ thuộc vào phủ Nam Ninh, Quảng Tây. Cho thiết lậpThiên hộ sở thủ ngự tại Tân An, Giao Chỉ."* (**Minh Thực Lục** v.13, tr. 1927; Thái Tông q. 176, tr. 3a) (7)

Lúc quân ta từ hai cánh, sẵn sàng dưới chân thành Ung, Lý Thường Kiệt giao cho Tôn Đản chỉ huy cuộc tấn công. Phía quân Tống Tô Giam quyết tử thủ, cho giết những kẻ mưu trốn ra khỏi thành để răn đe, khiến lực lượng trong thành phải ra sức chiến đấu, do đó chiến trận hết sức gay go. Quân ta dùng voi phối hợp với bộ binh tấn công. Lại xây dựng công cụ gọi là thang mây [vân thê]; loại thang có 3 chân, dựng lên cao, không phải dựa vào thành, dùng để quan sát và xạ kích; quân Tống dùng tên lửa bắn ra đốt thang mây, khiến chiến trận kéo dài, hai bên thiệt hại nặng:

"***Trường Biên**, quyển 271, Ngày Đinh Dậu tháng chạp* [18/1/1076], *Giao Chỉ vây thành Ung Châu* [Nam Ninh]. *Trước đó Thẩm Khởi giữ chức kinh lược Quảng Tây, nói láo rằng nhận chiếu chỉ thảo phạt Giao Chỉ, lại tự tiện dung nạp Nùng Thiện Mỹ tại châu Ân Tình (8); cùng việc xây thành, trại, tại Ung Châu, Nghi Châu, giết người đến hàng ngàn; khiến người Giao Chỉ chấn nộ quấy nhiễu. Bởi vậy nên triều đình ban chiếu cho Lưu Di thay thế, mong chiêu tập lòng người; nhưng Di cũng làm trái ý triều đình trong việc công thủ, muốn làm khác để lập công; bắt đầu đặt quan tại các khe động, điểm danh tập thổ đinh theo bảo giáp, giao cho trận đồ, bắt hàng năm tập luyện. Lại bắt quan chỉ huy vận chuyển muối tập thủy chiến cho dân tại ven biển; lúc này việc buôn bán với người Giao tại các châu, huyện đều bị cấm chỉ. Ngày 3 tháng 3 năm Hy Ninh thứ 7* [1/4/1074] *mệnh Di cân nhắc việc làm của Khởi; tháng 12 năm thứ 8* [1075] *Di tuân chiếu chỉ; lúc này Giao Chỉ càng thêm biến lòng, tập hợp nhiều binh đinh, mưu vào cướp phá.*

Tri Ung Châu Tô Giam biết được thực trạng, viết thư báo cho Di, xin bỏ thi hành 3 điều nêu trên, *giữ nguyên như cũ; chớ để người Giao mượn danh nghĩa mang quân đến. Di không nghe, lại gửi văn thư đàn hặc Giam không được bàn thêm và ra lệnh cấm không được nói về việc biên giới. Rồi người Giao quả đã cử đại binh, chúng bảo là 8 vạn; tháng 11đến vùng bờ biển, chưa đến 1 tuần chiếm 2 châu Khâm, Liêm; đánh phá 4 trại Thái Bình, Vĩnh Bình, Thiên Long, Cổ Vạn. Giam nghe tin giặc sắp đến, duyệt quân trong quận, gồm sương binh, cấm binh, và quân lão nhược 2.800 tên; triệu tập các quan lại cùng trai trẻ trong quận, trao cho phương lược, chia nhau phòng thủ từng bộ phận. Người trong châu kinh sợ, trốn tránh nhiều vô kể; Giam bèn mang tiền công, và tiền riêng trong nhà ra và bảo:*

'Ta có khí giới đầy đủ, lương thảo tụ tập cũng không thiếu; nay bọn giặc đến đánh cho được thành; chỉ có cách là giữ vòng thành cố thủ, để chờ ngoại viện, có thể đợi thắng. Nếu 1 người cất chân bỏ chạy, lòng quần chúng lay động, tức đại sự sụp đổ. Các người hãy nghe lời ta, sẽ được hậu thưởng; nếu không nghe mà bỏ đi, thì ta sẽ chém ngay.'

Viên Đại hiệu Trạch Tích muốn ngầm bỏ trốn, Giam sai người phục kích bên ngoài, bắt được chém đầu để làm răn. Do đó kẻ trên người dưới đều nghe lệnh; Giam lại mộ quân cảm tử, được vài trăm, dùng thuyền trên sông Ung [Yujiang River, Uất Giang], *đánh lại giặc, chém hơn 200 thủ cấp, giết hàng chục voi lớn, giặc vẫn tiếp tục vây thành. Giam ngày đêm ủy lạo sĩ tốt, dùng thần nõ bắn vào giặc, giết voi không biết bao nhiêu mà kể. Giặc chế công cụ, nhắm 4 phía dòm vào thành, trên thành dùng tên lửa, đốt cháy thang; trước sau sát thương hơn 1 vạn 5 ngàn tên; trong thành lòng người càng thêm vững, tuy già trẻ đều lo giải cứu từng giờ phút, vòng vây nới ra."*

(丁酉，交趾圍邕州。初，沈起經略廣西，妄言被旨謀討交趾，又擅撫納恩、靖州儂善美及於融、宜州疆置城寨，殺人以千數，交人震擾。詔以劉彝代起，冀使招輯之，而彝乃更妄意朝廷有攻取謀，欲以鉤奇立異為功，始遣官入溪峒，點集土丁為保伍，授以陣圖，使歲時肄習；繼命指使因督鹽運之海濱集舟師，寓教水戰，故時交人與州縣貿易，一切禁止之。七年三月三日命彝體量起，八年十二月彝聽旨。於是交趾益貳，大集兵丁，謀入寇。知邕州蘇緘伺知其實，以書抵彝，請罷所行三事如故，無使交人興師有名。彝不聽，反移文劾緘沮議，又責令不得輒言邊事。於是交人果大舉，眾號八萬，十一月抵海岸，未旬日陷欽、廉二州，破邕之太平、永平、遷陸、古萬四寨。緘聞賊且至，閱郡兵，得廂禁卒并老弱才二千八百人，召官吏與郡人之才勇者，授以方略，使以部分地自守。州民震驚，將竄逃者不可勝數。緘悉出官帑及私財示之曰：「吾兵械素具，蓄聚亦不乏。今賊眾已薄城下，惟有堅壁固守，以待外援，可以坐勝。若一人舉足，則羣心動搖，大事先去矣。汝輩幸聽吾言，冀蒙厚賞，或不聽而出，當先并其孥斬之。」大校翟積陰欲出奔，緘使人伏門外梟其首以徇。由是上下脅息聽命。緘復募死士，得數百人，拏舟邕江，與賊逆戰，斬首二百餘級，殺其巨象十數，賊遂圍城。緘日夜行勞士卒，以神臂弓仆賊、殪象不可勝計。賊為攻具，四面瞰城。城上發火箭，焚其梯衝。前後殺傷萬五千餘人，城中人心益固，雖老幼皆謂救至在刻漏，圍即解矣。墨本蘇緘傳以移文劾緘事皆屬之沈起，朱本改之，今從朱本，蓋墨本誤也。）

Vua Tống nghe tin thành Ung vẫn cầm cự được, bèn đặc cách gửi những bản tuyên dương công trạng trống, chưa đề tên người, cho Tô Giam dùng để khích lệ, cấp cho kẻ có công; nhưng việc này cũng vô dụng, vì thành bị bao vây chặt:

"***Trường Biên***, *quyển 272. Ngày Kỷ Vị tháng giêng năm Hy Ninh thứ 9 [9/2/1076], Ty chuyển vận Quảng Nam Tây Lộ tâu giặc Giao Chỉ đánh Ung Châu, quan dùng hiệu quả người để đánh giặc, giết khá nhiều. Chiếu sai Đông đầu cung phụng quan ban tờ* ***Không danh tuyên*** và ***Kinh lược ty thư điền*** *để thưởng cho những người lấy đầu giặc, cùng những công trạng khác, lại còn thêm ưu thưởng.*"

(己未，廣南西路轉運司言交賊攻邕州，效用人禦敵，殺傷賊頗眾。詔降東頭供奉官空名宣與經略司書填，以賞獲首級及別有功之人，餘優與支賜。)

Bấy giờ cánh quân mặt trận miền đông của ta triển khai ngược lên miền bắc, qua sông Uất [Yujiang River] chiếm Tân châu [Binyang, Quảng Tây], giết viên Đồng tuần kiểm Ung Tân

Hứa Dự. Riêng viên Tri châu Thạch Hoàn bỏ thành chạy thoát thân; nên đến năm Hy Ninh thứ 10 [1077] bị truy tội cách chức:

"***Trường Biên**, quyển 280. Ngày Canh Thân tháng giêng năm Hy Ninh thứ 10* [4/2/1077], *Tri Tân Châu Điện trung thừa Thạch Hoàn bị cưỡng bách đình chức, vì phạm lỗi bỏ thành khi Giao Chỉ sắp đến cướp; bèn tránh chết, ra khỏi thành.*"

(知賓州、殿中丞石亘【二】勒停。坐聞交趾將為寇，避亡出城也。)

Quân Tống tiếp viện do Đô giám Quảng Nam Tây Lộ Trương Thủ Tiết chỉ huy sợ sệt không dám tiến, sau khi bị thôi thúc mới miễn cưỡng từ Quí châu [Guigang, Quí cảng thị, Quảng tây], rụt rè di chuyển theo hướng tây, định đến giữ ải Côn Lôn. Ải này vị trí tại vùng giáp giới Ung châu và Tân châu, khi đến nơi bị quân ta chặn, chưa kịp dàn trận thì bị đánh tan, khiến Trương Thủ Tiết tử trận:

"***Trường Biên**, quyển 272 Ngày Tân Dậu tháng giêng năm Hy Ninh thứ 9* [11/2/1076], *Đô giám Quảng Nam Tây Lộ Trương Thủ Tiết bị giặc Giao Chỉ đánh bại tại quan ải Côn Lôn. Trước đó Tô Giam sai Sứ đến Quế Châu cầu cứu, Lưu Di sai Thủ Tiết tiếp viện; Thủ Tiết nghe tin giặc đông gấp mười, chần chừ không đi ngay; lại đi vòng đường Quí Châu* [huyện Quí, tỉnh Quảng Tây], *trú quân tại trạm dịch Khang Hòa để xem thắng bại. Giam lại sai Sứ mang thư bọc sáp cứu cấp gửi Đề điểm hình ngục Tống Cầu. Cầu nhận thư kinh sợ khóc, thúc dục Thủ Tiết tiến binh. Thủ Tiết hoảng sợ không biết làm gì, bèn chuyển quân đến lãnh Hỏa Lai, rồi quay về giữ quan ải Côn Lôn. Cuối cùng gặp giặc, không kịp dàn trận, đạo quân sụp đổ, Thủ Tiết chết.*"

(辛酉，廣南西路都監張守節為交賊所敗於崑崙關。先是，蘇緘遣使詣桂州請救【一】，劉彝遣守節往援，守節聞賊眾十倍，逗留不即行，復迂取貴州路，駐兵康和驛以觀勝負。緘又遣使持蠟書告急於提點刑獄宋球，球得書驚且泣，以便宜督守節進兵。守節惶遽不知所為，移屯火夾嶺，回保崑崙關，猝遇賊，不及陣，一軍皆覆，守節死之。)

Tại thành Ung, cho dù cho Tô Giam tử thủ, nhưng quân ta quyết đánh bằng mọi cách. Tôn Đản cho đào địa đạo, lấy da súc vật bao quanh để chẹn bùn đất, lúc vào đến nơi thì bị chặn; quân ta liên tục dùng pháo bắn vào, có những hàng binh như Liêu Triệu Tú biết rõ vị trí quan trọng trong thành, giúp xác định mục tiêu bắn vào thành, sau này y mất tích, triều Tống bèn truy tội cả vợ con, bắt đày lên phương bắc:

"***Trường Biên****, quyển 281. Ngày Ất Tỵ tháng 4 năm Hy Ninh thứ 10* [20/5/1077]*, chiếu ban đem vợ và con trai Liêu Triệu Tú, thuộc quân Mã Hùng Lược Ung châu* [Nam Ninh, Quảng Tây] *đày tại quân doanh Hồ Bắc làm nô lệ; Triệu Tú thường giúp cho giặc xác định pháo bắn vào thành Ung châu."*

（又詔邕州有馬雄略員僚趙秀妻、男，送湖北配本路軍營充奴婢。秀常為賊定砲打邕州城也。）

Cuối cùng nhắm dứt điểm, quân ta dùng bao cát ném vào chân thành, cát chất đầy tạo thành những bực thang; rồi đồng loạt xông vào, sau 42 ngày chiến đấu cam go, thành bị hãm. Tại đây, người nghiên cứu cần lưu ý; qua sử liệu trong văn bản ngày 1/3/1078 đính kèm, ghi số lượng quân dân Tống tổn thất trong thành Ung như sau "*Chúng giết quan, lính, thổ đinh, cư dân hơn 5 vạn người; cứ 100 người làm 1 đống; gồm hơn 580 đống*"; đó là chưa kể đến số tù binh bị bắt đem đi, và số quân binh trốn thoát. Rồi đem so sánh với văn bản trong ***Trường Biên***, quyển 271,đề ngày Đinh Dậu tháng chạp [18/1/1076] ở phần trên, ghi như sau: *"Giam nghe tin giặc sắp đến, duyệt quân trong quận, gồm sương binh, cấm binh, và quân lão nhược 2.800 tên."* Thấy rõ ràng rằng quân số trong Ung đã được nói bớt đến hàng chục lần:

"***Trường Biên****, quyển 272 Hôm nay ngày 23 tháng giêng năm Hy Ninh thứ 9* [1/3/1076]*, Giao Chỉ chiếm thành Ung Châu, Tô Giam chết. Sau khi Trương Thủ Tiết bại, giặc bắt sống được mấy trăm người; giặc biết được quân phương bắc giỏi đánh thành, dùng lợi lớn dụ dỗ, sai chế thang mây, lúc đem ra dùng, bị quân Giam đốt phá. Lại dùng da súc vật che để làm công cụ vượt hào, chờ lúc vượt qua, Giam cho đốt lửa từ huyệt chặn ngang; giặc kế cùng, muốn rút quân đi. Nhưng thấy viện binh chưa tới, có thể dùng đất để tấn công, bèn sử dụng hàng vạn bao đất, chất* *vào chân thành như núi, khoảnh khắc cao đến mấy trượng. Giặc trèo trên bao đất xông vào, thành bị hãm. Giam lệnh quân lính bị thương cởi ngựa đánh, nhưng sức không địch nổi. Giam nói:*

'Ta vì nghĩa không chết vào tay giặc.'

Bèn trở về công đường, đóng cửa, ra lệnh cả nhà 36 người chết trước, để thi thể vào lỗ trủng, rồi tự thiêu. Giặc đến, tìm Giam cùng di hài người trong gia đình, nhưng không tìm được. Chúng giết quan, lính, thổ đinh, cư dân hơn 5 vạn người; cứ 100 người làm 1 đống; gồm hơn 580 đống. Cộng với số bị giết tại 2 châu Khâm, Liêm; đại ước hơn 10 vạn người; rồi hủy thành lấp xuống sông. Ung Châu bị vây 42 ngày, Giam đôn đốc tướng sĩ cố thủ, lương trữ đã hết, lại gặp năm đại hạn, người đói khát, phải uống nước dơ bẩn, bị kiết lỵ, số người chết gối đầu nhau, nhưng không có ai phản. Giam giận Thẩm Khởi, Lưu Di gây nên giặc; Di lại ngồi một nơi, xem thành mất không cứu, muốn dâng sớ tâu lên, nhưng đường sá không thông; bèn ghi tội của Di yết bảng giữa chợ, mong đạt đến triều đình.

Trước kia, con Giam là Tử Nguyên, làm Ty hộ tham quân tại Quế Châu, đưa cả nhà đến Ung Châu thăm cha. Lúc sắp trở về thì nhận được tin giặc Giao Chỉ đến đánh; Giam cho rằng giữ thành mà để cho người nhà đi, bị chê là muốn tránh giặc, nhân tâm sẽ chia lìa; nên chỉ cho một mình Tử Nguyên rời Ung Châu, riêng vợ con ở lại, rồi đến lúc thành mất đều chết.

Lúc Giam đã chết, giặc Giao mưu đánh Quế Châu, quân tiên phong đi được vài đoạn, có kẻ thấy quân từ phía bắc đi xuống nam, hô rằng:

'Tô Hoàng Thành mang quân báo oán Giao Chỉ.'

Giặc sợ, bèn mang quân về nước. Sau này người châu Ung Châu lập đền thờ cho Giam, hàng năm cầu cúng"

(是日，二十三日。交賊陷邕州，蘇緘死之。張守節敗，生獲於賊者數百人。賊知北軍善攻城，啗以厚利，使為雲梯，既成，為緘所焚。又為攻濠洞，蒙以生皮。緘俟其既度，縱火焚於穴中。賊計盡，稍欲引去，而知外援不至。會有能土攻者，教賊囊土數萬，向城山積，頃刻高數丈，賊眾登土囊以入，城遂陷。緘猶領傷卒馳騎苦戰，力不敵，緘曰：「吾義不死賊手。」乃還州廨，闔門，命其家三十六人皆先死，藏尸於坎，縱火自焚。賊至，求緘及其家遺骸，皆不能得。殺吏卒、土丁、居民五萬餘人，以百首為一積，凡五百八十餘積。并欽、廉州所殺，無慮十萬餘人，並毀其城以填江。邕州被圍凡四十二日，緘率厲將士固守，糧儲既竭，又歲旱，井泉皆涸，人饑渴，汲漚麻汗水以飲，多病下痢，死者相枕，而人無叛者。緘憤沈起、劉彝致寇，彝又坐視城覆不救，欲盡疏以聞，屬道梗不通，乃列起、彝罪牓於市，冀達朝廷。初，緘子子元為桂州司戶參軍，挈家往省父，將還，適聞有交賊。緘以郡守家屬出城，見者必以為避賊，則人有去心，獨遣子元還桂州【一○】而留其妻孥，至是俱死。緘既死，交賊復謀寇桂州，前鋒行數舍，或見大兵自北南行【一一】，呼曰：「蘇皇城領兵來報交趾之怨。」賊師懼，遂引歸。其後邕人為緘立祠，歲時禱之。司馬記聞云：正月二十一日賊破邕州，二十三日遂回本峒。按實錄乃二十三日破邕州，今從實錄。獨不記賊用何日回本峒，當考。案交趾陷邕州之日，宋史作戊辰，東都事略與此合.

Ngoại trừ số quan lại nhà Tống chết tại thành Ung [Nam Ninh], qua chiếu chỉ truy tặng do Vua Tống ban cho các Tri châu, Tri huyện, Trại chủ tử trận; thấy được số châu, huyện, động bị đánh chiếm trong 2 mặt trận phía đông và tây như sau:

"***Trường Biên**, quyển 273. Ngày Canh Dần tháng 2 năm Hy Ninh thứ 9 [11/3/1076], truy tặng Trang trạch phó sứ Đô giám Quảng Nam Tây Lộ Trương Thủ Tiết chức Đoàn luyện sứ Thành châu; Cung bị khố phó sứ, Ung châu Tả Giang Đề cử binh mã tặc đạo Uông Nguyên Dụ chức Hoàng thành sứ; Đoàn luyện sứ Hải châu, Nội điện thừa chỉ Đô giám Hồ Nam Trương Biện chức Hoàng thành sứ; Trại chủ Hoành Sơn Lâm Mậu Thăng chức Hoàng thành sứ. Thứ sử châu Ân, Đông đầu cung phụng quan, quyền Ung Tân châu Đồng tuần kiểm Hứa Dự; trại Vĩnh Bình đồng quản hạt binh giáp Tô Tá đều giữ chức Tả tàng khố sứ. Tây đầu cung phụng quan Ung châu Giáp áp Nùng Nhật Tân; Đồng tuần kiểm Liễu Tượng Tân châu Vương Trấn; Giám thuế Nghi châu, quyền Giám áp trại Vĩnh Bình Quách Vĩnh Nguyên đều giữ chức Văn tư sứ. Tả ban điện trực, Giám Áp trại Thái Bình* *đồng quản hạt binh giáp Ngũ Cử giữ chức Tả tàng khố phó sứ; Hữu ban điện trực, Trại chủ Để Trạo Khâm châu Trương Thủ chức Văn tư phó sứ. Tam ban tá sứ Khâm châu Như Tích động tuần phòng Ngũ Hoàn; Tiền kinh lược ty chỉ huy Lưu Thăng đều giữ chức Điện thừa chế. Tam ban tá sai Đô kiểm hạt ty chỉ sử Khang Minh; Điện thị sài tề Kinh lược ty chỉ sử Phong Tự Nguyên đều giữ chức Nội điện sùng ban. Tất cả đều tại Quảng Tây, nguyên do cùng giặc Giao đánh trận chết.*

Lại tặng Cung bị phó sứ, Quảng Tây Đô giám Vu Tân chức Diệu châu Quan sát sứ; Tây kinh tả tàng khố phó sứ Tri Liêm châu Lộ Khánh Tôn chức Hoàng thành sứ; Thư châu Đoàn luyện sứ, Nội điện thừa chế, Tri Khâm châu Trần Vĩnh Linh chức Hoàng thành sứ. Đức châu Thứ sứ, Dung Bạch châu Đô tuần kiểm Phan Nhược Cốc làm Hoàng thành sứ; Ân châu Thứ sứ, Đông đầu cung phụng quan, Liêm châu duyên hải tuần kiểm Lý Trọng Tuân chức Tả tàng khố sứ. Tây đầu cung phụng quan Liêm châu giám áp Chu Tông Thích; Quyền Khâm châu giám áp Văn Lương đều giữ chức Văn tư sứ. Tam ban phụng chức Khâm châu Giám áp Ngô Phúc; Kinh lược ty chỉ sử Lý An đều giữ chức Tây kinh tả tàng khố phó sứ. Tá chức Khâm châu duyên hải tuần kiểm Tưởng Cận; Quyền Liêm Bạch châu đồng tuần kiểm Thẩm Thông Cổ đều giữ chức Cung phụng khố phó sứ. Điện thị Khâm châu chỉ sử Tống Đạo Đinh Toại; Liêm châu chỉ sử Ngô Tông Lập đều giữ chức Nội điện sùng ban. Khâm châu thiêm thư quân sự phán quan, Đại lý tự thừa Lương Khắc Phụ chức Tư nông thiếu khanh; Quân sự suy quan Lý Nguyên giữ chức Tỷ bộ lang trung; Ty hộ tham quân Tiền Thế Kinh giữ chức Giá bộ viên ngoại lang; Ty lý tham quân Lưu Xương Tông, Tiền Uất Lâm châu Ty lý tham quân Tào Khả; Liêm châu Hợp Phố huyện Chủ bạ Lương Sở đều giữ chức Tỷ bộ viên ngoại lang. Khâm châu Giám thuế nhiếp châu Âu Dương Dần, Liêm châu ty hộ tham quân Thái Tiếp, Ty lý tham quân Trần Gián đều giữ chức Ngu bộ viên ngoại lang. Lý do ban chức đều bởi Giao tặc sát hại.”

(贈莊宅副使、廣南西路都監張守節為成州團練使，供備庫副使、邕州左江提舉兵馬賊盜溫元裕為皇城使、海州團練使，內殿承旨、湖南都監張卞為皇城使，橫山寨主林茂昇為皇城使、恩州刺史，東頭供奉官權邕賓州同巡檢許譽、永平寨同管轄兵甲蘇佐並為左藏庫使，西頭供奉官邕州監押儂日新、柳象賓州同巡檢王鎮、宜州監稅權太平寨監押郭永元並為文思使，左班殿直、太平寨同管轄兵甲伍舉為左藏庫副使，右班殿直、欽州抵掉寨主張首為文思副使，三班差使欽州如昔峒巡防伍環、前經略司指揮劉昇並為內殿承制，三班借差都鈐轄司指使康明、殿侍柴齊、經略司指使封嗣元並為內殿崇班。皆以廣西與交賊戰死事故也。

又贈供備庫使、廣西都監于辛為耀州觀察使，西京左藏庫副使、經略司準備差使張渙為皇城使、懷州防禦使，供備庫副使、知廉州路慶孫為皇城使、舒州團練使，內殿承制、知欽州陳永齡為皇城使、忠州刺史，欽、橫州同巡檢梁奇為皇城使、德州刺史，容、白州都巡檢潘若谷為皇城使、恩州刺史，東頭供奉官、廉州沿海巡檢李仲荀為左藏庫使，西頭供奉官廉州監押周宗奭、權欽州監押文良並為文思使，三班奉職欽州監押吳福、經略司指使李安並為西京左藏庫副使，借職欽州沿海巡檢蔣瑾、權廉白州同巡檢沈宗古並為供備庫副使，殿侍欽州指使宋道丁遂、廉州指使吳宗立並為內殿崇班，欽州簽書軍事判官、大理寺丞梁克輔為司農少卿，軍事推官李完為比部郎中，司戶參軍錢世京為駕部員外郎，司理參軍劉昌宗、前鬱林州司理參軍曹可、廉州合浦縣主簿梁楚並為比部員外郎，欽州監稅攝州歐陽戭、廉州司戶參軍蔡接、司理參軍陳諫並為虞部員外郎。皆為交賊殺害故也。)

Riêng sử nước ta, Đại Việt Sử Ký Toàn Thư, chép sự kiện một cách tóm tắt như sau:

"***Ngày Ất Mão***, *năm Thái Ninh thứ 4* [1075]. *Vương An Thạch nhà Tống cầm quyền, tâu* [với vua Tống] *rằng nước ta bị Chiêm Thành đánh phá. Quân còn sót lại không đầy vạn người, có thể dùng kế chiếm lấy được. Vua Tống sai Thẩm Khởi, và Lưu di làm tri Quế Châu ngầm dấy binh người Man động, đóng thuyền bè, tập thủy chiến, cấm các châu huyện không được mua bán với nước ta. Vua biết tin, sai Lý Thường Kiệt, Tông Đản đem hơn 10 vạn binh đi đánh. Quân thủy, quân bộ đều tiến. Thường Kiệt đánh các châu Khâm, Liêm; Đản vây châu Ung, Đô giám Quảng Tây nhà Tống là Trương Thủ Tiết đem quân đến cứu. Thường Kiệt đón đánh ở cửa ải Côn Lôn (nay là phủ Nam Ninh, tỉnh Quảng Tây của nhà Minh) phá tan được, chém Thủ Tiết* *tại trận. Tri Ưng châu là Tô Giám cố thủ không hàng. Quân ta đánh đến hơn 40 ngày, chồng bao đất trèo thành. Thành bèn bị hạ. Giám cho gia thuộc 36 người chết trước, chôn xác vào hố, rồi châm lửa tự đốt chết. người trong thành cảm ân nghĩa của Giám, không một người nào chịu hàng, giết hết hơn 5 vạn 8 nghìn người, cộng với số người chết ở các châu Khâm, Liêm thì đến hơn 10 vạn. Bọn Thường Kiệt bắt sống người ba châu ấy đem về. Vua Tống truy tặng Giam là Phụng quốc quân tiết độ sứ, thụy là Trung Dũng, cho một khu nhà lớn ở kinh thành, 10 khoảnh ruộng tốt cho thân tộc 7 người làm quan, cho con là Nguyên chức Cáp môn chi hậu.”* **Toàn Thư**, Bản Kỷ,

Chú thích:

1. **Trường Biên:** viết tắt **Tục Tư Trị Thông Giám Trường Biên** của Lý Đào.

2. Lộ bố: bản tuyên bố thường dùng trong khi đánh dẹp.

3. Thanh miêu: cho nông dân vay lúc giáp hạt, đến mùa thu hoạch lấy 20-30/100 tiền lời; khiến mùa giáp hạt dân không đến nỗi chết đói, mà ngân quỹ nhà nước có thêm tiền.

4. Mộ dịch: bắt kẻ người nhiều, người ít; mỗi người phải đóng một số tiền gọi là tiền miễn dịch, địa chủ khoa bảng cũng phải đóng; rồi quan dùng tiền mướn sai dịch. Trước đó nhà Tống không bắt khoa bảng, chức sắc, sư sãi đóng, nay áp dụng cho mọi người; những người bận làm ruộng đóng để an tâm sản xuất; thành phần cố nông đi làm mướn, vô nghề nghiệp được mướn làm sai dịch để kiếm sống qua ngày.

5. Bảo giáp: chế độ bảo giáp thi hành thời Tống Thần Tông lấy hộ làm đơn vị, 10 hộ thành 1 giáp, đặt Giáp trưởng; 10 giáp thành 1 bảo, đặt Bảo trưởng; tổ chức nhằm giúp dân chúng tự vệ.

6. Phòng Thành:hiện nay thị trấn này thuộc tỉnh Quảng Tây, vị trí giáp tỉnh Quảng Ninh, Việt Nam.

7. **Minh Thực Lục**, dịch giả Hồ Bạch Thảo, NXB Hà Nội: Hà Nội, 2010, văn bản 437.

8. Châu Ân Tình: Theo Đồng Khánh Dư Địa Chí xã Ân Tình, thuộc tổng Lương Thượng, huyện Cảm Hóa tỉnh Thái Nguyên; huyện Cảm Hóa nay thuộc huyện Bạch Thông tỉnh Bắc Cạn và huyện Ngân Sơn tỉnh Cao Bằng.

21.

Lý Nhân Tông (4) [1072-1127]

Niên Hiệu:

Thái Ninh: 1072-1075
Anh Vũ Chiêu Thắng: 1076-1084
Quảng Hựu: 1085-1091
Hội Phong: 1092-1100
Long Phù: 1001-1109
Hội Tường Đại Khánh: 1110-1119
Thiên Phù Duệ Vũ: 1120-1126
Thiên Phù Khánh Thọ: 1127

Chiến tranh Lý Tống: Tống chuẩn bị phục thù

Trước khi thành Ung [Nam Ninh] thất thủ, nhà Tống chuẩn bị phục thù; chủ trương xâm lăng nước Đại Việt. Tiến trình chuẩn bị ngót một năm trời, sự việc khá phức tạp; để tiện tìm hiểu có thể chia ra thành các tiểu mục: chỉ huy, thành phần lực lượng, lương thảo vận chuyển, cùng các khó khăn khác.

A. Chỉ huy:

Khởi thủy lúc Vua Tống sai Triệu Tiết làm Đô tổng quản toàn quân, Hoạn quan Lý Hiến làm Phó tổng quản, Yên Đạt thống suất kỵ binh, Tể tướng Vương An Thạch đích thân soạn chiếu thư. An Thạch rất căm giận quân Đại Việt trưng bản **Lộ Bố** (1) đả kích chính sách cải cách; dùng mưu thâm cố tình đem lời chia rẽ Vua Lý Nhân Tông và Lý Thường Kiệt:

"***Trường Biên**, quyển 271. Tống Thần Tông ngày Quí Sửu tháng chạp năm Hy Ninh thứ 8* [1075] [3/2/1076], *chiếu ban:*

'Nghĩ về An Nam, đời đời nhận tước Vương, sau khi được chiêu phủ bởi triều trước; bao dung xá tội cho đến ngày hôm nay. Rồi đánh phá thành ấp, sát thương quan dân, phạm vào luật nước, tội hình không thể tha, nay thay trời thảo phạt, việc binh có danh nghĩa.

Sai Triệu Tiết làm Đô tổng quản An Nam đạo hành doanh quân kỵ và bộ, Kinh lược chiêu thảo sứ kiêm Quảng Nam Tây Lộ; An phủ sứ Lý Hiến làm Phó sứ; Yên Đạt thống suất Mã bộ quân Đô tổng quản, mang quân thủy lục cùng tiến.

Thiên thời trợ thuận, vừa giáng điềm lành; người người biết kẻ gây ác sắp tiêu vong, ôm lòng giận kẻ địch. Nhưng khi quân lính nhà vua đến, lo sợ bôn đào, kẻ sĩ thứ dân, trầm luân vào chốn nước sâu lửa bỏng. Nếu có thể bảo Vương ngươi nội phụ, mang dân chúng qui thuận, bắt giặc hiến công, đem thân ra sức thuận thảo; thì tước lộc ban thưởng, gấp bội hơn bình thường; tội cũ trên mình, đều được rửa sạch. Càn Đức [Vua Lý Nhân Tông] *còn nhỏ tuổi, việc chính trị không phải tự mình đưa ra, hãy đến với triều đình, sẽ được đãi ngộ như cũ; lời Trẫm kiên định không thay đổi, thiên hạ hãy tuân theo, không sợ bị mê lầm.*

Nghe rằng dân chúng các người, khốn khổ vì sự sách nhiễu; đã răn đe quan quân, tuyên cáo rõ ràng ân chỉ, thuế má vơ vét, lập tức diệt trừ; khiến cho một phương của ta, vinh viễn là đất hoan lạc.'

Đây là lời do Vương An Thạch soạn.

*Lúc bấy giờ những thành ấp bị Giao Chỉ đánh phá đều trưng bản **lộ bố** yết thị tại các nơi giao lộ nói rằng:*

'Những dân phản chạy trốn vào Trung Quốc, bị quan lại dung chứa dấu diếm; ta đã sai Sứ đến Quế Lâm tố cáo nhưng không trả lời; lại sai Sứ vượt biển đến Quảng Châu trình bày,

cũng không phúc đáp; bởi vậy ta mang quân truy bắt những kẻ phản loạn.'

Lại bảo rằng:

'Quế quản điểm binh tập luyện tráng đinh trong động, tuyên bố trắng muốn thảo phạt ta.'

Rồi đả kích:

'Trung Quốc dùng phép thanh miêu trợ dịch (2) làm cùng khốn dân chúng, nên chúng ta mang quân đến cứu vớt.'

Vương An Thạch giận, nên thảo chiếu đánh dẹp...."

(詔曰：「眷惟安南，世受王爵，撫納之後，實自先朝，函容厥愆，以至今日。而乃攻犯城邑，殺傷吏民，干國之紀，刑茲無赦，致天之討，師則有名。已差趙卨充安南道行營馬步軍都總管、經略招討使、兼廣南西路安撫使，李憲充副使，燕達充馬步軍副都總管，須興師水陸兼進。天示助順，既兆布新之祥；人知侮亡，咸懷敵愾之氣。然王師所至，弗迓克奔，咨爾庶士，久淪塗炭。如能諭王內附，率眾自歸，執俘獻功，拔身效順，爵祿賞賜，當倍常科，舊惡宿負，一皆原滌。乾德幼稚，政非己出，造廷之日，待遇如初。朕言不渝，眾聽毋惑。比聞編戶，極困誅求，已戒使人，具宣恩旨。暴征橫賦，到即蠲除。冀我一方，永為樂土。」王安石之辭也。　時交趾所破城邑，即為露布揭之衢路，言所部之民亡叛入中國者，官吏容受庇匿，我遣使訴於桂管，不報，又遣使泛海訴於廣州，亦不報，故我帥兵追捕亡叛者。又言桂管點閱峒丁，明言欲見討伐。又言中國作青苗、助役之法，窮困生民。我今出兵欲相拯濟。安石怒，故自草此詔。，士眾奮擊，應時授首」，蓋誤也。今削去此段。或交人露布不一，守節敗後復有之，但不應在敕榜先耳。王安石親作敕榜，當時因露布言及苗、役故也。...)

Nhưng rồi việc sắp đặt tổng chỉ huy bị trục trặc; Triệu Tiết, viên Đô tổng quản không muốn hoạn quan Lý Hiến (3) giữ chức phó, vì Hoạn quan thường hay tâu cáo riêng với Vua cản trở công việc, nên đề nghị Quách Quì làm Đô tổng quản, Tiết chịu nhận làm phó. Riêng Vương An Thạch không bằng lòng Quì, bấy giờ Ngô Sung làm Thừa tướng lại ủng hộ Quì, nên cuối cùng Quì được chấp thuận:

"***Trường Biên,*** *quyển 273. Tống Thần Tông ngày Mậu Tý tháng 2 năm Hy Ninh thứ 9 [9/3/1076], trước đó Triệu Tiết dâng lời tâu:*

'Triều đình đặt Chiêu thảo sứ phó, việc quân sự đáng bàn chung; nhưng khi tiết chế ra lệnh, xin qui vào một người.'

Do vậy Lý Hiến ấm ức; rồi nói với Tiết rằng việc quân tại biên giới chỉ tâu bẩm cho Ngự tiền chỉ huy, không cần kinh qua Trung thư và Khu mật viện. Tiết đáp rằng triều đình hưng binh đại sự, nếu không qua 2 viện, sự việc thi hành có điều bất tiện..... Hai người do đó bất hòa, mấy lần trình bày lên Thiên tử. Vương An Thạch tâu:

'Hoạn quan coi quân, Đường Thúc Thế tệ trạng, không nên theo.'

Thiên tử bèn hỏi Tiết:

'Nếu Hiến không đi, thì ai sẽ thay Hiến.'

Tiết tâu:

'Quách Quì lão luyện về việc biên giới.'

Thiên tử nói:

'Khanh thống soái, lệnh y làm phó, được không?'

Tiết nói:

'Vì nước làm việc, không đòi hỏi chức chánh phó, thần nguyện làm người phụ tá.'

Thiên tử chấp nhận.

Lúc đầu Ngô Sung (4) và An Thạch tranh luận lợi hại về việc đánh Giao Chỉ, An Thạch nói có thể lấy được; Ngô Sung bảo được cũng vô ích.Thiên tử đã dùng lời An Thạch; bãi Hiến, và sai Quì cùng Tiết. An Thạch vốn không thích Quì, khi có mệnh này cũng là nhờ Sung tiến cử thêm.

Thần Tông sử, Giao Chỉ truyện *chép rằng: Vương An Thạch tiến Triệu Tiết làm chủ soái; Ngô Sung nhân việc Tiết tâu bãi Lý Hiến, bèn tiến Quách Quì là kẻ từng gây hại việc Hy Hà bị An Thạch trách, nên tiến Quì thay Tiết; An Thạch bèn từ* *chức, Sung làm Thừa tướng. Sau đó Quì chần chừ đóng quân lâu không tiến, Tiết muốn xuất sư sớm, Quì không nghe."*

(先是，趙卨上言：「朝廷置招討使副，其於軍事並須共議，至於節制號令，即乞歸一。」於是李憲銜之，已而語卨，令邊事止奏稟御前指揮，更不經中書、樞密院。卨對以朝廷興舉大事，若不經二府，恐類墨敕，於事未便。憲又言：「將來若至軍中，御前有指揮，事當何如？」卨曰：「事若未便，軍中不聞天子詔，當從便宜爾。」二人由是交惡，屢紛辨於上前。王安石白上：「中人監軍，唐叔世弊事，不可踵。」上因問卨：「若憲不行，誰可代憲？」卨言：「逵老邊事。」上曰：「卿統帥，令副之，奈何！」卨曰：「為國集事，安問正副，臣願為裨贊。」上諾之。
始，吳充與安石爭伐交趾利害，安石言必可取。充謂得之無益。上竟用安石言，罷憲而遣逵及卨。安石雅不喜逵，及有是命，亦充所薦也。神宗史交趾傳云：王安石薦趙卨為主帥，吳充因卨之奏罷李憲也，以郭逵嘗害熙河事，為安石所黜，故薦逵代卨。安石乃去位，充果相。逵逗留駐兵不進，卨欲早出師，逵不從。)

Nhằm ủy lạo Quách Quì trước khi xuất quân, nhà Vua cho ban yến tại điện Thùy Củng để tỏ sự ân sủng:

*"**Trường Biên**, quyển 273, Ngày Canh Thân tháng 3 năm Hy Ninh thứ 9 [10/4/1076], Quách Quì được ban yến tại điện Thùy Củng;cho trung quân cờ, kiếm, áo giáp, đẻ tỏ lòng sủng ái."*

(是日，郭逵侍宴垂拱殿，賜中軍旗物劍甲以寵之。三月五日侍宴，據會要，餘並據墓誌。)

Rồi Quì và Tiết lại tranh dành quyền lực; nên vua Tống Thần tông đành phải phân chia Phó tổng quản Triệu Tiết đặc trách chiêu phủ; riêng Tổng quản Quách Quì đặc trách đánh dẹp chiêu thảo:

*"**Trường Biên**, quyển 277. Ngày Ất Sửu 12 tháng 9 năm Hy Ninh thứ 9 [12/10/1076]; lại ban chiếu cho các ty An nam Tuyên phủ, Chiêu thảo, Tổng quản:*

"Cần tuyên bố đức trạch 4 lộ, an phủ quân dân thuộc ty Tuyên phủ; mưu kế sách lược thuộc ty Chiêu thảo kinh lược; hành doanh tướng hiệu quân mã, cùng văn tự thông điệp qua lại thuộc Tổng quản ty."

*Thiên tử nghe tin giữa Quách Quì và Triệu Tiết không hòa mục, nên có chiếu chỉ này. **Thực Lục** chép rằng: Vì chức phận không định rõ, hoặc có tương xâm, nên có chiếu chỉ này."*

(乙丑，占城願以兵助討交賊，詔坐使人所乞，令學士院別降敕書【三】。又詔安南宣撫、招討、總管司：「應四路宣布德澤、安撫軍民等事屬宣撫司，謀猷機策等事屬經略、招討司，行營將校軍馬等事屬都總管司，往來文字並相關牒。」上聞郭逵與趙卨不相能，故有是詔。實錄云：「以職分不定或有相侵，故有是詔。」按所稱「職分不定，或有相侵，即郭逵與趙卨不相能也，今正言之。)

Tuy nhiên hai viên Chánh, Phó tổng quản vẫn không hợp tác với nhau; mọi việc Quách Quì chỉ bàn riêng với Yên Đạt, coi Đạt như nhân vật số 2; nên vua Thần Tông cảm thấy lo lắng:

"***Trường Biên**, quyển 278. Ngày Ất Tỵ tháng 10* [21/11/1076], *Thiên tử phê:*

"Chiến dịch An nam quan hệ không nhỏ; triều đình chọn tướng soái giỏi, giao cho nhiệm vụ nặng. Nghe rằng bàn luận giữa các tướng không hòa hợp; lệnh Quách Quì, Triệu Tiết nhận thức sự ký thác của triều đình, mỗi người tuân theo chức phận, phàm công việc thương nghị theo sở trường, không được khư khư thiên kiến, rồi đi đến chổ bị lừa, lỡ việc nước."

Quì và Tiết vốn quen biết cũ, Tiết tự xin làm phụ tá Quì; lúc Quì đến, hai bên nghị luận phần nhiều không hợp. Bọn Hoạn quan Lý Thuấn Cử hận Tiết bãi Lý Hiến [Hoạn quan], *nên xúi dục sự tránh chấp; Quì bèn chia Đô tổng quản ty, coi Yên Đạt như chức thứ hai; việc tiến dừng tiết chế, Tuyên phủ phó sứ Triệu Tiết không được tham gia. Tiết hàng ngày biểu đạt chân tình, mong Quì sửa đổi, nhưng vô ích; mấy lần tâu xin bãi chức, nhưng không được chấp nhận. Ngày 12 tháng 9 do chức phận bất định, hoặc có tương xâm, Vua* đã giảng chiếu phân định."

(上批：「安南之役，所繫不輕，朝廷精擇將帥，委寄殊重。如聞議論不務協和，令郭逵、趙卨體認朝寄，各遵職守，凡事從長商議，毋得互持偏見，更致譸張，有誤國事。」逵與卨雅故，卨初自請佐逵，及逵至，處議多駁。宦者李舜舉等憒咼沮罷李憲，因交鬥其間，逵遂分都總管司，與燕達自為長貳，進止節制，宣撫副使不與知，咼日輸情欵，冀逵開釋，然無益也。累奏乞罷，不許。九月十二日緣職分不定，或有相侵，已降詔分定，今復有此指揮，不知逵分都總管司，不令咼與，在十二日詔前或後。又御集載此指揮云，只劄下安南道經略、招討司，亦不審聖意所謂，更須考詳別修。)

B. Thành phần lực lượng.

Về phạm vi cuộc hành quân; lúc đầu triều Tống có ý định dùng binh lấy lại 2 châu Khâm Liêm, nhưng quân nước ta đã tự ý rút lui; nên thay đổi ý định, cho mở cuộc hành quân lớn sang xâm lăng nước ta. Do đó quân số cũng thay đổi; trước kia ra lệnh chuẩn bị 2 vạn quân, 3 ngàn ngựa; lúc này đổi lệnh, từ kinh sư đến Ung châu các nơi chuẩn bị 10 vạn quân; từ kinh sư đến Quảng châu chuẩn bị 2 vạn quân:

"***Trường Biên**, quyển 271. Ngày Giáp Dần tháng chạp năm Hy Ninh thứ 8,* [4/2/1076]*...Vua lại ban chiếu:*

'Từ kinh sư đến ty Chuyển vận Quảng Tây, đã ra lệnh các chỉ huy lần lượt chuẩn bị 2 vạn quân, 3 ngàn ngựa, 1 tháng lương thực và cỏ. Nay đổi lệnh từ kinh sư đến Ung châu [Quảng Tây], *lần lượt các nơi chuẩn bị 10 vạn quân. Từ kinh sư đến Quảng Châu* [Quảng Đông] *chỉ chuẩn bị lần lượt 2 vạn quân 1 tháng lương. Hẹn tháng giêng năm sau đầy đủ, cho phép mượn kho Thường bình, tiền và ngũ cốc để ứng phó, rồi dần dần trả lại.*"

(又詔：「自京至廣西轉運司，已指揮逐程各準備兵二萬、馬三千、一月芻糧。可更令自京至邕州，逐程各準備兵十萬。其自京至廣州，止準備兵二萬，逐程一月糧。並限來年正月齊足，許借常平錢穀應副，以漸撥還。」)

Theo Chuyển vận sứ Quảng Tây Lý Bình Nhất, số quân 10 vạn di chuyển theo hướng Quảng Tây, cần 40 vạn dân công; khiến Vua Thần Tông lo lắng số lượng dân công quá nhiều, sợ cung cấp không xuể, nên yêu cầu Quách Quì tính lại. Quì ước tính với số quân 10 vạn, cộng 1 vạn ngựa cho kỵ binh, cần 40 vạn dân công là phải. Tuy nhiên sẽ tìm cách giảm thiểu, bằng cách mua trâu bò giết thịt dần, tạm để những đồ vật nặng tại hậu cứ, vận chuyển lúc cần, nên chỉ sử dụng 20 vạn dân công:

"***Trường Biên***, *quyển 274. Tống Thần Tông ngày Bính Tuất mồng một tháng 4 năm Hy Ninh thứ 9* [6/5/1076], *Thiên tử phê rồi giao cho bọn Quách Quì:*

'Căn cứ lời tâu của Chuyển vận sứ Quảng Tây Lý Bình Nhất: 'Tương lai đại quân tiến đánh, hợp dùng dân phu 40 vạn mang lương thực, điều động từ Lưỡng Hồ [Hồ Bắc, Hồ Nam] *trở về nam, thi hành theo lệ phu dịch.' Rõ ràng là quá lớn, kinh động nhân tình, truyền tin xa gần, trên đạt đến triều đình, thực là bất tiện. Các khanh hãy ước tính nhiều cách về vấn đề số lượng vận tải, lương thực lính, dân phu, rồi cấp tốc trình lên.'*

Quách Quì tâu:

'Tra khám kỹ lời tâu của Bình Nhất, ước tính quân lính 10 vạn người, ngựa 1 vạn con; kế toán cần 40 vạn dân phu mang lương ăn trong tháng và cỏ cho ngựa. Huống vào biên giới, dẹp sạch giặc Giao tại các sào huyệt, khó có thể chỉ huy lấy 1 tháng làm kỳ hạn, nếu ước tính lâu hơn, thì sợ số tiêu phí phải nhiều hơn. Nay tính toán tương lai vào biên giới, lương thực mang theo quân, khi đến những nơi sản xuất được mua trâu giết thịt để ăn thêm, nếu như lương thực quân không thiếu, đưa vào đồn điền sử dụng vào việc canh nông; như vậy sẽ giảm bớt gạo và số người khiêng. Ngoài ra để những đồ nặng nhẹ chưa cần dùng của các quân, tạm thời lưu lại; cân nhắc dùng cấm quân (5) kiêm hỏa đầu quân (6), cũng không phương hại cho sự chiến đấu. Dùng lính chuyên vận, xe nhỏ, lừa đi lại vận tải; riêng kỵ binh thì không sử dụng ngựa bất lực. Cứ như vậy hoạch định, có thể từ số lượng Lý Bình Nhất ước tính giảm đi hơn một nửa; chỉ dùng 20 vạn người lo việc vận tải lo cho quân ăn và dùng. Chờ lúc đến nơi, có thể còn có cách tài giảm hơn, sẽ có lời tâu riêng.

Đây là lời văn lưu trữ trong nhà Quách Quì, chiếu ban ngày mồng 1 tháng 4, lời tâu vào tháng 11; nay đưa ra xem, thấy được cuộc hành quân trù hoạch cực kỳ tổn phí."

(夏四月丙戌朔，上批付郭逵等：「近據廣西轉運使李平一奏：『將來大軍進討，合用般糧人夫四十餘萬【一】，乞自湖已南，一例差科前去。』顯是張皇，驚動人情，傳聞遠近，上達朝廷，深為不便。卿等可多方計度，的確合運致兵食人力數目，疾速以聞。」逵言：「契勘平一所奏，約兵十萬人，馬一萬匹，月日口食、馬草料，計度般運腳夫四十餘萬。況入界討蕩交賊巢穴，難以指準一月為期，若更寬剩計度，又恐費用轉多。今計度將來入界隨軍糧草，除人馬量力自負，及於出產處買水牛〈馬犬〉米，其牛便充軍食，如軍食不闕，即充屯田耕稼使用。可減省米及腳乘，並將九軍輕重不急之物權留。量差禁軍相兼充火頭等，亦不妨戰鬥，可那廂兵或用小車、騾子往來〈馬犬〉載，及將不得力馬更不帶行。如此擘畫，可於平一所奏合用般糧人夫內減一半外，只以二十萬人節次般運，供軍食用，及候本司到彼，更有可以裁減處，別具奏聞。」此據郭逵家所有征南一宗文字，四月初一日詔下，十一月奏報，今附見，要知行軍極費經畫也。)

Về số quân 12 vạn, đại bộ phận chủ lực và kỵ binh do Quách Quì đưa từ phương bắc xuống, quân này thuộc loại tinh nhuệ. Tại miền nam, các lộ Quảng Đông, Quảng Tây, Phúc Kiến; ngoài số quân cơ hữu, còn được lệnh mộ thêm, cứ 500 người biên chế thành 1 chỉ huy; riêng lộ Quảng Tây, chấp nhận dùng lại quân bại trận tại 3 châu Ung, Khâm, Liêm:

"***Trường Biên***, *quyển 273. Ngày Canh Thân tháng 3* [10/4/1076], *chiếu triệu tập quân bại tan tại 3 châu Ung, Khâm, Liêm; đều được tha tội.*

Thiên tử phê:

"Chiếu cho Quảng Đông, Giang Tây, Phúc Kiến mộ người để dùng. Lo kẻ gian trà trộn, lệnh Tướng quan tại Chiêu thảo chỉ huy gia tăng giác sát (7).

Lại ban chiếu rằng trong lộ Quảng Đông có nhiều nhân tài trẻ khỏe bị đày; lệnh ty Kinh lược sai quan tuyển chọn đưa đến Quảng Châu, cứ 500 trăm người tổ chức thành 1 chỉ huy, đặt tên là Tân Trùng Hải, phương pháp y như Quảng Tây."

(詔招集欽、廉、邕三州敗散軍人，皆釋其罪。

上批：「詔廣東、江西、福建募人效用，慮姦細在其間，令招討司指揮將官常加覺察。」又詔廣東路州軍雜犯配軍，其間甚有少壯人材，令經略司差官揀選赴廣州，每五百人團為一指揮，以新澄海為名，如廣西之法。)

Số lượng dân công 20 vạn, nhà Vua chấp điều động theo phương sách của lộ Quảng Tây, cho lấy từ lực lượng Bảo giáp tại các thôn, làng; loại bảo đinh khỏe mạnh phải đi 2 phiên, loại phụ bảo đi 1 phiên:

"***Trường Biên***, *quyển 273,Tống Thần Tông ngày mồng 1 Đinh Hợi tháng 2 năm Hy Ninh thứ 9* [8/3/1076], *Quảng Nam Tây lộ Chuyển vận ty tâu:*

"Đánh dẹp Giao Chỉ cần rất nhiều phu sai phái; trong 9 huyện tại Quế châu sổ hộ tịch định 8.500 bảo đinh; phụ bảo, cùng đơn đinh [nhà 1 con], *khách hộ* [ngụ cư] *cộng 9 vạn 1 ngàn 200 có dư. Nay sai mỗi bảo đinh đi 2 phiên, số phụ bảo sai 1 phiên; mỗi người được cấp tiền gạo; cùng bản ty sẽ lấy người ra điều khiển, mong ban cho tiền công khao thưởng."*

Chấp nhận; đặc cách chi công sứ tiền 500 ngàn."

(二月丁亥朔，廣南西路轉運司言：「討伐交趾，差夫極眾，桂州九縣籍定保丁止八千五百，附保及單丁客戶共九萬一千二百有畸。今欲每差保丁兩番，即於附保人內差夫一番，各量給錢米，及本司所勾抽官員差使，欲望以官錢犒設。」從之，仍特支公使錢五百千。)

Tuy bố trí như vậy, nhưng khi đại binh đã đến biên giới, số dân công vận chuyển vẫn chưa đủ; khiến các quan chỉ huy tại ty Chuyển vận Quảng Nam Tây Lộ đều bị trách phạt:

"***Trường Biên,*** *quyển 279. Tống Thần Tông ngày Quí Dậu tháng 11 năm Hy Ninh thứ 9* [19/12/1076], *chiếu:*

'Chiến dịch An Nam về phu vận lương, ty Chuyển vận Quảng Tây dự trù tập hợp, chuẩn bị điều phát. Nay đại binh đã đến biên giới, dân phu tại 2 châu Quế, Nghi vẫn chưa đủ, mới đây lại tâu quan lại các châu tiếp tục chậm trễ; do ty Chuyển vận xử trí sai phương cách. Lệnh ty Tuyên phủ đàn hạch; Đô đại đề cử Triệu Tiết phân tích đầy đủ tâu lên.'

Ngày Ất Hợi tháng 7 năm sau, giáng xuống Đãi chế; ngày Mậu Dần tháng 8, Lý Bình Nhất, Thái Hoa, Chu Ốc đều bị trách"

(詔：「安南運糧夫，廣西轉運司合豫點集，準備調發，今大兵已入界，桂、宜等州夫尚未足，方奏稱逐州官吏弛慢，乃是轉運司處置乖方，令宣撫使司劾之。其都大提舉趙卨令具析以聞。」明年七月乙亥，敍落待制，八月戊寅，李平一、蔡燁、周沃皆坐責。)

Ngoài ra triều đình còn Tống đặt kế hoạch dùng thủy quân đánh mặt biển; cùng liên lạc với các nước Chiêm Thành, Chân Lạp quấy phá tại phương nam nước ta:

"***Trường Biên**, quyển 271. Ngày Quí Sửu tháng chạp năm Hy Ninh thứ 8 [3/2/1076], chiếu ban:*

'Giao Chỉ cướp phá, triều đình đã bàn mang quân thủy lục đến đánh dẹp. Các nước Chiêm Thành, Chân Lạp đối với giặc đều có mối thù nợ máu. Nay ủy Hứa Ngạn Tiên, Lưu Sơ cùng chiêu mộ dăm ba người buôn biển do ty kinh lược ủy nhiệm thuyết dụ quân trưởng các nước này sắp đặt kế hoạch, đợi quân lính nhà vua xuất chinh, hợp lực cùng đánh dẹp; ngày bình định sẽ ban thêm tưởng thưởng."

(詔：「交趾為寇，朝廷已議水陸攻討，占城、占臘，於賊素有血讎。委許彥先、劉初同募海商三五人，作經略司委曲說諭彼君長，豫為計置，候王師前進，協力攻討，平定之日，厚加爵賞。」)

Viên Tây kinh tả tàng khố phó sứ Dương Tòng Tiên được giao chức Chiến trạo đô giám An nam đạo hành doanh, chỉ huy thủy quân, đánh kẹp từ cửa biển; cùng liên lạc với Chiêm Thành, Chân Lạp quấy phá nước ta tại phương nam:

"***Trường Biên**, quyển 273 ngày Quí Vị tháng 3 năm Hy Ninh thứ 9 [3/5/1076], cho Tây kinh tả tàng khố phó sứ Dương Tòng Tiên làm Chiến trạo đô giám An nam đạo hành doanh. Trước đó Tòng Tiên tâu ra quân đường biển thuận tiện, muốn vượt đại dương xâm nhập góc tây nam, đi vòng sau lưng giặc, đánh vào chỗ không hư; nhân mang quân hội với Chiêm Thành, Chân Lạp cùng ra sức đánh. Thiên tử cho là đúng, bèn ban cho chức này, mệnh mộ binh thi hành. Điều này căn cứ Quách Quì nhận chiếu, tăng tu soạn."*

(癸未，西京左藏庫副使楊從先為安南道行營戰棹都監。先是，從先言從海道出兵為便，欲冒大洋深入西南隅，繞出賊後，擣其空虛，因以兵邀會占城、真臘之眾，同力攻討。上是其言，遂授此職，令募兵以往。此據郭逵所受詔劄增修。)

C. Lương thảo vận chuyển.

Với số quân 10 vạn, ngựa chiến 1 vạn, dân công 20 vạn; cần số lượng lớn lương thực, cỏ, công cụ cho cuộc hành quân dài ngày, đó là điều quan trọng hàng đầu; nên Vua Tống giao cho viên Phó tổng quản Triệu Tiết đặc trách ty Chiêu thảo:

"*Trường Biên, quyển 273, ngày Đinh Vị tháng 2 năm Hy Ninh thứ 9* [28/3/1076], *chiếu ban An nam tuyên phủ ty phó sứ Triệu Tiết làm Đô đại đề cử kế trí lương thảo.*"

(丁未，詔安南宣撫司副使趙卨都大提舉計置糧草。)

Ty Chiêu thảo ước tính nếu số quân 8 vạn, hành quân trong 8 tháng, phải cần đến 8.000 vạn cân lương khô; như vậy với quân số nhiều hơn, nhu cầu ắt phải lớn hơn:

"***Trường Biên**, quyển 272. Ngày Quí Vị, tháng giêng năm Hy Ninh thứ 9* [4/3/1076], *ty Chiêu thảo An nam tâu phát binh 8 vạn, đáng chuẩn bị 8 tháng lương khô 8.000 vạn cân; chiếu ban cho ty Chuyển vận cùng cân nhắc, như có thể bảo lưu, y số tập trung tại huyện Toàn Châu, Quế Lâm.*"

(癸未，安南招討司【一三】言，發兵八萬，當備十月乾糧八千萬斤。詔轉運司相度，如所造作可存留，即依數辦集於桂、全州。)

Đến gần nữa năm sau còn phải xin mua thêm 36 vạn thạch lương, mỗi thạch tương đường 150 cân, tức 4320 vạn cân; như vậy số lượng còn thiếu khoảng một nữa:

"***Trường Biên**, quyển 277, Ngày Quí Hợi, tháng 7* [11/8/1076], *ty chuyển vận Quảng Nam Tây Lộ tâu:*

"Xin chiếu chuẩn cấp hơn 46 vạn quan tiền để mua 36 vạn thạch lương, hơn 4 vạn 4 ngàn 800 thạch đậu, hơn 36 vạn bó cỏ; cùng trâu, dê, heo, rượu; theo sự yêu cầu của Tuyên phủ ty."

Chiếu gửi cho Lý Bình Nhất cùng Chu Ốc, Thái Hoa; ghi đầy đủ thực số rồi tâu lên."

(廣南西路轉運司言：「準詔給錢四十六萬餘緡付本司，已市糧三十六萬石，粟豆四萬四千八百餘石，草三十六萬餘束，并牛、羊、豬、酒，應副宣撫司須索。」詔送李平一與周沃、蔡燁同具給用實數以聞。）

Ngoài nhu dụng gạo, cỏ; ty chiêu thảo còn xin mang mấy chục vạn công cụ thiết tật lê, tức chông sắt, để làm chướng ngại vật và hàng rào phòng thủ:

"**Trường Biên** *quyển 273. Ngày Ất Vị tháng 2 năm Hy Ninh thứ 9* [16/3/1076], *Ty Chiêu thảo An Nam tâu 9 quân (8) dùng 32 vạn 4 ngàn thiết tật lê (9), vì đất* [An Nam] *nhiều núi non nên giảm một nữa. Chấp nhận lời xin của ty Tuyên phủ."*

（乙未，詔安南招討司陳述利害之人並隨中軍，仍毋得過十人。安南招討司言，行營九軍合用鐵蒺藜三十二萬四千，以山險減半，從宣撫司請也。）

Với số lượng tiêu dùng lớn, chiến dịch cần đến 6.000 lượng vàng cùng 50 vạn quan tiền để thu mua:

"**Trường Biên**, *quyển 274. Ngày Canh Dần tháng 4 năm Hy Ninh thứ 9* [10/5/1076], *ty Đô đề cử thị dịch tâu*:

'Chi 6.000 lượng vàng tiêu dùng cho chiến dịch An nam; lại chi tiền mua đồ vật hàng hóa 50 vạn quan, dùng tiền mua lúa cho công trình thủy lợi, nhưng chưa giao hoàn, nay khuyết nên xin chi tiền mậu dịch muối 50 vạn quan.'

Chấp thuận."

(都提舉市易司言：「支金六千兩應副安南，及支物貨五十萬緡與淤田水利司作糴本，皆無撥還指揮，今上界闕錢本，乞支末鹽鈔五十萬緡貿易為本。」從之。)

Lại lo số lượng lương thảo mang đi chưa đủ, nên triều đình căn dặn ty chuyển vận mang theo nhiều tiền, dọc đường mua thêm theo giá cao:

"**Trường Biên**, *quyển 274. Ngày Quí Tỵ tháng 4 năm Hy Ninh thứ 9* [13/5/1076], *chiếu ban cho ty chiêu thảo An nam, Tuyên phủ sứ ty Kinh Hồ Quảng Nam, lệnh ty chuyển vận theo quân mang nhiều tiền, qua các châu, động theo chính sách bác dịch (10) mua giá cao lương thực."*

（ 詔安南道招討司、荊湖廣南宣撫使司，令隨軍轉運司官多齎金帛隨軍，遇有降附州峒，即優價博糴糧草。）

Kế hoạch vận chuyển trong nước, chủ yếu dùng đường thủy, sử dụng 1.000 thuyền đáy bằng; xuất phát từ Hồ Nam và Quảng Đông, tập trung tại hạ lưu sông Minh Giang, trại Thái Bình hoặc Vĩnh Bình gần biên giới. Tuyến Hồ Nam, thuyền ngược dòng sông Tương, vượt Linh Cừ, qua Quế Giang, rồi ngược dòng sông Uất qua Nam Ninh, ngược sông Tả Giang đến sông Minh Giang. Nếu xuất phát từ Quảng Đông, thuyền ngược dòng Bắc Giang, rồi qua sông Uất, ngược Tả Giang đến Minh Giang:

"***Trường Biên***, *quyển 274, ngày Bính Ngọ tháng 4 năm Hy Ninh thứ 9 [26/5/1076], Chuyển vận sứ Quảng Nam Tây Lộ Lý Bình Nhất tâu:*

"Điệp thần ty tuyên phủ An nam đi theo quân lương, dùng 1.000 chiếc thuyền bằng đáy từ Hồ Nam, Quảng Đông, mướn thủy thủ vận tải tiền và lương thực. Cùng sai mang quân trước khống chế các trại Thái Bình [Sùng Tả thị, Quảng Tây], *Vĩnh Bình* [Bằng Tường thị Quảng Tây]*; điều cần thiết là không gây sự lầm lỡ."*

Chấp nhận; việc phát binh lệnh ty kinh lược cùng đắn đo thi hành."

(廣南西路轉運使李平一言：「安南宣撫司牒臣隨行餉軍，乞下湖南、廣東發平底船千隻，雇水手運載錢穀，及乞先發兵控扼太平、永平寨，所貴運糧無虞。」從之，其發兵令經略司相度施行。)

Về đường bộ, ngoài dân công, còn tăng cường thêm 1.000 cỗ xe 2 bánh mượn từ phủ Khai Phong tại kinh sư, để tiện việc chuyện chở:

"***Trường Biên***, *quyển 274, ngày Kỷ Sửu tháng 4* [9/5/1076], *Quảng Nam Tây Lộ chuyển vận ty tâu:*

"Xin xuống chiếu cho lộ Kinh Tây Nam mượn 1, 2 ngàn cỗ xe 2 bánh Giang Châu để chuẩn bị chở lương."

Chiếu ban ty chuyển vận lộ Kinh Tây, ty Đề điểm phủ Khai Phong cung cấp 1.000 cỗ xe đưa đi."

(廣南西路轉運司言：「乞下京西南路借江州車一二千兩，以備運糧。」詔京西路轉運司【四】、開封府界提點司共括千兩以往。)

D. Những khó khăn khác:

Trong thời gian tiến hành việc chuẩn bị, tuy quân Đại Việt đã rút ra khỏi nước, nhưng tại Tả Giang và Hữu Giang vẫn còn một số châu động không chịu theo nhà Tống, tình hình Quảng Đông và Quảng Tây vẫn chưa thực sự yên ổn, có nhiều do thám:

"***Trường Biên** quyển 274. Ngày Đinh Dậu tháng 4 năm Hy Ninh thứ 9* [17/5/1076], *chiếu ban:*

'*Nghe tin Giao Chỉ sử dụng nhiều kẻ gian trinh sát tại Nhị Quảng* [Quảng Đông, Quảng Tây], *lệnh tướng quan thuộc Tuyên phủ ty không để kẻ lạ quan sát chỗ huấn luyện duyệt binh; phòng ngừa kẻ địch tiến thoái dòm ngó.*"

(詔：「聞交賊多遣姦人偵事於二廣，令宣撫司指揮將官，所至審察教閱，無聽人縱觀，免窺覘擊敵進退之法。」)

Lại có tin gián điệp Đại Việt cải trang thành nhà sư đi dò la, nên triều đình ra lệnh tạm đình chỉ cấp bằng độ điệp cho sư đi khất thực tại Quảng Tây và Quảng Đông:

"***Trường Biên** quyển 277. Ngày Nhâm Tý tháng 8* [29/9/1076], *lại ban chiếu: hiện tại tăng đạo Quảng Nam lộ tạm đình xét bằng đi ra ngoài; nguyên do Chuyển vận ty Quảng Đông tâu:*

"*Nghe tin Giao Chỉ mới đây chiếm các châu Khâm, Liêm; bắt tăng đạo hơn 100 người, đoạt bằng* [độ điệp]*(11) rồi giết; lệnh gián điệp giả làm tăng đạo để trinh sát.*"

(又詔見在廣南路僧道權停判憑出外。以廣東轉運司言「聞交阯昨陷欽、廉等州，執僧道百餘人，奪其公憑而殺之，令間牒詐為僧道以偵事」故也。)

Do thời tiết mùa hạ, số quân và dân công vượt qua Ngũ Lãnh bị bệnh, chết nhiều, gây nên khó khăn trở ngại lớn:

"***Trường Biên** quyển 277, ngày Mậu Tý tháng 8 năm Hy Ninh thứ 9* [5/9/1076], *Thiên tử phê:*

"Nghe quân hành doanh An nam quá lãnh [biên giới phía bắc Quảng Đông, Quảng Tây], *đông người bị bệnh tật, lệnh Tuyên phủ ty tuyên cáo các quân chớ ăn đồ ăn sống, nghiêm cấm uống rượu."*

(又批：「聞安南兵過嶺多疾病，其令宣撫司曉告毋食生冷，嚴立酒禁。」)

*

Tuy cật lực chuẩn bị cả năm, nhưng đến ngày đại quân đến biên giới nước Đại Việt, số lượng cỏ và lương thực vẫn chưa đủ, nên triều đình dọa lúc quân về phải nạp gấp đôi; chứng tỏ việc chuẩn bị còn có nhiều khuyết điểm:

*"**Trường Biên**, quyển 278,Ngày Ất Vị tháng 10* [11/11/1076], *các lộ bi sai phái nạp tiền, gao, cỏ, cho chiến dịch An nam còn; nếu đợi đến lúc quân về, sẽ bị nạp gấp đôi."*

(又詔：「諸路應差赴安南人欠負錢斛草料，候回日作兩料輸納。」)

Chú thích:

1. Lộ bố: bản tuyên bố thường dùng trong khi đánh dẹp.

2. Thanh miêu trợ dịch: do Vương An Thạch đề ra, được Vua Tống Thần Tông chấp nhận; chủ trương cải cách, nhưng khi thực hành có nhiều tệ trạng xãy ra, nên bị nhiều người phản đối.

3. Lý Hiến: Hoạn quan, khởi đầu được cử làm chức phó cho Triệu Tiết, chuẩn bị đánh An Nam.

4. Ngô Sung: quan Đại thần từng giữ chức Thừa tướng, chống lại cải cách của Vương An Thạch.

5. Cấm quân: quân dùng bảo vệ Vua, hoặc các cấp chỉ huy

6. Hỏa đầu quân: quân đảm nhiệm nấu ăn, ẩm thực.

7. Giác sát: quan sát và phát giác.

8. Chín quân tức cửu quân, chỉ quân đội; do xưa Thiên tử có 6 quân, chư hầu có 3 quân, cộng là 9 quân, hay cửu quân.

9. Thiết tật lê: chông sắt, trông giống như gai cây tật lê.

10. Bác dịch: chính sách bác dịch của nhà Tống, mùa giáp hạt bán lương thực cho dân, mua các hàng cần thiết như tơ lụa vải cất vào kho; mùa thu hoạch bán các hàng tơ, lụa vải để mua lúa gạo; nhằm mục đích điều hòa thị trường.

11. Bằng độ điệp: giấy chứng nhận nhà sư xuất gia.

22.
Lý Nhân Tông (5)
[1072-1127]

Niên Hiệu:
Thái Ninh: 1072-1075
Anh Vũ Chiêu Thắng: 1076-1084
Quảng Hựu: 1085-1091
Hội Phong: 1092-1100
Long Phù: 1001-1109
Hội Tường Đại Khánh: 1110-1119
Thiên Phù Duệ Vũ: 1120-1126
Thiên Phù Khánh Thọ: 1127

Quân Tống xâm lăng nước ta.

Trong lúc Đô tổng quản Quách Quì mang đại quân trên đường di chuyển xuống phương nam, Vua Tống sai Phó tổng quản Triệu Tiết chỉ huy đạo quân tiên phong làm cuộc hành quân mở đường tại vùng đất Trung Quốc giáp giới nước Đại Việt. Cuộc hành quân này rất cần thiết, vì đại quân chọn Vĩnh Bình [Bằng Tường] làm hậu cứ, thuyền chở lương thảo tích trử tại nơi này, nên cần phải giữ an ninh. Hơn nữa lúc quân ta sang đánh Trung Quốc, trưng bản **Lộ Bố** đã kích chính sách bảo giáp, trợ dịch, bóc lột kềm kẹp dân; nên được dân chúng khe động tại Tả Giang, Hữu Giang hưởng ứng; bởi vậy lúc quân ta rút lui, dân chúng tại vùng này cũng chưa chịu ngã theo Trung Quốc, đối phó lại Vua Tống chủ trương một mặt đưa lợi lộc ra nhử, một mặt cho cầm đao đánh giết:

“***Trường Biên*** *quyển 273. Ngày Tân Sửu tháng 2 năm Hy Ninh thứ 9* [22/3/1076]*, Triệu Tiết vào triều đình từ biệt, Thiên tử căn dặn:*

‘Phép dùng dân khe động trước hết đem cho chúng thực lợi, sau đó mới sai khiến; không có thể dùng lời nói ngọt suông để sai khiến. Như việc kiểm điểm giáo huấn quân phiên tại Phu Diên (1) *khanh đã chế ngự được, tội nhẹ có thể tha cho, tội nặng phải giết; sai trái đối với kẻ địch Tây Hạ mối họa còn xa, nhưng sai trái trong quân ta thì mối họa đến ngay; đúng như binh pháp dạy sợ nội bộ ta, không sợ kẻ địch; nếu không có thực lợi, muốn đòi hỏi chúng đem hết sức, thực là khó.*

Nay khanh tuyển mộ lính địa phương 1,2 ngàn tên tinh nhuệ khỏe mạnh, chọn một viên tướng kiêu hùng, hiếp những dân đinh trong các động, rằng khi đại binh đến, theo ta thì được thưởng, không theo ta thì giết; nếu quả không theo thì giết 2, 3 họ làm gương. Binh uy đã lập, trước hết hiếp Hữu Giang [Quảng Tây]*, rồi hiếp Tả Giang* [Quảng Tây]*; sau khi bọn chúng qui thuận, thì đánh sào huyệt Lưu Kỷ* [tại Quảng Nguyên, Cao Bằng] *không mấy khó khăn. Quách Quì tính keo kiệt, khanh nên bảo rằng triều đình không tiếc phí tổn; ngoài ra Quì quá nghiêm trang, không cảm thông với kẻ dưới, tướng tá không dám trình bày, khanh đến đó chuyện trò với họ, ngoài ra đừng khinh địch.*”

(趙卨入辭，上諭卨：「用峒丁之法，先須得實利，然後可以使人，不可以甘言虛辭責其效命。如鄜延點教蕃兵，若非卿有以制之，使輕罪可決，重罪可誅，違西夏則其禍遠，違帥臣則其禍速，合於兵法畏我不畏敵之義。苟無實利，則欲責其效命也難矣。今卿可選募精勁土人一二千，擇梟將領之，以脅峒丁，諭以大兵將至，從我者賞，不從者殺。若果不從，即誅三兩族。兵威既立，先脅右江，然後脅左江。此等既歸順，則攻劉紀巢穴不難也。郭逵性吝嗇，卿宜諭以朝廷不惜費，兼逵好作崖岸，不通下情，將佐莫敢言，卿至彼為言之，毋得輕敵。」)

Khởi sự dùng chiến thuật Dương đông kích tây, lúc Quách Quì đến Đàm châu [tỉnh Hồ Nam] bèn ra lệnh cho viên Tri Khâm châu mang quân đánh châu Vĩnh An. Châu này vị trí tại biên giới, một phần thuộc thị xã Mông Cái tỉnh Quảng Ninh ngày nay; phần khác như Bạch Long Vĩ, Hoàng Trúc, Giang Bình; chiếu theo hòa ước Pháp Thanh, nay thuộc Đông Hưng thị, Trung Quốc. Theo **Lĩnh Ngoại Đại Đáp** của Chu Khứ Phi đời Tống, vị trí châu này sát với động Như Tích, Khâm châu; đây là một châu nhỏ, thuận tiện giao thông, nên quân Tống mở đầu đánh chiếm không mấy khó khăn:

"***Trường Biên**, quyển 277. Ngày Quí Hợi, tháng 7năm Hy Ninh thứ 9* [11/8/1076]. *Trước đó quân Quách Quì đến Đàm Châu* [Hồ Nam], *ra lệnh Tri Khâm châu Nhiệm Khởi mang quân đánh châu Vĩnh An biên giới giặc. Ngày này* [11/8/1076] *Khởi đánh chiếm châu Vĩnh An.*"

(先是，郭逵次潭州，遣知欽州任起領兵襲賊界永安州玉山寨。是日，起攻拔永安州。此據郭逵征南文字七月二十一日奏。)

Tuy là chiến thắng nhỏ, nhưng với dụng ý thúc đẩy tinh thần đạo quân chủ lực phía tây trên đường bước vào lãnh thổ nước ta, vua Tống ra lệnh quảng cáo một cách rầm rộ. Cũng vào thời gian này, trước áp lực của quân Tống, một số châu động tại vùng Tả, Hữu Giang, qui thuận:

"***Trường Biên**, quyển 277. Ngày Bính Tý tháng 9 năm Hy Ninh thứ 9,* [23/10/1076], *chiếu ban:*

"Binh mã đánh An Nam chẳng bao lâu ra khỏi biên giới, cần biểu dương sĩ khí. Mới đây Nhiệm Khởi đánh giặc tại trại Ngọc Sơn, công tuy không lớn nhưng là cuộc phấn kích đầu tiên, những người có công hãy tâu lên để được đề cao và thưởng, lại bố cáo cho các tướng sĩ đều biết."

***Mộ Chí** Quách Quì chép, khi quân đến Đàm Châu, sai Tri Khâm Châu Nhiệm Khởi đánh châu Vĩnh An lấy được. **Liệt Truyện** cũng chép, suất binh quận và 3 đạo động đinh đánh châu Vĩnh An lấy được. Các dộng Tả, Hữu Giang qui thuận; thủ lãnh Môn Châu Hoàng Kim Mãn, Sầm Khánh Tân, trại Ngọc Sơn tại châu Vĩnh An xin hàng; sự việc vào ngày 9 tháng 7* [11/8/1076]*; những việc khác cần khảo thêm."*

(詔：「安南兵馬非久出界，宜有以鼓作士氣。昨任起等攻賊界玉山寨，功雖不大，然首能奮擊，其得功人可倍推賞訖奏，仍布告將士使聞知。」郭逵墓誌云：師次潭州，遣知欽州任起攻永安州，拔之。傳又云：率郡兵、峒丁三道進討永安州，拔之，左、右江悉效順，門州首領黃金滿、岑慶賓降永安州玉山寨。即七月九日事，其餘當考。）

Với tham vọng đưa nước ta vào vòng nô lệ, nên Quách Quì được lệnh nơi nào chiếm được cho đặt quận huyện ngay, giống như nội địa Trung Quốc:

"***Trường Biên****, quyển 273. Ngày Giáp Dần tháng 2 năm Hy Ninh thứ 9* [4/4/1076], *chiếu ban bọn Quách Quì, một khi bình định Giao Châu, y như nội địa đặt quận huyện.*"

(詔郭逵等交州平日，依內地列置州縣。)

Lại dùng chiến tranh tâm lý để mong chiêu dụ được nhiều người, nên ra lệnh bắt được tù binh chưa vội giết, cho sử dụng làm hướng đạo:

"***Trường Biên****, quyển 273, ngày Đinh Tỵ tháng 3 năm Hy Ninh thứ 9* [7/4/1076], *chiếu Quảng Nam Tây Lộ bắt được bọn giặc Giao, chưa được giết, cho ty chiêu thảo cân nhắc dùng làm hướng đạo.*"

(丁巳，詔廣南西路捕獲交賊生口，並未得殺，聽招討司相度，以為鄉導。)

Ngoài ra Vua Tống còn nêu lên sắc bảng cũ từng ban ra chiêu hàng như xá tội ác trước kia, cho mối lợi hiện có, dụ ban tước thưởng vvv... nhắc nhở Quách Quì đem ra áp dụng; Quì xin sửa lại bằng văn bản 8 điểm, giản dị dễ hiểu hơn; rồi trình lên, được nhà Vua chấp thuận cho thi hành:

"***Quyển 277****, Tống Thần Tông ngày Kỷ Vị tháng 7 năm Hy Ninh thứ 9* [7/8/1076], *chiếu ban cho bọn Quách Quì:*

'Hỏi thăm được biết vùng khe động Ung Châu, Liêm Châu và vùng núi ngoài biên giới; đất nơi cư trú có nhiều sản vật quí, tự cho là sở hữu. Bọn chúng lo rằng một khi giặc Giao Chỉ diệt xong, triều đình chia đất này thành quận huyện, thì món lợi họ có, sẽ qui vào của công. Với mối lo chung, chúng sẽ kết đảng với nhau; hoặc ngầm theo nước đôi, hoặc chưa quyết lòng qui

thuận. Trước kia có sắc bảng ban ra xá tội ác cũ, cho mối lợi hiện có, dụ ban tước thưởng, cưởng bách theo bằng cách tru diệt; như vậy thế giặc sẽ chia rẽ, công lớn có thể lập. Không biết những lời trên ra sao, các khanh nên bàn bạc, xem có thể được không.'

Bọn Quì tâu:

'Xem kỹ triều đình trước đây giảng sắc bảng, e rằng dân biên giới không hiểu, lời văn thông cáo cần nói rõ sự lý, điều quí là người người đều cho là dễ hiểu.'

*Rồi điều trần lên trên 8 điểm, xin ra bảng thông cáo cho các khe động; được chấp thuận. Do vậy tướng giặc là Hoàng Kim Mãn, Sầm Khánh Tân ngầm xin qui phục. (Việc này căn cứ vào **Quách Quì chinh nam văn tự** ghi nhận từ **Ngự Bảo Tráp Tử** cùng **Quì Mộ Chí**. Nhưng **Mộ Chí** chép rằng Hoàng Kim Mãn, Sầm Khánh Tân đến hàng; nhưng bọn Hoàng Kim Mãn chưa từng đến hàng, chỉ ngầm xin hàng thôi; nay san cải thêm.)"*

(己未，詔郭逵等：「訪聞邕、欽二州溪峒及外界山獠，以所居之地寶產至厚，素所擅有，深慮一旦交賊蕩滅，朝廷列其土為郡縣，美利悉歸公上。以勢異患同之故，及交相黨與，或陰持兩端，或未決效順。須前詔外得一詳悉敕牓，赦其罪惡，與其所利，誘之以爵賞，迫之以誅戮，如此則賊勢必分，大功亟立。未知所言如何，卿等宜審議，條可否，疾速以聞。」逵等言：「看詳朝廷前降敕牓，竊慮邊人不曉，文告之辭須至耆一，直說事理，所貴人人易曉。」乃條上八事，請散牓州縣溪峒。從之。於是賊將黃金滿、岑慶賓皆來潛輸誠欸。此據郭逵征南文字所受七月五日御寶劄子并逵墓志，然墓誌云黃金滿、岑慶賓來降。彼黃金滿等未嘗來降，但潛通降欵耳。今略加刪改.)

Về phương tiện thông tin bằng ngựa trạm, so từ lúc sự việc thực sự xảy ra đến lúc triều đình nhận được tin, mất nhiều thời giờ; nên ra lệnh đặt thêm quan tại các trạm có khoảng cách xa để đốc thúc, và chi thêm tiền cho nhân viên trạm ngựa:

*"**Trường Biên**, quyển 278. Tống Thần Tông ngày Ất Dậu tháng 10 năm Hy Ninh thứ 9 [1/11/1076], chiếu ban:*

'Hành quân chiến dịch An nam bắt đầu, những điều ghi trong văn thư báo cáo và sự việc xảy ra ngày tháng không giống nhau; nay ủy cho Chuyển vận sứ dọc đường, ty Đề điểm phủ Khai Phong, đối với những trạm dịch quá xa, tuyển thêm Sứ thần thúc dục. Đặc cách chi thêm tiền cho binh sĩ chuyển thư qua trạm dịch bằng ngựa, từ cửa Sùng Minh đến Ung châu."

(乙酉，詔：「安南軍興，文字與常日不同，委逐路轉運使、開封府界提點司，當行驛路地分闊遠，選差得替待闕使臣一兩員分巡轄催趣，仍賜自崇明門至邕州當軍行驛路馬遞急脚鋪兵士特支錢。」)

Tờ tâu gửi về, cho biết 4 tướng điều quân hành doanh đến Ung châu [Nam Ninh], trong tháng 9 [10/1076] số quân bệnh chết lên đến 4,5 ngàn người; nhà Vua nghiêm trách thầy thuốc chữa trị và bắt kiêng ăn:

"***Trường Biên**, quyển 278. Ngày Đinh Dậu 14 tháng 10 năm Hy Ninh thứ 9 [13/11/1076], Thiên tử phê:*

'Bốn tướng điều quân hành doanh An Nam đến Ung Châu [Nam Ninh, Quảng Tây]*; vào thượng tuần tháng 9, bệnh chết gần 4,5 ngàn người. Việc xảy ra do Chủ tướng và Phó không ước thúc quân lính, để ăn uống bừa bãi những vật người phương bắc cấm kỵ, nên sinh bệnh. Hãy cấp tốc cấm chỉ, cùng nghiêm trách thầy thuốc trị liệu."*

*(**Bản truyện** về Quì chép: tháng 10 Quì đến Ung châu. Xét* **Quì Chinh Nam Văn Tự**, *Quì tại Đàm châu* [Hồ Nam]; *phàm triều đình phát chiếu tráp, không quá 10 ngày tới các quân, Quế châu tới Ung châu gồm 14 trình, các chỗ khác có thể đoán từ xa; việc ngày 14 tháng 10 chiếu ghi 4 tướng hành doanh đến Ung châu. Như vậy Quì cũng có thể đến Ung châu, hoặc không đến vào tháng 10, đáng tại tháng 9 không chừng; hoặc 4 tướng chỉ là tiền quân đến trước, trung quân chưa đến, cần khảo thêm cho rõ. Cuối tháng đến châu Tư Minh, tham chiếu đều hợp.)*

(丁酉，上批：「安南行營至邕州四將下諸軍，九月上旬死病近四五千人。此乃將、副全不約束，恣令飲食北人所忌之物，以致生疾，可火急嚴誡勵，仍切責醫用藥治之。」逵本傳云，逵十月次邕州。按逵征南文字，逵在潭州，凡朝廷發下詔劄，不過十日到軍前，桂州至邕州凡十四程，其他亦可遙度，此十月十四日詔云行營四將至邕州，則逵次邕州，或不在十月，當在九月未耳。或四將乃前軍耳，中軍未也。須更考詳。月末次思明州，并合參照此。）

Vì lương thực chưa vận chuyển đến nơi đầy đủ, nên đại quân phải dừng lại tại biên giới đến 70 ngày; việc này tổn thất lớn, vì quân dừng lại cũng phải ăn nên nhu cầu lương thực phải tăng thêm, lại đóng một chỗ khiến lòng quân sinh ra trễ nãi, khiến Vua Tống rất nóng lòng bèn trách phạt nặng nề:

*"**Trường Biên** quyển 279. Ngày Kỷ Hợi* [14/1/1077], *Chuyển vận phó sứ Quảng Nam Tây Lộ Miêu Thời Trung tâu:*

"Ty Hành doanh Ung Châu cho biết phu vận lương không đủ; hiện đích thân đốc thúc đinh phu cần để ứng phó cho đòi hỏi quân tình; các châu huyện buông lơi chậm chạp, xin trách răn."

Chiếu ban:

"Đại quân đồn trú tại động đã lâu ngày, chỉ vì đinh phu không đủ số, khiến chậm chạp việc quân. Đối với các châu huyện số lượng chưa được 7 phần, quan châu giáng 1 chức, quan huyện giáng 2 chức, kẻ không có chức quan thì đình lương. Ra lệnh cho quan huyện gông cổ Giám đốc cùng hặc tội, rồi tâu lên."

（廣南西路轉運副使苗時中言：「邕州行司言運糧夫不足，見親督丁夫應副軍須，其州縣官吏弛慢，乞先戒厲。」詔：「大軍頓峒日久，止緣丁夫不足元數，致稽軍事。其州縣當職官，令廣西轉運司案比元拋數不及七分處，州官追一官，縣官追兩官，無官可追即停其俸。各且令在任縣官枷項監督，並劾罪以聞。」）

Triệu Tiết đề nghị đại quân đóng tại Ung châu [Nam Ninh], sai người đến trước dụ Lưu Kỷ Tri châu Quảng Nguyên, và Thân Cảnh Phúc thuộc động Giáp, động này do Phò mã Thân Thiệu Thái làm Động chủ. Nhưng Tổng binh Quách Quì không nghe, đem đại quân đến đóng tại châu Tư Minh [Ningming, Ninh Minh, Quảng Tây]; sai Yên Đạt đặc trách về kỵ binh theo hướng Thái Bình, Long Châu đến đánh châu Quảng Nguyên [Cao Bằng], khiến Lưu Kỷ phải ra hàng:

"***Trường Biên***, *quyển 279, ngày Bính Tuất tháng chạp năm Hy Ninh thứ 9* [1/1/1077], *ty chiêu thảo An nam tâu ngụy Quan sát sứ châu Quảng Nguyên Lưu Kỷ đưa người nhà và Động trưởng hàng. Chiếu ban:*

'Lưu Kỷ nếu như do đại binh áp sát biên giới, bất đắc dĩ xin hàng thì đem y cùng gia thuộc hộ tống đến kinh khuyết.'

Lúc đầu Triệu Tiết bàn với Quách Quì rằng:

'Giặc Giao Chỉ sợ bởi mưu kế của Lý Thượng Cát [Thường Kiệt], *Lý Kế Nguyên nên phản. Nay Càn Đức* [Vua Lý Nhân Tông] *cùng mẹ đều oán 2 người này, việc nước nghe lời Nguyễn Thù, Thù có ý thuận phục ta. Lưu Kỷ coi châu Quảng Nguyên, Thân Cảnh Phúc coi động Giáp; đều nắm cường binh dòm ngó tình hình. Giám áp trại Hoành Sơn Thành Trác vốn giao hảo với Thù và Cảnh Phúc; muốn sai Trác mang sắc bảng đến chiêu nạp những tên giặc này.'*

Quì không nghe lời; cho đại quân trú tại châu Tư Minh [châu Ninh Minh, Quảng Tây], *sai Yên Đạt mang quân từ trại Thái Bình* [Sùng Tả thị, Quảng Tây] *tiến vào châu Quảng Nguyên; Lưu Kỷ chống cự, Đạt phá được. Kỷ trước đó muốn hàng nhưng do dự chưa quyết; Quì phát ra nhiều hịch dụ các động rằng Kỷ mấy lần gửi văn thư trình bày sẽ phản Giao Chỉ theo triều đình, hẹn 3 ngày ra hàng; rồi sự kiện xãy ra đúng như lời hẹn. Quì thu quân qui hàng hơn 5.000 người, lại cứu được 3.000 dân nội địa bị bắt. Mộ bia Quì, Phạm Tổ Vũ (2) chép: 'Quách Quì đến châu Tư Minh, cho rằng châu Quảng Nguyên là đất yết hầu quan trọng, binh giáp tinh nhuệ, nếu không chiếm trước, sẽ là mối họa trong tim bụng; Quan sát sứ ngụy Lưu Kỷ là mưu chủ của giặc, không bắt Kỷ thì uy danh quân chưa chấn tác.'*

Bèn sai Yên Đạt đến đánh, khắc phục ngay; phá thành, Kỷ ra hàng."

(始, 趙禼與郭逵言：「交賊怵於李尚吉、李繼元之謀，故叛。乾德及其母，今皆怨此兩人，而以國聽阮洙，洙每有懷服之意，劉紀據廣源州，申景福據甲峒，皆擁強兵顧望。橫山寨監押成卓故與洙、景福相好，欲使卓齎敕牓入賊招納。」逵不從，大軍駐思明州，先遣燕達【九】將兵由太平寨入廣源州，紀拒戰，逵破之。紀初欲降而猶豫未決，逵移檄諭諸洞，聲言紀數以狀自陳，決背交賊歸我，約以三日出降，果如期而至。逵收眾五千餘人，又得省民被略者三千人。范祖禹墓誌云：「逵次思明州。逵以謂廣源州咽吭之地，兵甲精銳，不先取之，則有腹背之患。偽觀察使劉紀為賊謀主，不禽紀則軍聲不振，遣燕達往，一戰克之，拔其城，紀出降。」)

Sau khi chiếm được châu Quảng Nguyên; Quì điều cánh quân Yên Đạt trở về, rồi mang đại binh vào nước ta; hai bên giao chiến tại quan ải Quyết Lý nơi biên giới. Quân ta thua rút, quân Tống chiếm được Cơ Lang, tức huyện Quang Lang (3) địa phận tại tỉnh thành Lạng Sơn ngày nay. Tướng Khúc Trăn, theo Yên Đạt đánh châu Quảng Nguyên, sau khi rút quân, tiện đường đánh chiếm châu Môn tại phía tây Quang Lang. Trước áp lực của quân Tống, các động Cổ Nông (4) tại phía bắc tỉnh Cao Bằng, Bát Tế [không rõ vị trí] ra hàng. Với quân số vượt trội, một mặt dùng quyền lợi mua chuộc, một mặt dùng quân sự uy hiếp, khiến phần lớn các Tù trưởng dân tộc thiểu số ra hàng, nhờ vậy quân Tống vượt qua được phòng tuyến thứ nhất tại biên giới:

"***Trường Biên**, quyển 279, ngày Quí Tỵ tháng chạp năm Hy Ninh thứ 9* [8/1/1077], *ty Chiêu thảo An nam tâu đầu mục các động Cổ Nông, Bát Tế, Nùng Chí Trung, Lô Báo xin hàng. Chiếu ban trong bọn đó có người nào từng phản phúc mà qui thuận; lệnh ty Chiêu thảo chọn Sứ thần áp giải đến kinh khuyết.*

Ngày hôm đó, bọn Quách Quì mang quân ra khỏi biên giới, giặc đóng tại ải Quyết Lý, Quì sai Trương Thế Củ đánh, Quì sai bắn bằng nõ mạnh, dùng đao to chém vào mũi voi, voi chạy đạp vào quân địch, đại quân tiến vào, giặc tan bỏ chạy, quân ta thừa thắng lấy được Cơ Lang; Biệt tướng Khúc Trân lấy được châu Môn; các khe động đều hàng."

(癸巳，安南招討司言廣源古農八細峒頭首儂士忠、盧豹等乞降。詔內有嘗歸明反覆之人【一一】，令招討司選使臣押赴闕。是日，郭逵等舉兵出界，賊屯決里隘，逵遣張世矩攻之。賊以象拒戰，逵使強弩射之，以巨刀斬象鼻，象卻走，自踐其軍，大兵乘之，賊潰去，乘勝拔機榔縣，別將曲珍又攻拔門州，溪峒悉降。)

Sau khi chiếm được châu Quảng Nguyên, Phó Tổng quản Triệu Tiết lại đề nghị dùng cánh quân này xuống Bắc Kạn, Thái Nguyên, đi theo phía tây, nhằm đánh bất ngờ, chia thực lực quân ta; nhưng Quách Quì vẫn không theo. Quân Quì sau khi chiếm được phía bắc Lạng Sơn, noi theo hướng Quốc lộ 1 tiến quân, đến vùng Chi Lăng, Đồng Mỏ; tại nơi này quân ta đặt phục binh tại ải Giáp Khẩu. Quì bèn dùng đường tắt mang đại quân đến bờ sông Cầu:

"***Trường Biên**, quyển 279, ngày Quí Mão tháng chạp năm Hy Ninh thứ 9 Ngày* [18/1/1077] *bọn Quách Quì đến sông Phú Lương (5), căn cứ vào **Hội Yếu**. Trước đó Quì sai Yên Đạt đánh phá Quảng Nguyên trước, rồi trở lại Vĩnh Bình [Bằng Tường thị, Quảng Tây] hội với đại binh. Triệu Tiết cho rằng từ Quảng Nguyên đi đường tắt đến Giao Châu* [chỉ thành Thăng Long] *chỉ có 12 trạm dịch, lợi dụng bất ngờ đánh vào, 3 đường (6) cùng tiến đánh dẹp; thế tất giặc sẽ bị chia ra mà thua, nhưng Quì không nghe. Quảng Nguyên đã hàng, Đạt bèn trở lại chỗ ước hẹn với Quì; lúc bấy giờ bại binh tại các động Hạ Liên, Cổ Lộng còn hơn 1 vạn tên; Đạt sợ nếu bỏ đi thì bọn chúng sẽ đến đánh. Bèn sai Khúc Trân dùng khinh kỵ 3000 tên, phao tin rằng sẽ từ 2 động xâm nhập Giao Châu, rồi mang 2 tên đầu hàng cùng trở về chỗ hẹn; giặc quả lo phòng thủ, không dám có hành động gì khác. Giặc bắt đầu đặt phục kích tại ải Giáp Khẩu để đợi quân ta, Quì biết được, bèn dùng đường tắt tại lãnh Đâu Đỉnh tiến quân đến sông Phú Lương."*

(是日，郭逵等次富良江。此據會要。初，逵遣燕達先破廣源，復還永平，與大兵會。趙卨以為廣源間道距交州十二驛，趣利掩擊，出其不意，川途並進，三路致討，勢必分潰。逵不從。廣源既降，達議還赴逵約，時下連、古弄洞敗兵猶萬餘眾。達恐去則彼必來襲，乃留曲珍將輕騎三千，揚言由二洞入交州，縱二蠻俘使歸。賊果自守不敢動。賊始設伏於夾口隘以待我師，逵知之，乃由間道兜頂嶺以進，遂抵富良江)

Qua văn bản nêu trên, Phó Đô tổng quản Triệu Tiết đề cập về 3 đường đánh dẹp: đường thứ nhất do đại quân từ Bằng Tường vào Lạng Sơn; thứ hai, đường thủy từ Khâm Châu; và một đường do Triệu Tiết đề nghị từ Cao Bằng xuống Thái Nguyên. Nói về đường thứ 2, trong văn bản ngày [3/5/1076] ghi trong **Trường Biên** quyển 273, qui định nhiệm vụ Chiến trạo đô giám Dương Tòng Tiên mang thủy quân vượt đại dương xâm nhập góc tây nam, đi vòng sau lưng quân ta, đánh vào chỗ không ngờ; nhân đó mang quân hội với Chiêm Thành, Chân Lạp cùng ra sức đánh. Nhưng trong báo cáo về triều, Tòng Tiên vẫn chần chừ, cho đến ngày 12/9/1076 chưa hoàn thành vượt biển:

- ***Trường Biên*** *quyển 277, Tống Thần Tông ngày Ất Vị tháng 8 năm Hy Ninh thứ 9* [12/9/1076], *chiếu ban:*

"An Nam đạo hành doanh chiến trạo Đô giám Dương Tòng Tiên chỉ huy binh giáp chưa vượt qua hải dương; cần ra lệnh ty Chiêu thảo phân xử..."

(乙未，詔：「安南道行營戰棹都監楊從先所總兵甲，既不過海洋，宜令悉取招討司處分，)

Dương Tòng Tiên phải mang quân từ cửa biển ngược theo sông Bạch Đằng vào Lục Đầu hội quân với Quách Quì, rồi chở bộ binh vượt sông; nhưng Tòng Tiên không hoàn thành sứ mệnh giao phó, nên bị giam 1 năm. Sau cuộc chiến, Vua Thần Tông xét lại thấy Tòng Tiên tuy không hoàn thành nhiệm vụ, nhưng cũng tham gia những trận đánh nhỏ ngoài cửa biển, và cho người liên lạc với Chiêm Thành, nên xét tha và mệnh đến kinh đô:

*"**Trường Biên** quyển 288. Tống Thần Tông năm Nguyên Phong thứ nhất* [1078]. *Ngày Mậu Tuất tháng 2* [8/4/1078], *Thiên tử đích thân thảo chiếu ban:*

'Trước đây bọn An nam chiến trạo đô giám Dương Tòng Tiên dùng đạo quân đơn lẻ mạo phạm vào chỗ bất trắc, xâm nhập lãnh thổ giặc, lớn nhỏ hàng chục trận đánh, tuy chém bắt không nhiều, nhưng quan quân cũng không đến nỗi bị bại; nay quân trở về và bị vào ngục đến hơn 1 năm; xét việc cần lao với Vương sư thực cũng đáng thương. Huống mới đây đã có lễ tha tội, thì cũng nên thả ra. Hãy xét tướng sĩ nào có công, tâu lên đề nghị thưởng.'

Rồi ra lệnh Tòng Tiên đến kinh khuyết."

(上批手詔：「前安南戰棹都監楊從先等，頃以孤軍，冒犯不測，深入賊境，大小數十戰，雖無甚斬獲，然官軍亦不致傷敗。今師還繫獄，殆將逾年，原其勞於王事，實可矜愍，況昨已經郊赦，宜並釋之。其一行有功將士等，仍第賞以聞。」尋令從先赴闕。舊紀全載此詔。)

Lúc đến kinh đô Tòng Tiên tâu rằng tuy không họp được với đại binh Quách Quì, nhưng đã liên lạc với Chiêm Thành và nhận được thông điệp của Vua nước này, cho biết đã mang 7.000 quân ngăn chặn tại biên giới:

Trường Biên *quyển 288. Tống Thần Tông ngày Mậu Tuất tháng 3 năm Nguyên Phong thứ nhất* [8/5/1078]. *Tây kinh tả tàng khố phó sứ, tiền An nam đạo hành doanh chiến trạo đô giám Dương Tòng Tiên tâu:*

'Trước đây tại cảng khẩu Đông Kính Giao Chỉ, lâu không nghe tin tức thanh thế của đại binh, bèn sai Phàn Thực, Hoàng Tông Khánh đến biên giới Chiêm Thành, Giao Chỉ thám thính; cùng dụ Chiêm Thành chớ giúp Giao Chỉ; sợ Giao Chỉ chạy trốn, lệnh mang quân ngăn chặn.'

Nay cứ thực trạng tâu:

'Chiêm Thành dùng 7.000 quân chặn chỗ quan trọng của Giao Chỉ, nhận được thông điệp trả lời của Quốc chủ bằng chữ nước này, hiện để tại chế viện Đàm Châu [Hồ Nam].*' Xin lấy ra xem kỹ, rồi ưu thưởng cho di bên ngoài, Phàn Thực, Tông Khánh, cùng xin cấp cho Tam ty quân tướng."*

Chiếu ban cho Chuyển vận phán quan Hồ Nam đô quan viên ngoại lang Triệu Dương Chước tiến dâng thư điệp của phiên Chiêm Thành; riêng Phan Thực, Hoàng Tông Khánh thì bảo đến kinh khuyết."

(西京左藏庫副使、前安南道行營戰棹都監楊從先【一四】言：「昨在交阯東涇港口，久不聞大兵消息聲勢，遂差效用樊實、黃宗慶等往占城、交阯兩界刺事，及諭占城毋援交阯，恐交阯賊遁逃，令以兵把截。今據實等狀稱：『占城遣蕃兵七千扼交賊要路，得其國主蕃書回牒，見在潭州制院。』乞取索看詳優奨之，所貴以風勸外夷。實、宗慶並與三司軍將。」詔湖南轉運判官、都官員外郎趙楊繳進蕃書牒本，其樊實、黃宗慶仍發遣赴闕。）

Tại phía nam sông Cầu, quân ta phòng thủ rất kiên cố, theo Học giả Trình Di (7) mô tả phòng tuyến dài 25 dặm; vị trí phòng tuyến có thể từ ngã ba sông Cầu và sông Cà Lồ cho đến phía đông đường quốc lộ 1; vì nơi này là tuyến phòng thủ huyết mạch để bảo vệ lăng tẩm vua chúa nhà Lý tại tỉnh Bắc Ninh. Quân Tống dùng bè vượt sông, bị quân ta tiêu diệt trọn; số quân sang tiếp cứu, lại bị đánh chặn, thiệt hại rất nhiều:

Trường Biên quyển 280. Năm Hy Ninh thứ 10 [22/3/1077]...
*.... Sách **Hà Nam Trình Thị Di Thư**, Tô Sung chép*

Vào đến sào huyệt giặc, dùng bè chở 500 quân qua sông, vừa chặt vừa đốt, không phá nổi mấy trại giặc bằng tre. Rồi chèo bè không trở về để mang thêm quân tiếp cứu, thì số quân qua sông bị giặc bắt giết; quân ta không được cứu, hoặc chết hoặc chạy trốn; cuối cùng không thành công, vùng tranh chấp chỉ có 25 dặm. Lại muốn sang tiếp, nhưng không có thuyền, không có lương cho lính, sự tính toán sai lầm trầm trọng, từ trước tới nay chưa từng xãy ra! May mà giặc xin cung thuận, mới có lời để ứng phó; nếu như chúng không chịu thuận, thì lấy gì xử trí đây?

(深至賊巢，以栰度五百人過江，且斫且焚，破其竹寨幾重不能得。復棹其空栰，續以救兵，反為賊兵會合禽殺，吾眾無救，或死或逃，遂不成功，所爭者二十五里耳。欲再往，又無舟可度，無糧可戍，此謬算未之有也。猶得賊辭差順、遂得有詞具承當了，若使其言猶未順，如何處之？)

Tuy sử Trung Quốc chép quân ta phòng thủ tại sông Phú Lương, tức sông Hồng; nhưng theo họ mô tả tại con sông cách thành Thăng Long 30 dặm thì đích xác là sông Như Nguyệt tức sông Cầu. Tại nơi này quân ta phòng thủ vững chắc, lại đánh mạnh khiến chúng không thể vượt sông được:

"*Trường Biên, quyển 279, ngày Quí Mão tháng chạp năm Hy Ninh thứ 9 Ngày* [18/1/1077]. *Tại nơi cách thành Giao Châu chưa đến 30 dặm, giặc dàn hơn 400 chiếc thuyền tại bờ phía nam, khiến quân ta không thể vượt sông, muốn đánh cũng không được.*"

(未至交州三十里，賊艤戰艦四百餘艘於江南岸，我師不能濟，欲戰弗得)

Sử liệu trên phù hợp với chiến tích lưu lại trong sử Việt; qua bài thơ bất hủ **Nam Quốc Sơn Hà Nam Đế Cư**, khơi nguồn hứng khởi bất tận trong công cuộc chống ngoại xâm; nên sách Đại Việt Sử Ký **Toàn Thư** trân trọng chép như sau:

"*Người đời truyền rằng Thường Kiệt làm hàng rào theo dọc sông để cố thủ. Một đêm quân sĩ chợt nghe ở trong đền Trương tướng quân (8) có tiếng đọc to rằng:*

Nam quốc sơn hà Nam đế cư
Tiệt nhiên phân định tại thiên thư
Như hà nghịch lỗ lai xâm phạm?
Nhữ đẳng hành khan thủ bại hư!
(Sông núi nước Nam, Nam đế ở,
Rõ ràng phân định tại sách trời
Cớ sao nghịch tặc sang xâm phạm?
Cứ thử làm xem, chuốc bại nhơ!)"
Toàn Thư, Bản Kỷ, quyển 3.

Qua mấy lần thất bại, quân Tống giả bộ sơ hở để nhử quân ta vượt sông sang đánh. Phía ta điều động mấy vạn, do Thái tử Hồng Chân chỉ huy vượt sông đánh phá; khởi đầu quân Tống thất bại, Quì phải tăng viện thêm thân binh. Quân ta tấn công tiếp, đến chỗ đất bằng bị quân kỵ do Từ Đạt đặc trách chỉ huy, phục kích phản công bất ngờ, đánh phải thua rút; lúc vượt sông trở về quân ta bị chết nhiều, trong đó có Thái tử Hồng Chân:

"***Trường Biên**, quyển 279, ngày Quí Mão tháng chạp năm Hy Ninh thứ 9* [18/1/1077].Đạt xin dùng kế tỏ ra yếu để dụ địch, giặc quả coi thường quân ta, dùng mấy vạn quân quát tháo đánh ngược lại; tiền quân bất lợi, Quì điều động thân binh cự địch. Quân Từ Đạt kế tục tiến, giặc hơi núng; gọi quân kỵ Trương Thế Cự, Vương Lâu hợp đấu, quân mai phục xông ra, giặc đại bại, bị ép xuống sông; số người chết đông, đến nỗi nước sông 3 ngày không chảy. Giết Đại tướng Thái tử Hồng Chân, bắt Tả lang tướng Nguyễn Căn."

Tuy bị thua trận này, nhưng phòng tuyến tại bờ phía nam sông Cầu vẫn giữ vững. Lại nhân việc tên nho sĩ Trung Quốc Từ Bá Tường phản bội triều đình nước ta; trước đó y từng gửi thư cho Vua ta xin tình nguyện làm nội tuyến đánh Trung Quốc; sau đó y thi đậu Tiến sĩ được ra làm quan, bèn trở cờ theo Tống chống lại quân ta. Vua Lý Nhân Tông bèn dùng lá thư y gửi cho nhà Vua làm bằng chứng, để mượn tay triều Tống giết tên phản bội, và nhân tiện đổ việc gây chiến do y xui nên, để chấm dứt chiến tranh một cách chóng vánh:

*"**Trường Biên** quyển 272. Tống Thần Tông ngày Đinh Sửu tháng 3 năm Hy Ninh thứ 9* [27/4/1076], *chiếu ban cho viên Tiến sĩ Từ Bá Tường chức Hữu thị cấm, làm Tuần kiểm các châu Khâm, Liêm, Bạch. Trước đó giặc Giao Chỉ từ Ung châu* [Nam Ninh, Quảng Tây] *cướp bắt mấy ngàn người, định đi về hướng Quảng Châu. Bá Tường mộ được vài chục người, theo đuổi phía sau, bắt giết được mấy chục tên; nhờ đó số già trẻ hơn 700 người trốn thoát được. Ty Kinh lược nghe tin, nên được mệnh ban chức như vậy.*

Vào thời Hy Ninh [1068-1077]; *triều đình sai Thẩm Khởi, Lưu Di kế tục làm Tri Quế châu nhằm mưu đồ đánh Giao Chỉ; bọn Khởi, Di cho đóng chiến thuyền, đoàn kết dân đinh trong động thành tổ chức bảo giáp, cấp cho trận đồ, y theo như vậy mà dạy chiến thuật, các động bị tao nhiễu. Người dân địa phương cầm trận đồ, bàn về chiến thuật tấn công, phòng ngự đối với Giao Chỉ nhiều không biết bao nhiêu mà kể. Bấy giờ Tiến sĩ đất Lãnh Nam Từ Bá Tường bất mãn vì thi không đậu, bèn bí mật gửi thư cho Giao Chỉ rằng:*

'Đại vương đời trước gốc tích vốn là người Phúc Kiến (9), nghe rằng các Công, Khanh Giao Chỉ hiện nay phần lớn là người

Phúc Kiến. Bá Tường tài cán không dưới người, nhưng không dùng tại Trung Quốc, nguyện được làm tay dưới phụ tá cho Quốc vương. Nay Trung Quốc muốn cử đại binh diệt Giao Chỉ; binh pháp cho rằng tiếng nói trước có thể đoạt lòng người; chi bằng hãy mang quân vào đánh trước, Bá Tường xin làm nội ứng.'

Do vậy, Giao Chỉ phát đại binh vào cướp phá; đánh chiếm 3 châu Ung, Khâm, Liêm; nhưng Bá Tường chưa có cơ hội theo. Nhân Thạch Giám quen thân với Bá Tường, tâu rằng Bá Tường lập được chiến công, cho giữ chức Thị cấm, làm Tuần kiểm các châu Khâm, Liêm, Bạch. Khi triều đình mệnh Tuyên huy sứ Quách Quì mang quân đánh Giao Chỉ, Giao Chỉ xin hàng nói rằng:

'Tôi vốn không có ý vào đánh, người Trung Quốc hô hào tôi vào.'

Rồi đưa thư của Bá Tường cho Quì, Quì truyền hịch cho ty Chuyển vận Quảng Tây hạch hỏi. Nhân đó Bá Tường chạy trốn, rồi tự tử. Điều này do Tư mã Quang văn ghi, Vào ngày Tân vị tháng 2 năm Nguyên Phong thứ nhất [11/4/1078], *sự việc Bá Tường bị bại lộ."*

(詔以廣西進士徐伯祥為右侍禁、欽廉白州巡檢。先是，交賊自邕州驅略老小數千人，將道廣州歸。伯祥募得數十人，輒追躡其後，而所斬獲亦數十級，於是所略去老小因得乘間脫免者至七百餘人。經略司以聞，故有是命。熙寧中，朝廷遣沈起、劉彝相繼知桂州以圖交趾。起、彝作戰船，團結峒丁以為保甲，給陣圖，使依此教戰，諸峒騷然。土人執交趾圖言攻取之策者，不可勝數。嶺南進士徐伯祥屢舉不中第，陰遺交趾書曰：「大王先世本閩人，聞今交趾公卿貴人多閩人也。伯祥才略不在人後，而不用於中國，願得佐大王下風。今中國欲大舉以滅交趾，兵法先聲有奪人之心【一二】，不若先舉兵入寇，伯祥請為內應。」於是，交趾大發兵入寇，陷欽、廉、邕三州。伯祥未得間往歸之。會石鑑與伯祥有親，奏稱伯祥有戰功，除侍禁，充欽、廉、白州巡檢【一三】。朝廷命宣徽使郭逵討交趾，交趾請降曰：「我本不入寇，中國人呼我耳。

。」因以伯祥書與逵，逵檄廣西轉運司按鞫。伯祥逃去，自經死。此據司馬記聞。元豐元年二月辛)

Tổng quản Quách Quì cân nhắc kỹ, biết rằng không làm được gì hơn, bèn chấp nhận lời đề nghị giải binh, ra lệnh rút quân. Về phía ta, tuy nhất thời nhà Vua tuyên bố nhường các đất Tô, Mậu, Tư Lang, Môn Lạng, Quảng Nguyên; nhưng trải qua mấy năm kế tiếp liên tục đấu tranh cả hai mặt quân sự và ngoại giao (10), đã lấy lại được số đất này:

"***Trường Biên***, *quyển 279, ngày Quí Mão tháng chạp năm Hy Ninh thứ 9* [18/1/1077]. *Càn Đức* [Vua Lý Nhân Tông] *sợ, dâng biểu đến cửa quân xin hàng, nạp đất 5 châu Tô, Mậu, Tư Lang, Môn Lạng, Quảng Nguyên, và hứa trả những người bị bắt.*

Lúc đó Quách Quì bàn điều động đại binh vượt sông, các tướng nói:

"Chín quân (11) lương thực hết. Phàm quân lúc đi 10 vạn, phu 20 vạn; vượt nắng nóng lam chướng, chết quá nửa, số còn lại đều bệnh tật."

Quì nói:

"Ta không thể lật đổ sào huyệt giặc, bắt Càn Đức để báo đáp triều đình, do trời vậy. Nguyện lấy 1 thân, để cứu sống chục vạn sinh mệnh."

Bèn mang quân về, đưa tờ biểu Càn Đức hàng tâu lên, hẹn với người Giao chờ chiếu chỉ. Những lời trên căn cứ ***liệt truyện*** *Khúc Trân, Yên Đạt, Triệu Tiết, Quách Quì; cùng bài minh trên mộ bia Quì, Tiết, Đạt. Mộ bia Quì ghi: "Giặc dùng kế phục kích tại Giáp Khẩu, không thi hành được, rồi đặt chiến hạm mấy trăm tại bờ sông Phú Lương. Thủy Cáo nói: "Hòa Bân, Dương Tòng Tiên đã đến." Trong quân đều vui mừng. Lúc đến, thì người Giao mấy vạn quát tháo coi thường quan quân, tiền quân bất lợi." Xét, mộ bia gọi là Thủy Cáo, không biết là ai; lời nói không rõ nghĩa, nên không lấy. Bài minh của Quì do Phạm Tổ Vũ làm; minh của Tiết, do Phạm Bách Lộc làm, Quì minh, Tăng Bố làm."*

(未至交州三十里，賊艤戰艦四百餘艘於江南岸，我師不能濟，欲戰弗得。達請示弱以誘賊，賊果輕我師，數萬眾鮎譟逆戰，前軍不利，逵率親兵當之。達等繼進，賊少卻，叱騎將張世矩、王蝼合鬥，諸伏盡發，賊大敗，蹙入江水者不可勝數，水為之三日不流。殺其大將洪真太子，禽左郎將阮根。乾德懼，奉表詣軍門乞降，納蘇、茂、思琅、門諒、廣源五州之地，仍歸所掠子女。於是逵與諸將議帥大兵濟江，諸將曰：「九軍食盡矣。凡兵之在行者十萬，夫二十餘萬，冒暑涉瘴，死亡過半，存者皆病瘁。」逵曰：「吾不能覆賊巢，俘乾德以報朝廷，天也。願以一身活十餘萬人命。」乃班師，以乾德降表聞，約交人聽旨。此據曲珍、燕達、趙卨、郭逵傳及逵、卨、達墓銘刪修。逵墓銘云：「賊以夾口之計不及施，亟以戰艦數百艘先趨富良壁岸下。紿告曰：『和斌、楊從先且至。』軍中皆喜。既至，則交人數萬鮐譟薄官軍，前軍不利。」按墓銘所稱紿告，不知謂誰，其語殊不了了，今不取。逵銘，范祖禹作；卨銘，范百祿作；逵銘，曾布作。）

Đại Việt Sử Ký Toàn Thư nước ta, tuy chép sự việc một cách vắn tắt, nhưng cũng tổng kết được cuộc xâm lăng của nhà Tống như sau:

"***Bính Thìn**, Lý Nhân Tông, Thái Ninh năm thứ 5* [1076]. *Mùa xuân, tháng 3, nhà Tống sai tuyên phủ sứ Quảng Nam* [Quảng Nam Tây Lộ] *là Quách Quỳ làm Chiêu Thảo sứ, Triệu Tiết làm phó, đem quân 9 tướng, hợp với Chiêm Thành và Chân Lạp sang xâm lấn nước ta. Vua sai Lý Thường Kiệt đem quân đón đánh, đến sông Như Nguyệt đánh tan được. Quân Tống chết hơn 1 nghìn người. Quách Quỳ lui quân, lại lấy châu Quảng Nguyên của ta."*

Chú thích:

1. Phu Diên: vùng đất thuộc Diên An tỉnh Thiểm Tây ngày nay; dưới thời Bắc Tống là vùng tranh chấp với Tây Hạ.

2. Phạm Tổ Vũ: Sử gia nổi tiếng thời Tống.

3. Quang lang: theo Đồng Khánh Địa Dư Chí, Tràng Khánh, Lạng Sơn, đời Lý gọi là châu Ôn.

4. Cổ Nông: theo Đồng Khánh Địa Dư Chí, Cổ Nông thuộc huyện Quảng Uyên, phía bắc tỉnh Cao Bằng.

5. Phú Lương: Sử Trung Quốc chép nhầm, sử nước ta chép sông Như Nguyệt, tức sông Cầu.

6. Ba đường: ý chỉ đại quân từ Bằng Tường vào Lạng Sơn, đường thủy từ Khâm Châu, và một đường do Triệu Tiết đề nghị từ châu Quảng Nguyên.

7. Trình Di: là thủy tổ Tống Nho, nên nơi học chữ Nho xưa gọi là "cửa Khổng sân Trình".

8. Trương Tướng quân: theo **Toàn Thư**, Trương Tướng quân tức anh em nhà họ Trương; Trương Khiếu, Trương Hát; hai người là 2 tướng giỏi của Triệu Quang Phục, được dân lập đền thờ gần sông Cầu.

9. Việc họ Lý gốc người Phúc Kiến, không thấy ghi trong chánh sử Trung Quốc và Việt Nam.

10. Xin xem tiếp loạt bài "**Cuộc đấu tranh đầu tiên đòi lại đất trong lịch sử bang giao Việt Trung**"

11. Chín quân tức cửu quân, chỉ quân đội; do xưa Thiên tử có 6 quân, chư hầu có 3 quân, cộng là 9 quân, hay cửu quân.

23.
Lý Nhân Tông (6)
[1072-1127]

Niên Hiệu:
Thái Ninh: 1072-1075
Anh Vũ Chiêu Thắng: 1076-1084
Quảng Hựu: 1085-1091
Hội Phong: 1092-1100
Long Phù: 1001-1109
Hội Tường Đại Khánh: 1110-1119
Thiên Phù Duệ Vũ: 4-1126
Thiên Phù Khánh Thọ: 1127

CUỘC ĐẤU TRANH ĐẦU TIÊN ĐÒI LẠI ĐẤT TRONG LỊCH SỬ BANG GIAO VIỆT TRUNG

Lý Nhân Tông là vị Vua giữ ngôi cao lâu dài nhất trong lịch sử nước ta, với 56 năm trị vì, đất nước được thái bình thịnh vượng; lại có các tướng giỏi như Thái phó Lý Đạo Thành, Thái úy Lý Thường Kiệt phụ giúp, lập nên võ công hiển hách, phạt Tống, bình Chiêm; khiến lân bang phải nể sợ. Bấy giờ nước ta bị mất một số đất vào tay nhà Tống; qua tháng năm dài, khi dùng binh đe dọa, khi thư từ ngoại giao, nhà vua kiên trì đòi đất. Có lúc Vua đích thân gửi thư cho Vua Triết Tông nhà Tống, nội dung với lòng thiết tha tấc đất của tổ tiên, có đoạn như sau:

"Tuy những đất này chỉ nhỏ như viên đạn, nhưng rất đau đớn trong lòng, thường không rời trong giấc mộng; thực do tổ tiên thần trước đây giết bắt kẻ tiếm nghịch, xông pha nơi gian nan nguy hiểm, liều chết mới có được. Nay kẻ hậu sinh không thừa kế được tổ tiên, chưa tròn phận sự nơi cương vực, chỉ sống tạm trong khoảnh khắc mà thôi" **Tục Tư Trị Thông Giám Trường Biên, quyển 380, năm Nguyên Hựu thứ nhất [1086]**

(雖此等彈丸之地，尤切痛懷、常不離夢寐者，誠以先祖臣平昔誅擒僭逆，衝艱冒險，畢命之所致也。今末造不能嗣承，豈敢備數於藩垣，偷生於頃刻也)

Các bộ sử nước ta thời xưa như Đại Việt Sử Ký Toàn Thư chép sự việc thiếu chi tiết, và chỉ chép đến lúc đòi được châu Quảng Nguyên vào năm 1084; nhưng cuộc đấu tranh dành đất thực sự kéo dài đến năm 1088. Nhằm bổ sung và phối kiểm lịch sử, chúng tôi xin sao lục thêm nguyên văn các tư liệu liên quan đến việc đòi đất trong các bộ sử Trung Quốc như **Tục Tư Trị Thông Giám Trường Biên** của Lý Đào đời Tống và **Tống Sử** của Thoát Thoát đời Nguyên; rồi xếp thành tiểu mục để độc giả tiện bề tham khảo; các mục như sau:

- Vùng đất bị mất

- Nhà Tống kinh doanh vùng đất mới chiếm, nhưng bị nước Đại Việt gây áp lực.

- Ngoại giao đòi lại đất: các phái đoàn Lý Kế Nguyên, Đào Tông Nguyên.

- Ngoại giao đòi lại đất: các phái đoàn Lương Dụng Luật, Đào Tông Nguyên, Lê Văn Thịnh.

- Tiếp tục ngoại giao đòi đất cùng vụ án Lê Văn Thịnh.

Bài viết dùng nhiều tư liệu làm bằng chứng; để tránh rờm rà, xin chép vắn tắt tên các sách, bản đồ trích dẫn:

Bản đồ Quảng Nam Tây Lộ cho đời Bắc Tống: **Bản Đồ Q**.

Bản đồ Googles: **Bản đồ G**.

Đại Việt Sử Ký Toàn Thư, Ngô Sĩ Liên: **Toàn Thư.**

Đất Nước Việt Nam Qua Các Đời, Đào Duy Anh: Đất Việt Nam.

Đất Trung Quốc Giáp Việt Nam Qua Các Đời, Hồ Bạch Thảo: Đất **Trung Quốc.**

Khâm Định Việt Sử Thông Giám Cương Mục,Quốc sử quán triều Nguyễn: **Cương Mục**

Tục Tư Trị Thông Giám Trường Biên, Lý Đào: **Trường Biên.**

Tư Trị Thông Giám, Tư Mã Quang: **Tư Trị.**

PHẦN 1
Các vùng đất bị mất

Căn cứ vào bức thư của Sứ thần Đại Việt Lê Văn Thịnh gửi cho Ty kinh lược Quảng Nam Tây Lộ [Quảng Tây] Hùng Bản vào vào năm Nguyên Phong thứ 7 [1084], cho biết vùng đất bị mất vào nhà Tống gồm 2 phần: Đất bị Trung Quốc chiếm sau cuộc chiến tranh Lý, Tống; và đất do các Tù trưởng tại biên giới nạp cho nhà Tống.

A. Đất bị chiếm sau cuộc chiến tranh Lý Tống:

Văn bản trong **Trường Biên** ngày Quí Mão tháng chạp năm Hy Ninh thứ 9 [18/1/1077] cho biết sau cuộc chiến tranh, vua Lý Nhân Tông hứa nạp cho nhà Tống đất 5 châu: Tô, Mậu, Tư Lang, Môn Lạng, Quảng Nguyên.

(納蘇、茂、思琅、門諒、廣源五州之地 **Trường Biên** q. 279)

Tại văn bản ngày Quí Vị tháng 9 năm Nguyên Phong thứ nhất [20/10/1078] xác nhận vua Lý Nhân Tông xin hoàn lại các châu Quảng Nguyên, Tô Mậu, Môn, cùng huyện Cơ Lang:

(以廣源、蘇茂門等州，及機榔縣還之 **Trường Biên** q.292)

Cả hai văn bản đều chỉ vùng đất nước Đại Việt bị mất sau cuộc chiến tranh Lý Tống, nhưng xét về phương diện địa lý văn bản thứ 2 rõ ràng hơn; xin lần lượt phân tích như sau:

- Văn bản 1 ghi tên 2 châu Tô, Mậu, thực ra chỉ có một châu là Tô Mậu; theo Đất Nước Việt Nam [trang 121], vị trí châu này tại huyện Đình Lập tỉnh Hải Ninh. Trong cuộc chiến tranh Lý Tống viên Tri Khâm châu Lưu Sơ chiêu dụ châu Tô Mậu ra hàng nên được vua Tống ban thưởng:

Trường Biên, quyển 281. Năm Hy Ninh thứ 10 **[1077]**

Ngày Tân Mão tháng 4 [6/5/1077], *chiếu ban Tri Khâm châu Tả tàng phó sứ Lưu Sơ, Trại chủ Vĩnh Bình* [Bằng Tường thị] *Ung châu Cung bị khố phó sứ Dương Nguyên Khanh mỗi người được thăng lên 7 tư; thưởng công chiêu dụ các châu Quảng Nguyên, Tô Mậu.*

（詔知欽州、西京左藏庫副使劉初，邕州永平寨主、供備庫副使楊元卿各遷七資。賞招論廣源、蘇茂州首領功也。）

- Văn bản 1 ghi châu Môn Lạng, ứng vào văn bản 2 châu Môn và huyện Cơ Lang [Quang Lang] (1); hai vùng đất này gần nhau, thuộc tỉnh Lạng Sơn ngày nay. Khởi đầu xâm lăng nước ta, Quách Quì mang đại quân từ trại Vĩnh Bình [Bằng Tường thị, Quảng Tây, Pingxiang Guangxi] (2) vào nước ta, sau khi vượt ải Quyết Lý bèn đánh lấy huyện Cơ Lang và châu Môn:

Quyển 279. Năm Hy Ninh thứ 9 **[1077]**

Ngày Quí Tỵ [8/1/1077], *hôm đó bọn Quách Quì mang quân ra khỏi biên giới, giặc đóng tại ải Quyết Lý, Quì sai Trương Thế Củ đánh, Quì sai bắn bằng nõ mạnh, dùng đao to chém vào mũi voi, voi chạy đạp vào quân địch, đại quân tiến vào, giặc tan bỏ chạy. Quân ta thừa thắng lấy được Cơ Lang; Biệt tướng Khúc Trân lấy được châu Môn; các khe động đều hàng.*

(是日，郭逵等舉兵出界，賊屯決里隘，逵遣張世矩攻之。賊以象拒戰，逵使強弩射之，以巨刀斬象鼻，象卻走，自踐其軍，大兵乘之，賊潰去，乘勝拔機榔縣，別將曲珍又攻拔門州，溪峒悉降)

- Phần còn lại, trong văn bản 1, ghi 2 châu Tư Lang, Quảng Nguyên; Văn bản 2 chỉ ghi châu Quảng Nguyên mà thôi. Lý do vị trí 2 châu kề cận nhau, sau khi nhà Tống lấy được châu Quảng Nguyên, phát triển thành châu lớn trực thuộc Quảng Nam Tây Lộ, bèn gộp châu Tư Lang vào.

Xét thời xa xưa vùng đất tại biên giới nước ta và Trung Quốc do Tù trưởng thuộc các họ Hoàng, Vi, Nùng, Lưu, Thân vv... cai quản; triều đình hai nước Tống, Lý cai trị theo lối ky my lỏng lẻo, hàng năm chỉ thu thuế, nạp cống mà thôi. Vì thiếu sự kiểm soát chặt chẽ, nên một số Tù Trưởng có lúc không bằng lòng triều đình nước ta, thì qui phụ Trung Quốc; và ngược lại có khi từ đất Trung Quốc trở về với nước ta.

Đó là trường hợp Nùng Dân Phú Tù trưởng châu Quảng Nguyên, theo nhà Tống từ năm Thái Bình Hưng Quốc thứ 2 [977]. Dân Phú tuyên bố rằng y muốn đưa cả châu Thất Nguyên qui phụ Trung Quốc từ thời Nam Hán [917-960], nhưng bị châu Tư Lang che ngăn nên chưa thực hiện được; sự việc được ghi nhận qua văn bản sau đây:

***Trường Biên, quyển 18. Tống Thái Tông năm Thái Bình Hưng Quốc thứ 2* [977]**

Ngày Canh Thìn tháng giêng [9/2/977], *châu Ung* [Nam Ninh, Quảng Tây] *tâu rằng:*

"Tù trưởng man châu Quảng Nguyên Thản Xước Nùng Dân Phú cho rằng thời ngụy Hán [Nam Hán] *đặt Thủ lãnh 10 châu, có chiếu sắc đưa cho, muốn đưa châu Thất Nguyên nội phụ để thâu thuế; nhưng man Tư Lang che ngăn, nên không thông. Xin triều đình mang quân tru phạt châu Tư Lang."*

Chiếu ban cho Thản Xước Nùng Dân Phú chức Kiểm hiệu tư không; lệnh Chuyển vận sứ Quảng Châu Từ Đạo gọi đến."

（邕州言：「廣源州蠻酋坦綽儂民富（案宋史作坦坦綽農民富。）以偽漢時所置十州首領詔敕來獻，欲比七源州內附輸賦稅，而思琅州蠻蔽塞，使不得通。願朝廷舉兵誅思琅州。」詔授坦綽儂民富檢校司空，（案宋史作檢校司空、御史大夫、上柱國。）令廣州轉運使徐道招來之.)

Văn bản này có thể giúp xác định vị trí các châu: Trước hết là châu Thất Nguyên **Cương Mục** chú thích: nhà Lý gọi là Thất Nguyên, nhà Lê gọi là Thất Tuyền, nay là huyện Thất Khê [Lạng Sơn]. Phía bắc Thất Khê có huyện Hạ Lang thuộc tỉnh Cao Bằng, Đất Nước Việt Nam (3) xác nhận thời xưa gọi là châu Tư Lang. Châu Tư Lang nằm giữa châu Quảng Nguyên và Thất Tuyền, nên Đất Nước Việt Nam, tại trang 150, ghi châu Quảng Nguyên thuộc trấn Lạng Sơn thời Trần Hồ; vị trí tại phía bắc tỉnh Cao Bằng ngày nay.

Châu Quảng Nguyên theo Tống không lâu, sau đó trở về với nước Đại Việt. Lịch sử ghi nhận, năm 1075 Lưu Kỷ mang 3.000 quân châu Quảng Nguyên đánh phá Ung Châu [Nam Ninh Quảng Tây], bị kẻ nội phản theo Tống là Nùng Trí Hội sai con đánh chặn:

Trường Biên, quyển 263. Năm Hy Ninh thứ 8 **[1075]**

- Ngày Ất Vị tháng 4 nhuần [21/5/1075], *Tri Quế Châu* [Quế Lâm] *Lưu Di tâu rằng: Lưu Kỷ tại châu Quảng Nguyên* [bắc Cao Bằng] *dùng 3.000 quân xâm lược Ung Châu, Nùng Trí Hội tại Qui Hóa châu* [Tĩnh Tây thị, Quảng Tây; Jingxi Guangxi](*4*)*, sai người con là Tiến An, đánh chặn lập công. Chiếu thư ban cấp cho Trí Hội bổng và tiền.*

（知桂州劉彝言，廣源州劉紀帥鄉兵三千侵略邕州，歸化州儂智會率其子進安逆戰有功。詔給智會俸錢）

Hai năm sau, đại binh Trung Quốc do Quách Quì chỉ huy sang nước ta phục thù chiến dịch phạt Tống của Lý Thường Kiệt. Trước khi thọc sâu vào nội địa, Quì đề phòng bị đánh ngang hông, bèn dừng quân tại Vĩnh Bình [Bằng Tường thị, Quảng Tây], rồi sai Từ Đạt mang quân đánh Quảng Nguyên. Bấy giờ Lưu Kỷ giữ chức Quan sát sứ châu Quảng Nguyên đánh không nổi phải xin hàng; do đó đất Quảng Nguyên lại vào tay Trung Quốc. Tư liệu văn bia Quách Quì ghi như sau:

Trường Biên quyển 279. Năm Hy Ninh thứ 9 [1077]

Ngày Bính Tuất tháng chạp [1/1/1077]... Trên mộ bia Quách Quì, Phạm Tổ Vũ (5) chép: "Quách Quì đến châu Tư Minh, cho rằng châu Quảng Nguyên là đất yết hầu quan trọng, binh giáp tinh nhuệ, nếu không chiếm trước, sẽ là mối họa trong tim bụng; Quan sát sứ ngụy Lưu Kỷ là mưu chủ của giặc, không bắt Kỷ thì uy danh quân chưa chấn tác.

Bèn sai Yên Đạt đến đánh khắc phục ngay; phá thành, Kỷ ra hàng."

(範祖禹墓志云：「逵次思明州。逵以謂廣源州咽吭之地，兵甲精鋭，不先取之，則有腹背之患。偽觀察使劉紀為賊謀主，不禽紀則軍聲不振，遣燕達往，一戰克之，拔其城，紀出降。)

B. Đất do các Tù trưởng tại biên giới nước ta giao nạp cho nhà Tống:

Lịch sử ghi nhận 2 vùng đất, đều do người họ Nùng [Nồng] giao nạp; Nùng Trí Hội nạp động Vật Ác, được nhà Tống đổi tên là Thuận An châu; Nùng Tông Đán nạp châu Vật Dương, Tống đổi tên là Qui Hóa châu. Theo **bản đồ Quảng Nam Tây Lộ** [Quảng Tây] thời Bắc Tống; vị trí hai châu Thuận An và Qui Hóa hiện nay đều thuộc Tĩnh Tây thị [jingxi Guangxi] (6) tỉnh Quảng Tây.

- **Thuận An châu**: Nùng Tông Đán lúc bấy giờ là một Tù trưởng ương ngạnh, cậy thế trấn giữ một phương biên thùy, nên không hoàn toàn thần phục triều Lý, lại mấy lần mang quân cướp phá Ung Châu. Viên Tri Quế Châu Tiêu Cố, thấy được nhược điểm của y hai phía đều thụ địch, nên tìm cách dụ dỗ con là Nùng Nhật Tân, để khuyên cha ra hàng:

Trường Biên quyển 185. Tống Nhân Tông năm Gia Hựu thứ 2 [1057]

Ngày Giáp Tuất tháng 4 [3/6/1057] Nùng Tông Đán thuộc man Hỏa Động, cùng họ với Trí Cao, chiếm cứ chỗ hiểm, tụ tập dân chúng, mấy lần ra cướp phá. Tri Ung Châu Tiêu Chú muốn mang quân binh tại các động đánh phá; Tri Quế Châu Tiêu Cố một mình xin dùng sắc mệnh chiêu hàng. Chuyển vận sứ Vương Hãn cho rằng Tông Đán giữ chốn núi rừng tre trúc, nếu dùng phục binh thì quân ta vị tất có thể thắng, lại gây nên mối hoạn biên giới. Bèn mang binh đến biên giới, cho người chiêu dụ Nhật Tân, con Tông Đán rằng:

"Cha người bên trong thì cừu thù với Giao Chỉ, phía bên ngoài thì làm mồi cho các quan biên giới được thưởng. Hãy về báo cha người, chọn điều lợi mà làm."

Do đó cha con Tông Đán đều hàng, phương nam bình yên. Ban cho Tông Đán chức Trung vũ tướng quân, Nhật Tân làm Tam ban phụng chức.

（ 火峒蠻儂宗旦者，智高之族也。據險聚黼，數出剽略。知邕州蕭注欲大發峒丁擊之，知桂州蕭固獨請以敕招降。轉運使王罕以為宗旦保山溪篁竹間，茍設伏要我，軍未必可勝，徒滋邊患，乃獨領兵次境上，使人召宗旦子日新，謂曰：「汝父內為交趾所仇，外為邊臣希賞之餌。歸報汝父，可擇利而行。」於是宗旦父子皆降，南事遂平。以宗旦為忠武將軍，日新為三班奉職。王罕事，據神宗實錄王罕傳所載。正史則云知桂州蕭固招宗旦內屬，以宗旦為忠武將軍。又補其子知溫悶峒，日新為三班奉職 ）

Sau khi được ban chức Trung vũ tướng quân, Tông Đán không cho chức này là to; Vua Tống bèn ban chức Đô Giám Quế Châu. Đây chắc chỉ là loại chức hờ để làm vừa lòng y mà thôi; Quế Châu tức Quế Lâm, thủ phủ Quảng Nam Tây Lộ, thường kiêm coi cả lộ này, vị trí bằng tỉnh Quảng Tây và tỉnh Hải Nam hiện nay; xét về sự nghiệp Tông Đán, chỉ là một Tù trưởng một châu nhỏ tại biên giới, thực sự không thể nắm quyền Đô giám Quế Châu. Văn bản liên quan đến việc ban chức cho Tông Đán như sau:

Trường Biên, quyển 244. Năm Hy Ninh thứ 6 [1073]

Ngày Bính Tý tháng 4 [12/5/1073], ty kinh lược Quảng Nam Tây Lộ Câu đường công sự Ôn Cảo tâu:

"Chiếu chỉ bổ Nùng Tông Đán, Nùng Trí Hội làm Tướng quân; vì dân Di không biết chức quan này, muốn xin một chức Cận thượng ban hoặc Phó sứ."

Chiếu ban cho Tông Đán và Trí Hội đều giữ chức Cung bị khố phó sứ, Tông Đán làm Đô giám Quế Châu, Trí Hội làm Tri Qui Hóa châu.

(廣南西路經略司勾當公事溫杲言：「詔補儂宗旦、儂智會等為將軍，以夷人不知此官，欲乞一近上班行或副使。」詔宗旦、智會並為供備庫副使，宗旦桂州都監，智會知歸化州。)

- **Qui hóa châu**: Ngoài việc đề cập đến Nùng Tông Đán, văn bản nêu trên còn cho biết Nùng Trí Hội được ban chức Tri châu Qui Hóa. Thêm vào, văn bản đính kèm dưới đây có lời tâu của của ty Kinh lược Quảng Nam Tây Lộ Hùng Bản xác nhận Nùng Trí Hội qui thuận vào thời Tống Anh Tông Trị Bình [1064-1067], và vị trí địa lý của các châu như Qui Hóa hết sức quan trọng, ngoài việc làm nút chặn nước Đại Việt, còn ngăn sự quấy phá của 9 Đạo Bạch Y thuộc nước Đại Lý [Vân Nam cũ]:

***Trường Biên, quyển 349. Năm Nguyên Phong thứ 7* [1084]**

.... Ty Kinh Lược Hùng Bản cũng tâu rằng:

"Vào thời Gia Hựu [1056-1059], *bọn Nùng Tôn Đán đem động Vật Ác qui phụ, ban tên Thuận An châu; thời Trị Bình* [1064-1067] *Nùng Trí Hội đem động Vật Dương qui phụ, ban tên là Qui Hóa châu. Nay họ Nùng lãnh các châu huyện trước kia không thuộc Nam Bình* [chỉ An Nam]; *các châu như như Qui Hóa địa thế thuộc yết hầu khống chế vùng Hữu Giang và các man Đại Lý Cửu Đạo Bạch Y. Xin chiếu chỉ cho Giao Chỉ, hỏi lý do xâm phạm Qui Hóa châu, cùng ra lệnh trả hết người bị bắt, dứt tấm lòng ác chưa nhú lên."*

(經略司熊本亦言：「嘉祐中，儂宗旦以勿惡等峒歸明，賜名順安州。治平中，儂智會以勿陽峒歸明，賜名歸化州。今儂氏所領州峒，初不隸南平，而歸化等州係江右控扼咽喉之地，制御交趾、大理九道白衣諸蠻之要路【九】。乞詔交趾，詰其侵犯歸化州之故，及令盡還略去生口，絕其長惡未萌之心。」)

Với số đất bị mất vừa trình bày, tổ tiên ta đã tranh đấu như thế nào để dành lại, cần tìm hiểu một cách kỹ càng ở phần dưới, để rút ra được bài học thực tiễn cho hiện tại.

Chú thích:

1. Cơ Lang: **Trường Biên** chép là Cơ Lang, nhưng **Tống Sử**, **Cương Mục** chép là Quang Lang.

2. Muốn tìm vị trí đất Trung Quốc trên bản đồ Googles, xin dùng âm Pinyin; ví như Bằng Tường thị, Quảng Tây xin sao chép Pingxiang Quangxi, rồi gõ, sẽ hiện lên vị trí Bằng Tường thị.

3. **Đất Nước Việt Nam Qua Các Đời**, Đào Duy Anh, Huế: NXB Thuận Hóa, 1994.

4. Để độc giả dễ phân biệt, vùng đất nào thuộc Trung Quốc hiện nay, người viết cố ý dùng chữ theo kiểu Trung Quốc, như Qui Hóa Châu, Thuận An châu, Cống động; vùng đất nào thuộc Việt Nam dùng chữ theo lối Việt Nam như châu Thuận, huyện Quang Lang [huyện Cao Lộc, Chi Lăng; Lạng sơn], châu Quảng Nguyên vvv

5. Phạm Tổ Vũ: Sử gia nỗi tiếng đời Tống.

6. Đất Trung Quốc Giáp Việt Nam Qua Các Đời, Hồ Bạch Thảo, trang 298, Tĩnh Tây thị đời Nguyên gọi là châu Qui Thuận; có lẽ tên này do hai châu Qui Hóa và Thuận An từ đời Tống gộp lại.

24.

Lý Nhân Tông (7)

[1072-1127]

Niên Hiệu:

Thái Ninh: 1072-1075
Anh Vũ Chiêu Thắng: 1076-1084
Quảng Hựu: 1085-1091
Hội Phong: 1092-1100
Long Phù: 1001-1109
Hội Tường Đại Khánh: 1110-1119
Thiên Phù Duệ Vũ: 4-1126
Thiên Phù Khánh Thọ: 1127

CUỘC ĐẤU TRANH ĐẦU TIÊN ĐÒI LẠI ĐẤT TRONG LỊCH SỬ BANG GIAO VIỆT TRUNG

PHẦN 2

Nhà Tống kinh doanh vùng đất mới chiếm, nhưng bị nước Đại Việt gây áp lực.

Trình Di tự Chính Thúc [1032-1085], nhà lý học và giáo dục nổi tiếng thời Bắc Tống ảnh hưởng lớn đến hậu thế; người học chữ Nho thời xưa đều tự nhận là môn đệ, nên thành ngữ có câu "*cửa Khổng sân Trình*". Là học giả đối lập với

với Thừa tướng Vương An Thạch, người chủ trương xâm lăng nước Đại Việt, nên ông theo dõi khá kỹ về cuộc chiến tranh này. Ông quê tại đất Hà Nam, lời của ông được đệ tử Tô Sung ghi lại trong sách **Hà Nam Trình Thị Di Thư** [河南程氏遺書], sách này có phần đề cập đến cuộc chiến Việt Trung, tổng kết phía Trung Quốc tổn thất đến 30 vạn người:

Trường Biên quyển 280. Năm Hy Ninh thứ 10 [22/3/1077]

*... Sách **Hà Nam Trình thị di thư**, Tô Sung chép: "Chính Thúc bàn về sự việc tại An Nam như sau 'Đương sơ lúc biên giới có việc, không dùng các nơi gần tập hợp cứu viện, tuy bính tướng trải qua lam chướng, triều đình bảo lo lắng cho dân chúng, nhưng không cấp tuất. Lúc này không cứu viện, ứng phó, để cho giặc tung hoành, đánh giết đến mấy vạn. Nay bảo rằng đợi thời, nhưng không đợi đến mùa thu mát mẻ, ngay mùa đông đi vào đất giặc. Lương thực tích trữ tại phía bắc lãnh, phải chuyển vận đến phía nam lãnh; vào tháng 7 vận chuyển qua lãnh, bị lam chướng, số người chết đến mấy phần, đến lúc qua biên giới, lương không kế tục mang theo. Vào đến sào huyệt giặc, dùng bè chở 500 quân qua sông, vừa chặt vừa đốt, không phá nổi mấy trại giặc bằng tre. Rồi chèo bè không trở về để mang thêm quân tiếp cứu, thì số quân qua sông bị giặc bắt giết; quân ta không được cứu, hoặc chết hoặc chạy trốn; cuối cùng không thành công, vùng tranh chấp chỉ có 25 dặm. Lại muốn sang tiếp, nhưng không có thuyền, không có lương cho lính, sự tính toán sai lầm từ trước tới nay chưa từng xảy ra! May mà giặc xin cung thuận, mới có lời để ứng phó; nếu như chúng không chịu thuận, thì lấy gì xử trí đây? Phu vận lương 8 vạn người chết, quân lính 11 vạn lam chướng chết; chỉ còn 2 vạn 8 ngàn trở về, trong đó có nhiều người bị bệnh; số người trước đó bị giặc giết, tất cả không dưới 30 vạn người; sự hôn ám vô mưu đến như vậy là cùng!"*

(河南程氏遺書，蘇兖云：正叔論安南事：「當初邊上不使令逐近點集應急救援，其時雖將帥兵革冒涉炎瘴，朝廷以赤子為憂，亦有所不恤也。其時不救應，放令縱恣，戰殺至數萬。今既後時，又不候至秋涼，迄冬一直趨寇，亦可以前食嶺北食積，於嶺南般運。今乃正於七月過嶺，以瘴死者自數分，及過境又糧不繼。深至賊巢，以桄度五百人過江，且斫且焚，破其竹寨幾重不能得。復棹其空桄，續以救兵，反為賊兵會合禽殺，吾眾無救，或死或逃，遂不成功，所爭者二十五里耳。欲再往，又無舟可度，無糧可戍，此謬算未之有也。猶得賊辭差順、遂得有詞具承當了，若使其言猶未順，如何處之？運糧者死八萬，戰兵瘴死十一萬，餘得二萬八千人生還，尚多病者，又先為賊殺戮數萬，都不下三十萬口，其昏謬無謀如此甚也。」)

Với số tổn thất lớn như vậy, triều Tống chỉ mong khai thác được nhiều vàng tại châu Quảng Nguyên để dân chúng đỡ ca thán. Bèn ra lệnh mở mang châu này, ngoài việc điều động quân lính đến đồn trú, còn đày các tội nhân từ phía nam sông Hoài [Giang Tô] đến lập nghiệp, nhằm tăng dân số để đủ nhân lực khai thác nhiều mỏ vàng, bạc:

Trường Biên, quyển 280. Năm Hy Ninh thứ 10 [1077]

Ngày Kỷ Mão tháng giêng [23/2/1077], *ty Tuyên phủ tâu Quảng Nguyên mới đặt thành châu, đưa quân đến phòng giữ; xin theo lệ các châu Hy, Hà, Nguyên, đày các tội nhân làm lao thành. Chiếu ban từ Hoài xuống phương nam, các tội nhân đều đày tại Quảng Nguyên.*

Bọn Quách Quì xin sai Quảng Nam Tây Lộ Đề điểm hình ngục đặt mỏ khai thác vàng, bạc tại châu Quảng Nguyên; được chấp thuận.

(宣撫司言，廣源州初為州，須兵防拓，乞依熙、河、沅州例，配罪人為牢城。詔出自淮以南州軍配罪人，並配廣源州。郭逵等言，乞就差廣南西路提點刑獄提舉興置廣源州等處金銀坑冶。從之。)

Về quân lực, tăng cường thêm 17 chỉ huy (1) quân Uy Quả tinh nhuệ từ các châu phương bắc, như Hồng Châu tại vùng Giang Tây:

Ngày Mậu Ngọ tháng 3 [3/4/1077], *mới khắc phục các châu Quảng Nguyên, Tư Lang từ An Nam; xin sai 17 chỉ huy quân Uy Quả từ các vùng như Hồng Châu* [Giang Tây] *đến phòng thủ. Thiên tử phê:*

"Trước đây đã sai Đô đại đề cử Trương Thành Nhất tuyển Sai sứ thần cho dạy tại Mã Quân Giáo Đầu; có thể cải sai Nội thị phó đô tri Vương Trung Chính, vẫn cho Trung Chính giữ chức Nhập nội phó đô tri."

(詔安南新克復廣源、思琅等州，可差洪州等處威果等十七指揮往防托。上批：「前日指揮差張誠一都大提舉選差使臣教在京馬軍教頭，可改差內侍副都知王中正，仍以中正為入內副都知。」)

Nhằm củng cố và mở mang, triều đình bổ hàng loạt quan lại đến châu Quảng Nguyên, lúc tới nơi được đặc cách thăng thưởng:

Ngày Nhâm Dần tháng 2 [18/3/1077], *chiếu ban Tri châu Quảng Nguyên, Thông phán, Thiêm sự, Phán quan, Kiềm hạt, Đô giám, Giám áp đều được thăng 1 bậc quan, hết nhiệm kỳ thăng 1 nhiệm. Các quan về tham mưu văn phòng, Lục sự tham quân, Phán, Ty, Bạ, Úy, Tri huyện, đến lúc mãn nhiệm kỳ mỗi người đều được ban ơn. Các quan bổ sung như Hộ tào kiêm Lý pháp, Chính nhiếp văn học, Trưởng sử, được ưu đãi thưởng cấp, ban cho tờ khoán sử dụng phương tiện trạm dịch. Nhân thu phục Quảng Nguyên, Cơ* [Quang] *Lang; người ta sợ đến chỗ đó, nên có đặc ân như vậy.*

(詔廣源知州、通判、簽書判官、鈐轄、都監、監押並遷一官，候及一年更遷一官，任滿陞一任。幕職官、錄事參軍、判、司、簿、尉、知縣，候任滿各推恩。戶曹兼理法，以正攝官文學、長史等充，任滿與令錄，優其請給，更與驛券。以收復廣源、機榔置郡縣，人憚行故也。)

Châu Quảng Nguyên được tăng quân, tăng dân, bổ thêm quan, lấy thêm đất nội địa sáp nhập vào rồi đổi tên thành Thuận Châu; trở thành châu lớn ngang hàng với Ung Châu [Nam Ninh]. Thuận Châu không còn phụ thuộc vào Ung Châu như các châu nhỏ khác, cho trực tiếp dưới quyền Quảng Nam Tây Lộ [Quảng Tây]:

Trường Biên, quyển 280. Năm Hy Ninh thứ 10 [1077]

- Ngày Bính Ngọ [22/3/1077], *đổi châu Quảng Nguyên thành Thuận Châu.*

(以廣源州為順州)

Triều đình nhà Tống lưu ý chọn viên tướng giỏi là Đào Bật, trấn thủ biên thùy, giữ chức Tri Thuận Châu. Trong cuộc chiến tranh Lý Tống, khi rút quân từ bờ phía bắc sông Cầu trở về nước, tổng chỉ huy Quách Quì chọn Đào Bật cầm quân giữ đoạn hậu, nhờ sự nghiêm cẩn của Bật, nên cuộc rút lui được an toàn. Lúc giữ chức Tri Thuận Châu, thường xuyên bị quân Đại Việt làm áp lực, nhưng Bật đã cố gắng hoàn thành phận sự cho đến chết, công trạng của Bật được chép trong **Tống Sử**, phần **Liệt Truyện**, như sau:

Đào Bật tự Thương Ông, người đất Vĩnh Châu.... Lúc Quách Quì nam chinh, thuyên chuyển Bật từ Đoàn luyện sứ Khang châu trở lại giữ chức Tri Ung châu [Nam Ninh]. *Bấy giờ dân gặp ly loạn, trốn ẩn trong khe núi, Bật điều hàng trăm kỵ binh đến các động tại Tả Giang, dân biết Bật đã trở lại, mang già dắt trẻ trở về. Quì hành quân đến sông Phú Lương* [chỉ sông Cầu], *giao cho Bật giữ phía sau. Khi người Giao chịu nạp cống, Quì muốn rút quân, nhưng sợ bị tập kích. Bèn lập kế rút về đêm, quân không chỉnh tề nên bộ binh, kỵ binh dẫm đạp vào nhau, rút lui vô trật tự. Giặc ở bên kia sông trinh sát, nhưng biết Bật giữ phía sau, nên không dám truy kích. Bật đích thân hạ lệnh quân dưới quyền không dao động, đợi đến sáng xếp hàng đội đi từ từ; Quì nhờ đó rút lui được an toàn.*

Đất chiếm được, đặt châu Thuận và huyện Quang Lang [huyện Cao Lộc, Chi Lăng; Lạng sơn] *(2), thăng Bật chức Tây thượng các môn sứ, Tri châu Thuận. Châu này cách Ung châu 2.000 lý, nhiều cây cỏ độc, chướng vụ, quân lính chết đến bảy tám phần mười; Bật cũng đau nặng, nhưng không tỏ cho quân biết sự mệt nhọc, xem thường gian khổ, ý khí khích ngang; quân sĩ cảm động, ra sức phấn đấu. Người Giao đánh lấy Quang Lang, thanh ngôn sẽ chiếm châu Thuận, nhưng cảm thấy khó vì Bật chỉ huy nơi này. Bật vốn được lòng người, nên hành động giặc đều biết trước. Bắt được gián điệp không giết, thuyết phục điều phải trái rồi thả cho đi, ân uy đều thi hành, nên suốt đời Bật, giặc không dám phạm. Được thăng chức Đông thượng các môn sứ, nhưng chưa nhận chức thì đã mất....*

(陶弼，字商翁，永州人。.郭逵南征，轉弼康州團練使，復知邕州。民再罹禍亂，散匿山谷，弼率百騎深入左江峒，民知其至，扶老攜幼以歸。逵帥官軍臨富良江，使弼殿。交人納款，逵欲班師，恐為所襲。乃以計夜起，軍不整，騎步相蹈藉亂行。賊隔江陰伺覘，知弼殿，弗敢追。弼申令帳下毋動，遲明，結隊徐行，逵賴以善還。建所得廣源峒為順州，桄榔為縣。進弼西上閤門使，留知順州。

州去邕二千里，多毒草瘴霧，戍卒死者什七八，弼亦疾甚，然蚤莫勞軍，視其良苦，意氣激揚，士莫不感泣，強奮起為用。交人襲取桄榔，揚聲欲圖州，獨難弼。弼素得人心，賊動息皆先知。獲間諜不殺，諭以逆順，縱之去，恩威兩施，以是終弼在不敢犯。加東上閤門使，未拜而卒.)

Dưới quyền chỉ huy của Đào Bật, các mỏ vàng, bạc, chu sa được mở mang khai thác, triều đình ra lệnh cho Quảng Nam Tây lộ đặt cơ quan giao dịch mua bán:

***Trường Biên, quyển 281. Năm Hy Ninh thứ 10* [1077]**

Ngày Bính Dần tháng 3 [11/4/1077]*, chiếu ban các mỏ vàng, bạc, chu sa tại châu Quảng Nguyên và Điền Nãi; lệnh ty Kinh lược Quảng Nam Tây Lộ đặt cơ quan trao đổi giao dịch.*

(詔廣源州及填乃等處金銀、硃砂坑冶，令廣南西路經略司興置回易。)

Tham vọng khai thác các mỏ vàng, mỏ bạc tại châu Quảng Nguyên chỉ rầm rộ trong vòng nửa năm thì bị khựng lại. Nguyên do sau khi quân Tống rút lui, bị quân Đại Việt theo bén gót; vào ngày 22 tháng 7 Hy Ninh thứ 10 [13/8/1077] ty Chuyển vận Quảng Tây do thám cho biết quân Đại Việt đang uy hiếp huyện Quang Lang. Vị trí Quang Lang hết sức quan trọng; trong các cuộc xâm lăng nước ta, quân Trung Quốc đều đi qua. Theo Đất Nước Việt Nam [trang 148] chép đời Lý gọi là Quang Lang, đời Trần và thời Minh đô hộ gọi là Khâu Ôn, tương đường với huyện Ôn Châu thời Nguyễn; vị trí dọc theo đường xe lửa từ thị xã Lạng Sơn đến Đồng Mỏ, huyện Chi Lăng. Vừa mới được báo huyện Quang Lang bị uy hiếp, thì vua Tống lại sửng sốt khi được tin Quang Lang thất thủ, bèn đòi hỏi các yếu nhân đảm nhận trọng trách biên giới Việt Hoa như Triệu Tiết, Lý Bỉnh Nhất, Miêu Thời Trung, phải duyệt lại toàn bộ tình hình, nội dung được phản ảnh qua văn bản dưới đây:

Trường Biên, quyển 283. Năm Hy Ninh thứ 10 **[1077]**

Ngày Canh Ngọ 22 tháng 7 [13/8/1077], *ty Chuyển vận Quảng Tây tâu do thám cho biết quân Giao Chỉ hiện ở các nơi ngoài huyện Cơ Lang* [Quang Lang]. *Chiếu ban:*

"Huyện Cơ Lang đã bị giặc Giao Chỉ chiếm cứ, chưa thấy lộ này [lộ Quảng Tây] *hợp tác thi thố như thế nảo. Cùng Quyết Lý, châu Thuận xa xôi, có hoặc không thể cố thủ? Làm thế nào để khỏi tổn hại uy tín của nước, cùng binh lực tài phí lâu nay khỏi bị lao tổn. Giao cho Triệu Tiết, Lý Bình Nhất, Miêu Thời Trung cùng thẩm xét chung sự lợi hại, không được suy ủy tránh né, làm lỡ triều đình đại sự một phương. Đợi bàn bạc xong, đích thân viết lời tâu lên."*

(廣西轉運司言，探得交趾兵甲見在機榔縣外等事。詔：「機榔縣既為交賊襲據，未見本路合作何措置，及決里、順州久遠可與不可固守，如何即不損國威，及經久兵力財費得免勞乏。委趙卨、李平一、苗時中同共審計確的利害，不得依違顧避，致誤朝廷一方大事。候議定，仍親書入急遞聞奏。」)

Viên Nội điện sùng ban huyện Quang Lang [huyện Cao Lộc, Chi Lăng; Lạng sơn], cùng kẻ dưới quyền bỏ chạy vào nội địa; bị triều đình nhà Tống xử nặng, kẻ thì bị tử hình, kẻ thì bị đày ra ngoài đảo:

Trường Biên, quyển 287. Năm Nguyên Phong thứ nhất **[1078]**

Ngày Quí Vị [22/2/1078], *lệnh chém Nội điện sùng ban huyện Cơ Lang* [Quang Lang] *Trần Tung phụ trách tuần phòng địa phận, đày Tam ban sai sử Hồ Thanh đến đảo Sa Môn. Bị tội vì tâu sàm rằng giặc đến, vô cớ tự tiện rút chạy bỏ thành trại.*

(斬內殿崇班、機榔縣【三五】巡防地分陳嵩，刺配三班差使、機榔縣守把胡清沙門島。坐妄稱賊至，無故擅棄城寨而走也。)

Không riêng gì huyện Quang Lang, ngay tại Thuận châu tức hậu thân của châu Quảng Nguyên; nơi nhà Tống đã lưu ý điều động trọng binh, trong đó có 17 chỉ huy quân tinh nhuệ Uy Quả từ các châu vùng Giang Tây đến đồn trú, cũng bị uy hiếp nặng nề. Vua Tống đành phải điều tiếp quân Đoàn Kết Toàn Tương tại Hồ Nam đến tăng viện:

Quyển 297. Năm Nguyên Phong thứ 2 **[1079]**

Ngày Kỷ Vị tháng tư [24/5/1079], *ty Kinh lược Quảng Nam Tây Lộ tâu rằng man cướp phá châu Thuận, xin thêm quân. Thiên tử phê:*

"Có thể điều động quân Đoàn Kết Toàn Tương tại Đàm Châu [Hồ Nam] *tạm thời đóng tại đó; khiến có thể trấn an nhân tâm hai xứ Quảng, không để khiếp sợ. Chờ cho việc biên giới ổn định thì cho trở về."*

(己未，廣南西路經略司【一七】言蠻寇順州，乞濟師。上批：「可發潭州團結兵全將往桂州權戍，庶可以鎮安二廣人心，不致怯懼，候邊事息追還。」)

Tình trạng tại châu Thuận trở nên trầm trọng hơn, ngoài việc quân Đại Việt quấy phá từ bên ngoài, lại có nội phản từ bên trong; nên triều đình nhà Tống phải điều binh đến, cùng nhờ các châu, động lân cận cứu viện:

Quyển 298. Năm Nguyên Phong thứ 2 **[1079]**

Ngày Bính Tý tháng 5 [10/6/1079], *ty Kinh lược Quảng Nam Tây Lộ tâu:*

"Man Thuận Châu phản, Nội điện sùng ban Tri động Cổ Lộng, Linh Sùng Khái dẹp tan được; lại có Tri châu Qui Hóa, Văn tư phó sứ Nùng Trí Hội, suất đinh tráng hơn 1 ngàn 2 trăm người tiếp viện; xin được tưởng thưởng."

Chiếu thăng Sùng Khái làm Cung bị khố phó sứ; Trí Hội làm Cung uyển phó sứ.

(丙子，廣南西路經略司言：「順州蠻叛，內殿崇班、知吉弄峒零崇槩討平之，及知歸化州、文思副使儂智會率丁壯千二百餘人應援，乞推賞。」詔擢崇槩為供備庫副使，智會為宮苑副使。)

Xét tình hình chung sau khi được tin huyện Quang Lang [huyện Cao Lộc, Chi Lăng; Lạng sơn] thất thủ, trong văn bản ngày 22 tháng 7 năm Hy Ninh thứ 10 [13/8/1077] vua Tống Thần Tông đã ra lệnh cho Tri Quế Châu Triệu Tiết, Chuyển vận sứ Quảng Tây Lý Bình Nhất; Kinh lược Quảng Nam Tây Lộ [Quảng Tây, Hải Nam] Miêu Thời Trung *"cùng thẩm xét chung sự lợi hại" "có hoặc không thể cố thủ" "Đợi bàn bạc xong, đích thân viết lời tâu lên".*

Những lời tâu của 3 viên quan này thuộc loại mật, không thấy ghi lại trong chính sử; tuy nhiên qua sự kiện nêu trong văn bản dưới đây chứng tỏ sau khi tham khảo với các vị quan trực tiếp cai trị Quảng Nam Tây Lộ, Vua Tống đã thay đổi chính sách.Trước đây chủ trương xây dựng châu Thuận mạnh, cho tăng cường nhiều quan, quân; đưa các vùng đất sát biên giới như Cống động, Thuận An châu (3) sáp nhập vào châu này; nay trước áp lực của Đại Việt, triều đình nhà Tống ước tính có thể buộc phải trả đất để hòa giải; bèn đưa các vùng đất trước kia đã cho sáp nhập trả lại cho Ung Châu [Nam Ninh]; để châu Thuận chỉ còn lại đất Quảng Nguyên cũ, trước kia đã lấy từ Đại Việt:

Quyển 297. Năm Nguyên Phong thứ 2 [1079]

Ngày Bính Thìn tháng 4 [21/5/1079], *ty Kinh lược Quảng Nam Tây Lộ tâu:*

"Các đất như Thuận An Châu, Cống Động trước lệ Ung Châu, mới đây ty Tuyên phủ nhân thu phục Quảng Nguyên cho lệ vào châu Thuận; xin trở lại lệ thuộc theo cũ."

Thiên tử chấp nhận.

*(*丙辰，廣南西路經略司言：「順安州、貢峒等舊隸邕州，昨宣撫司因收復廣源，分隸順州，乞還舊隸。」從之。*)*

Ngoài ra nhà cầm quyền Quảng Nam Tây Lộ lại cưỡng ép gần 1 vạn dân từ Thuận châu trở về nội địa với mỹ từ qui minh (4), tức hồ hởi đi theo con đường sáng; nhưng lại lộ liễu ý đồ bằng cách tuyên bố dùng quan lại địa phương để "*giác sát*" (5) tức kềm kẹp quan sát phát giác kẻ địch trà trộn. Sự việc được tâu trình, triều đình nhà Tống khôn ngoan hơn, bắt bỏ 2 chữ "*giác sát*":

Quyển 309. Năm Nguyên Phong thứ 3 [1080]

Ngày Canh Thìn tháng 10 [5/12/1080], ty Kinh lược Quảng Nam Tây Lộ tâu:

"Tri Ung châu An phủ đô giám Lưu Sơ báo về việc dời những người thuộc gia đình qui minh gồm 9.929 người đến các châu động gần, để có thể cưỡng ép. Sai Tả Giang ủy đạo lộ Tuần kiểm Nùng Bảo Phúc, Tri Giang châu Hoàng Thiên Hưng, Hữu Giang ủy Tri Điền châu Hoàng Quang Thiến, Tri Đống châu Hoàng Ấn Định, lo quản lý giác sát."

Chấp thuận; lại có chiếu thư bắt bỏ 2 chữ "giác sát"; sợ tổn thương dân qui thuận.

(廣南西路經略司言：「知邕州、安撫都監劉初奏，遷徙歸明人戶，共九千九百二十九人，並在近裏州峒，可以彈壓。仍乞左江委道路巡檢儂保福、知江州黃遷興，右江委知田州黃光倩、知凍州黃案定都大照管覺察。」從之。既又詔除去覺察二字，恐傷新民歸順之情。)

*

Những vùng đất bị mất vào tay nhà Tống Trung Quốc, giống như cây cọc nhọn đâm vào thân thể nước Đại Việt; nhờ sự phấn đấu không ngừng, cây cọc đã có hiện tượng lung lay. Bước kế tiếp với chính sách lúc cương lúc nhu; triều đình nước ta tìm cách nối lại bang giao, cử các phái đoàn sang Trung Quốc đàm phán, để tìm cách nhổ chiếc cọc này.

Chú thích:

1. Chỉ huy: Theo văn bản **Trường Biên** ngày Kỷ Dậu tháng chạp năm Hy Ninh thứ 8 [30/1/1076], 1 chỉ huy có khoảng 500 quân.

2. Quang Lang, **Trường Biên** gọi là Cơ Lang; **Cương Mục**, Chính Biên, quyển 3, chú thích: Tên huyện. Nhà Lý gọi là huyện Quang Lang; nhà Trần gọi là châu Khưu Ôn; khi thuộc Minh gọi là Ôn Huyện; nhà Lê gọi là Ôn Châu, tức các huyện Cao Lộc, Chi Lăng; Lạng sơn bây giờ.

3. Cần phân biệt Thuận An châu và châu Thuận: Thuận An châu nguyên là động Vật Ác, bị Nùng Trí Hội nạp cho nhà Tống, hiện nằm trong lãnh thổ Trung Quốc, thuộc Tĩnh Tây thị [jingxi], tỉnh Quảng Tây. Châu Thuận, tức châu Quảng Nguyên, hiện thuộc tỉnh Cao Bằng Việt Nam. Để độc giả dễ phân biệt, vùng đất nào thuộc Trung Quốc hiện nay, người viết cố ý dùng chữ theo kiểu Trung Quốc, như Thuận An châu, Cống động; vùng đất nào thuộc Việt Nam dùng chữ theo lối Việt Nam như châu Thuận, huyện Quang Lang vvv...

4. Qui minh 歸明: theo con theo đường sáng; từ ngữ tỏ ra tự phụ tự kiêu, dùng để chỉ dân các nước lân bang bỏ theo Trung Quốc.

5. Giác sát: quan sát và phát giác.

25.

Lý Nhân Tông (8) [1072-1127]

Niên Hiệu:
Thái Ninh: 1072-1075
Anh Vũ Chiêu Thắng: 1076-1084
Quảng Hựu: 1085-1091
Hội Phong: 1092-1100
Long Phù: 1001-1109
Hội Tường Đại Khánh: 1110-1119
Thiên Phù Duệ Vũ: 1120-1126
Thiên Phù Khánh Thọ: 1127

CUỘC ĐẤU TRANH ĐẦU TIÊN ĐÒI LẠI ĐẤT TRONG LỊCH SỬ BANG GIAO VIỆT TRUNG

PHẦN 3

Các phái đoàn Lý Kế Nguyên, Đào Tông Nguyên.

Người xưa có câu "*Tiên lễ hậu binh*", có ý khuyên dùng nghi lễ ngoại giao trước, nếu không có kết quả mới phải dùng binh. Tuy nhiên cũng có trường hợp ngược lại, đôi khi phải dùng binh biểu dương lực lượng khiến đối phương bối rối, mới đề nghị giải pháp ngoại giao.

Tình hình Trung Quốc vào thời Tống Thần Tông năm Hy Ninh thứ 10 [1077], phía bắc bị các nước Liêu, Hạ gây áp lực; phía nam sau khi quân Tống rút, quân Đại Việt theo sau lưng và chiếm lại được huyện Quang Lang [huyện Cao Lộc, Chi Lăng; Lạng sơn]. Bấy giờ vua Đại Việt sai Sứ thần Lý Kế Nguyên đến biên giới ngỏ lời xin trả lại đất. Lời yêu cầu đúng lúc, vua Tống cũng muốn giải quyết cho yên việc tại phương nam, bèn theo lời đề nghị của Kinh lược Quảng Nam Tây Lộ, hứa trả lại đất sau khi nước Đại Việt trả tù binh bị bắt trước kia tại 3 châu Ung, Khâm, Liêm:

Trường Biên, quyển 285. Năm Hy Ninh thứ 10 **[1077]**

Ngày Bính Tuất tháng 10 [28/10/1077], *ty Kinh lược an phủ Quảng Nam Tây Lộ tâu:*

"Người Giao sai bọn Lý Kế Nguyên và quan được sai bàn việc tại biên giới. Muốn ra lệnh quan được sai lấy ân tín của triều đình dụ Càn Đức, lệnh trả lại nhân khẩu đã cướp, rồi cấp cho đất đai."

Thiên tử chấp thuận.

(廣南西路經略安撫司言：「交人遣李繼元等與所差官於界首議事，欲令所差官以朝廷恩信曉諭乾德，令送還所擄人口，給與疆土。」從之。)

Xác minh lời hứa trả lại đất sau khi Đại Việt trả lại tù binh; Vua Tống Thần Tông gửi chiếu thư cho Vua Lý Nhân Tông nước ta, nguyên văn như sau:

"Chiếu thư cho biết rằng:

Khanh được trông coi tại Nam Giao, đời đời nhận tước Vương, nhưng phản bội đức, gian giảo không tuân triều mệnh, trộm gây bạo động tại vùng biên cảnh; bỏ chính sách trung thuận của tổ tiên, phiền triều đình phải cử binh thảo phạt. Khi quân lính thâm nhập, tình thế khẩn trương mới qui thuận; xét về tội lớn, đáng phải truất tước. Nay sai sứ đến cống, dâng lên lời rất cung kính, đọc kỹ nội dung, thấy được sự hối hận. Trẫm trông coi vạn nước, không phân biệt xa gần; chỉ hiềm những dân Liêm châu, Ung châu bị cướp dời đến vùng xa xôi nóng bức, xa quê hương lâu ngày, đợi khi đưa hết về biên giới tỉnh, sẽ đem Quảng Nguyên trả lại Giao Châu." (**Tống Sử** quyển 488, **Liệt Truyện** Giao Chỉ)

(詔報之曰：「卿撫有南交，世受王爵，而乃背德奸命，竊暴邊城。棄祖考忠順之圖，煩朝廷討伐之舉。師行深入，勢蹙始歸。跡其罪尤，在所紬削。今遣使修貢，上章致恭，詳觀詞情，灼見悛悔。朕撫綏萬國，不異邇遐。但以邕、欽之民，遷劫炎陬，久失鄉井，俟盡送還省界，即以廣源等賜交州。」)

Đáp lời, Vua Lý Nhân Tông dâng thư cảm ơn và xin trả lại đất châu Quảng Nguyên và huyện Quang Lang [huyện Cao Lộc, Chi Lăng; Lạng sơn]. Huyện Quang Lang tuy đã bị quân Đại Việt chiếm vào năm trước, nhưng tại đây được nhắc lại với dụng ý muốn vua Tống công nhận việc xãy ra là hợp pháp:

Trường Biên, quyển 287. Năm Nguyên Phong thứ nhất [1078]

Ngày Ất Mão tháng giêng [25/1/1078], *Giao Chỉ Quận vương Lý Càn Đức dâng biểu rằng:*

"Được ơn ban chiếu chấp nhận lời xin của thần; từ nay lại tu chức cống; đã ra lệnh ty An phủ sai người vẽ xác định cương giới, không còn dám xâm phạm. Thần đã phụng chiếu sai người cống sản vật địa phương, xin trả lại các châu huyện Cơ Lang [Quang Lang], *Quảng Nguyên."*

Chiếu ban:

"Đợi người tiến phụng đến kinh khuyết, sẽ đem việc biên giới phân xử riêng."

(交阯郡王李乾德上表言：「伏蒙賜詔，從臣所請，自今復修職貢，已令安撫司各差人畫定疆界，毋得輒侵犯。臣已奉詔遣人送方物，乞賜還廣源、機榔等州縣。」詔：「俟進奉人到闕，別降疆事處分。」)

Cũng cần phải ôn lại trong văn bản ngày 20/10/1078 đề cập tại bài thứ nhất, rằng vua Lý Nhân Tông xin hoàn lại các châu Quảng Nguyên, Tô Mậu, Môn, cùng huyện Cơ Lang. Nếu so sánh, thì văn bản phía trên thiếu hai châu Môn và Tô Mậu; có thể giải thích rằng châu Môn giáp với huyện Cơ Lang, chắc cùng chung số phận bị Đại Việt đánh chiếm nên không cần nhắc tới. Riêng châu châu Tô Mậu thì **Toàn Thư** chép rằng vào tháng giêng năm Mậu Ngọ [28/1/1078], sai Đào Tông Nguyên đem biếu nhà Tống 5 con voi thuần, xin trả lại các châu Quảng Nguyên, Tô Mậu và những người các châu ấy bị bắt đi. Sứ bộ Đào Tông Nguyên kế tiếp Lý Kế Nguyên trong việc bang giao.

Gần 2 tháng sau ty chuyển vận Quảng Nam Tây Lộ [Quảng Tây], là giới chức tại tỉnh địa đầu biên giới sơ khởi tiếp xúc với sứ bộ Đào Tông Nguyên, nêu lên 3 việc cần triều đình giải quyết gấp, gồm: tờ biểu của Giao Chỉ phạm húy, đòi trả người bị bắt, và hoạch định lại biên giới. Vua Thần Tông muốn giải quyết nhanh nên bỏ qua việc phạm húy; riêng 2 việc còn lại thì quyết định đợi Sứ thần đến sẽ cùng bàn bạc. Ngoài ra nhà Vua lại chấp nhận cho đặt thêm viên Chủ bạ tại trại Thái Bình [Sùng Tả thị, Quảng Tây; Chongzuo, Guangxi], để tiện việc liên lạc với An Nam sau này:

Trường Biên, quyển 287. Năm Nguyên Phong thứ nhất **[1078]**

Ngày Đinh Dậu tháng giêng nhuần [8/3/1078], *ty Chuyển vận Quảng Nam Tây Lộ tâu:*

"Mới đây có 3 việc: trả biểu cho người Giao vì phạm miếu húy (1), đòi trả người bị bắt, đưa người đi Sứ vào cống. Nay người Giao đã tuân sửa; nhưng ty Kinh lược Câu đang công sự Dương Nguyên Khanh chưa chịu thu tiếp, sợ trở ngại việc công."

Chiếu ban:

"Bọn Nguyên Khanh hãy mau nhận biểu, phụ đệ lên để biết; đưa người đi Sứ đến kinh khuyết. Việc hoạch định cương giới, trả lại người, sẽ phân xử riêng."

Lại tâu:

"Trại Thái Bình [Sùng Tả Thị, Quảng Tây] *châu Ung xin theo lệ các vùng duyên biên Thiểm Tây, tăng đặt 1 viên Chủ bạ."*

Thiên tử chấp nhận.

(廣南西路轉運司言：「昨退交人表，以犯廟諱，及送還人口、發使人入貢三事。今交人並已悛改，經略司勾當公事楊元卿未肯收接，恐致猜阻。」詔：「元卿等速受表附遞以聞，入貢使人發遣赴闕。其畫定疆界、送還人口，別聽處分。」又言：「邕州太平寨乞依陝西緣邊例，增主簿一員。」從之。)

Nhằm chuẩn bị cho việc trả đất đang điều đình, nhà Tống bèn đưa các vùng đất trước kia đã cho sáp nhập châu Thuận trả lại cho Ung Châu [Nam Ninh]; để châu này chỉ còn lại đất Quảng Nguyên cũ, trước kia đã chiếm từ Đại Việt:

Quyển 297. Năm Nguyên Phong thứ 2 [1079]

Ngày Bính Thìn tháng 4 [21/5/1079], *ty Kinh lược Quảng Nam Tây Lộ tâu:*

"Thuận An châu, các động như Cống Động trước lệ Ung Châu, mới đây ty Tuyên phủ nhân thu phục Quảng Nguyên cho lệ vào châu Thuận; xin trở lại lệ thuộc theo cũ."

Chấp nhận.

((丙辰，廣南西路經略司言：「順安州、貢峒等舊隸邕州，昨宣撫司因收復廣源，分隸順州，乞還舊隸。」從之。)

Trong khi đang cố gắng thu xếp giới hạn diện tích châu Thuận tương đương với châu Quảng Nguyên cũ; thì Đại Việt dùng binh gây áp lực. Tại châu Thuận, trước đây đồn trú 17 chỉ huy (2) quân tinh nhuệ Uy Quả cũng bị uy hiếp nặng nề, khiến vua Tống đành phải điều tiếp quân Đoàn Kết Toàn Tương tại Hồ Nam đến tăng viện:

Quyển 297. Năm Nguyên Phong thứ 2 **[1079]**

Ngày Kỷ Vị [24/5/1079], *ty Kinh lược Quảng Nam Tây Lộ tâu rằng man cướp phá châu Thuận, xin thêm quân. Thiên tử phê:*

"Có thể điều động quân Đoàn Kết Binh Toàn Tương tại Đàm Châu [Hồ Nam] *tạm thời đóng tại đó; khiến có thể trấn an nhân tâm hai xứ Quảng, không để khiếp sợ. Chờ cho việc biên giới ổn định thì cho trở về."*

(己未，廣南西路經略司【一七】言蠻寇順州，乞濟師。上批：「可發潭州團結兵全將往桂州權戍，庶可以鎮安二廣人心，不致怯懼，候邊事息追還。」)

Phái đoàn Đào Tông Nguyên phải chờ đợi tại kinh sư trong mấy tháng, đến ngày 9/11/1079 Quảng Nam Tây Lộ tâu rằng Giao Chỉ đã trả lại 221 người bị bắt, tuy không đủ số lượng đòi hỏi, triều đình nhà Tống cũng miễn cưỡng trao trả đất Thuận Châu:

Quyển 300. Năm Nguyên Phong thứ 2 [1079]

Ngày Mậu Thân tháng 10 [9/11/1079], *ty Kinh lược Quảng Nam Tây Lộ tâu Giao Chỉ trả 221 người bị bắt, chiếu cho thâu nạp; bỏ Thuận Châu, đưa đất này cho Giao Chỉ.*

Trước đây Càn Đức [Vua Lý Nhân Tông] *sai Sứ đến cống và xin các châu như Quảng Nguyên; Tri Quế Châu Triệu Tiết xin lưu lại không cho, hàng năm đóng quân 3.000, thì 10 phần chết mất 6,7, giữ không được. Thiên tử bảo:*

"Càn Đức phản nghịch tác loạn nên mang quân thảo phạt; bọn Quì không tru diệt được, gần thành công rồi phải trở về. Nay châu Thuận là đất xa xôi lam chướng, triều đình chiếm được cũng chưa có lợi, há lại xua đuổi quân lính đến nơi chướng độc! Một người lính không yên trẫm cũng lấy làm thương xót, huống gì 10 người mà chết mất 5,6 ư!"

(廣南西路經略司言交阯歸所掠二百二十一人，詔納之，廢順州，以其地畀交阯。初，李乾德遣使入貢，且以廣源等州為請，知桂州趙卨請留弗與，歲戍以三千人，十損五六，不可守。上曰：「乾德犯順，故興師討罪，逵等不能討滅，垂成而還。今順州荒遠瘴癘之地，朝廷得之未為利，豈可自驅戍兵，投之瘴土！一夫不獲，朕尚閔之，況使十損五六邪？」

Tống Sử vạch rõ rằng vua Lý Nhân Tông hứa trả 1.000 quan lại bị bắt tại 3 châu Ung, Khâm, Liêm; nhưng thực sự chỉ trả 221 người dân, lại bị khắc chữ trên mặt và tay; đổi lại, nhà Tống tuyên bố trả hết 4 châu 1 huyện. Theo các văn bản đã được đề cập, 4 châu chỉ Quảng Nguyên, Tư Lang, Môn, Tô Mậu, 1 huyện tức Quang Lang [huyện Cao Lộc, Chi Lăng; Lạng sơn]; nhưng châu Quảng Nguyên nhà Tống không thực sự trả hết, khiến triều đình ta phải tiếp tục đòi hỏi sau này:

Tống Sử quyển 488, Liệt Truyện Giao Chỉ

Càn Đức lúc đầu hứa trả về 1. 000 quan lại thuộc 3 châu, chờ lâu mới đưa về 221 người dân, con trai trên 15 đều bị khắc vào trán hàng chữ "Thiên tử binh", trên 20 tuổi khắc "Đầu [đầu hàng] Nam triều", phụ nữ bị khắc vào tay trái "Quan khách". Dùng thuyền chở về, nhưng dùng bùn bịt kín các cửa, ở trong thắp đèn; ngày đi được 1, 2 chục lý thì dừng, nhưng giả bộ đánh trống điểm canh để báo, mất mấy tháng trời mới đến được, tỏ cho biết thuỷ trình xa xôi. Châu Thuận sâu vào phía nam, đặt quân trấn thủ; do chướng lệ nhiều người bị bệnh chết, Đào Bật cũng chết trong quân. Triều đình biết là vô dụng, đem tất cả 4 châu 1 huyện trả lại; nhưng Quảng Nguyên từ lâu do châu Ung ky my, vốn không phải thuộc quyền sở hữu của Giao Chỉ.

(乾德初約歸三州官吏千人，久之，才送民二百二十一口，男子年十五以上皆刺額曰「天子兵」，二十以上曰「投南朝」，婦人刺左手曰「官客」。以舟載之而泥其戶牖，中設燈燭，日行一二十里則止，而偽作更鼓以報，凡數月乃至，蓋以紿示海道之遠也。順州落南深，置戍鎮守，被罹瘴霧多病沒，陶弼亦終於官。朝廷知其無用，乃悉以四州一縣還之。然廣源舊隸邕管羈縻，本非交趾所有也。)

Vùng đất Quảng Nguyên nhà Tống đã đổ ra nhiều công sức để đầu tư khai thác các mỏ vàng bạc, cuối cùng trở về với nước Đại Việt. Dân Trung Quốc bị đày tại đó chết đến 5,6 phần 10; nên không khỏi oán hận, có thơ mỉa mai rằng "*Nhân tham Giao Chỉ tượng, khước thất Quảng Nguyên kim*" (Vì tham voi Giao Chỉ, bỏ mất vàng Quảng Nguyên).

Chú thích:

1.Miếu húy:tên riêng của vua chúa hoặc cha mẹ tổ tiên vua, bị húy ky.

2.Chỉ huy: Theo văn bản **Trường Biên** ngày Kỷ Dậu tháng chạp năm Hy Ninh thứ 8 [30/1/1076], 1 chỉ huy có khoảng 500 quân, tương đường 1 tiểu đoàn ngày nay.

26.
Lý Nhân Tông (9) [1072-1127]

Niên Hiệu:
Thái Ninh: 1072-1075
Anh Vũ Chiêu Thắng: 1076-1084
Quảng Hựu: 1085-1091
Hội Phong: 1092-1100
Long Phù: 1001-1109
Hội Tường Đại Khánh: 1110-1119
Thiên Phù Duệ Vũ: 1120-1126
Thiên Phù Khánh Thọ:1127

CUỘC ĐẤU TRANH ĐẦU TIÊN ĐÒI LẠI ĐẤT TRONG LỊCH SỬ BANG GIAO VIỆT TRUNG

PHẦN 4

Ngoại giao đòi lại đất: các phái đoàn Lương Dụng Luật, Đào Tông Nguyên, Lê Văn Thịnh.

Về việc nhà Tống trả đất cho nước Đại Việt vào năm Nguyên Phong thứ 2 [1079]; chính sử Trung Quốc như **Tống Sử** (1) chép *"bèn đem tất cả 4 châu 1 huyện trả lại* 乃悉以四州一縣還之*"*, **Tục Tư Trị Thông Giám Trường Biên** (2) ghi *"bỏ Thuận Châu, đưa đất này cho Giao Chỉ* 廢順州，以其地畀交

阯. Nhưng dân và triều đình Đại Việt không tin những lời tuyên bố huyênh hoang; "*kẻ nằm trong chăn biết có rận*", cẩn thận xét nghiệm thấy việc trả như vậy là chưa đủ, bèn tiếp tục đòi hỏi. Cuối cùng vua Tống đành phải chấp nhận cho xét lại; lệnh đặt nơi bàn bạc về biên giới, đích thân đặt tên là **Kế nghị biện chính cương chí sở** 『計議辨正疆至所』(Nơi bàn bạc sửa lại đúng cương giới).

Mở đầu cho cuộc đòi hỏi này Vua Lý Nhân Tông cử một phái đoàn sang Trung Quốc, do Lễ tân phó sứ Lương Dụng Luật cầm đầu, mang nhiều vật cống. Không muốn đồ vật bị thất lạc, nhà Vua yêu cầu được chở đi kèm để phái đoàn có thể giám sát; Vua Tống không những chấp nhận lời yêu cầu, lại cho một viên quan làm bạn tống hướng dẫn:

Trường Biên, quyển 313. Năm Nguyên Phong thứ 4 **[1081]**

Ngày Nhâm Ngọ tháng 6 [4/8/1081], *Giao Chỉ Quận vương Lý Càn Đức dâng biểu tâu:*

"*Mới đây sai Sứ thần Đào Tông Nguyên đến triều cống, bị Quảng Châu* [Quảng Đông] *ngăn cấm, không cho đồ vận tải cùng đi theo. Nay sai Lễ tân phó sứ Lương Dụng Luật, bọn Trước tác lang Nguyễn Văn Bồi vào cống, xin triều đình ban chiếu chỉ cho tiến phụng giống như cũ.*"

Chiếu ban cho Quảng Châu chuẩn theo lệ cũ, không được cản trở. Sai 1 viên Nội sứ thần bạn tống, lại giáng chiếu dụ cho biết trước.

(交阯郡王李乾德上表言：「昨遣使臣陶宗元等朝貢，為廣州禁制，窒塞綱運，不同向時。今遣禮賓副使梁用律【一一】、著作郎阮文倍等水路入貢，乞降朝旨，依舊進奉。」詔廣州悉準舊例，毋得邀阻。差入內使臣一員押伴，仍先降詔諭之。)

Qua 1 tháng sau phái đoàn đến quan ải, ty Chuyển vận sứ Quảng Nam Đông Lộ [Quảng Đông] tâu về triều, cẩn thận hỏi về đường đi của sứ bộ,Vua Tống trả lời rằng muốn đi đường thủy cũng chấp nhận:

***Trường Biên, quyển 314. Năm Nguyên Phong thứ 4* [1081]**

Ngày Canh Tuất tháng 7 [1/9/1081], *ty Chuyển vận Quảng Nam Đông Lộ tâu:*

"Cửa quan Tây Lộ báo người Giao vào cống, xin ra lệnh theo đường Kinh Hồ [Hồ Nam, Hồ Bắc]*"*

Chiếu ban:

"Người Giao như muốn theo đường thủy đến kinh khuyết, lệnh Quảng Tây kinh lộ chỉ huy; nên y theo đường cũ, không phải thay đổi."

(廣南東路轉運司言：「西路關報交人入貢，乞令自荊湖路。」詔：「交人如欲水路赴闕，令廣西經略司指揮，須依舊所行道路，毋得創改。」)

Trái với thường lệ, lần này sứ bộ tăng thêm 56 người; quan địa phương tỉnh Quảng Tây lại phải gửi văn thư tâu lên; Vua Tống chấp nhận số lượng mới 156 người:

Trường Biên, quyển 315. Năm Nguyên Phong thứ 4 [1081]

Ngày Canh Ngọ tháng 8 [21/9/1081], ty Kinh lược Quảng Tây tâu:

"Giao Chỉ vào cống gồm 156 người, so theo qui chế cũ tăng 56 người; Thiên tử phê:

"Nên ra lệnh bây giờ cho số lượng đó đến kinh khuyết; từ nay trở về sau chấp thuận như vậy."

(庚午，廣西經略司言：交阯入貢百五十六人，比舊制增五十六人。上批：「宜令據今已到人數赴闕，今後準此。」(新紀書交阯入貢附年末，舊紀乃於五年年末書之。))

Phái bộ Lương Dụng Luật dâng vật cống rất hậu hỉ, trong đó có 50 sừng tê ngưu (3), 50 ngà voi; kèm theo yêu cầu trả lại động Cổ Đán do Nùng Dũng trước đó giao nạp. Triều đình nhà Tống không chấp nhận, viện cớ rằng Nùng Dũng đã theo Tống trước khi cuộc chiến tranh Lý Tống xảy ra, động Cổ Đán coi như là đất nội địa:

***Trường Biên, quyển 327. Năm Nguyên Phong thứ 5* [1082]**

Ngày Nhâm Thân tháng 6 [20/7/1082], Giao Chỉ Quận vương Lý Càn Đức hiến sừng tê ngưu thuần ngà voi mỗi thứ số lượng 50; lại tâu:

"Nùng Dũng Thủ lĩnh động Cổ Đản do châu Quảng Nguyên cai quản mang cả dân động phản, nhập vào Ung Châu; mấy lần gửi thông điệp cho Ung Châu, nhưng không thi hành."

Chiếu ban:

"Nùng Dũng vốn không do Giao Chỉ quản lý, theo triều đình trước khi Giao Chỉ xin hàng, là đất thuộc tỉnh Trung Quốc, theo lý khó mà cấp hoàn lại."

（交趾郡王李乾德獻馴犀角、象齒各五十【二四】。又言：「廣源州管下古旦峒【二五】首領儂勇及本峒民戶叛入邕州，累牒邕州，不為施行。」詔：「儂勇元非交趾所管，歸明在交趾未納降以前，自是省戶，理難給還。」（儂勇事又見九月十五日，今削去。新紀書：「壬申，交趾獻馴犀二。」舊紀不書。））

Tuy nhiên Sứ bộ Lương Dụng Luật đã thành công trong việc đòi hỏi nhà Tống xét lại về biên giới, vua Tống chấp nhận lập **Kế Nghị Biện Chính Cương Chí Sở** [nơi bàn bạc sửa lại đúng cương giới] tại trại Vĩnh Bình [Bằng Tường thị, Quảng Tây; Pingxiang Guangxi]. Kinh lược Quảng Nam Tây Lộ Hùng Bản được lệnh sai quan đến chờ sẵn tại biên giới để cùng Sứ thần Đại Việt thương nghị:

Trường Biên, quyển 335. Năm Nguyên Phong thứ 6 [1083]

Ngày Mậu Thân tháng 6 [21/6/1083], *Kinh lược sứ Quảng Nam Tây Lộ Hùng Bản lại tâu:*

"Đã sai Đề cử Tả Giang đô tuần kiểm Cung phụng quan Cáp môn chi hầu Thành Trác cùng Giám trấn nãi kim khanh Triều phụng lang Đặng Khuyết cùng đến trại Vĩnh Bình [Bằng Tường thị, Quảng Tây] *hẹn với An Nam định biên giới, y theo chiếu đặt tên '**Kế Nghị Biện Chính Cương Chí Sở**'* [nơi bàn bạc sửa lại đúng cương giới]."

Thiên tử đều chấp nhận.

(....又言：「已差提舉左江都巡檢、供奉官、閤門祗候成卓及監填乃金坑、朝奉郎鄧闕同至永平寨，約安南定地界，依詔以『計議辨正疆至所』為名。」並從之。)

Rút kinh nghiệm những lần thương lượng trước, sách lược của Đại Việt nhu kèm theo cương; nhà Tống lo Đại Việt sẽ tìm cách gây hấn để thúc đẩy đàm phán, nên tránh đặt những viên quan như Tri Khâm Châu Ôn Cảo, từng gây ác cảm với Đại Việt tại biên giới:

Trường Biên, quyển 331. Năm Nguyên Phong thứ 5 [1082]

Ngày Đinh Vị mồng một tháng 12 [22/12/1082], *Chuyển vận phó sứ Quảng Tây, Ngô Tiềm, tâu:*

"Gần đây sai Ôn Cảo làm Tri Khâm Châu; trộm nghe rằng giặc Giao Chỉ giận nghiến răng muốn ăn thịt Cảo; Cảo đến đó vạn nhất sẽ sinh cướp phá."

Thiên tử phê:

"Cảo tư chất tốt, nhưng có hiềm khích với người Giao, thực không nên ở nơi cực biên quan trọng; có thể sai viên Kiềm hạt Lưu Hy tại lộ này kiêm Tri Khâm Châu."

(廣西轉運副使吳潛言：「近差溫杲知欽州，竊聞交賊切齒，欲食杲肉，萬一因以致寇。」上批：「杲資性綿〈忄耎〉，又與交人有隙，實不宜在極邊要地，可改差本路鈐轄劉熙兼知欽州。」)

Theo văn bản ngày 21/6/1083 đã dẫn, nhà Tống sai "Đề cử Tả Giang đô tuần kiểm Cung phụng quan Cáp môn chi hầu Thành Trác cùng Giám trấn nãi kim khanh Triều phụng lang Đặng Khuyết cùng đến trại Vĩnh Bình [Bằng Tường thị] hẹn với An Nam định biên giới." Phía Đại Việt, Sứ thần Đào Tông Nguyên giữ chức trưởng phái đoàn lần thứ hai. Sau khi thương lượng với đại biểu Tống không có kết quả, Tông Nguyên không tuân theo lời áp đặt của quan lại Tống; tự viết tấu chương về biên giới theo quan điểm của Đại Việt, trao cho Sứ thần đối phương rồi trở về nước. Vua Tống thấy tình hình găng, hạ lệnh điều nào có thể chấp nhận được thì chấp nhận, điều nào khó khăn thì đem ra thương lượng, nhằm kết thúc không để dây dưa:

***Trường Biên, quyển 339. Năm Nguyên Phong thứ 6* [1083]**

Ngày Ất Tỵ tháng 9 [16/10/1083], *ty Kinh lược Quảng Tây tâu:*

"Câu đang công sự Đàm Thiểm tâu: 'Bọn Đào Tông Nguyên xưng rằng về thước tấc đất Quảng Nguyên khó mà bàn phân chia ra; muốn tự viết chương tấu dâng lên để triều đình giải quyết đúng hay sai.' Tông Nguyên không tuân mệnh, hiện đã trở về An Nam."

Chiếu ban:

"Hùng Bản chỉ huy các quan bàn nghị, khi cùng với Đào Tông Nguyên nghị bàn, đã tỏ tường những lời trong văn tự triều đình ban cho, hãy chấp nhận việc hợp đạo lý, đưa những điều khó khăn ra thương lượng, không để lưu liên xúc bách, khiến dân man tỏ ý kinh nhờn."

(廣西經略司言：「勾當公事譚掞言：『陶宗元等稱，廣源尺寸之地，難議分畫，欲自作章奏，以朝旨決可否。』宗元既不聽命，見已回安南。」詔：「熊本指揮計議官，如與陶宗元等計議，仰詳朝廷降去文字，執持理道，折難商量，毋得留連督迫，以啟蠻人輕侮之意。」（六月戊申．七月辛亥．八月乙亥。））

Sau khi sứ bộ Đào Tông Nguyên bỏ hội đàm trở về nước, tình hình trở nên căng thẳng, Đại Việt điều binh đánh Qui Hóa châu, đòi bắt Nùng Trí Hội; y nguyên là Tù trưởng Đại Việt, trước kia đem Qui Hóa nạp cho nhà Tống. Triều thần nhà Tống giải quyết bằng cách đem Nùng Trí Hội vào nội địa lánh mặt; cử một viên chức khác coi giữ Qui Hóa:

***Trường Biên, quyển 341. Năm Nguyên Phong thứ 6* [1083]**

Ngày Ất Vị tháng chạp [3/2/1084], *ty Kinh lược Quảng Tây tâu:*

"Qui Hóa châu tâu Giao Chỉ tụ binh, muốn chiếm châu. Người Giao rêu rao truy bắt Nùng Trí Hội, xâm phạm Qui Hóa; nay tuy đã rút trở về sào huyệt, nhưng vẫn thường có ý dòm ngó. Nay Trí Hội bảo rằng: 'Nếu như Giao Chỉ xâm phạm một lần nữa, bản châu khó mà chống cự; xin vào đất trong tỉnh.' Trí Hội thiếu vững tâm chống cự Giao Chỉ, nếu còn ở tại Qui Hóa, không khỏi bị giặc cướp phá."

Chiếu ban Hùng Bản dụ Trí Hội khúc chiết việc đi vào nội địa, cân nhắc giao phó người coi giữ các ải quan trọng tại Qui Hóa; nếu như Giao Chỉ đến, tức vô cớ vào đất nội địa, có thể gửi thông điệp hỏi tội.

(廣西經略司言：「歸化州言，交趾聚兵，欲復取本州。交人昨以追捕儂智會為詞，侵犯歸化，今雖退保巢穴，猶常有窺覦之意。今智會稱：如交趾再犯，本州難禦，即投省地。智會既不能堅拒交賊，若令在彼，不免致寇。」詔熊本委曲曉諭智會，徙置內地，仍相度把拓歸化州要害隘路，如交趾復來，即是無故入省地，自可移牒問罪)

Ngoài việc đưa Nùng Trí Hội vào nội địa, Kinh lược Quảng Tây Hùng Bản sai Sứ đến biên giới thu xếp với Đại Việt ngừng gây hấn, cho người đến biên giới bàn lại về ranh giới; một mặt đề nghị với triều đình trả lại cho Đại Việt 8 động:

Trường Biên, quyển 346. Năm Nguyên Phong thứ 7 [1084] *Ngày 4 Nhâm Thân tháng 6* [9/7/1084]... *Trước đây Quách Quì đánh dẹp An Nam, dùng quận Quảng Nguyên làm Thuận Châu; triều đình cho rằng không đáng để lấy, chiếu ban cho Lý Càn Đức. Nhưng hoạch định cương giới chưa rõ ràng, người Giao lại dòm ngó hấn khích tại Nghi Châu, muốn lấy đất Vật Dương của Nùng Trí Hội, bèn đánh Qui Hóa, đuổi Nùng Trí Hội. Trí Hội chạy đến Hữu Giang xin quân. Hùng Bản sai Sứ hỏi sự việc, người Giao bèn rút quân, Càn Đức tạ tội; Bản xin ban cho An Nam 8 động tại Túc Tang, chỗ này đất xấu cỏ không mọc; miền lãnh biểu* (4) *do đó được yên.*

(壬申，。初，郭逵宣撫安南劉九，以廣源郡建為順州。朝廷以為不足守，詔給賜李乾德。疆畫未明，而交人狃窺宜州之隙，欲并取儂智會勿陽地，擣虛掠歸化，逐智會。智會竄右江乞師，本遣使問狀，交人為斂兵，乾德謝罪，本請賜以宿桑八峒不毛之地，嶺表為安)

Đáp lại yêu cầu của nhà Tống mở hội đàm tiếp, người cầm đầu Sứ bộ Đại Việt lần này là danh sĩ Lê Văn Thịnh, đậu thủ khoa đầu tiên dưới triều Lý vào năm Thái Ninh thứ 4 [1075] (5), phụ tá là Nguyễn Bồi. Phía Tống, Cung phụng quan Cáp môn chi hầu Thành Trác cầm đầu, Đặng Tích làm phụ tá; nơi hội đàm vẫn là **Kế Nghị Biện Chính Cương Chí Sở** tại trại Vĩnh Bình [Bằng Tường thị, Quảng Tây]. Ngoài ra Kinh lược Quảng Nam Tây Lộ Hùng Bản tại Quế Lâm, giữ nhiệm vụ trung gian giữa triều đình và phái đoàn Kế Nghị Biện Chính.

Lập trường của phía Tống nêu trong cuộc hội đàm như sau:

'Những vùng đất mới đây Vương sư chiếm được đáng trả lại; còn những đất do quan lại [An Nam] *mang đi qui minh (6), thì khó mà trả lại.*

(『昨王師所取者當還，其守吏挈而歸明者難復也。』 **Trường Biên**, quyển 349. Năm Nguyên Phong thứ 7 [1084])

"*Những vùng đất mới đây Vương sư chiếm được*" chỉ những đất nhà Tống chiếm được trong cuộc chiến tranh Lý Tống; cụ thể là phần còn lại của châu Quảng Nguyên. Còn đất do "*quan lại mang đi qui minh*" là đất do các Tù trưởng họ Nùng nạp cho nhà Tống. Kinh lược sứ Hùng Bản nêu lai lịch những vùng đất này như sau:

Vào thời Gia Hựu [1056-1059], *bọn Nùng Tôn Đán đem động Vật Ác qui phụ, ban tên Thuận An châu; thời Trị Bình* [1064-1067] Nùng Trí Hội đem động Vật Dương qui phụ, ban tên là Qui Hóa châu.(7)

(嘉祐中，儂宗旦以勿惡等峒歸明，賜名順安州。治平中，儂智會以勿陽峒歸明，賜名歸化州。**Trường Biên**, quyển 349. Năm Nguyên Phong thứ 7 [1084])

Phía Đại Việt, Lê Văn Thịnh lập luận rằng những kẻ theo nhà Tống mang đất hiến, giống như tên trộm lấy vật của chủ mang đi; các động Vật Dương, Vật Ác đều coi như những tang vật ăn trộm, đáng phải hoàn lại chủ cũ:

Văn Thịnh lập luận rằng: "Đất đai thuộc quyền sở hữu của chủ [Đại Việt], *viên quan lại mang đất đi, là ăn trộm vật của chủ mang đi; chủ phải giữ tang vật của kẻ trộm, kẻ ăn trộm mang tang vật đi, pháp luật không cho phép, huống lại làm dơ đến đất đai tỉnh nội địa."*

(文盛以為土有主屬，守吏挈而逃去，盜主之物也。主守自盜不赦之贓，盜物寄贓，法亦不許，況可污於省籍乎？)

Lập luận của Sứ thần Lê Văn Thịnh rất sắc bén, nhưng không hiểu tại sao sau đó ông lại đổi sách lược, tỏ ra nhượng bộ; trong thư gửi cho Kinh lược Quảng Nam Tây Lộ có đoạn như sau:

Trường Biên, quyển 349. Năm Nguyên Phong thứ 7 [1084]

Vào năm này, Thành Trác, Đặng Tịch cùng Sứ giả Nam Bình Lê Văn Thịnh, Nguyễn Bồi hội đàm, y như chiếu thư vào ngày Kỷ Tỵ tháng 10 [3/11/1084]. *Còn trước đó Lê Văn Thịnh gửi thư cho Hùng Bản rằng:*

"Thành Trác nói: 'Thượng Điện, Hạ Lôi, Ôn, Nhuận, Anh, Giao, Vật Dương, Vật Ác, Kế, Thành, Cống, Lục, Tần, Nhiệm Động, Cảnh Tư, Hà Kỷ huyện, gồm 18 xứ (8) thuộc đất tỉnh nội địa, biên giới tại phía nam. Tiểu tử Bồi thần nghe theo mệnh, không dám tranh chấp...

(是歲，成卓、鄧闢乃與南平使黎文盛、阮陪定議，如十月己巳詔書。而黎文盛寓書熊本曰：「成卓言：上電、下雷、溫、潤、英、遙、勿陽、勿惡、計、城、貢、渌、頻、任峒、景思、苛紀縣十八處【一○】，從南畫界，以為省地。陪臣小子惟命是聽，不敢爭執)

Sử nước ta **Cương Mục** cho rằng Lê Văn Thịnh giữ thái dộ mềm dẻo, đã lấy được một số đất, **Cương Mục** chép như sau:

(Giáp Tí, năm thứ 9 (1084). (Tống, năm Nguyên Phong thứ 7).

Tháng 6, mùa hạ. Sai Lê Văn Thịnh sang bên Tống, bàn định việc cương giới. Bấy giờ, bờ cõi giữa nước ta và nhà Tống chưa được ngã ngũ. Nhà vua sai Binh Bộ thị lang Lê Văn Thịnh sang Tống để hội nghị, nhà Tống trả lại ta 6 huyện và 3 động.

Theo **Danh tiết lục** *của Trần Ký Đằng, Lê Văn Thịnh sang Quảng Tây, hội nghị với tuần kiểm ti nhà Tống, là Thành Trác. Văn Thịnh thường giữ thái độ mềm dẻo, từ từ lấy lý lẽ mà giải thích, và nói "kẻ bồi thần này không dám tranh giành". Vua Tống khen là biết cung kính, biết lẽ phải, bèn hạ chiếu trả lại cho ta 6 huyện Bảo Lạc và 6 động Túc Tang.)*

Hoặc giả Sứ thần Lê Văn Thịnh xét tình hình bấy giờ, thấy rằng phía nhà Tống không thể nhượng bộ thêm, nên thỏa hiệp chăng? Riêng câu nói "*Tiểu tử Bồi thần nghe theo mệnh, không dám tranh chấp* 陪臣小子惟命是聽，不敢爭執"; người viết trộm nghĩ rằng dù khéo nói đến đâu cũng không nên nói như vậy; vì tranh chấp là sứ mệnh của Sứ thần tranh luận về biên giới!

Sau lời nói của Lê Văn Thịnh, Kinh lược Hùng Bản báo về triều, Vua Tống ban chiếu trả lại đất đã lấy trong cuộc chiến tranh Lý Tống cho Đại Việt, riêng phần đất do những người họ Nùng nạp cho Tống trước kia thì không trả:

Trường Biên, quyển 348. Năm Nguyên Phong thứ 7 [1084]

Ngày Mậu Tý 21 tháng 8 [23/9/1084], bàn về cải chính biên giới An Nam, Thành Trác tâu đã cùng bọn Lê Văn Thịnh cải chính, xin giảng chiếu ban cho An Nam. Chiếu ban Hùng Bản để hỏi Thành Trác:

"Qua thông điệp cùng đích thân Lê Văn Thịnh nói rằng không dám tranh chiếm những châu động do Nùng Trí Hội, Nùng Tôn Đán nạp; có thể dựa vào đó mà ban chiếu cho An Nam không?"

Hùng Bản tâu:

"Thành Trác căn cứ vào lời Lê Văn Thịnh nói: 'Như Thành Trác bàn, tại phía nam các động Vật Dương, Thuận An hoạch định biên giới, Bồi thần không dám tranh chấp; như vậy việc cải chính biên giới đã có bằng cớ rõ."

Chiếu ban cho Giao Chỉ 8 xứ huyện, động ngoài ải; lại ban cho Sứ thần và Phó đại y phục, Lê Văn Thịnh 500 bộ, Nguyễn Bồi 300 bộ.

(計議辨正安南疆至成卓言，已與黎文盛等辨正，乞降詔加恩賜。詔熊本問成卓：黎文盛公牒及面議并言不敢爭占儂知會、儂宗旦所納州峒，何因即乞降詔？熊本言：「成卓據黎文盛狀：『如成卓議，於勿陽、順安等峒從南畫斷地界，陪臣不敢爭執。』即是辨正明據。」詔以隘外八處縣峒賜交趾，仍賜使、副大衣著：黎文盛五百、阮陪三百。（八峒不毛之地，事具六月四日壬申，及十一月二十二日戊子。六年六月四日，始令成卓辨正。）)

Với nội dung tương tự như văn bản nêu trên, Vua Tống Thần Tông chính thức gửi chiếu thư cho Vua Lý Nhân Tông nước Đại Việt như sau:

Trường Biên, quyển 349. Năm Nguyên Phong thứ 7 [1084]

Ngày Mậu Tý tháng 10 [22/11/1084], sắc Giao Chỉ Quận vương Càn Đức biết:

"Ty Kinh lược Quảng Nam Tây Lộ tâu:

'Mới đây được triều mệnh về việc An Nam tâu rằng các châu động thuộc khe động Vật Dương, Vật Ác, cương giới chưa rõ ràng. Lệnh bản ty hội bàn với bản đạo sai quan biện chính. Nay chuẩn cho An Nam sai bọn Lê Văn Thịnh đến, biên giới đã được biện chính; xin giảng chiếu chỉ để An Nam tuân theo.'

Xem các tờ tâu trước kia trình bày về biên giới, đặc mệnh các quan tại biên giới bàn bạc biện chính. Khanh vốn được ân sủng tước lộc, đời đời trung thuần; hãy khâm phụng chiếu chỉ, thân sức các quan dưới quyền, phân hoạch châu động, đầu đuôi đã rõ ràng: Hai động Vật Dương, Vật Ác đã đặt chỉ huy coi sóc; dùng 8 ải sau đây làm biên giới: Canh Kiệm, Khâu Cự, Khiếu Nhạc, Thông Khoáng, Canh Nghiễm, Đốn Lợi, Đa Nhân, Câu Nan. Ngoài biên giới có 6 huyện: Bảo, Lạc, Luyện, Miêu, Đinh, Phóng; 2 động Túc, Tang, giao cho khanh lãnh làm chủ. Khanh hãy thể theo lòng quyến luyến, càng ôm lòng cung thuận, cẩn thận tuân theo giao ước, chớ dung túng xâm lấn."

(戊子，敕交趾郡王乾德省：「廣南西路經略司奏：『昨準朝命，安南奏以溪峒勿惡、勿陽等州峒疆至未明，令本司計會本道，差職官辨正。今準安南報差黎文盛等至，邊界已辨正，乞降詔旨付安南遵守。』向覩奏牘，陳敘封疆，特命邊臣計議辨正。卿保膺寵祿，世載忠純，欽奉詔旨，申飭官屬，分畫州峒，本末以明。勿惡、勿陽二峒已降指揮，以庚儉、邱矩、叫岳、通曠、庚巖、頓利、多仁、勾難八隘為界，其界外保、樂、練、苗、丁、放近六縣、（六縣下恐有脫字，時政記亦然。）宿、桑二峒，並賜卿主領。卿其體此眷私，益懷恭順，謹遵封約，勿縱交侵。」

Chiếu thư của vua Tống xác định "*Hai động Vật Dương, Vật Ác đã đặt chỉ huy coi sóc*", tức do nhà Tống cho đóng quân cai trị.

Lịch sử ghi nhận 2 vùng đất, đều do người họ Nùng giao nạp; Nùng Trí Hội nạp động Vật Ác, được nhà Tống đổi tên là Thuận An châu; Nùng Tông Đán nạp châu Vật Dương, Tống đổi tên là Qui Hóa châu; theo **bản đồ Quảng Nam Tây Lộ** thời Bắc Tống; vị trí hai châu Thuận An và Qui Hóa hiện nay đều thuộc Tĩnh Tây thị [jingxi Guangxi] tỉnh Quảng Tây. Về phần đất dành cho Đại Việt, chiếu thư ghi như sau: *"Ngoài biên giới có 6 huyện: Bảo, Lạc, Luyện, Miêu, Đinh, Phóng; 2 động Túc, Tang, giao cho khanh lãnh làm chủ"*; tra cứu về 6 huyện, 2 động hiện nay, chỉ biết chắc rằng Bảo, Lạc tức huyện Bảo Lạc, tỉnh Cao Bằng, Việt Nam. Các địa danh Tĩnh Tây thị [Jingxi Guangxi], Bảo Lạc; có thể tìm thấy trên bản đồ Googles hiện nay.

Chú thích:

1. **Tống Sử**, quyển 488, **Liệt Truyện** thứ 247, **Ngoại Quốc**, quyển thứ 4, Giao Chỉ.

2. **Tục Tư Trị Thông Giám Trường Biên**, Lý Đào, quyển 300.

3. Tê ngưu [犀牛]: một số người quen gọi là tê giác, gọi như vậy không đúng. Tê giác là sừng con tê ngưu.

4. Lãnh biểu: miền ngoài Ngũ Lãnh, ý chỉ các tỉnh Quảng Đông Quảng Tây.

5. Lê Văn Thịnh thủ khoa đầu tiên dưới triều Lý thời Lý Nhân Tông năm Thái Ninh thứ 4 [1075]: Theo **Cương Mục**, trước đó chưa có khoa cử, những người thông minh được đề bạt theo con đường Phật Giáo.

6. Qui minh 歸明: theo con theo đường sáng; từ ngữ dùng theo lối tự phụ tự kiêu, để chỉ dân các nước lân bang bỏ theo Trung Quốc.

7. Qui Hóa châu, Thuận An châu: theo bản đồ Bắc Tống, vị trí các châu này hiện nay nằm trong phạm vi Tỉnh Tây thị [Jingxi], tỉnh Quảng Tây.

8. 18 xứ: nguyên tác, chú thích số 10 ghi "*Trên trình bày địa danh 18 xứ, không đủ 18, nghi có sai lầm*" [十八處上列地名不足十八處，疑有誤。]. Tra cứu **Bản Đồ Quảng Nam Tây Lộ** thời Bắc Tống, ngoài 2 động Vật Dương, Vật Ác đã xác định vị trí; Vật Dương tức Qui Hóa châu, Vật Ác tức Thuận An châu; vị trí 2 châu hiện nay đều nằm trong Tĩnh tây thị, Quảng Tây [Jingxi Guangxi]; còn tra thêm được 4 vùng đất sau đây: Kế động , vị trí thuộc Tĩnh Tây thị [Jingxi Guangxi], tại phía bắc thị xã; Tần Động vị trí thuộc Tĩnh Tây thị, phía nam thị xã giáp với biên giới Việt Trung; Nhiệm Động vị trí thuộc Tĩnh Tây thị, phía nam thị xã giáp biên giới Việt Nam; Lục động vị trí thuộc Tĩnh Tây thị, phía tây thị xã; Thượng tức Thượng Ánh châu. Tra thêm Đất Trung Quốc thấy 3 vùng đất sau đây:Anh, trang 180 ghi đời Tống là Long Anh Động thuộc trại Thái Bình, nay thuộc huyện Đại Tân [Daxin] Quảng Tây; Hạ Lôi, trang 132 ghi đời Tống thuộc châu Hạ Lôi, hiện nay thuộc huyện Đại Tân; Nhuận tức trại Hồ Nhuận, trang 317 ghi thuộc Tĩnh Tây thị.

27.
Lý Nhân Tông (10) [1072-1127]

Niên Hiệu:
Thái Ninh: 1072-1075
Anh Vũ Chiêu Thắng: 1076-1084
Quảng Hựu: 1085-1091
Hội Phong: 1092-1100
Long Phù: 1001-1109
Hội Tường Đại Khánh: 1110-1119
Thiên Phù Duệ Vũ: 1120-1126
Thiên Phù Khánh Thọ: 1127

CUỘC ĐẤU TRANH ĐẦU TIÊN ĐÒI LẠI ĐẤT TRONG LỊCH SỬ BANG GIAO VIỆT TRUNG

PHẦN 5

Tiếp tục ngoại giao đòi đất cùng vụ án Lê Văn Thịnh

Theo **Toàn Thư** Lê Văn Thịnh được thăng chức Thái sư vào năm Quảng Hựu thứ nhất [1085]; Thái sư là chức quan cao nhất dưới thời quân chủ; thăng sau lúc đi sứ về; chứng tỏ vua Lý Nhân Tông thưởng cho Văn Thịnh vì có công trong việc dành lại đất. Tuy nhiên nhà Vua vẫn chưa hài lòng việc nhà Tống không chịu trả lại các động Vật Dương, Vật Ác (1); nên vẫn tiếp tục liên lạc ngoại giao đòi hỏi. Vua Triết Tông lấy cớ mới lên ngôi, phải tuân theo mệnh của vua cha không thể sửa đổi, bèn từ chối:

Trường Biên, quyển 357. Năm Nguyên Phong thứ 8 **[1085]**

Ngày Bính Tuất tháng 6 [18/7/1085], *ban cho Giao Chỉ Quận vương Lý Càn Đức chiếu rằng:*

"Tỉnh dâng biểu trình bày về cương giới các động Vật Dương, Vật Ác; đã hiểu rõ. Khanh trước kia thời Tiên đế [Thần Tông] *mấy lần tự thuật về biên cương; đã giảng chiếu dụ đầu đuôi rất rõ ràng, đặc cách xét theo lời yêu cầu, cắt đất ban cho. Nay chợt xem lời tâu, lại còn phân trần. Trẫm vừa thừa mệnh, cần tuân theo liệt thánh trước, mệnh đã định, về đạo nghĩa khó mà sửa đổi. Nên gắng lòng trung, tuân theo chiếu chỉ trước."*

Do Càn Đức dâng thư, xin sắc ban cho các động Vật Dương, Vật Ác; Khu mật viện tâu nên giảng chiếu thuật lại chiếu chỉ triều trước, lệnh Càn Đức tuân theo.

(賜交趾郡王李乾德詔曰：「省所上表，陳乞勿陽、勿惡等峒疆土事，具悉。卿向在先帝朝敘述疆事，屢降詔諭，本末甚明。特徇所求，已從割賜。忽覽奏牘，尚有指陳。朕初纘承，動循前烈，命既素定，義難改從。宜懋忠嘉，一遵先詔。」以乾德獻書，乞移敕內所賜勿陽、勿惡等峒，樞密院言，宜降詔申述先朝詔旨，令乾德遵依故也。)

Vua Lý Nhân Tông nước ta không bằng lòng lập luận vua Triết Tông nhà Tống cho rằng đã hoàn thành việc trao trả đất. Qua thư gửi cho Vua Tống, với lời lẽ thống thiết nhà Vua trình bày công lao của tổ tiên xông pha nơi gian lao nguy hiểm mới có được các động Vật Dương, Vật Ác, chẳng may kẻ dưới làm phản mang đất nạp, nên cương quyết đòi trả:

Trường Biên quyển 380. Tống Triết Tông năm Nguyên Hựu thứ nhất [1086]

Ngày Nhâm Tý tháng 6 [8/8/1086], *Giao Chỉ Quận vương Lý Càn Đức tâu:*

"Ấp của kẻ dưới có 2 động Vật Dương, Vật Ác, 8 huyện tiếp giáp với tỉnh nội địa; trước sau bị kẻ giữ đất làm phản, đem thân qui thuận. Vật Dương vào năm Bính Thìn [1076] *bị thu vào đất tỉnh, Vật Ác vào năm Nhâm Tuất* [1082] *bị thu, lập ải Thông Khang. Tuy những đất này chỉ nhỏ như viên đạn, nhưng rất đau đớn trong lòng, thường không rời trong giấc mộng; thực do tổ tiên thần trước đây giết, bắt kẻ tiếm nghịch, xông pha nơi gian nan nguy hiểm, liều chết mới có được. Nay kẻ hậu sinh không thừa kế được tổ tiên, chưa tròn phận sự nơi cương vực, chỉ sống tạm trong khoảnh khắc mà thôi. Vào năm Giáp Tý* [1084], *ty Kinh lược Quảng Tây từng đem sự việc tâu lên triều trước* [Thần Tông], *bèn đem 2 động Túc, Tang , 6 huyện cho thần quản lãnh. Xét Túc, Tang hiện thuộc ấp của kẻ dưới; không phải là đất thỉnh cầu ngày nay, nên không dám bái mệnh. Nay gặp lúc Bệ hạ canh tân trong nước, cẩn thận dâng biểu tâu lên trình bày sự việc."*

Chiếu thư đáp:

"Trước đây quan tại biên giới tâu, viên Thủ lãnh [chỉ Lý Thường Kiệt] *của khanh xâm lăng biên thùy nước ta; tiên Hoàng đế* [Thần Tông] *với lòng khoan nhân, đích thân ban chiếu dụ cho cải chính biên giới, cùng xét rõ đặc cách cắt khu Khang ải, để làm vật vua ban ơn. Dư âm như tồn tại, nét mực vẫn còn tươi; đáng nên nghĩ đến sự bao dung, kính cẩn tuân theo phân hoạch; cớ sao mấy lần tâu cáo, vẫn cố chấp con đường mê. Lại đòi hỏi biên giới mới làm vật cũ của mình; lòng tham không chán, còn đâu thấy được việc thờ người trên! Phải chăng ý của khanh như vậy, hoặc do người khác xui nên mê hoặc? Huống các châu động này từ xưa vốn là dân của vua, một lần lấy lại đất Quảng Nguyên, cho đến việc ban cấp châu Thuận, đất đai của khanh vốn không xâm phạm. Khanh hãy đem hết lòng chí thành, tuân theo chiếu chỉ trước, cẩn thận giữ đất phong, chớ mưu mô sinh sự; gắng sức đáp ứng với lòng quan hoài, để vĩnh viễn được ân sủng."*

Lại ra lệnh cho Kinh lược sứ Miêu Thời Trung gửi thông điệp giải đáp những điểm khó khăn.

(交趾郡王李乾德言：「下邑有勿陽、勿惡二峒八縣與省壤接連，前後被守土人叛去，委身歸明。其勿陽於丙辰年蒙收入省，勿惡於壬戌年蒙收設通康隘。雖此等彈丸之地，尤切痛懷、常不離夢寐者，誠以先祖臣平昔誅擒僭逆，衝艱冒險，畢命之所致也。今末造不能嗣承，豈敢備數於藩垣，偷生於頃刻也？甲子年，廣西經略司嘗為申奏先朝，以宿、桑二峒六縣賜臣主領。按宿、桑等見屬下邑，非今茲陳請之地，不敢拜命。伏遇陛下一新宇內，謹具表以聞。」詔答曰：「迺者邊臣言，卿首領侵我疆陲，先皇帝務在寬仁，申頒詔諭，俾從辨正，亦既驗明，特割康隘之區，用示君恩之賜。德音如在，詔墨猶新，固宜追體包荒，恪遵分畫，何期累奏，尚執前迷。仍指新界之疆，更為已物之舊，無厭至此，事上奚觀？諒卿意之豈然，殆人言之致惑！況茲州峒，久為王民，一昨克復廣源之時，以至給賜順州之日，與彼田土，本無交侵。卿其務盡至誠，祗循先詔，益謹撫封之守，勿從生事之謀，勉副眷懷，永綏寵祿。」仍令廣西經略使苗時中移牒折難。)

Bức thư của Vua nhà Lý làm lời mở đầu cho Sứ bộ với danh nghĩa triều cống, đến Trung Quốc nghị bàn về biên giới. Phía nhà Tống lo sợ Đại Việt dùng binh gây áp lực, bèn chuyển quân từ phương bắc đến biên giới Việt Hoa, chuẩn bị đối phó với tình hình:

***Trường Biên, quyển 390. Năm Nguyên Hựu thứ nhất* [1086]**

Ngày Kỷ Dậu tháng 10 [3/12/1086], *Khu mật viện tâu:*

"Ty Kinh lược an phủ sứ Quảng Tây báo sau khi người Giao vào cống, lo rằng bọn chúng sẽ thêm chuyện làm điều trái; xin sai tăng quân phòng thủ."

Chiếu ban ty Đô kiềm hạt Quảng Nam Tây Lộ nếu như do thám được người Giao thực sự lúc hoãn lúc gấp tiến hành điều sai trái, thì một mặt điều động Đệ bát tướng đang trú đóng tại đông nam Đàm Châu [Hồ Nam; Xiangtan Hunan] *đến Quế Châu đóng* [Quế Lâm, Quảng Tây; Guilin Guangxi]*; lại ra lệnh ty Kiềm hạt Kinh Hồ* [Hồ Bắc, Hồ Nam] *chờ cho quân Quảng Tây* [Guangxi] *điều động thì sai quân đi, cùng trình lên để biết. Đang bàn tính từ kinh đô điều dộng quân xuống Hồ Nam* [Hunan] *bổ sung; cùng sai* 3

Chỉ huy quân Hổ Dực đến ty Kiềm hạt Hồ Nam trú đóng, nhằm hoàn bị việc điều động binh tướng để thêm vào việc sai phái. Chờ khi người Giao vào cống, thì lập tức điều động.

(樞密院言：「廣西經略安撫使司奏，交人入貢後時，深慮別致作過，乞添差軍兵防守。」詔令廣南西路都鈐轄司，如體探得交人緩急欲作過不虛，即一面勾押潭州駐劄東南第八將往桂州駐劄，及令荊湖南路鈐轄司【一一】，候見廣西勾抽將兵，立便發遣，並附急遞以聞，當議自京別遣兵往湖南補戍，仍從京先差虎翼三指揮赴荊湖南路鈐轄司駐劄，以備起發兵將，兑那差使，候交人入貢，即行勾抽。)

Sứ bộ Đại Việt do Lê Chung cầm đầu trước khi đến kinh đô, đi qua Ung châu [Nam Ninh] gặp viên Tả tàng khố phó sứ Thành Trác, viên quan này trước kia đã từng hội đàm với Lê Văn Thịnh. Tại đây Lê Chung báo cho Thành Trác biết nhiệm vụ Sứ bộ là tiếp tục đòi đất tại biên giới; ngoài ra còn yêu cầu Thành Trác cho sao lục những thư từ của cựu Sứ thần Lê Văn Thịnh trước đây gửi cho triều đình và quan lại nhà Tống. Điều này có thể dọi thêm ánh sáng về vụ án Lê Văn Thịnh thời Lý Nhân Tông năm Hội Phong thứ 5 [1096], **Toàn Thư** chép, bản dịch như sau:

"*Bấy giờ vua ra hồ Dâm Đàm* [Hồ Tây, Hà Nội], *ngự trên thuyền nhỏ xem đánh cá. Chợt có mây mù nổi lên, trong đám mù nghe có tiếng thuyền bơi đến, tiếng mái chèo rào rào, vua lấy giáo ném. Chốc lát mây mù tan, thấy trong thuyền có con hổ, mọi người sợ tái mặt, nói: "Việc nguy rồi!". Người đánh cá là Mạc Thận quăng lưới trùm lên con hổ, thì ra là Thái sư Lê Văn Thịnh. Vua nghĩ Thịnh là đại thần có công giúp đỡ, không nỡ giết, đày lên trại đầu Thao Giang.Thưởng cho Mục Thận quan chức và tiền của, lại cho đất ở Tây Hồ làm thực ấp*" (2)

Xét về việc Lê Văn Thịnh biến thành hổ giết vua hiển nhiên đã vô lý; điều kế tiếp là Lê Văn Thịnh sau đó bị an trí tại Thao Giang cũng vô lý luôn; nếu quả Lê Văn Thịnh mưu giết vua, tức phạm tội đại hình, cớ sao chỉ an trí?

Qua sự kiện Sứ thần Lê Chung được giao việc sao lục các văn thư và lời nói của Lê Văn Thịnh gửi cho vua quan triều

Tống, chứng tỏ Vua Lý Nhân Tông lúc này nhận được báo cáo rằng Lê Văn Thịnh đã gửi những văn thư cho nhà Tống mà không trình cho nhà Vua biết, nên cần phải điều tra. Ngược dòng thời gian, vào năm 1084 trong cuộc hội đàm cương giới, phái đoàn Lê Văn Thịnh dành lại được 6 huyện, 2 động. Với thành tích này, sau khi trở về nước Văn Thịnh được thăng chức Thái sư. Nhưng ông ta không tâu báo hết với Vua về những thư từ giao dịch với vua quan nhà Tống; bí mật này cũng như chiếc kim để trong bọc, lâu ngày sẽ lộ ra.

Đến khi Sứ thần Lê Chung trở về nước, Vua nhận được bản sao các văn thư, đại loại như thư gửi cho Kinh lược Quảng Nam Tây Lộ Hùng Bản có đoạn như sau:

Lê Văn Thịnh gửi thư cho Hùng Bản rằng:

"Thành Trác nói: 'Thượng Điện, Hạ Lôi [huyện Đại Tân, Quảng Tây], *Ôn, Nhuận, Anh, Giao, Vật Dương, Vật Ác, Kế, Thành, Cống, Lục, Tần, Nhiệm Động, Cảnh Tư, huyện Hà Kỷ gồm 18 xứ thuộc đất tỉnh nội địa; biên giới tại phía nam. Tiểu tử Bồi thần nghe theo mệnh, không dám tranh chấp.*

(而黎文盛寓書熊本曰：「成卓言：上電、下雷、溫、潤、英、遙、勿陽、勿惡、計、城、貢、渌、頻、任峒、景思、苛紀縣十八處【一○】，從南畫界，以為省地。陪臣小子惟命是聽，不敢爭執。***Quyển 349. Năm Nguyên Phong thứ 7*** [1084])

Rõ ràng nội dung thư gửi cho Hùng Bản hoàn toàn trái ngược với quan điểm của nhà vua quyết đòi các động Vật Dương, Vật Ác, được trình bày trong thư gửi cho Vua Triết Tông trích ở trên. Thư Văn Thịnh gửi cho người nước ngoài, trái với chính sách của nhà Vua, lại không cho Vua biết; dưới thời quân chủ việc làm như vậy phạm tội *"khi quân"*; vì là thầy học Vua, chắc nội vụ được xử kín trong cung đình; chỉ bắt đi an trí, tức quản thúc, chỉ định nơi cư trú mà thôi. Người ngoài không biết đầu đuôi, nên dư luận đồn thổi rằng Văn Thịnh có phép biến thành hổ mưu giết Vua, nên bị đày! (3)

Cũng nên hiểu về thân thế của Lê Văn Thịnh, người đậu thủ khoa đầu tiên dưới triều nhà Lý, cũng tương tự như Trạng

Nguyên, lại từng được mời vào kinh đô dạy Vua học. Những ông Trạng trong lịch sử Việt Nam, thường tự thị tài năng, làm theo ý riêng, nên triều đình thường rất kiêng kỵ; chính quyền chuyên chế nhà Nguyễn chủ trương, quan không đặt Tể tướng, khoa cử không lấy Trạng nguyên. Ông Trạng Thịnh, thầy học của vua, lại là người cực thông minh; có lẽ qua những lần giao tiếp hội đàm, nắm bắt tình thế, thấy được hiện tại chỉ có thể lấy được một số đất như vậy, chứ không thể hơn; nên tự động giải quyết bằng lời nói khéo chăng? **Cương Mục** có nhận xét, cũng cần tham khảo:

"Văn Thịnh thường giữ thái độ mềm dẻo, từ từ lấy lý lẽ mà giải thích, và nói "kẻ bồi thần này không dám tranh giành". Vua Tống khen là biết cung kính, biết lễ phải, bèn hạ chiếu trả lại cho ta 6 huyện Bảo Lạc và 6 động Túc Tang." (4)

Văn bản liên quan đến việc Sứ thần nước Đại Việt Lê Chung yêu cầu Thành Trác cho sao lục thư từ của Lê Văn Thịnh gửi cho triều thần nhà Tống như sau:

Trường Biên, quyển 393. Năm Nguyên Hựu thứ nhất [1087]

Ngày Mậu Thân tháng chạp [31/1/1087], *Khu mật viện báo:*

"Ty Kinh lược Quảng Tây tâu rằng Tả tàng khố phó sứ Đô tuần kiểm Tả Giang Ung Châu Thành Trác trình bày: 'Tiến phụng sứ Lê Chung mật cáo rằng Quận Vương [vua Lý Nhân Tông] *xin đất tại biên giới; nhưng chưa được chiếu thư trả lời. Xin sao lục thư của Lê văn Thịnh trình lên, cùng những lời tuyên bố của ông ta, để lúc trở về bẩm lại với Quận vương.' Nếu Lê Chung đến kinh khuyết trình bày để xin đất, nên đem các thư dài của Lê Văn Thịnh chi tiết ngọn ngành bảo cho Lê Chung biết để hiểu. Mới đây Thành Trác thân minh rằng người Giao bàn bạc biên giới không nên để phải nói đi nói lại; hãy theo tình trạng như vậy giải quyết ban chiếu ngay; đừng để tương lai người Giao đến kinh khuyết* [phái đoàn Lê Chung] *dám trình bày láo, thì triều đình khó mà phân xử."*

Chiếu ban Miêu Thời Trung:

"Nếu người Giao không ngừng gửi văn thư về biên giới đất đai, thì đem lời giải thích, khiến cho chúng chịu phục; riêng

Thành Trác lệnh ty Kinh lược lấy lý do thương lượng việc công dẫn đến Quế Châu [Quế Lâm].”

(樞密院言：「廣西經略司奏，左藏庫副使、邕州左江都巡檢使成卓申：『進奉人梨鍾密告郡王，陳乞地界。未蒙回詔。』告錄梨文盛元上書并狀，回日稟覆郡王。若梨鍾到闕再有陳乞，將梨文盛長書等委曲宣諭梨鍾知委審會。昨成卓保明交人計議疆界不致反覆，已依此降詔了當，將來交人到闕，果敢妄有陳乞，朝廷必難別行處分。」詔苗時中：「如交人不絕文移，尚以地界為辭，仰一面盡理回報折難，務令稟伏。其成卓，令經略司作商量公事，勾赴桂州)

Vua Tống Triết Tông mệnh Kinh lược Quảng Nam Tây Lộ [Quảng Tây] Miêu Thời Trung giải quyết trước việc đất đai với Sứ bộ Lê Chung, không một chút nhượng bộ; nên lúc Sứ bộ đến kinh đô chỉ còn thủ tục nghi lễ, được nhà Vua ban chức tước. Riêng Thành Trác bị tội giáng chức vì tự tiện trao thư từ, tờ trình của Sứ thần Lê Văn Thịnh cho Sứ Đại Việt; việc này cũng chứng tỏ những thư từ đó khá quan trọng:

***Trường Biên, quyển 400. Năm Nguyên Hựu thứ 2* [1087]**

Ngày Ất Mão tháng 5 [7/6/1087], *cho Tiến phụng sứ Giao Chỉ Triều tán lang hộ bộ viên ngoại lang Lê Chung làm Lại bộ viên ngoại lang; Phó sứ tuyên tiết phó hiệu úy tây đầu cung phụng quan cáp môn chi hầu Đỗ Anh Bối làm Đông đầu cung phụng quan Tây kinh tả tàng khố phó sứ.*

Ung Châu Tả, Hữu Giang Đô tuần kiểm sứ Thành Trác bị phạt giao chức Nội điện thừa chế thiêm sai giám sát thuế rượu Quân Châu [Hồ Bắc], *sai người đưa đi rồi giao phó cho nơi nhận. Do Khu mật viện tâu y có tội gánh vác công việc về giao dịch với người Giao không đúng; lại tự tiện sao lục thư và tờ trình của Lê Văn Thịnh cho An Nam.*

（乙卯，以交趾進奉使朝散郎、戶部員外郎黎鐘為吏部員外郎，副使宣節副校尉、西頭供奉官、閤門祗候杜英輩為東頭供奉官、西京左藏庫副使。

邕州左、右江都巡檢使成卓責授內殿承制，添差監均州酒稅【三】，仍令差人伴押前去交割。以樞密院言其保任交人不當，及擅將黎文盛所上書狀錄與安南等罪故也。）

Triều Tống muốn xoa dịu Vua Lý Nhân Tông, nên phá lệ cũ phong nhà Vua từ Quận vương lên tước Vương:

***Trường Biên, quyển 403. Năm Nguyên Hựu thứ 2* [1087]**

Ngày Canh Thân tháng 7 [11/8/1087], *Giao Chỉ quận vương Lý Càn Đức được tấn phong Nam bình vương.*

(庚申，交趾郡王李乾德進封南平王。)

Bấy giờ tình hình tại phia bắc nước Bắc Tống tương đối ổn định, quân Tống bắt được Thủ lãnh nước Tây Hạ là Quỉ Chương. Khởi đầu triều đình Tống chủ trương giữ Quỉ Chương tại biên giới để dụ người con ra hàng. nhưng viên Tiến sĩ Phạm Thuần Nhân con danh thần Phạm Trọng Yêm dâng sớ lập mưu rằng con Quỉ Chương sẽ không hàng vì nó nghĩ rằng "*Cha ta sống do ta không hàng, nếu ta hàng thì 2 cha con đều chết*"; vậy cách hay nhất là giết Quỉ Chương, công bố ra khắp nơi, nhằm cảnh cáo Giao Chỉ [Đại Việt] thường gây sự tại phương nam; nội dung trích dẫn như sau:

***Trường Biên, quyển 406. Năm Nguyên Hựu thứ 2* [1087]**

Ngày Bính Ngọ tháng 10 [25/11/1087], *Chiếu ban Quỉ Chương (5) được đưa sang xe chở tù, do Hộ tống đại lý tự thẩm vấn báo cho biết, sẽ dẫn gặp Chuẩn tịch tù áp giải đến điện. Lúc đầu định giữ Ngụy Chương tại biên giới, Phạm Thuần Nhân (6) tâu:*

... Nếu lưu mạng sống cho Quỉ Chương nhằm chiêu dụ con; người con sẽ nghĩ rằng: "Cha ta sống do ta không hàng, nếu ta hàng thì hai cha con đều chết."; như vậy, không có lý nó theo triều đình.....

... Giao Chỉ mới đây gây sự vô lối, nếu Quỉ Chương bị giết tại kinh sư, tin tức truyền ra 4 phương, e người Giao sợ nên phải đình chỉ âm mưu; khiến cho uy danh triều đình chấn động nơi tuyệt vức, thế nước tôn nghiêm.

（ 詔鬼章易檻車，護送大理寺劾治以聞，引見準辟囚例押入殿。初，議欲留鬼章在邊，范純仁言：…….若存鬼章，以招其子，必曰：「我父之存由我輩在，我若往，則父子俱死。」如此，固無束身歸朝之理。

……交趾方欲妄起事端，若鬼章戮於京師，則四方易得傳聞，交人亦得寢謀，可使威振絕域，國勢尊嚴。）

Mặc cho những ý đồ đe dọa, với tinh thần bất khuất Vua Lý Nhân Tông vẫn tiếp tục đòi hỏi các động Vật Dương, Vật Ác, và cảnh cáo việc xây đồn lũy, tăng cường phòng thủ tại biên giới. Vua Tống lại một lần nữa dùng chiếu chỉ thuyết phục cùng trấn an:

Trường Biên, quyển 413. Năm Nguyên Hựu thứ 3 [1088]

Ngày Ất Vị tháng 8 [9/9/1088], *chiếu ban Lý Càn Đức rằng:*

"*Trẫm thể theo Tiên đế* [Tống Thần Tông] *thánh đức kiêm ái, mềm dẽo vỗ về người phương xa; nên chẳng mấy chốc sau khi rút quân từ sông Phú Lương* [sông Cầu], *xét lời xin khẩn khoản của khanh , lấy các đất như châu Quảng Nguyên ban cấp. Rồi nhân thủ lãnh An Nam nhận lầm vào đất tỉnh nội địa, bèn sai quan biện chính* [cải chính sai lầm] *phân hoạch; lại từ bên ngoài 8 cửa ải, lấy 6 huyện, 2 động, cho khanh lãnh làm chủ; ơn đức ban ra như vậy, có thể nói đến nơi rồi! Trẫm tuân theo lời dạy vua trước, chỉ muốn yên biên cương; huống mấy lần giảng chiếu dụ hết sức rõ ràng; rằng các động Vật Ác, Vật Dương, không thể bàn lại nữa. Việc xây sửa sơn trại, cắt đặt quân phòng thủ, là việc bình thường tại biên cương; huống đất trước đó đã qui minh (7), rồi sau mới xây, về lý không thể không được làm; như vậy còn có gì nghi ngờ nữa mà phải trình bày?*

Đạo nghĩa phiên bang giữ đất, lấy lòng tin làm đầu; sự việc không có gì dối trá, Trẫm không nói lời thứ hai. Việc Thành Trác nhân đi tuần kiểm soát các ải, tự tiện lấy đồ vật vải vóc đưa cho thủ lãnh biên giới, vi phạm qui chế; mới đây ty Kinh lược kiểm soát biết được, bèn đưa lời tâu đàn hạch lỗi sinh sự, đã cho thi hành biếm trích; khanh có thể truy đòi những vật đó rồi giao cho quan.

Với tấm lòng quyến luyến kẻ xa, nên hướng vào sự nghiệp cao cả mà gắng sức; thể theo tấm lòng hoài nhu, giữ yên bờ cõi để được hưởng nhiều phúc."

(詔李乾德曰：「朕惟先帝聖德兼愛，懷柔遠方。頃自富良班師，覽卿懇請，即以廣源等州特行給賜。繼緣安南首領妄認省地，尋復遣官辨正分畫，又於八隘之外，以六縣、二峒賜卿主領，恩德之施，可謂至矣。朕祗述先訓，務寧邊圉，況累降詔諭，備極詳明，勿惡勿傷，無復可議。其修築山隘、割丁戍守，皆疆埸常事，況又歸明在前，築隘在後，亦理無不可。夫何所疑，尚有陳述？蓋守藩之義，以惇信為先，毋或譸張，朕言不再。所有成卓因巡邊檢隘，擅支物帛與外界首領，有違條制，昨據經略司覺察奏劾，為其生事，已行貶竄。卿能追斂其物，悉以送官，載閱封章，尤嘉恭順。睠惟遐服，方倚令猷，勉體至懷，益綏多福。」)

Thời cuộc Việt Trung lúc bấy giờ ở thế thăng bằng, hai bên không ai chiếm được thế thượng phong, Vua Lý Nhân Tông mấy lần đòi hỏi thêm về đất đai, nhưng phía Tống quyết không nhượng bộ, lại còn tăng cường phòng thủ biên giới nghiêm nhặt hơn. Tuy lúc này nước Chiêm Thành xích mích với Đại Việt, Sứ Chiêm xin nhà Tống đánh Đại Việt, sẽ mang quân hợp lực; nhưng phía Tống cũng từ chối:

Trường Biên, quyển 470. Năm Nguyên Hựu thứ 7 [1092]

Ngày Đinh Tỵ tháng 2 [14/3/1092], nước Chiêm Thành dâng biểu tâu:

"Cùng với đại triều đình muốn dẹp sạch Giao Chỉ, xin mang quân hợp lực tập kích."

Lúc bấy giờ Chiêm Thành và Giao Chỉ có mối thù lâu đời; nhưng Giao Chỉ hiện nay vào cống, không dứt lễ bề tôi, khó có thể bàn việc mang quân đánh. Lệnh Học sĩ viện hầu tướng giảng sắc thư cho Chiêm Thành, cứ y như vậy mà hồi đáp.

(占城國首領表言：「應大朝討蕩交趾，乞率兵協力掩襲。」時以占城、交趾有舊怨，交趾見今入貢，不絕臣節，難議興師。令學士院候將來降占城國敕書依此回答。)

Trầm trọng hơn, có 17 quan chức và gia nhân thuộc các châu Ung, Khâm, Liêm bị phía Đại Việt bắt trong cuộc chiến tranh Lý Tống trốn thoát trở về nước. Bằng cớ chứng tỏ rằng còn có rất nhiều tù nhân bị giữ lại tại nước Đại Việt, nhưng nhà Tống vẫn im lặng, ngậm bồ hòn làm ngọt, không ra mặt phản đối hoặc đòi hỏi:

Trường Biên, quyển 476. Năm Nguyên Hựu thứ 7 [1092]

Ngày Ất Hợi tháng 8 [28/9/1092], ty Kinh lược Quảng Tây tâu:

"Nguyên Đông đầu cung phụng quan, Giám áp trại Vĩnh Bình [Bằng Tường thị, Quảng Tây] *Tô Tá, từ Giao Chỉ về. Cùng với những người như bà vợ họ Lý của cố Ung Châu Trú bạc đô giám Cung bị khố phó sứ Tào Xuân Khanh gồm 17 người; họ vượt biển trốn về."*

Chiếu ban, Tô Tá cùng người nhà 9 người, lệnh ty Kinh lược Quảng Tây thẩm vấn xong, cấp cho bằng khoán sử dụng phương tiện trạm dịch, ưu đãi tiền tiêu dùng, cử 1 viên Chỉ sứ đem đi đến kinh đô. Số còn lại 8 người, cho cư trú tại chỗ, ưu đãi thêm trợ cấp. Việc sắp xếp, ban cấp ra sao phải tâu lên.

(廣西經略司言：「前東頭供奉官、邕州永平寨監押蘇佐，自交趾與故邕州駐泊都監、供備庫副使曹春卿妻李氏等一十七人，泛海逃歸。」詔蘇佐并家屬等九人，令廣西經略司候審問訖，給還遞馬驛券，優與盤費，差指使一名，伴押上京；餘八人令在彼安泊，優加存恤，仍具合如何安排以聞。（十二月二日，佐等授官，元陷沒時當檢。）

*

Sự thành bại ở đời dựa 3 yếu tố: thời, thế, cơ; thời thế cơ hội chưa đến, nên tấm lòng yêu nước, quyết dành lại đất đai của tổ tiên, chưa hoàn thành một cách mỹ mãn. Chỉ tiếc rằng mấy chục năm sau đó, vào năm 1126 Bắc Tống gặp cái gọi là **Mối Nhục Thời Tĩnh Khang** [靖康之恥Tĩnh Khang Chi Sỉ]; quân nước Kim từ phương bắc, hai mặt tấn công, đánh tan Biện kinh [Khai Phong thị, Hà Nam] *"bắt sống 2 vua Huy Tông và Khâm Tông, cùng Hoàng hậu, Phi Tần, Tôn thất.."* (驅擄徽、欽二帝和宗室、后妃). Sự thế lúc bấy giờ nhà Lý muốn lấy lại đất đai cũ không mấy khó khăn; nhưng lúc này vua Lý Nhân Tông đã già sắp mất, nên đành bỏ lỡ cơ hội; đó là điều đáng tiếc.

Chú thích:

1. Theo văn bản **Trường Biên**, quyển 349, năm Nguyên Phong thứ 7 [1084]:*Vào thời Gia Hựu [1056-1059], bọn Nùng Tôn Đán đem động Vật Ác qui phụ, ban tên Thuận An châu; thời Trị Bình* [1064-1067] *Nùng Trí Hội đem động Vật Dương qui phụ, ban tên là Qui Hóa châu.*

(嘉祐中，儂宗旦以勿惡等峒歸明，賜名順安州。治平中，儂智會以勿陽峒歸明，賜名歸化州。)

2. **Toàn Thư**, Bản Kỷ, quyển 3.

3. Toàn Thư, Bản Kỷ, quyển 3.

4. **Cương Mục**, Chính biên, quyển 3.

5. Quỉ Chương: Thủ lãnh nước Hạ tại miền tây Trung Quốc, bị quân Tống bắt.

6. Phạm Thuần Nhân: Tiến sĩ, con thứ danh thần Phạm Trọng Yêm.

7. Qui minh 歸明: theo đường sáng, dùng từ này để chỉ dân các nước lân bang bỏ theo Trung Quốc.

28.

Lý Nhân Tông: Bàn Thêm Về Nội Trị, Ngoại Giao, Văn Hóa, Xã Hội(11) [1072-1127]

Niên Hiệu:
Thái Ninh: 1072-1075
Anh Vũ Chiêu Thắng: 1076-1084
Quảng Hựu: 1085-1091
Hội Phong: 1092-1100
Long Phù: 1001-1109
Hội Tường Đại Khánh: 1110-1119
Thiên Phù Duệ Vũ: 1120-1126
Thiên Phù Khánh Thọ: 1127

Tống Cảo, Sứ thần Trung Quốc từng viếng thăm Vua Lê Đại Hành tại Trường châu [Ninh Bình] vào năm 990, lúc trở về nước phục trình lên Vua Tống Thái Tông, có đoạn ghi như sau:

Hoàn tính tàn nhẫn, thân cận với tiểu nhân, năm bảy tâm phúc hoạn quan chầu chực xung quanh; thích uống rượu, ra lệnh bằng tay. Phàm quan lại giỏi việc, cất nhắc ngay làm thân cận, bị lỗi nhỏ cũng giết, hoặc đánh vào lưng từ 100 đến 200. Bọn phụ tá không vừa lòng cũng đánh đòn từ 30 đến 50, hoặc giáng xuống cấp thấp; hết giận lại khai phục chức vị. Có cái tháp bằng gỗ, chế tạo thô lậu; một hôm Hoàn mời lên trên đó để ngắm cảnh. Đất không lạnh, tháng 11 vẫn mặc áo kép, dùng quạt. **Tống Sử**, quyển 488, Giao Chỉ.

(桓輕亻兑殘忍，昵比小人，腹心閹豎五七輩錯立其側。好狎飲，以手令爲樂。凡官屬善其事者，擢居親近左右，有小過亦殺之，或鞭其背一百至二百。賓佐小不如意，亦捶之三十至五十，黜爲閽吏；怒息，乃召復其位。有木塔，其制樸陋，桓一日請同登遊覽。地無寒氣，十一月猶衣夾衣揮扇云。)

Lẽ dĩ nhiên ở địa vị Tống Cảo, y phải tìm lời nói xấu Vua ta; tuy nhiên trong lời dè bỉu, cũng đưa ra được một vài sự thực; đó là buổi sơ khai mới lập quốc, chưa có qui chế hẳn hoi, nên Vua Lê Đại Hành cai trị một cách tùy tiện, coi việc nước như việc nhà. Nay hãy tìm hiểu thêm, khoảng thời gian 80 năm sau, đến đời Vua Lý Nhân Tông, đất nước có được những tiến bộ gì?

Về phương diện giáo dục đào tạo, trước đó chưa có thi cử, việc giáo dục do nhà chùa đảm trách; dần dần Nho học có ảnh hưởng mạnh, năm 1076, lập Quốc tử giám, chọn quan lại biết chữ cho vào học; cất nhắc người tốt có khả năng cho giữ chức tại các ban văn, võ. Năm 1077, cho sát hạch lại các viên thư lại các môn chữ viết, tính toán và hình luật:

- "*Năm Anh Vũ Chiêu Thắng thứ 1* [1076]. *Xuống chiếu cầu lời nói thẳng. Cất nhắc những người hiền lương có tài văn võ cho quản quân dân. Chọn quan viên văn chức, người nào biết chữ cho vào Quốc tử giám.*" **Toàn Thư**, Bản Kỷ, quyển 3.

- "*Năm Anh Vũ Chiêu Thắng thứ 2* [1077], *Tháng 2, thi các lại viên bằng phép viết chữ, phép tính và hình luật.*" **Toàn Thư**, Bản Kỷ, quyển 3.

Về giáo dục cấp cao, năm 1075 mở khoa thi đầu tiên, tuyển Minh kinh bác học và thi Nho học tam trường, Lê Văn Thịnh đậu đầu; năm 1086 mở khoa thi chọn người có văn học sung vào Hàn lâm viện Mạc Hiển Tích trúng tuyển; cả hai vị đều được cử đi sứ:

- "*Năm Thái Ninh thứ 4* [1075]. *Mùa xuân, tháng 2, xuống chiếu tuyển Minh kinh bác học và thi Nho học tam trường. Lê Văn Thịnh trúng tuyển, cho vào hầu vua học.*" **Toàn Thư**, Bản Kỷ, quyển 3.

- "*Năm Quảng Hựu thứ 2* [1086]. *Mùa thu, tháng 8, thi người có văn học trong nước, sung làm quan ở Hàn lâm viện, Mạc*

Hiến Tích trúng tuyển, bổ làm Hàn lâm học sĩ." **Toàn Thư**, Bản Kỷ, quyển 3.

Đến gần cuối đời [1023], nhân vua đi xem gặt lúa về, các bậc trí thức về Nho, Đạo, Phật đều dâng thơ chúc mừng; đây là hiện tượng 3 nền văn hóa cùng chung một dòng [tam giáo đồng lưu 三教合流] lần đầu tiên xuất hiện tại nước ta:

"Tháng 11 năm Thiên Phù Duệ Vũ thứ 4 [1123], *vua đến kinh sư. Các nhà nho, đạo, thích đều dâng thơ mừng."* **Toàn Thư**, Bản Kỷ, quyển 3.

Xét về phương diện tổ chức chính quyền, năm 1087, lập văn phòng Bí thư tại trung ương; năm 1089 định các quan chức văn, võ, quan hầu cận vvv...:

- *"Năm Quảng Hựu thứ 3* [1087]. *Mùa xuân, tháng 3, dựng bí thư các."* **Toàn Thư**, Bản Kỷ, quyển 3.

- *"Năm Quảng Hựu thứ 5* [1089]. *Mùa xuân, tháng 3, định các chức văn võ, quan hầu vua và các chức tạp lưu."* **Toàn Thư**, Bản Kỷ, quyển 3.

Về võ bị, tuy chưa từng tuyên bố, nhưng xem việc làm của các triều đại tại nước ta suốt 1.000 năm tự chủ; thủy chung cố gắng thực hiện hai nhiệm vụ chính, để mong thoát khỏi gọng kìm Trung Quốc: Thứ nhất dùng binh lực chặn đứng quân xâm lược phương Bắc ra khỏi bờ cõi. Thứ hai liên tục mang gươm đi mở nước; vì đất nước càng lớn mạnh, càng vơi bớt sức ép của lân bang khổng lồ. Bởi vậy kẻ đọc sử nên thông cảm việc thời Vua Minh Mệnh phải mang quân chiếm Ai Lao, Chân Lạp, đặt tên nước là Đại Nam, rồi tự nhà Vua giải thích rằng *"Đại Nam hay Đại Việt Nam cũng được."* Bàn về vua Lý Nhân Tông trị vì trên 50 năm, là vị Vua cầm quyền lâu nhất trong lịch sử dân tộc; qua những lần phạt Tống Chiêm, ắt phải hiểu nguồn nhân lực rất quan trọng, nên rất lưu ý đến lực lượng trai tráng. Năm 1083, cho kiểm tra dân số, xét duyệt dân đinh từ 18 tuổi trở lên; năm 1118, chọn hoàng nam và binh lính:

- *"Năm Anh Vũ Chiêu Thắng thứ 8* [1083]. *Mùa xuân, vua thân duyệt các hoàng nam(1), định làm 3 bậc."* **Toàn Thư**, Bản Kỷ, quyển 3.

- *"Năm Hội Tường Đại Khánh thứ 9* [1118]. *Mùa xuân, tháng giêng, xuống chiếu chọn hoàng nam trong dân chúng và binh lính."* **Toàn Thư**, Bản Kỷ, quyển 3.

Coi việc xăm mình là biểu tượng sức mạnh của quân nhân; nên quân cấm vệ được khắc 3 chữ *"Thiên tử quân"* tại trán, hoặc xăm hình rồng trên người; kẻ nào tự tiện lạm dụng xăm mình đều bị tội:

- *"Năm Hội Tường Đại Khánh thứ 9* [1118], *Cấm nô bọc của các nhà dân trong ngoài kinh thành không được thích mực vào ngực, vào chân như cấm quân cùng là xăm hình rồng ở mình, ai phạm thì sung làm quan nô."* **Toàn Thư**, Bản Kỷ, quyển 3.

Năm 1104 định quân hiệu Cấm vệ; năm 1119 duyệt 6 quân, đặt ra các đội quân tinh nhuệ như Ngọc Giai, Hưng Thánh, Bổng Nhật, Quảng Thành, Vũ Đô:

"Tháng 3 năm Long Phù thứ 4 [1104], *định lại binh hiệu của quân cấm vệ."* **Toàn Thư**, Bản Kỷ, quyển 3.

"Mùa đông, tháng 10 Hội Tường Đại Khánh/ năm thứ 10 [1119], duyệt sáu binh tào Vũ Tiệp, Vũ Lâm v.v..., người nào mạnh khỏe cho làm hỏa đầu ở các đội quân Ngọc Giai, Hưng Thánh, Bổng Nhật, Quảng Thành, Vũ Đô, còn bậc dưới thì cho làm binh ở các quân Ngọc Giai, Hưng Thánh, Bổng Nhật, Quảng Thành, Vũ Đô, Ngự Long." **Toàn Thư**, Bản Kỷ, quyển 3.

Việc đánh dẹp Chiêm Thành tại phía nam, thể hiện luật nhân quả, nằm trong chuỗi dài lịch sử *"ưu thắng liệt bại"* (2). Thời Tiền Tống Thái Tông Văn Hoàng đế [433], nước ta được gọi là Giao châu, dưới ách đô hộ của Trung Quốc. Bấy giờ nước Lâm Ấp, tên cũ của Chiêm Thành hùng mạnh, mấy lần mang quân xâm lăng, rồi sai người sang nhà Tống đòi xin cai trị nước ta, triều Tống phải lựa lời đáp rằng vì đường xa nên không chấp thuận:

"Thái Tông Văn Hoàng Đế, năm Nguyên Gia thứ 10 [433]

Ngày Kỷ Hợi tháng 5 [4/6/433], *Vương Lâm Ấp Phạm Dương Mại sai sứ đến cống, xin lãnh đất Giao Châu; chiếu đáp do đường xa không cho."* **Tư Trị Thông Giám** (3), quyển 122.

(林邑王范陽邁遣使入貢，求領交州；詔答以道遠，不許。)

Dưới thời vua Lý Nhân Tông, trong cuộc chiến tranh Lý Tống 1076-1077 Chiêm Thành từng hợp tác với nhà Hậu Tống mang 7.000 quân hờm sẵn tại phía nam nước ta, nhưng chưa kịp cử sự thì cuộc chiến chấm dứt.

Vào năm trước đó, nhà Vua sai Lý Thường Kiệt mang quân đánh Chiêm Thành, nhưng không thắng:

"*Năm Thái Ninh thứ 4 [1075], Sai Lý Thường Kiệt tổng lĩnh các quân đi đánh Chiêm Thành, không thắng được. Thường Kiệt bèn họa địa đồ hình thế núi sông của ba châu Bố Chính, Địa Lý, Ma Linh rồi về. Đổi châu Địa Lý làm châu Lâm Bình, châu Ma Linh là châu Minh Linh, chiêu mộ dân chúng đến đấy ở. Cho Thường Kiệt làm Thái úy.*" **Toàn Thư**, Bản Kỷ, quyển 3.

Đến năm 1092, Chiêm Thành lại tiếp tục dâng biểu sang Trung Quốc xin mang quân hợp lực tập kích; nhưng triều Tống bấy giờ còn ôm mối lo với nước Liêu phương Bắc, nên viện cớ từ chối:

"***Trường Biên**, quyển 470. Tống Triết Tông ngày Đinh Tỵ tháng 2 năm Nguyên Hựu thứ 7 [14/3/1092],nước Chiêm Thành dâng biểu tâu:*

'Ứng với đại triều đình muốn dẹp sạch Giao Chỉ, xin mang quân hợp lực tập kích.'

Lúc bấy giờ Chiêm Thành và Giao Chỉ có mối thù lâu đời; nhưng Giao Chỉ hiện nay vào cống, không dứt lễ bề tôi, khó có thể bàn việc mang quân đánh. Lệnh Hầu tướng viện Học sĩ giảng sắc thư cho Chiêm Thành y như vậy mà hồi đáp."

(占城國首領表言：「應大朝討蕩交趾，乞率兵協力掩襲。」時以占城、交趾有舊怨，交趾見今入貢，不絕臣節，難議興師。令學士院候將來降占城國敕書依此回答。)

Mười năm sau có người đất Diễn Châu là Lý Giác làm phản, bị Lý Thường Kiệt mang quân đánh; Giác chạy sang Chiêm Thành, mang nội tình trong nước kể cho Vua Chiêm nghe. Vua Chiêm là Chế Ma Na bèn mang quân đến cướp lại ba châu Địa Lý [Quảng Bình], Ma Linh [Quảng Trị, Bố Chính [Quảng Bình] trước đây Chế Củ đã dâng cho Vua Lý Thánh Tông; Lý Thường Kiệt lại phải xuất quân đánh, khiến Chế Ma Na lại phải dâng nạp đất này:

- "*Mùa Đông, tháng 10 năm Long Phù thứ 3* [1103], *người Diễn Châu là Lý Giác mưu làm phản. Giác trước học được thuật lạ, có thể biến cây cỏ làm người, bèn chiêu tập những kẻ vô lại chiếm cứ châu ấy, đắp thành làm loạn. Việc tâu lên, vua sai bọn Lý Thường Kiệt đi đánh. Giác thua trốn sang Chiêm Thành, dư đảng đều bị dẹp yên. Rồi Chiêm Thành cướp biên giới.*" **Toàn Thư**, Bản Kỷ, quyển 3.

- "*Năm Long Phù thứ 4* [1104]. *Mùa xuân, tháng 2, sai Lý Thường Kiệt đi đánh Chiêm Thành;* [bấy giờ Lý Giác] *nói tình hình hư thực của nước ta. Vua Chiêm Thành là Chế Ma Na nhân thế đem quân vào cướp, lấy lại 3 châu Địa Lý v.v... mà Chế Củ đã dâng. Đến đây, sai Lý Thường Kiệt đi đánh, phá được, Chế Ma Na lại dâng nộp đất ấy.*" **Toàn Thư**, Bản Kỷ, quyển 3.

Lý Thường Kiệt dẹp xong Chiêm Thành, khải hoàn; năm sau 1105 thì mất. Ông là tướng tài, một đời cần lao dẹp Tống bình Chiêm lập vũ công hiển hách; **Toàn Thư** [Bản Kỷ, quyển 3] ghi công như sau:

"*Ngày Ất Dậu, mùa hạ, tháng 6, năm Long Phù thứ 5* [1105], *Thái úy Lý Thường Kiệt chết, tặng chức Nhập nội điện đô tri kiểm hiệu thái úy bình chương quân quốc trọng sự, tước Việt quốc công, thực ấp 1 vạn hộ, cho người em là Lý Thường Hiến được kế phong tước hầu (Thường Kiệt người phường Thái Hòa, thành Thăng Long, nối đời làm quan, nhiều mưu lược, có tài làm tướng. Khi còn ít tuổi, vì vẻ mặt tươi đẹp được sung làm Hoàng môn chi hậu theo hầu Thái Tông, thăng dần đến chức Nội thị sảnh đô tri. Thánh Tông phong chức Thái bảo, trao cho tiết việt để đi thăm hỏi lại dân ở Thanh Hóa, Nghệ An.*

Đến khi vua thân đi đánh Chiêm Thành, lấy làm tướng tiên phong, bắt được vua Chiêm là Chế Củ. Vì có công, được phong làm Phụ quốc thái phó, dao thụ chư trấn tiết độ, đồng trung thư môn hạ, thượng trụ quốc, thiên tử nghĩa đệ, phụ quốc thượng tướng quân, tước Khai quốc công, sau lại có công nữa, được phong làm Thái úy, rồi chết).”

Sau cuộc chiến năm 1104, việc bang giao với Chiêm Thành trở nên tốt đẹp, cứ vài năm nước này lại sang cống một lần; nước Chân Lạp tại phía nam cũng nối gót đến cống:

- *“Mùa thu, tháng 8, năm Hội Tường Đại Khánh thứ 1* [1110], *Chiêm Thành dâng voi trắng”* **Toàn Thư**, Bản Kỷ, quyển 3.

- *“Năm Hội Tường Đại Khánh thứ 8* [1117], *Chiêm Thành dâng 3 đóa hoa bằng vàng.”* **Toàn Thư**, Bản Kỷ, quyển 3.

- *“Tháng 2, năm Hội Tường Đại Khánh thứ 9* [1118], *sứ nước Chân lạp sang chầu. Đặt lễ yến tiệc mùa xuân và mở hội khánh thành bảy bảo tháp. Bấy giờ xuống chiếu cho Hữu ty bày nghi trượng ở điện Linh Quang, dẫn sứ giả đến xem. Chiêm Thành sang cống.”* **Toàn Thư**, Bản Kỷ, quyển 3.

- *“Tháng 3 năm Thiên Phù Dụê Vũ thứ 1* [1120], *nước Chân Lạp sang cống. Nước Chiêm Thành sang cống.”* **Toàn Thư**, Bản Kỷ, quyển 3.

- *“Mùa thu, tháng 7, năm Thiên Phù Duệ Vũ thứ 4* [1123], *nước Chân Lạp sang cống.”* **Toàn Thư**, Bản Kỷ, quyển 3.

- *“Tháng 9 năm Thiên Phù Duệ Vũ thứ 7* [1126] *Tháng 9, nước Chiêm Thành sang cống. Mở hội đèn Quảng Chiếu ở Long Trì, xuống chiếu cho sứ thần Chiêm Thành vào xem.”* **Toàn Thư**, Bản Kỷ, quyển 3.

Cũng tương tự như trường hợp Chiêm Thành, sau cuộc chiến tranh Lý Tống, tình hình bang giao Việt Trung trở nên tốt hơn. Vua Tống phong Vua Lý Nhân Tông tước Vương, đây là một đặc cách, vì trước đó thông thường chỉ phong cho Vua nước Đại Việt lúc còn sống tước Quận vương mà thôi:

“***Trường Biên***, *quyển 403. Ngày Canh Thân tháng 7 Tống Triết Tông năm Nguyên Hựu thứ 2* [11/8/1087], *Giao Chỉ quận vương Lý Càn Đức được tấn phong Nam bình vương.”*

（庚申，交趾郡王李乾德進封南平王）

Mấy năm sau, nước Đại Việt sai Sứ đáp lễ sang cống:

*"**Trường Biên**, quyển 457. Ngày Giáp Ngọ tháng 4 Tống Triết Tông năm Nguyên Hựu thứ 6* [26/4/1091], *nước Giao Chỉ sai Sứ vào cống."*

(甲午，交趾國遣人入貢。)

Năm 1092, một số tù binh nhà Tống vượt biển trở về nước, chứng tỏ còn nhiều tù binh bị giữ tại Đại Việt, nhưng triều Tống vẫn *"ngậm bồ hòn làm ngọt"*, không hề lên tiếng phản đối:

*"**Trường Biên**, quyển 476. Ngày Ất Hợi tháng 8 Tống Triết Tông năm Nguyên Hựu thứ 7* [28/9/1092], *ty Kinh lược Quảng Tây tâu:*

"Nguyên Đông đầu cung phụng quan, Giám áp trại Vĩnh Bình [Bằng Tường thị, Quảng Tây] *Tô Tá, từ Giao Chỉ về. Cùng với những người như bà vợ họ Lý của cố Ung Châu Trú bạc đô giám Cung bị khố phó sứ Tào Xuân Khanh gồm 17 người; họ vượt biển trốn về."*

Chiếu ban, Tô Tá cùng người nhà 9 người, lệnh ty Kinh lược Quảng Tây thẩm vấn xong, cấp cho bằng khoán sử dụng phương tiện trạm dịch, ưu đãi tiền tiêu dùng, cử 1 viên Chỉ sứ đem đi đến kinh đô. Số còn lại 8 người, cho cư trú tại chỗ, ưu đãi thêm trợ cấp. Việc sắp xếp, ban cấp ra sao phải tâu lên."

(廣西經略司言：「前東頭供奉官、邕州永平寨監押蘇佐，自交趾與故邕州駐泊都監、供備庫副使曹春卿妻李氏等一十七人，泛海逃歸。」詔蘇佐并家屬等九人，令廣西經略司候審問訖，給還遞馬驛券，優與盤費，差指使一名，伴押上京；餘八人令在彼安泊，優加存恤，仍具合如何安排以聞。（十二月二日，佐等授官，元陷沒時當檢。））

Mấy năm sau, nước Đại Việt sai Sứ thỉnh kinh Đại Tạng, triều Tống hoan hỷ in kinh ban cho:

*"**Trường Biên**, quyển 510. Ngày Mậu Thìn tháng 5 Tống Triết Tông năm Nguyên Phù thứ 2* [17/6/1099], *Nam bình vương Lý Càn Đức* [Vua Lý Nhân Tông] *Giao Châu, xin kinh điển Nhất Đại Tạng (4). Chiếu lệnh Ấn kinh viện in ra, Nhập nội nội thị tỉnh sai Sứ thần ban cho."*

(交州南平王李乾德乞釋典一大藏。詔令印經院印造，入內內侍省差使臣取賜。)

Về mặt vũ bị, phải kể thêm, vào cuối đời Vua Lý Nhân Tông tuy tuổi già sức yếu, vẫn hăng hái ngự giá thân chinh mang quân đi đánh dẹp động Ma Sa, tại châu Đà Bắc tỉnh Hòa Bình ngày nay, 2 tháng sau khải hoàn mang quân trở về:

"*Mùa thu, tháng 7, năm Hội Tường Đại Khánh thứ 10* [1119], *đóng hai chiếc thuyền Cảnh Hưng và Thanh Lan. Xuống chiếu cho các quân đóng thuyền chiến, sửa đồ binh giáp, vua muốn thân đi đánh động Ma Sa.*

Mùa đông, tháng 10, duyệt sáu binh tào Vũ Tiệp, Vũ Lâm v.v..., người nào mạnh khỏe cho làm hỏa đầu ở các đội quân Ngọc Giai, Hưng Thánh, Bổng Nhật, Quảng Thành, Vũ Đô, còn bậc dưới thì cho làm binh ở các quân Ngọc Giai, Hưng Thánh, Bổng Nhật, Quảng Thành, Vũ Đô, Ngự Long.Họp các quân nhân cả nước thề ở Long Trì. Xuống chiếu rằng:

'Trẫm nhận lấy cơ nghiệp của một tổ hai tông, đứng trên dân đen, coi triệu họ trong bốn biển đều như con đỏ, cả đến cõi xa cũng mến lòng nhân mà quy phụ, phương khác cũng mộ nghĩa mà lại chầu. Vả xét dân động Ma Sa sống ở trong cõi của ta, động trưởng Ma Sa thì đời đời làm phiên thần của ta, thế mà nay kẻ tù trưởng ngu hèn ấy bỗng phụ ước của ông cha, quên việc tuế cống khiếm khuyết lệ thường phép cũ. Trẫm vẫn nghĩ mãi, việc không đừng được, nay trẫm tự làm tướng đi đánh dẹp. Nay các tướng súy sáu quân, các ngươi đều phải hết lòng, tuân theo mệnh lệnh của trẫm'.

Bèn ban khí giới cho tướng sĩ, vua ngự thuyền Cảnh Hưng, xuất phát từ bến Thiên Thu, cờ xí rợp trời, gươm giáo rẽ sương, quân sĩ đánh trống reo hò, khí thế trăm phần hăng hái. Ngày hôm ấy, rồng vàng hiện bay theo thuyền. Đến bờ thác Long Thủy (5), Thành Khánh hầu dâng con rùa mắt có sáu con ngươi, trên ức có chữ "Vương". Sóng lại nổi lên. Vua tự làm tướng đánh động Ma Sa, phá tan được, bắt được bọn động trưởng Ngụy Bàng vài trăm người, lấy được vàng lụa trâu dê không kể xiết. Sai tỷ tướng vào các động dọc biên giới chiêu dụ những người trốn tránh bảo về yên nghiệp.

Tháng 12, ngày mồng 1, vua từ động Ma Sa về, dâng tù Ngụy Bàng ở Thái Miếu. Khao thưởng tướng sĩ, ban tiền lụa theo thứ bậc khác nhau." **Toàn Thư**, Bản Kỷ, quyển 3.

Về phương diện kinh tế, lúc đầu ruộng đất nằm trong tay nhà chùa; do nhà chùa coi giữ tá điền và kho lương thực; chứng tỏ có nhiều quyền lực về kinh tế:

"*Năm Quảng Hựu thứ 4* [1088]. *Mùa xuân, tháng giêng, phong nhà sư Khô Đầu làm Quốc sư đặt chức thư gia mười hỏa. Định các chùa trong nước làm ba hạng đại, trung và tiểu danh lam, cho quan văn chức cao kiêm làm đề cử. Bấy giờ nhà chùa có điền nô và kho chứa đồ vật, cho nên đặt chức ấy."* **Toàn Thư**, Bản Kỷ, quyển 3.

Sau đó có sự cải cách; triều đình quản lý định sổ ruộng, qui định thu tô hàng năm:

"*Hội Phong năm thứ 1* [1092], *được mùa to. Định sổ ruộng, thu tô mỗi mẫu 3 thăng để cấp lương cho quân."* **Toàn Thư**, Bản Kỷ, quyển 3.

Là nước nông nghiệp, con trâu cày hết sức quan trọng, nên đã ra lệnh cấm giết trâu mấy lần; đích thân Thái hậu Ỷ Lan phàn nàn với vua về việc trộm trâu hoặc giết trâu. Triều đình cũng lưu ý bảo vệ cây trồng; về mùa xuân, lúc cây non mới mọc không được chặt cây, nhằm bảo dưỡng cây non xung quanh:

"*Tháng 2 năm Hội Tường Đại Khánh* [1117], *định rõ lệnh cấm giết trộm trâu. Hoàng thái hậu nói:*

'Gần đây ở kinh thành, hương ấp, có nhiều người trốn tránh, lấy việc ăn trộm trâu làm nghề nghiệp, trăm họ cùng quẫn, mấy nhà cày chung một con trâu. Trước đây, ta đã từng nói đến việc ấy nhà nước đã có lệnh cấm. Nay giết trâu lại càng nhiều hơn trước'.

Bấy giờ vua xuống chiếu kẻ nào mổ trộm trâu thì phạt 80 trượng, đồ làm khao giáp (6), vợ xử 80 trượng, đồ làm tang thất phụ (7) và bồi thường trâu; Láng giềng biết mà không tố cáo, phạt 80 trượng." **Toàn Thư**, Bản Kỷ, quyển 3.

"*Năm Thiên Phù Duệ Vũ thứ 4* [1123], *Cấm giết trâu. xuống chiếu rằng:*

'Trâu là vật quan trọng cho việc cày cấy, làm lợi cho người không ít. Từ nay về sau ba nhà làm một bảo, không được giết trâu ăn thịt, ai làm trái thì trị tội theo hình luật". **Toàn Thư**, Bản Kỷ, quyển 3.

"*Ngày Bính Ngọ, năm Thiên Phù Duệ Vũ thứ 7* [1126]. *Cấm dân chúng mùa xuân không được chặt cây.*" **Toàn Thư**, Bản Kỷ, quyển 3.

Về mặt thủy lợi, nhà Vua cho đào ngòi Lãnh Kinh tại Thái Nguyên; đắp đê phòng lụt tên sông Hồng tại phường Cơ Xá gần cầu Long Biên hiện nay:

"*Năm Quảng Hự thứ 5* [1089]. *Đào ngòi lãnh kinh.*" **Toàn Thư**, Bản Kỷ, quyển 3.

"*Mùa xuân tháng 2, năm Long Phù thứ 8* [1108], *đắp đê ở phường Cơ Xá.*" **Toàn Thư**, Bản Kỷ, quyển 3.

Về công nghệ, cần lưu ý đến văn bản xử phạt tội giết trâu nêu trên, đàn bà bị đưa đi làm "tang thất phụ" tức nữ công nhân sở nuôi tằm; chứng tỏ nghề nuôi tằm dệt lụa bấy giờ phát triển ở qui mô lớn. Riêng việc xây dựng nhà, thời Sứ thần Trung Quốc Tống Cảo đến thăm Vua Lê Đại Hành [990], y mô tả rằng tại nước ta chỉ thấy nhà lợp lá; nay đã đổi mới, nhà Vua xuống chiếu khuyến khích nung ngói lợp nhà:

"*Năm Anh Vũ Chiêu Thắng thứ 9* [1084]. *Xuống chiếu cho thiên hạ nung ngói lợp nhà.*" **Toàn Thư**, Bản Kỷ, quyển 3.

Các công nghệ khác cũng theo đà phát triển, như nghề làm giấy tập trung thành phiên, hội; lại đầu tiên làm lọng, ô dù cán cong:

"*Ngày Ất Tỵ, năm Thiên Phù Duệ Vũ thứ 6* [1125] *Phiên làm giấy dâng ngọc châu tân lang, vua truyền không nhận.*" **Toàn Thư**, Bản Kỷ, quyển 3.

- "*Ngày Quý Mão, năm Thiên Phù Duệ Vũ thứ 4* [1123]. *Lần đầu làm chiếc lọng che mưa cán cong.*" **Toàn Thư**, Bản Kỷ, quyển 3.

Về ngành văn hóa, cho xây dựng sân khấu có bánh xe di chuyển; hoặc lưu giữ các công trình mỹ nghệ như chuông Qui Điền:

"Ngày 25 tháng giêng năm Thiên Phù Duệ Vũ thứ 4 [1123], *là tiết Đản thánh đản, lần đầu làm nhà múa có bánh xe đẩy, sai cung nữ múa ở trên để dâng rượu."* **Toàn Thư**, Bản Kỷ, quyển 3

"Mùa xuân, tháng 2, Năm Anh Vũ Chiêu Thắng thứ 5 [1080],. *Mùa xuân, tháng 2, đúc chuông lớn cho chùa Diên Hựu. Chuông đúc xong, đánh không kêu, nhưng cho rằng nó đã thành khí, không nên tiêu hủy, bèn đem bỏ ở Quy Điền* [ruộng rùa] *của chùa. Ruộng ấy, thấp ướt, có nhiều rùa, người bấy giờ gọi là chuông Quy Điền."* **Toàn Thư**, Bản Kỷ, quyển 3

Về mặt pháp luật, so sánh với thời Đinh, Lê thấy giảm nhẹ hơn, ngay đến tội giết người cũng không xử tử, chỉ phạt đánh trượng, rồi đày làm lao công phục dịch:

- *"Năm Thiên Phù Duệ Vũ thứ 3* [1122]. *Cấm mọi người không được dùng gậy tre gỗ và đồ sắc nhọn đánh nhau. Năm ấy, xuống chiếu rằng: Những tên trộm cướp trốn tránh đã bắt được mà lại bị nhà thế gia chiếm đoạt thì nhà thế gia ấy cùng tội với người trốn."* **Toàn Thư**, Bản Kỷ, quyển 3

- *"Năm Thiên Phù Duệ Vũ thứ 6* [1125]. *Xuống chiếu rằng phàm đánh chết người thì xử 100 trượng, thích mặt 50 chữ, đồ làm khao giáp."* **Toàn Thư**, Bản Kỷ, quyển 3

Thái hậu Ỷ Lan tuy có lỗi lầm trong việc xui Vua Nhân Tông giết Dương Thái hậu; nhưng bà cũng là một anh thư, xứng đáng với 2 chữ "Siêu Loại" vua Thánh Tông đã ban cho làng Thổ Lỗi, quê hương bà. Thời triều trước, khi Vua Thánh Tông thân chinh đánh dẹp Chiêm Thành, mọi việc tại triều do bà thay Vua thu xếp ổn thỏa; việc này khuyến khích Vua quay lại đánh tiếp, bắt sống Vua Chiêm. Trong cuộc chiến tranh Lý Tống, tuy về mặt quân sự do Lý Thường Kiệt đảm trách, nhưng lúc này Vua còn nhỏ, việc trù hoạch chính sách chung chắc bà phải có nhiều ý kiến. Ngoài ra trong thời gian vua Nhân Tông trị vì, Thái hậu đã làm được nhiều việc nhân đức như ngăn chặn bắt giết trâu bò sản xuất, và nổi bật là việc phạt tiền kho chuộc con gái nhà nghèo bị đem đi bán ở đợ, rồi tác thành cho họ lấy chồng:

"*Ngày Quí Mùi mùa xuân năm Long Phù thứ 3* [1103]. *Mùa xuân, Thái hậu phát tiền ở kho Nội phủ để chuộc những con gái nhà nghèo đã phải bán đi ở, đem gã cho những người góa vợ.*"
Toàn Thư, Bản Kỷ, quyển 3.

*

Tổng kết 56 năm trị vì của Vua Lý Nhân Tông, với sự nghiệp phạt Tống bình Chiêm, lấy lại được đất đai; phát triển văn hóa giáo dục, ổn định cơ chế trong nước, chú trọng nông, công, lo cơm áo cho dân; chứng tỏ ngài là đứng minh quân. Tuy nhiên đời ngài như viên ngọc sáng, không khỏi có tỳ vết. Không kể đến việc lúc mới 6 tuổi nghe lời mẹ, ra lệnh giết Dương Thái hậu; cũng cần tìm hiểu thêm việc ngài ưa tin tưởng vào những vật báo điềm lành, khiến kẻ dưới tranh nhau dâng lên những vật kỳ lạ đến mấy chục lần, việc này làm gương xấu cho hậu thế. Tìm hiểu những điềm lạ, có thể xếp loại như sau:

- Hiện tượng thiên nhiên như mặt trời có 2 quầng vào năm 1110. Rồng vàng xuất hiện 2 lần vào các năm 1083, 1125; đây chắc cũng chỉ là mây ráng, có hình dáng giống như rồng, con vật tưởng tượng của người châu Á. Tương tự, như điển tích "vân cẩu" xuất xứ từ câu thơ Đỗ Phủ:

Thiên thượng phù vân như bạch y,
Tu du hốt biến vi thương cẩu.
(Trên trời mây trôi như tà áo trắng,
Phút chốc biến thành con chó xanh)

- Các con vật kỳ dị được dâng lên, đại loại như rùa 5 sắc vv... vào các năm 1091, 1086, 1126, 1127, 1124; chim phượng có 9 chòm ngũ sắc vào năm 1110; hổ trắng vào năm 1110; hươu trắng, hươu đen vào các năm 1117, 1119, 1121; chim sẻ trắng 1124.

- Vật lạ như cây cau, đại loại 1 gốc nảy ra 9 thân vvv... vào các năm 1111, 1121, 1122; vàng sống gọi là vàng trường thọ vào năm 1127, ngọc bích, ngọc châu tân lang vào năm 1122.

Thống kê ra, để thấy thói tục mê tín, tìm cách mua chuộc lòng người trên, làm tổn thương đến nền phong hóa.

Lúc lâm chung, ngài để lại tờ di chiếu tuyệt vời, chủ trương tang ma kiệm ước, không xây đền đài lăng miếu:

"Tháng chạp năm Thiên Phù Khánh Thọ thứ 1 [1127], *Vua không khỏe, gọi Thái úy Lưu Khánh Đàm vào nhận di chiếu rằng:*

'Trẫm nghe phàm các loài sinh vật không loài nào không chết. Chết là số lớn của trời đất, lẽ đương nhiên của mọi vật. Thế mà người đời không ai là không thích sống mà ghét chết. Chôn cất hậu làm mất cơ nghiệp, để tang lâu làm tổn tính mệnh, trẫm không cho là phải. Ta đã ít đức, không lấy gì làm cho trăm họ được yên; đến khi chết đi, lại khiến cho thứ dân mặc áo xô gai, sớm tối khóc lóc, giảm ăn uống, bỏ cúng tế, làm cho lỗi ta thêm nặng, thiên hạ sẽ bảo ta là người thế nào! Trẫm xót phận tuổi thơ phải nối ngôi báu, ở trên các vương hầu, lúc nào cũng nghiêm kính sợ hãi. Đã 56 năm nay, nhờ anh linh của tổ tông, được hoàng thiên phù hộ, bốn biển yên lành, biên thùy ít biến, chết mà được xếp sau các bậc tiên quân là may rồi, còn phải thương khóc làm gì? Trẫm từ khi đi xem gặt lúa đến giờ, bỗng bị ốm, bệnh kéo dài, sợ không kịp nói đến việc nối ngôi. Mà thái tử Dương Hoán tuổi đã tròn một kỷ (8), có nhiều đại độ, thông minh thành thật, trung nghiêm kính cẩn, có thể theo phép cũ của trẫm mà lên ngôi hoàng đế. Nay kẻ ấu thơ chịu mệnh trời, nối thân ta truyền nghiệp của ta, làm cho rộng lớn thêm công nghiệp đời trước.

Nhưng cũng phải nhờ quan dân các ngươi một lòng giúp rập mới được. Này Bá Ngọc, ngươi thật có khí lượng của người già cả, nên sửa sang giáo mác, để phòng việc không ngờ, chớ làm sai mệnh, trẫm dù nhắm mắt cũng không di hận. Việc tang thì chỉ 3 ngày bỏ áo trở, nên thôi thương khóc; việc chôn thì nên theo Hán Văn Đế, cốt phải kiệm ước, không xây lăng mộ riêng, nên để ta hầu bên cạnh tiên đế. Than ôi! Mặt trời đã xế, tấc bóng khó dừng; từ giã cõi đời, nghìn thu vĩnh quyết. Các ngươi nên thật lòng kính nghe lời trẫm, báo rõ cho các vương công, bày tỏ trong ngoài.'

Ngày Đinh Mão, vua băng ở điện Vĩnh Quang."

Chú thích:

1. Hoàng nam: dân đinh từ 18 tuổi trở lên.

2. Ưu thắng liệt bại: kẻ nào khỏe thì thắng, yếu thì thua.

3. **Tư Trị Thông Giám**, soạn giả: Tư Mã Quang.

4. **Nhất Đại Tạng**: tức Nhất Đại Tạng Giáo [一大藏教] bao gồm kinh, luật, luận tam tạng giáo pháp.

5. Long Thủy: tức là Thác Bờ ở gần thị xã Hòa Bình, tỉnh Hòa Bình.

6. Khao giáp: phục dịch.

7. Tang thất phụ: nhà nuôi tằm.

8. Một kỷ: 12 tuổi.

29.
Vua Lý Thần Tông [1128-1138]

Niên Hiệu:
Thiên Thuận: 1128-1132
Thiên Chương Bảo Tự: 1133-1137

Vua Lý Nhân Tông lên ngôi đã lâu, nhưng không có con trai nối dõi; ngài bèn nuôi con của 5 người thuộc dòng tôn thất làm con nuôi, rồi chọn Lý Dương Hoán con người em ruột là Sùng hiền hầu làm Thái tử; năm 1117 nhà Vua ban chiếu thư như sau:

"Năm Hội Tường Đại Khánh thứ 8 [1117] *'Trẫm cai trị muôn dân mà lâu không có con nối dõi, ngôi báu của thiên hạ biết truyền cho ai? Vậy nên trẫm nuôi con trai của các hầu Sùng Hiền, Thành Khánh, Thành Quảng, Thành Chiêu, Thành Hưng, chọn người nào giỏi thì lập làm thái tử.'*

Bấy giờ con Sùng Hiền hầu là Dương Hoán mới lên 2 tuổi, mà thông minh lanh lợi, vua rất yêu và bèn lập làm hoàng thái tử." **Toàn Thư**, Bản Kỷ, quyển 3.

Vì Vua nối dõi là nhân vật được chọn từ những người con nuôi, nên dễ bị tranh dành; bởi vậy khi Thái tử Dương Hoán nhận mệnh trước linh cửu, buổi lễ đăng quang được triều đình bố trí rất cẩn mật:

"Năm Thiên Phù Khánh Thọ thứ 1 [1127-1128], *Hoàng thái tử lên ngôi trước linh cữu. Hạ lệnh cho Vũ vệ Lê Bá Ngọc truyền bảo quân hầu và các quan văn võ lui ra ngoài cửa Đại Hưng, sai*

các người giữ thành đóng cửa canh phòng cẩn mật, không cho ai ra vào. Lại sai cấm quân cầm binh khí đứng ở dưới điện Thiên An, rồi cho lệnh mở cửa nách bên hữu, gọi các quan vào long trì sai Bá Ngọc truyền bảo các vương hầu và các quan văn võ rằng:

'Không may tiên đế lìa bỏ bầy tôi, ngôi trời không thể bỏ không lâu ngày. Ta còn ít tuổi, cố gượng nối ngôi, các khanh nên bền mãi một lòng, giúp đỡ nhà vua, không những để không phụ lòng tiên đế chú ý trông mong mà còn để con cháu các khanh đời đời hưởng lộc vị'.

Các quan đều lạy mừng và thương khóc."

Vua lên ngôi đổi niên hiệu là Thiên Thuận; ban chiếu thư đại xá cho cả nước, trả tự do cho những người bị làm lao công; tôn vinh mẹ nuôi làm Hoàng thái hậu; chủ trương ngụ binh ư nông [dùng quân lính từ nông dân], cho các quân được thay phiên về nhà làm ruộng:

"*Mùa xuân, tháng giêng, ngày mồng 1, năm Thiên Thuận thứ 1* [1128], *đổi niên hiệu, đại xá. Tôn mẹ nuôi là Trần Anh phu nhân làm Hoàng Thái hậu. Xuống chiếu rằng:*

'Phàm dân có ruộng đất bị sung công cùng là bị tội phải làm điền nhi (1) thì đều được tha cả. Các tăng đạo và dân phải làm lộ ông (1) cũng được miễn. Cho sáu quân thay phiên nhau về làm ruộng, theo chế độ xưa." **Toàn Thư**, Bản Kỷ, quyển 3.

Bấy giờ nhà Vua mới 12 tuổi, nên hàng ngày đến điện Kinh Diên tiếp tục học tập:

"*Ngày Canh Tý năm Thiên Thuận thứ 1* [1128], *vua bắt đầu ngự kinh diên nghe giảng học*".

Triều đình sai Sứ thông báo cho Trung Quốc và Chiêm Thành biết việc Vua Nhân Tông mới mất và nhà Vua nối ngôi. Bấy giờ nước Tống sau khi bị nước Kim đánh, nên phải rút quân về phía nam sông Trường Giang, đóng đô tại Lâm An tỉnh Chiết Giang:

"*Ngày Quý Mão năm Thiên Thuận thứ 1* [1128], *sai người ở Hoà Trại cáo phó với nhà Tống và báo việc lên ngôi. Khi ấy Tống*

Cao Tông lánh người Kim qua sông Trường Giang đóng đô ở phủ Lâm An"

"Ngày Giáp Thìn năm Thiên Thuận thứ 1 [1128], *xuống chiếu cho Đô phi kỵ mang di chiếu của Nhân Tông và việc vua lên ngôi sang báo cho Chiêm Thành. Phát vàng và lụa trong kho ban cho các quan theo thứ bậc khác nhau."* **Toàn Thư**, Bản Kỷ, quyển 3.

Vào cuối tháng này, Chân Lạp mang 2 vạn quân đến cướp phá tại Nghệ An, Thái phó Lý Công Bình tuân mệnh cầm quân đi đánh:

"Ngày Giáp Dần năm Thiên Thuận thứ 1 [1128], *hơn 2 vạn người Chân Lạp vào cướp bến Ba Đầu ở châu Nghệ An. Xuống chiếu cho Nhập nội thái phó Lý Công Bình đem các quan chức đô cùng người châu Nghệ An đi đánh."* **Toàn Thư**, Bản Kỷ, quyển 3

Chín ngày sau Lý Công Bình đánh bại quân Chân Lạp, bắt được viên chỉ huy:

"Ngày Quý Hợi tháng 2 năm Thiên Thuận thứ 1 [1128], *Lý Công Bình đánh bại người Chân Lạp ở bến Ba Đầu, bắt được chủ tướng và quân lính."* **Toàn Thư**, Bản Kỷ, quyển 3.

Đây là chiến thắng thần tốc, đáng lẽ phải ban chiếu biểu dương cho chủ tướng và quân sĩ; nhưng bấy giờ vua còn trẻ, nghe lời xui theo thói mê tín, nên đã làm một việc sai trái tệ hại; không đoái tưởng đến công lao của các tướng sĩ, đích thân đến các chùa và đạo quán, tạ ơn Phật, Đạo giúp cho thắng trận:

"Thư báo thắng trận của Lý Công Bình đến kinh sư.

Ngày Mậu Thìn năm Thiên Thuận thứ 1 [1128], *vua ngự đến hai cung Thái thanh, Cảnh Linh và các chùa quán trong thành để lễ tạ ơn Phật và Đạo đã giúp ngầm cho Công bình đánh được người Chân Lạp."* **Toàn Thư**, Bản Kỷ, quyển 3.

Về điều sai này, Sử thần Lê Văn Hưu có lời phê xác đáng như sau:

"Lê Văn Hưu nói: Phàm việc trù tính ở trong màn trướng, quyết định được chiến thắng ở ngoài nghìn dặm, đều là công của người tướng giỏi cầm quân làm nên thắng lợi.

Thái phó Lý Công Bình phá được quân Chân Lạp cướp châu Nghệ An, sai người báo tin thắng trận. Thần Tông đáng lẽ phải cáo thắng trận ở Thái Miếu, xét công ở triều đường để thưởng cho bọn Công Bình về công đánh giặc. Nay lại quy công cho Phật và Đạo, đi các chùa quán để lạy tạ, như thế không phải là cách để ủy lạo kẻ có công, cổ lệ chí khí của quân sĩ." **Toàn Thư**, Bản Kỷ, quyển 3

Cũng may mà quỹ tín dụng về tinh thần chống xâm lăng phạt Tống bình Chiêm thời quá khứ còn lưu lại ; nên nửa năm sau Chân Lạp mang binh thuyền ngược dòng sông Lam đến đánh phá làng Đỗ Gia, thuộc huyện Hương Sơn, tỉnh Hà Tĩnh ngày nay; lại bị quân ta đánh bại. Tiếp đến, Chân Lạp gửi quốc thư xin sai Sứ sang nước ấy bàn thảo, nhưng nhà Vua không trả lời:

"*Tháng 8 năm Thiên Thuận thứ 1* [1128], *Người Chân Lạp vào cướp hương Đỗ Gia ở châu Nghệ An, có đến hơn 700 chiếc thuyền. Xuống chiếu sai bọn Nguyễn Hà Viêm ở Thanh Hoá và Dương Ổ ở châu ấy đem quân đánh, phá được."* **Toàn Thư**, Bản Kỷ, quyển 3.

"*Châu Nghệ An đệ tâu một phong quốc thư của nước Chân Lạp, xin sai người sang sứ nước ấy. Vua không trả lời."* **Toàn Thư**, Bản Kỷ, quyển 3.

Cũng vì tệ trạng mê tín dị đoan, hai lần nhà Vua ban tước Đại liêu ban và một lần thăng chức cho những người bắt được hươu trắng:

"*Mùa xuân, tháng giêng, năm Thiên Thuận thứ 2* [1129], *nhập nội điện trung là Lý An Dậu dâng hươu trắng. Cho An Dậu tước Đại liêu ban."* **Toàn Thư**, Bản Kỷ, quyển 3

"*Tháng hai, năm Thiên Thuận thứ 2* [1129] *Thân vương ban Lý Lộc tâu ở núi Tản Viên có hươu trắng. Vua sai Thái úy Dương Anh Nhĩ đi bắt được. Cho Lộc tước Đại liêu ban."* **Toàn Thư**, Bản Kỷ, quyển 3

"*Tháng 3, Lý Tử Khắc dâng tâu rằng, rừng ở Giang Để có hươu trắng. Vua sai Thái úy Lưu Khánh Đàm đi bắt được.*

Thăng Tử Khắc làm Khu mật sứ, xếp vào hàng tước minh tự, được đội mũ bảy cầu." **Toàn Thư**, Bản Kỷ, quyển 3

Sử thần Lê Văn Hưu trách Vua và những bầy tôi xu nịnh dâng thú lạ như sau:

"Lê Văn Hưu nói: Phàm người xưa gọi là điềm lành, là nói việc được người hiền và được mùa, ngoài ra không có gì đáng gọi là điềm lành cả. Huống chi chim quý thú lạ không nuôi ở quốc đô cũng là lời khuyên răn của tiên vương để lại. Thần Tông nhân Nguyễn Lộc và Nguyễn Tử Khắc [Văn Hưu thuộc đời Trần, kiêng gọi họ Lý, chỉ gọi là họ Nguyễn] *dâng hươu trắng, cho là vật điềm lành, cho Lộc tước đại liêu ban, cho Tử Khắc tước minh tự, thì cả người thưởng và người nhận thưởng đều sai cả. Tại sao vậy? Thần Tông vì dâng thú mà cho quan tước, thế là lạm thưởng. Lộc và Khắc không có công mà nhận thưởng, thế là dối vua."*

Về việc hôn nhân, nhà Vua ban những chiếu thư quá bất công, không đoái hoài đến hạnh phúc của dân chúng; như việc cấm những người làm mướn không được lấy con gái dân thường; hoặc nặng nề hơn, bắt con gái các quan phải chờ sau khi vua chọn vào cung, mới được lấy chồng :

"Ngày Giáp Tuất tháng giêng năm Thiên Thuận thứ nhất [1128], *xuống chiếu cấm gia nô và tạo lệ của các quan không được lấy con gái lương dân."* **Toàn Thư**, Bản Kỷ, quyển 3

"Ngày Canh Tuất tháng giêng năm Thiên Thuận thứ 3 [1130], *xuống chiếu cho con gái các quan không được lấy chồng trước, đợi sau khi chọn sung vào hậu cung, người nào không trúng tuyển mới được lấy chồng."* **Toàn Thư**, Bản Kỷ, quyển 3.

Sử thần Lê Văn Hưu có lời phê bình về chiếu mệnh trên như sau:

"Lê Văn Hưu nói: Trời sinh ra dân mà đặt vua để chăn dắt, không phải để cung phụng riêng cho vua. Lòng cha mẹ ai chẳng muốn con cái có gia thất, thánh nhân thể lòng ấy còn sợ kẻ thất phu thất phụ không được có nơi có chốn.

*Cho nên **Kinh Thi** tả sự ấy trong thơ "Đào yêu" và thơ "Siếu hữu mai" để khen việc lấy chồng kịp thì và chê việc để lỡ thì vậy. Thần Tông xuống chiếu cho con gái các quan phải đợi xong việc tuyển người vào cung rồi mới được lấy chồng, thế là để cung phụng cho riêng mình, đâu phải lòng làm cha mẹ của dân?"* **Toàn Thư**, Bản Kỷ, quyển 3.

Về mặt ngoại giao, Sứ thần Chiêm Thành đến cống, Vua đích thân đánh cầu tại điện Long Trì cho Sứ thần xem. Bấy giờ tại nước ta và Trung Quốc thịnh hành trò chơi đánh cầu; tại Trung Quốc tay đánh cầu nổi tiếng tên Cao Cầu, nhân vật chính trong truyện **Thủy Hử**, được Vua Tống Huy Tông [1101-1125] sủng ái. Ngoài ra nhà Vua còn sai Sứ sang đáp lễ nước Tống, vì 2 tháng trước đó [tháng 10] Vua Tống sai Sứ sang phong Vua tước Giao Chỉ Quận vương (2):

"Tháng 12 năm Thiên Thuận thứ 3 [1130], vua đánh cầu ở Long Trì, cho sứ nước Chiêm Thành vào hầu xem. Mở hội khánh thành chùa Quảng Nghiêm Tư Thánh. Tha cho những người có tội. Sai Viên ngoại lang là Lý Phụng Ân và Lệnh thư gia là Doãn Anh Khái sang nước Tống đáp lễ." **Toàn Thư**, Bản Kỷ, quyển 3.

Theo sử Trung Quốc**, Tục Tư Trị Thông Giám** (3), vào năm sau thời Tống Cao Tông [1131], **nước Đại Việt xin đến cống,** nhưng bị nhà Tống từ chối. Lúc bấy giờ Tống bị nước Kim tại phương bắc uy hiếp, mới dời đô về Lâm An tỉnh Chiết Giang, có lẽ tình hình chưa ổn nên kiếm cớ khước từ. Văn bản **Tục Tư Trị Thông Giám** xưng tên Vua Thần Tông một cách sai lầm; đáng lý phải gọi là Dương Hoán, lại dùng tên Càn Đức tức Vua Nhân Tông:

*"**Tục Tư Trị Thông Giám** quyển 108, Tống Cao Tông năm Kiến Viêm thứ 4* [1131]. *Ngày Canh Ngọ tháng chạp* [2/1/1131], *Giao Chỉ quận vương Lý Càn Đức xin vào cống, chiếu ban khước từ."*

(催十二月，庚午，交趾郡王李乾德请入贡，诏却之。主)

Tình hình tại phương nam lúc bấy giờ, vì ân uy chưa đủ, nên hai nước Chiêm Thành và Chân Lạp vẫn chưa hoàn toàn thần phục; năm 1132 cả hai nước đến cướp phá Nghệ An, năm

1134 hai nước lại sai Sứ đến triều cống; đến năm 1137 Chân Lạp lại mang quân sang cướp phá, khiến tướng Lý Công Bình lại một lần nữa ra quân đánh bại:

"*Ngày Nhâm Tý tháng 8, năm Thiên Thuận năm thứ 5* [1132]. *Chân Lạp và Chiêm Thành đến cướp châu Nghệ An. Xuống chiếu cho Thái uý Dương Anh Nhĩ đem người ở phủ Thanh Hóa và châu Nghệ An đi đánh quân Chân Lạp và Chiêm Thành, phá tan.*" **Toàn Thư**, Bản Kỷ, quyển 3.

"*Ngày Giáp Dần, tháng 2 năm Thiên Chương Bảo Tự thứ 2* [1134], *hai nước Chân Lạp và Chiêm Thành sang cống.*" **Toàn Thư**, Bản Kỷ, quyển 3.

"*Ngày Đinh Tỵ, mùa xuân, tháng giêng năm Thiên Chương Bảo Tự thứ 5* [1137], *châu Nghệ An chạy trạm tâu việc tướng nước Chân Lạp là Phá Tô Lăng cướp châu ấy. Xuống chiếu cho thái uý Lý Công Bình đem quân đi đánh. Tháng 2, châu Nghệ An động đất, nước sông đỏ như máu. Công Bình sai Nội nhân hỏa đầu Đặng Khánh Hương về Kinh sư đem việc ấy tâu lên. Rồi Công Bình đánh bại người Chân Lạp.*" **Toàn Thư**, Bản Kỷ, quyển 3.

Đến cuối đời, Vua Thần Tông ban mệnh chọn con nối dõi, cũng gây di lụy cho đời sau. Trước đó vua chọn Hoàng tử Thiên Lộc con vợ thứ lên ngôi; vì thấy Thiên Tộ con Hoàng hậu họ Lê, tuy thuộc dòng đích nhưng còn trẻ thơ mới lên 3, sợ không gánh vác được việc nước. Nhưng trước khi nhà Vua mất, 3 phu nhân đến kêu xin, nên lại đổi ý chọn Thiên Tộ làm Vua, lên ngôi miếu hiệu là Anh Tông. Vì vua còn thơ dại, bà mẹ là Hoàng hậu họ Lê được phong làm Hoàng thái hậu tư thông với quyền thần Đỗ Anh Vũ, gây nên mối loạn trong cung cấm:

"*Năm Thiên Chương Bảo Tự thứ 6* [1138], *(từ tháng 10 về sau là niên hiệu của Anh Tông, Thiệu Minh năm thứ 1). Lập Hoàng trưởng tử Thiên Tộ làm Hoàng thái tử. Trước vua đã lập Thiên Lộc làm con nối. Đến đây ốm, ba phu nhân là Cảm Thánh, Nhật Phụng và Phụng Thánh muốn đổi lập thái tử khác, mới sai người đem của đút cho Tham tri chính sự Từ Văn Thông, nói rằng nếu có vâng mệnh thảo di chiếu thì chớ bỏ lời của ba phu nhân. Văn Thông nhận lời. Đến khi vua ốm nặng, sai soạn thảo di chiếu,*

Văn Thông tuy vâng mệnh vua, nhưng nhớ lời dặn của ba phu nhân, cứ cầm bút mà không viết. một lát ba phu nhân đến, khóc lóc nghẹn ngào nói với vua rằng:

"Bọn thiếp nghe rằng đời xưa lập con nối ngôi thì lập con đích chứ không lập con thứ. Thiên Lộc là con của người thiếp được vua yêu, nếu cho nối ngôi thì người mẹ tất sẽ tiếm lấn, sinh lòng nghen ghét làm hại, như thế thì mẹ con bọn thiếp tránh sao khỏi nạn?".

Vua vì thế xuống chiếu rằng:

"Hoàng tử Thiên Tộ tuy tuổi còn thơ ấu, nhưng là con đích, thiên hạ đều biết, nên cho nối nghiệp của trẫm, còn thái tử Thiên Lộc thì phong làm Minh Đạo Vương".

Ngày 26, vua băng ở điện Vĩnh Quang, quàn ở thềm phía tây điện ấy. Các quan dâng tôn hiệu là Quảng Nhân Sùng Hiếu Văn Vũ Hoàng Đế, miếu hiệu là Thần Tông.

Mùa đông, tháng 10, ngày mồng 1, Hoàng thái tử Thiên Tộ lên ngôi ở trước linh cữu, bấy giờ mới lên ba tuổi, đổi niên hiệu là Thiệu Minh năm thứ 1. Đại xá cho thiên hạ. Tôn mẹ là Cảm Thánh phu nhân họ Lê làm Hoàng thái hậu." **Toàn Thư**, Bản Kỷ, quyển 3.

Triều đình sai Sứ sang Trung Quốc cáo phó, nhà Tống truy phong Vua Thần Tông tước Nam bình vương:

"Năm thứ 8 [1138] *Dương Hoán mất, cho Chuyển vận phó sứ Chu Phất làm Điếu tế sứ, tặng Dương Hoán Khai phủ nghi đồng tam ty, truy phong Nam bình vương."* **Tống Sử**, quyển 488, Giao Chỉ.

(八年，陽煥卒，以轉運副使朱芾充弔祭使，贈陽煥開府儀同三司，追封南平王。)

Chú thích:

1. Lộ ông: Ngô Thì Sĩ trong **Việt Sử Tiêu Án** chú thích Điền Nhi, và Lộ Ông là những người phải làm đồ dịch [bị đày và làm lao công].

2. Tống Sử ghi vào năm 1132, xin chép thêm để tham khảo; **Tống Sử**, quyển 488, Giao Chỉ, chép "*Năm Thiệu Hưng thứ 2* [1132] *Càn Đức mất; truy tặng Thuỵ Trung, phong Nam Việt vương; con là Dương Hoán* [Lý Thuần Tông] *kế vị, được trao chức Tĩnh hải quân tiết dộ sứ, đặc tiến Kiểm hiệu thái uý, phong Giao Chỉ Quận vương, ban Suy thành thuận hoá công thần.*"

(紹興二年，乾德卒。贈侍中，追封南越王。子陽煥嗣，授靜海軍節度使、特進、檢校太尉，封交趾郡王，賜推誠順化功臣)

3. Tục Tư Trị Thông Giám (續資治通鑑), soạn giả Tất Nguyên đời Thanh.

30.
Lý Anh Tông
[1138-1175]

Niên hiệu:
Thiệu Minh:1138-1139
Đại Định:1140-1162
Chính Long Bảo Ứng:1163-1173
Thiên Cảm Chí Bảo1174-1175

Vua Anh Tông lên ngôi lúc mới 2 tuổi, trị vì chưa được bao lâu, vào năm 1140 có người thầy bói tên là Thân Lợi tự xưng là con riêng của Vua Lý Nhân Tông, mang đồ đảng đến vùng Thái Nguyên, Bắc Kạn xúi dục dân chúng nổi dậy:

"*Tháng 10 năm Đại Định năm thứ 1*[1140]. *Người thầy bói Thân Lợi tự xưng là con của Nhân Tông đem đồ đảng theo đường thủy đến châu Thái Nguyên* [Thái nguyên, Bắc Kạn], *từ châu Tây Nông* [Phú Bình, Thái Nguyên] *kéo ra, qua châu Lục Lệnh, vào chiếm châu Thượng Nguyên và châu Hạ Nông* [Bạch Thông, Bắc Kạn], *thu nạp những kẻ trốn tránh, chiêu mộ thổ binh, có đến hơn 800 người, cùng mưu làm loạn.*" **Toàn Thư**, Bản Kỷ, quyển 4.

Theo **Tống Sử**, cũng vào thời gian này có người tên là Triệu Trí tự xưng là Bình vương nhận là con vợ kế của Vua Lý Nhân Tông [Càn Đức] đến Quảng Tây xin triều cống và mượn quân, nhưng Vua Tống từ khước:

"*Năm Tống Thiệu Hưng thứ 9* [1139] *ban chiếu cho Soái ty Quảng Tây không cho Triệu Trí vào cống. Trước đó có con vợ kế của Càn Đức chạy vào nước Đại Lý, đổi họ tên là Triệu Trí, tự xưng là Bình vương. Nghe tin Dương Hoán chết, Đại Lý cho về để tranh quyền với Thiên Tộ* [Anh Tông]; *y xin được vào triều cống, cùng mượn quân, nhưng Thiên tử không cho."* **Tống Sử**, quyển 488, Giao Chỉ.

(九年，詔廣西帥司毋受趙智之入貢。初，乾德有側室子奔大理，變姓名爲趙智之，自稱平王。聞陽煥死，大理遣歸，與天祚爭立，求入貢，欲假兵納之，帝不許。)

Năm sau tại châu Thái Nguyên, Thân Lợi cũng tự xưng là Bình vương, lập vợ làm Hoàng hậu; như vậy có khả năng Thân Lợi và Triệu Trí là một người, y từ nước ngoài lén vào nội địa gây loạn. Nhận thư cáo cấp, triều đình sai Gián nghị đại phu Vũ Nhị mang quân thủy bộ noi theo thượng nguồn sông Cầu tiến đánh, quân Nhị bị đại bại tại vùng Bắc Kạn. Thân lợi tiếp tục xua quân về kinh sư, bị Thái úy Đỗ Anh Vũ đánh bại tại Bắc Ninh. Đến tháng 10 năm Đại Định thứ 2 [1141], bọn Thân Lợi bị Thái phó Tô Hiến Thành bắt tại Lạng Sơn, đóng cũi mang về kinh sư xử chém:

"Mùa xuân tháng giêng năm Đại Định thứ 2 [1141]. *Thân Lợi tiếm xưng là Bình Vương, lập vợ cả, vợ lẽ, làm hoàng hậu và phu nhân, con làm vương hầu, cho đồ đảng quan tước theo thứ bậc khác nhau. khi ấy đồ đảng của Thân Lợi chỉ hơn nghìn người, đi đến đâu nói phao là Lợi giỏi binh thuật để hiếp chế người miền biên giới. Người các khe động dọc biên giới đều khiếp sợ, không dám chống lại.*

Tháng 2, quan coi biên giới dâng thư cáo cấp. Xuống chiếu cho Gián nghị đại phu Lưu Vũ Nhĩ đem quân do đường bộ tiến đi, Thái phó là Hứa Viêm đem quân ngược đường thủy để tiến đánh. Khi ấy Vũ Nhĩ sai tướng tiên phong là Thị vệ đô Tô Tiệm và Chủ đô trại Tuyên Minh là Trần Thiềm đem quân đi trước, đóng ở sông Bác Đà, gặp thủy quân của Lợi cùng giao chiến. Tiệm thua, bị Lợi giết, Lợi trở về giữ châu Thượng Nguyên, đắp đồn ải ở huyện Bác Nhự để chống quan quân. Vũ Nhĩ đánh nhổ được ải Bác Nhự, tiến đến Bồ Đinh [Bắc Kạn], *gặp thủy quân của Lợi, đánh lớn, Vũ Nhĩ thua trận, tướng sĩ chết đến quá nửa, phải rút về.*

Mùa hạ, tháng 4, ngày Mậu Thìn, Vũ Nhĩ về đến Kinh sư. Ngày Tân Mùi, Lợi ra chiếm châu Tây Nông, sai người ở các châu Thượng Nguyên Tuyên Hóa [Định Hóa, Thái Nguyên], *Cảm Hóa* [Ngân Sơn, Bắc Kạn], *Vĩnh Thông* [Phú Lương, Thái Nguyên] *đánh lấy phủ Phú Lương. Lợi chiếm giữ phủ trị, ngày đêm hợp bè đảng mưu cướp kinh sư. Ngày Kỷ Mão, vua sai thái úy Đỗ Anh Vũ đem quân đi đánh Lợi.*

Tháng 5, ngày Tân Mão, quân của Lợi kéo về cướp kinh sư, đóng ở Quảng Dịch , gặp quân của Anh Vũ, đánh lớn. Quân của Lợi thua, chết không kể xiết. Anh Vũ sai chém lấy đầu bêu lên ở cạnh đường suốt từ quan Bình Lỗ đến sông Nam Hán.

Bắt được thủ lĩnh châu Vạn Nhai [Võ Nhai, Thái Nguyên] *là Dương Mục, thủ lĩnh động Kim Kê là Chu Ái, đóng cũi giải về Kinh sư. Lợi chỉ chạy thoát một mình về châu Lục Lệnh. Ngày Nhâm Ngọ, giải bọn Mục và Ái về trói giam ở huyện phủ của chúng. Xuống chiếu cho Anh Vũ chiêu tập bọn tàn tốt của Lợi ở cửa quan Bình Lỗ.*

Mùa đông, tháng 10, ngày mồng 1, lại sai Anh Vũ đi đánh châu Lục Lệnh, bắt được bọn bè đảng của Lợi hơn 2.000 người. Lợi trốn sang châu Lạng, Thái phó Tô Hiến Thành bắt được Lợi, giao cho Anh Vũ đóng cũi giải về kinh sư. Sai Lý Nghĩa lâm chiêu tập vỗ yên dư đảng của Lợi. Xuống chiếu cho quan Đình úy xét tội Lợi. Án xét xong, vua ngự điện Thiên khánh xử tội Lợi và bọn đồng mưu 20 người đều xử trảm, những kẻ còn lại đều theo tội nặng nhẹ mà xử, tha cho những kẻ vì ép buộc mà phải theo. Các quan dâng biểu mừng." **Toàn Thư**, Bản Kỷ, quyển 4.

Năm sau [1142], triều đình tha tội lưu đày cho đồng đảng Thân Lợi:

"*Tháng 12 năm Đại Định thứ 3* [1142]. *Xuống chiếu tha tội lưu cho các bè đảng của Thân Lợi."* **Toàn Thư**, Bản Kỷ, quyển 4.

Trong chiến dịch nêu trên, tướng Lưu Vũ Nhị bại trận; sau đó y 2 lần dâng ngọc quí vật lạ lên Vua, để tìm cách xóa tội:

"*Năm Đại Định thứ 2* [1141] *Lưu Vũ Nhĩ dâng hươu trắng, lại dâng ngọc tân lang* [ngọc cau]." **Toàn Thư**, Bản Kỷ, quyển 4.

"Mùa xuân, tháng 2 năm Đại Định thứ 3 [1142], *Lưu Vũ Nhĩ dâng ngọc thiềm thừ* [ngọc cóc]." **Toàn Thư**, Bản Kỷ, quyển 4.

Lại có vụ nổi loạn tại vùng biên giới do Đàm Hữu Lượng, người Trung Quốc, chủ mưu; viên trấn thủ Ung châu [Nam Ninh, Quảng Tây] hợp tác với quan quân ta, dẹp được:

"Hữu Lượng trốn sang châu Tư Lang nước ta, nói dối là vâng sứ mạng nhà Tống đi chiêu dụ dân chúng ở biên thùy. Dân các khe động ở duyên biên theo về với hắn nhiều lắm. Hắn bèn chiếm giữ đất Thông Nông, đem đồ đảng cướp bóc Quảng Nguyên. Gặp lúc ấy kinh lược súy ty tỉnh Quảng Tây nhà Tống đưa thư sang bảo ta đánh giúp để bắt Hữu Lượng. Nhà vua xuống chiếu cho bọn Dương Tự Minh, Nguyễn Nhữ Mai và Lý Nghĩa Vinh đi đánh. Lại sai Thái sư Mâu Du Đô đem quân kế tiếp tiến lên. Tự Minh đánh phá được Thông Nông, Hữu Lượng thua chạy. Ta bắt được đồ đảng nó là lũ Bá Đại 21 người, trao trả cho nhà Tống. Nhà cầm quyền ở Ung Châu (Tống) làm ra cáo sắc giả để đón Hữu Lượng về. Hữu Lượng liền cùng với đồ đảng hơn 20 người, đem dâng ấn đồng và địa đồ. Khi đến trại Dương Sơn, viên tri châu Ung Châu là Triệu Nguyên bắt lấy đưa đến suý ty chém chết." **Cương Mục**, Chính Biên, quyển 4.

Triều đình tiếp tục mang quân đi đánh dẹp, bình định các nơi; xin liệt kê như sau:

"Tháng giêng năm Đại Định thứ 15 [1154], *Người Sơn Lão* [bộ tộc Lão tại miền núi] *ở Chàng Long làm phản. Tháng 2 xuống chiếu cho Đỗ Anh Vũ đi đánh người Sơn Lão ở Chàng Long, hàng phục được."* **Toàn Thư**, Bản Kỷ, quyển 4.

"Ngày Đinh Mùi tháng 11, năm Đại Định thứ 15 [1154], *vua thân đi đánh Nông Khải Lai. Ngày Canh Tuất, xuất phát từ Kinh sư. Ngày Giáp Dần thắng trận. Ngày Bính Thìn, đem quân về. Ngày Kỷ Mùi, về đến Kinh."* **Toàn Thư**, Bản Kỷ, quyển 4.

"Mùa hạ, tháng 5, năm Đại Định thứ 20 [1159] *Ngưu Hống và Ai Lao làm phản. Sai Tô Hiến Thành đi đánh, bắt được người và trâu ngựa voi, vàng bạc châu báu rất nhiều. Phong Hiến Thành làm Thái uý."* **Toàn Thư**, Bản Kỷ, quyển 4.

Một vụ dâm loạn xãy trong chốn cung đình, ảnh hưởng lớn đến sự ổn định của đất nước. Bấy giờ Lê Thái hậu mẹ Vua còn trẻ, bà phải lòng em ruột của Đỗ Thái hậu tên là Đỗ Anh Vũ. Cậy có chị làm Thái hậu, nên Anh Vũ thường ra vào nơi cung cấm; lúc Vua Anh Tông mới lên ngôi, còn thơ dại, Lê Thái hậu ban cho Anh Vũ chức Cung điện lệnh:

"*Năm Đại Định năm thứ 1* [1140]*; lấy Đỗ Anh Vũ làm Cung điện lệnh tri nội ngoại sư. Anh Vũ là em của Đỗ thái hậu, nên Lê thái hậu trao cho chức này.*" **Toàn Thư**, Bản Kỷ, quyển 4

Được Thái hậu yêu, Anh Vũ tác oai lũng đoạn trong triều. Một số quan Đại thần trong đó có Vũ Đái, Nguyễn Dương bất bình; nhắm lúc Vua đã hơi lớn, bèn tâu vua xin bắt Đỗ Anh Vũ, được Vua chấp thuận. Nguyễn Dương muốn giết Anh Vũ để trừ hậu hoạn, nhưng Vũ Đái nhận hối lộ của Thái hậu tìm cách ngăn cản; Nguyễn Dương tức giận chửi Vũ Đái rồi tự tử. Đỗ Anh Vũ bị xử lưu đày, Thái hậu tìm cách mở hội lớn, xá tội nhân, trong đó có Anh Vũ. Rồi Anh Vũ được phục chức Thái úy phụ chính như cũ, tìm cách phục thù, giết đến mấy chục quan Đại thần và thuộc cấp, những người trước đây đã tố cáo y:

"*Năm Đại Định thứ 11* [1150]. *Khi trước vua còn trẻ thơ, chính sự không cứ việc lớn, việc nhỏ đều uỷ cho Đỗ Anh Vũ cả. Anh Vũ sai vợ là Tô Thị ra vào cung cấm hầu hạ Đỗ thái hậu, do đó mà Anh Vũ tư thông với Lê thái hậu, nhân thế lại càng kiêu rông, ở triều đình thì khoát tay lớn tiếng, sai bảo quan lại thì hất hàm ra hiệu, mọi người đều liếc nhau nhưng không ai dám nói. Điện tiền đô chỉ huy sứ là Vũ Đái, Hoả đầu đô Quảng Vũ là Lương Thượng Cá, Hoả đầu đô Ngọc Giai là Đồng Lợi, Nội thị là Đỗ Ất, cùng với bọn Trí Minh Vương, Bảo Ninh hầu, Phò mã lang Dương Tự Minh cùng mưu bắt giam Anh Vũ. Bàn tính xong, bọn Đái đem quân lính đến ngoài cửa Việt Thành hô to rằng:*

'*Anh Vũ ra vào cấm đình, làm nhiều đều ô uế, tiếng xấu đồn ra ngoài, không tội gì to bằng. Bọn thần xin sớm trừ đi, khỏi để mối lo về sau*'.

Bèn có chiếu sai cấm quân đến bắt Anh Vũ trói giam ở hành lang Tả Hưng Thánh, giao cho Đình uý tra xét. Thái hậu sai người mang cơm rượu cho Anh Vũ, ngầm để vàng vào trong đồ đựng món ăn để đút cho Vũ Đái và các người canh giữ. Hoả đầu ở đô Tả Hưng Thánh là Nguyễn Dương nói:

'Các ông tham của đút, tôi với các ông tất không thoát khỏi tay Anh Vũ đâu, chi bằng cứ giết trước đi cho khỏi tai hoạ về sau'.

Bèn cầm giáo định đâm. Đô Tả Hưng Thánh là Đàm Dĩ Mông ôm Dương, cướp lấy giáo, ngăn rằng:

'Điện tiền bảo Anh Vũ tội đáng chết, nhưng còn phải đợi mệnh lệnh của vua, không nên tự tiện'

Dương giận, chửi:

'Điện tiền Vũ cứt chứ chẳng phải Đái! (chữ Cát Đái phương ngôn nói là cứt đái). Sao tham của đút mà không tiếc đến mạng mình!'.

Nói xong, tự biết không khỏi chết, bèn nhảy xuống giếng tự tử. Bấy giờ vua xét án của Anh Vũ, đày Anh Vũ làm Cảo điền nhi (1). Thái hậu lo buồn, cố nghĩ làm thế nào để phục hồi chức nhiệm cho Anh Vũ, mới nhiều lần mở hội lớn để xá cho tội nhân, mong Anh Vũ được dự vào đấy. Anh Vũ được mấy lần xá tội, lại làm Thái uý phụ chính như cũ, càng được yêu dùng hơn, do đấy chuyên làm oai, làm phúc, sinh sát mà lòng báo thù lúc nào cũng tỏ rõ, còn sợ rằng bọn quân lại đi bắt bớ phần nhiều không được như ý, mới dâng hơn một trăm người thủ hạ để làm đô Phụng quốc vệ, người nào phạm tội đều giao cho đô Phụng quốc vệ đi bắt. Anh Vũ mật tâu với vua rằng:

'Trước kia bọn Vũ Đái tự tiện đem cấm quân xông vào cung đình, tội ấy không gì to bằng, nếu không sớm trừng trị, sợ một ngày kia sinh biến, không thể lường được'.

Vua chẳng biết gì cả, bèn chuẩn tâu. Anh Vũ sai đô Phụng quốc vệ đi bắt bọn Vũ Đái giam vào ngục để trị tội. Hạ chiếu giáng Trí Minh Vương xuống tước hầu, Bảo Ninh hầu xuống tước minh tự, Bảo Thắng hầu xuống tước phụng chức, Nội thị là bọn Đỗ Ất 5 người bị "cưỡi ngựa gỗ" (2), bọn Hoả đầu đô Ngọc Giai là Đồng Lợi 8 người bị chém ở chợ Tây Giai, bọn Điện tiền đô chỉ huy Vũ Đái 20 người chém bêu đầu ở các bến sông, bọn Phò mã lang Dương Tự Minh 30 người bị tội lưu ở nơi xa độc, những người dự mưu đều bị tội đồ làm điền hoành, khao giáp, quả như lời nói của Nguyễn Dương." **Toàn Thư**, Bản Kỷ, quyển 4.

Mặt khác Đỗ Anh Vũ tìm cách nịnh hót Vua, bằng cách dâng những vật lạ:

"Mùa hạ, tháng 4 năm Đại Định thứ 12 [1151], *Đỗ Anh Vũ dâng cây cau một gốc 28 nhánh. Tháng 5, Đỗ Anh Vũ dâng hươu trắng."* **Toàn Thư**, Bản Kỷ, quyển 4.

Vào năm 1156 viên Sứ thần Nguyễn Quốc đi sứ Trung Quốc, thấy nước này cho đặt thùng thư tại sân đình để nhận lời tâu cáo của dân chúng, khi trở về nước bèn tâu cho thực hiện. Nhà Vua chấp nhận, lúc mở thùng trong đó có thư nặc danh tố cáo Đỗ Anh Vũ làm loạn. Anh Vũ nghi Quốc là tác giả thư, bèn tìm cách bắt đi đày; lúc Quốc được Vua gọi về thì bị Anh Vũ đầu độc chết. Sau sự kiện này, vào tháng 8 Đỗ Anh Vũ mất; nhà Vua bắt đầu trọng dụng Tô Hiến Thành, tình hình trong nước trở nên sáng sủa hơn:

"Mùa xuân, tháng 2 năm Đại Định thứ 19 [1158], *Nguyễn Quốc sang sứ nước Tống về, dâng tâu rằng:*

'Thần sang nước Tống thấy ở giữa sân vua có cái hòm bằng đồng để nhận các chương tấu của bốn phương, thần xin bắt chước mà làm như thế để bề trên rõ được tình người dưới'.

Vua y theo, cho đặt cái hòm ở giữa sân để ai có trình bày việc gì thì bỏ thư vào hòm ấy. Bấy giờ có người ngầm bỏ thư nặc danh nói là Anh Vũ làm loạn, tìm xét không biết là ai. Anh Vũ vu cho Quốc làm, đày Quốc đến trại đầu ở Thanh Hóa. Không bao lâu, vua gọi Quốc về. Anh Vũ lại đưa cho Quốc rượu có thuốc độc, Quốc tự nghĩ không khỏi bị hại, bèn uống thuốc độc chết.

Mùa thu, tháng 8, Đỗ Anh Vũ chết." **Toàn Thư**, Bản Kỷ, quyển 4.

Ngược dòng thời gian, vào năm 1126 nước Tống gặp thảm họa gọi là **Mối Nhục Thời Tĩnh Khang** [靖康之恥Tĩnh Khang Chi Sỉ]; quân nước Kim từ phương bắc, hai mặt tấn công, bắt sống Vua, đánh tan thủ phủ Khai Phong [Hà Nam]; đám tàn dư phải rút về phương nam gọi là Nam Tống. Nam Tống thế lực suy yếu trở nên hòa hoãn với Đại Việt. Khi Vua Thần Tông lên ngôi; triều đình dâng biểu báo tin sang Trung Quốc, Vua Tống phong nhà Vua tước Giao Chỉ Quận vương:

"*Năm Thiệu Minh thứ 2* [1139]. *Nhà tống phong vua làm Giao Chỉ Quận Vương."* **Toàn Thư**, Bản Kỷ, quyển 4.

Tiếp đến cứ 4 hoặc 5 năm, triều đình ta sai Sứ thần sang cống, cống vật chủ yếu là voi thuần:

"***Tục Tư Trị Thông Giám***, *quyển 127, Tống Cao Tông năm Thiệu Hưng thứ 16* [1146]

Tháng 6 [7/1146], *tháng này An Nam hiến 10 voi thuần."*

(是月，安南獻馴象十。)

"***Tục Tư Trị Thông Giám***, *Quyển 128, năm Thiệu Hưng thứ 20* [1150]

Tháng 2 [3/1150], *tháng này An Nam tiến 10 voi thuần."*

(是月，安南进驯象十。)

"***Tục Tư Trị Thông Giám***, *Quyển 130, năm Thiệu Hưng thứ 25* [1155]

Ngày Giáp Thân tháng 4 [10/5/1155], *An Nam đến cống. chiếu Soái thần Quảng Tây sai Sứ thần quen việc thân cận với trên, bạn tống đến hành tại."*

(甲申，安南入贡，诏广西帅臣差熟事近上使臣伴送赴行在。)

Vào năm 1156, triều đình nước ta sai Sứ đến mừng thanh bình, đưa đồ cống kỳ này rất hậu hỷ:

"***Tục Tư Trị Thông Giám***, *quyển 131.Ngày Canh Dần tháng 8 năm Thiệu Hưng thứ 26* [7/9/1156], *Nam bình vương Lý Thiên*

Tộ sai Thứ sử châu Thái Bình Lý Quốc, Hữu vũ đại phu Lý Nghĩa, Vũ dực lang Quách Ứng Ngũ đến mừng thanh bình. Hiến đồ vật bằng vàng 1.136 lượng. minh châu 100, trầm hương 1.000 cân, thủy vũ 500; lăng, quyên các màu 5.000 tấm, 10 ngựa, 9 voi. Chiếu sai Thượng thư Tả tư lang trung Uông Ứng Thần đãi quốc yến tại vườn Ngọc Tân. Thăng Quốc làm Đoàn luyện sứ châu Thái Bình, Nghĩa chức Tả vũ đại phu, Ứng Ngũ chức Vũ kinh lang; ban y phục, dây đai, đồ vật, tiền, có sai biệt."

"Ngày Ất Vị tháng 8 [12/9/1156], Tĩnh hải quân tiết độ sứ, Kiểm hiệu thái úy, Nam bình vương Lý Thiên Tộ làm Kiểm hiệu thái sư, công hiệu thêm 2 chữ "Qui Nhân"; ban y phục, dây đai, yên ngựa, tiền."

(庚寅，南平王李天祚，遣太平州刺史李國以右武大夫李義、武翼郎郭應五來賀升平，獻黃金器千一百三十六兩，明珠百，沈香千斤，翠羽五百隻，雜色綾絹五千匹，馬十，象九。詔尚書左司郎中汪應辰燕國於玉津園。遷國為太平州團練使，義左武大夫，應五武經郎，加賜襲衣、金帶、器、幣有差　乙未，靜海軍節度使、檢校太尉、南平王李天祚為檢校太師，功號加「歸仁」二字，賜襲衣、金帶、鞍馬、器、幣。)

Riêng **Tống Sử** xác nhận năm Thiệu Hưng thứ 25 [1155] Vua Tống đặc cách phong Vua Anh Tông [Thiên Tộ] tước Nam bình vương, có lẽ muốn cảm ơn hậu đãi này, nên năm sau [1156] triều đình ta sai Sứ thần Lý Quốc tiến cống trọng hậu như vậy. Cũng cần lưu ý rằng sau khi nhà Lý mất, nhà Trần ra lệnh đổi họ Lý thành Nguyễn, nên Sứ thần Lý Quốc **Tống Sử** chép dưới đây, **Toàn Thư** đã chép là Nguyễn Quốc, tức vị quan từng đề nghị lập thùng thư tại triều, rồi bị Đỗ Anh Vũ hãm hại vào năm 1158:

"Năm thứ 25 [1155] chiếu ban cho Sứ giả An Nam lưu tại quán dịch Hoài Viễn, ban yến, biểu lộ đặc cách; tiến phong Thiên Tộ Nam bình vương, ban cho lễ phục, dây đai vàng, yên ngựa. Năm thứ 26 [1156] mệnh Hữu ty lang trung Uông Ứng Thần ban yến sứ giả An Nam tại vườn Ngọc Tân; vào tháng 8 Thiên Tộ sai bọn Lý Quốc mang kim châu, trầm thuỷ hương, thuý vũ, ngựa tốt, voi thuần đến cống; chiếu gia phong Thiên Tộ Kiểm hiệu thái sư, tặng thực ấp." **Tống Sử**, quyển 488, Giao Chỉ.

(二十五年，詔館安南使者于懷遠驛，賜宴，以彰異數。進封天祚南平王，賜襲衣、金帶、鞍馬。二十六年，命右司郎中汪應辰宴安南使者于玉津園。八月，天祚遣李國等以金珠、沉水香、翠羽、良馬、馴象來貢。詔加天祚檢校太師，增食邑)

Sau đó An Nam lại cống voi thuần như cũ; có lẽ quen ăn với lễ cống hậu hỷ vào năm 1156, nên Vua Tống ra chỉ dụ bảo An Nam đừng cống voi:

*"**Tục Tư Trị Thông Giám**, quyển 133, ngày Canh Ngọ tháng chạp, năm Thiệu Hưng thứ 30* [24/1/1161], *An Nam tiến voi thuần. Vua bảo các quan Đại thần rằng:*

'Man di dâng sản vật địa phương cùng đồ cống; nhưng Trẫm không muốn nhận thú lạ làm mệt nhọc người xa xôi; hãy ra lệnh cho Soái thần ban dụ lần sau đừng đem voi thuần đến cống."

(安南進馴象，邊吏以聞，帝謂大臣曰：「蠻夷貢方物及其職，但朕不欲以異獸勞遠人。可令帥臣諭今後不必以馴象入獻。」)

Sử nước ta cũng xác nhận rằng trong lễ cống năm 1161, Vua Tống ngỏ ý không muốn cống voi thuần:

"Năm Đại Định thứ 22 [1161]. *Mùa xuân, sai đem voi thuần sang biếu nhà Tống. Vua Tống bảo các đại thần rằng:*

'Trẫm không chuộng thú vật lạ, làm khó nhọc người xa, nên sai suý thần bảo họ từ nay về sau bất tất phải mang vật ấy tiến cống". **Toàn Thư**, Bản Kỷ, quyển 4.

Các triều đại Trung Quốc trước kia thường gọi nước ta là Giao Chỉ, hoặc Giao Châu, vết tích của một thời đô hộ; năm 1164 chính thức đổi thành An Nam, hàm ý công nhận nước ta độc lập; phong Vua Anh Tông làm An Nam quốc vương:

"Năm Chính Long Bảo Ứng năm thứ 2 [1164], *Nhà Tống phong vua làm An Nam Quốc Vương, đổi Giao Chỉ làm An Nam Quốc."* **Toàn Thư**, Bản Kỷ, quyển 4.

Sử Trung Quốc cũng đánh giá cao sự kiện này, **Nguyên Sử Loại Biên** nhận xét rằng trước kia gọi xứ ta là Giao Chỉ hoặc

An Nam Đô hộ phủ; đến đời Lý Anh Tông mới chính thức gọi là nước An Nam:

"*An Nam, trước đây, gọi là Giao Chỉ; Đường Cao Tông đặt làm An Nam Đô hộ phủ. Tên gọi là An Nam bắt đầu từ đấy. Tống Hiếu Tông phong Thiên Tộ* [Lý Anh Tông] *là An Nam quốc vương, An Nam gọi là "nước" bắt đầu từ đó.*"

Toàn Thư chép vào năm 1168, cả 2 Sứ bộ Mông Cổ và Tống đều đến thăm nước ta; vì 2 nước này cừu địch nên triều đình ngầm tiếp đãi riêng. **Toàn Thư** chú thích lầm rằng Thát Đát tức Mông Cổ, đây có thể chỉ nước Kim, vì lúc này nước Mông Cổ chưa thành lập:

"*Ngày Mậu Tý, mùa thu tháng 8 năm Chính Long Bảo Ứng thứ 6* [1168], *sứ nhà Tống sang, sứ Thát Đạt (tức là sứ của nhà Nguyên), cũng sang. Đều thưởng hậu để dụ, ngầm lấy lễ tiếp đãi cả hai sứ, không cho họ gặp nhau.*" **Toàn Thư**, Bản Kỷ, quyển 4

Về việc giao thiệp với các nước tại phương nam, thời vua Thần Tông năm 1128,

Chân Lạp mang quân đến cướp phá hương Đỗ Gia tại huyện Hương Sơn tỉnh Hà Tĩnh; dưới thời Anh Tông lại một lần nữa đến cướp phá vùng núi Vụ Thấp [Vũ Quang, Hương Khê, Hà Tĩnh], cũng sát với huyện Hương Sơn:

"*Tháng 9, năm Đại Định 11* [1150], *người Chân Lạp cướp châu Nghệ An, đến núi Vụ Thấp gặp nắng nóng ẩm thấp, phần nhiều chết vì lam chướng bèn tự tan vỡ.*" **Toàn Thư**, Bản Kỷ, quyển 4

Riêng nước Chiêm Thành có Ung Minh Tạ Diệp đến triều đình xin làm Vua, nhà Vua xuống chiếu sai tướng Lý Mông mang quân đưa về nước; bị Vua Chiêm chống lại, Tạ Diệp và Lý Mông đều chết:

"*Năm Đại Định thứ 13* [1152] *người nước Chiêm Thành là Ung Minh Ta Điệp đến cửa khuyết xin mệnh cho làm vua nước ấy. Xuống chiếu cho Thượng chế Lý Mông đem hơn 5.000 người ở phủ Thanh Hoá và châu Nghệ An sang Chiêm Thành lập Ung Minh Ta Điệp làm vua. Mông đến Chiêm Thành bị vua nước ấy là Chế Bì La Bút chống cự, bọn Ung Minh Ta Điệp và Lý Mông đều chết."* **Toàn Thư**, Bản Kỷ, quyển 4

Sự việc nêu trên chưa giải quyết xong, hai năm sau Vua Chiêm Thành dâng con gái, vua lại nhận. Sử thần Lê Văn Hưu chê hành động này, cho rằng nhà Vua xử sự không đúng, khiến cho các nước nhỏ lân bang không phục:

"Mùa đông, tháng 10 năm Đại Định thứ 15 [1154], *vua nước Chiêm Thành là Chế Bì La Bút dâng con gái, vua nhận."*

"Lê Văn Hưu nói:

'Các bậc đế vương đối với người Di Địch, nếu họ chịu phục thì lấy đức mà vỗ yên, nếu làm phản thì lấy uy mà tỏ cho biết. Anh Tông sai Lý Mông đem hơn 5 nghìn người để giúp lập Ung Minh Ta Điệp làm Vua nước Chiêm Thành mà bị Chế Bì la Bút giết, đáng lẻ phải đem quân hỏi tội, chọn lập một người khác để thay làm vua nước ấy, thì mới có thể gia uy với cõi xa, mà vua sau phải nhớ đức. Nay lại nhận con gái của họ mà không hỏi tội, có thể gọi là lầm lỗi. Về sau Chiêm Thành và Chân Lạp liền năm vào cướp một lộ Nghệ An, mối hại không kể xiết, thực là do Anh Tông khơi mối vậy." **Toàn Thư**, Bản Kỷ, quyển 4

Sau đó vào các năm 1155, 1164; nước Chiêm Thành lại tiếp tục sai Sứ sang cống:

"Tháng 11 năm Đại Định thứ 16 [1155], *nước Chiêm Thành sang cống."* **Toàn Thư**, Bản Kỷ, quyển 4

"Mùa xuân, tháng 3, năm Chính Long Bảo Ứng thứ 2 [1164], *nước Chiêm Thành sang cống."* **Toàn Thư**, Bản Kỷ, quyển 4.

Vào năm 1166, Chiêm Thành mang quân đến cướp phá vùng biển nước ta, nhà Vua sai Thái úy Tô Hiến Thành đi đánh; Chiêm Thành lại sai Sứ mang trân châu đến tiến cống, nên triều đình ra lệnh cho rút quân về, từ đấy Chiêm Thành giữ lễ phiên thần:

"Mùa xuân, tháng 3, năm Chính Long Bảo Ứng thứ 4 [1166], *sứ Chiêm Thành đi đến miền Ô Lý* [Quảng Trị, Thừa Thiên], *dùng quân phong thủy (ma thuật của thầy tăng) mà vượt biển, cướp bóc nhân dân ven biển nước ta rồi về."* **Toàn Thư**, Bản Kỷ, quyển 4.

"Mùa thu, tháng 7 , năm Chính Long Bảo Ứng thứ 5 [1167], *sai Thái uý Tô Hiến Thành đi đánh Chiêm Thành.*

Mùa đông, tháng 10, Chiêm Thành sai sứ sang dâng trân châu và sản vật địa phương để xin hoà. Xuống chiếu cho Tô Hiến Thành đem quân về. Từ đấy nước Chiêm Thành giữ lễ phiên thần, dâng cống không thiếu." **Toàn Thư**, Bản Kỷ, quyển 4.

Pháp luật lúc bấy giờ công nhận quyền tư hữu ruộng đất, nhưng không khuyến khích để hoang; những người túng thiếu bán đợ [bán tạm] trong 20 năm có quyền chuộc, riêng ruộng bỏ hoang quá 1 năm không được lấy về:

"Tháng 12, năm Đại Định thứ 3 [1142], *xuống chiếu rằng những người cầm đợ ruộng thục trong vòng 20 năm thì cho phép chuộc lại; việc tranh chấp ruộng đất thì trong vòng 5 năm hay 10 năm còn được tâu kiện; ai có ruộng đất bỏ hoang bị người khác cấy cày trồng trọt trong vòng một năm thì được kiện mà nhận, quá hạn ấy thì cấm. Làm trái thì xử 80 trượng. Nếu tranh nhau ruộng ao mà lấy đồ binh khí nhọn sắc đánh chết hay làm bị thương người thì đánh 80 trượng, xử tội đồ, đem ruộng ao ấy trả lại người chết hay bị thương.*

Xuống chiếu rằng những người bán đoạn ruộng hoang hay ruộng thục đã có văn khế rồi thì không được chuộc lại nữa, ai làm trái bị phạt đánh 80 trượng." **Toàn Thư**, Bản Kỷ, quyển 4.

Pháp luật bảo vệ trâu cày, chỉ được xin phép làm thịt lúc có tế lễ:

"Mùa xuân, tháng 2, năm Đại Định thứ 4 [1143], *xuống chiếu thiên hạ từ nay về sau cứ ba nhà làm một bảo, không được mổ riêng bò trâu, nếu có việc cúng tế phải tâu xin được chỉ rồi mới cho mổ, kẻ làm trái thì trị tội nặng, láng giềng không cáo giác cũng xử cùng tội."* **Toàn Thư**, Bản Kỷ, quyển 4.

Nhằm cổ võ nghề nông, vào đầu năm vua thường tham gia cày ruộng tịch điền:

"Mùa xuân, tháng 2, năm Đại Định thứ 9 [1148], *vua ngự đến hành cung ly Nhân cày ruộng tịch điền rồi đến hành cung Ứng Phong"* **Toàn Thư**, Bản Kỷ, quyển 4.

Căn cứ vào cống phẩm đưa biếu nhà Tống vào năm Thiệu Hưng thứ 26 [1156] với đồ vật bằng vàng 1.136 lượng. minh châu 100, trầm hương 1.000 cân, thủy vũ 500; lăng, quyên các màu 5.000 tấm; thấy được công nghệ khai thác vàng, ngọc minh châu, sản phẩm dệt quyên, lụa đã đi vào qui mô. Để bảo vệ ngành sản xuất ngọc trai, chiếu chỉ cấm người trong nước không được lưu hành trân châu giả:

"*Năm Chính Long Bảo Ứng thứ 1* [1163]. *Cấm người trong nước không được dùng trân châu giả.*"

Bấy giờ Vân Đồn đã trở thành hải cảng quốc tế cho các nước châu Á đến giao dịch buôn bán:

"*Mùa xuân, tháng 2, năm Đại Định thứ 10* [1149], *thuyền buôn ba nước Trảo Oa* [Java], *Lộ Lạc* [La Hộc, Thái Lan], *Xiêm La* [Thái Lan] *vào Hải Đông* [vùng Quảng Ninh], *xin cư trú buôn bán, bèn cho lập trang ở nơi hải đảo, gọi là Vân Đồn, để mua bán hàng hoá quý, dâng tiến sản vật địa phương.*" **Toàn Thư**, Bản Kỷ, quyển 4.

Riêng về học hành thi cử, bắt đầu tổ chức điện thí:

"*Mùa đông, tháng 10 năm Đại Định thứ 13* [1152], *thi Điện.*" **Toàn Thư**, Bản Kỷ, quyển 4.

Nhà Vua đến tuổi trưởng thành tỏ ra năng nổ lo việc nước, năm Đại Định thứ 15 [1154] đích thân đi đánh Nông Khải Lai, năm Chính Long Báo Ứng [1172] đi tuần tra biên giới hải đảo, ra lệnh vẽ bản đồ:

"*Mùa xuân, tháng 2 năm Chính Long Bảo Ứng thứ 10* [1172], *vua lại đi tuần các hải đảo ở địa giới các phiên bang Nam Bắc, vẽ bản đồ và ghi chép phong vật rồi về.*" **Toàn Thư**, Bản Kỷ, quyển 4.

Tại địa phương dân chúng tổ chức 3 nhà thành một bảo, tuyển dân đinh vào quân ngũ; riêng miễn cho những gia đình có một con trai:

"*Tháng 2 năm Đại Định thứ 21* [1160], *sai Tô Hiến Thành và Phí Công Tín tuyển dân đinh, người mạnh khỏe thì sung vào quân ngũ. Chọn các tướng hiệu, người nào thông thạo binh pháp, am tường võ nghệ thì chia cho cai quản.”* **Toàn Thư**, Bản Kỷ, quyển 4.

“Tháng 8 năm Đại Định thứ 7 [1146], xuống chiếu rằng các quan quản giáp và chủ đô, phàm sung bổ cấm quân, phải chọn những hộ nhiều người, không được lấy người cô độc, làm trái thì trị tội.” **Toàn Thư**, Bản Kỷ, quyển 4.

Triều đình ra lệnh quản lý trị an khắp nơi, đặc biệt lưu ý đến vùng biên giới như châu Quảng Nguyên [Cao Bằng], ven biển, cửa biển:

“Mùa đông, tháng 10 năm Đại Định thứ 3 [1142], sai thủ Lĩnh phủ Phú Lương là Dương Tự Minh đến châu Quảng Nguyên để chiêu tập người châu ấy.” **Toàn Thư**, Bản Kỷ, quyển 4.

“Tháng 11 năm Đại Định thứ 22 [1161], Vua sai Tô Hiến thành làm Đô tướng, Đỗ An Di làm phó, đem 2 vạn quân đi tuần các nơi ven biển tây nam, để giữ yên miền biên giới. Vua thân đi tiễn đến cửa biển Thần Đầu ở Đại An (nay là cửa biển Thần Phù) mới trở về.” **Toàn Thư**, Bản Kỷ, quyển 4.

“Mùa thu, tháng 8 năm Chính Long Bảo Ứng thứ 1 [1163] lính trốn rủ nhau tụ họp thành bọn cướp bóc cư dân trên đường bộ. Vua sai Phí Công Tín đem 10 vạn quân đi đánh dẹp yên được.” **Toàn Thư**, Bản Kỷ, quyển 4.

Ở đời việc làm tốt khó theo, nhưng việc làm xấu thì rất dễ bắt chước; Thái hậu họ Lê mẹ Vua thông dâm với Đỗ Anh Vũ, hậu quả cháu đầu của bà là Long Xưởng thông dâm với cung phi của Vua, nên bị phế làm thường dân; nhà Vua quyết định lập con thơ Long Cán (3) làm Thái tử:

“Mùa thu, tháng 9, năm Chính Long Bảo Ứng thứ 12 [1174], (Từ tháng 2 về sau là niên hiệu Thiên Cảm Chí Bảo năm thứ 1; Tống Thuần Hy năm thứ 1). Muà thu, tháng 9, Thái tử Long Xưởng có tội, phế làm thứ dân và bắt giam. Trước đó, Long Xưởng thông dâm với cung phi, vua không nỡ bắt tội chết, cho nên có mệnh này. Một hôm, vua gọi tể tướng đến bảo rằng:

'Thái tử là gốc lớn của nước, Long Xưởng đã làm điều trái đạo, trẫm muốn Long Trát nối giữ nghiệp lớn, nhưng nó còn nhỏ tuổi, sợ không đương nổi, nếu đợi lớn thì trẫm đã tuổi già suy yếu, biết làm thế nào?'.

Bấy giờ có nội nhân ẵm Long Trát [Cán] *ra, thấy vua đội mũ, khóc đòi đội, vua chưa kịp tháo mũ đưa cho thì càng khóc to hơn. Vua bèn tháo mũ đội cho, Long Trát cả cười. Vua càng lấy làm lạ, ý lập Long Trát làm thái tử bèn quyết định."* **Toàn Thư**, Bản Kỷ, quyển 4.

Lúc Vua sắp mất giao cho Tô Hiến Thành thực hiện di chiếu; mặc dù Thái hậu muốn phế lập, nhưng Hiến Thành vẫn lấy công đạo chủ trì, nên mọi việc đều ổn thỏa:

"Mùa xuân, tháng giêng, năm Thiên Cảm Chí Bảo thứ 2 [1175], *sách lập Long Trát làm Hoàng thái tử, ở đông cung. Phong Tô Hiến Thành làm Nhập nội kiểm hiệu thái phó bình chương quân quốc trọng sự, tước vương, giúp đỡ đông cung.*

Mùa hạ, tháng tư, vua không khỏe, cố gượng sai Tô Hiến Thành ẵm thái tử mà quyền nhiếp chính sự.

Mùa thu, tháng 7, ngày Ất Tỵ, vua băng ở điện Thuỵ Quang. Trước đó, khi vua ốm nặng, hoàng hậu lại xin lập Long Xưởng, vua nói:

"Làm con bất hiếu còn trị dân sao được".

Di chiếu cho Tô Hiến Thành giúp rập thái tử, công việc quốc gia nhất nhất tuân theo phép cũ. Bấy giờ thái hậu muốn làm việc phế lập, sợ Hiến Thành không nghe, mới đem vàng bạc đút cho vợ là Nữ thị. Hiến Thành nói:

'Ta là đại thần nhận mệnh tiên đế dặn lại giúp rập vua bé, nay lấy của đút mà làm việc phế lập thì còn mặt mũi nào trông thấy Tiên đế ở suối vàng?'

Thái hậu lại gọi Hiến Thành đến dỗ dành trăm cách. Hiến Thành trả lời:

'Làm việc bất nghĩa mà được giàu sang, kẻ trung thần nghĩa sĩ đâu có vui làm, huống chi lời của Tiên đế còn ở bên tai, điện

hạ lại không nghe việc của Y Doãn, Hoắc Quang hay sao? Thần không dám vâng chiếu'.

Việc bèn thôi." **Toàn Thư**, Bản Kỷ, quyển 4.

Sử thần Ngô Sĩ Liên có lời bàn như sau:

"Sử thần Ngô Sĩ Liên nói: 'Anh Tông nối ngôi tuổi còn thơ ấu, việc của Đỗ Anh Vũ làm gì mà biết được, đến khi tuổi ngoại hai mươi, sai bọn Hiến Thành đem quân đi tuần nơi biên giới, lại thân đi xem khắp tình thế núi sông, muốn biết sự đau khổ của dân gian và đường đi xa gần, về mặt giữ dân giữ nước, quy mô đã thấy rõ. Lại đặt Xạ Đình, sai các quan võ hàng ngày luyện tập phép đánh trận, về mặt sửa binh giăng võ, mưu lược đã thấy rõ. Thái tử Long Xưởng có tội thì phế đi mà lập Long Trát làm thái tử, cho ở đông cung, để lòng người có chỗ gắn bó. đến khi ốm nặng, hoàng hậu xin lập lại Long Xưởng, thì lấy lễ nghĩa mà bác bẻ, không mê hoặc lời nói của đàn bà, lại cố gượng gọi Hiến Thành nhận di chiếu giúp thái tử quyền nhiếp chính sự, phó thác được người giỏi để phòng lo sau, rốt cuộc mưu phế lập của thái hậu không thể làm được, trên yên dưới thuận, không phải là sức của Anh Tông sao? Còn như Cao Tông không phải là người hiền thì ngay lúc bấy giờ đã biết trước thế nào được? Vua chỉ thuận theo lẽ phải mà làm thôi." **Toàn Thư**, Bản Kỷ, quyển 4.

Thái tử Long Cán lên ngôi lúc mới 3 tuổi, miếu hiệu là Cao Tông, tôn xưng mẹ Đỗ thị là Hoàng thái hậu:

"Thái tử Long Trát [Cán] *lên ngôi trước linh cữu, bấy giờ mới lên 3 tuổi, tôn mẹ là Đỗ thị làm Chiêu Thiên Chí lý hoàng thái hậu. Cho Đỗ An Di (em trai hoàng thái hậu) làm thái sư đồng bình chương sự, Tô Hiến Thành làm thái uý."* **Toàn Thư**, Bản Kỷ, quyển 4.

Hai bộ sử Trung Quốc, **Tục Tư Trị Thông Giám** và **Tống Sử** đều ghi sự kiện Vua Lý Anh Tông mất vào năm 1176, chép sau sử nước ta 1 năm; có lẽ vì đường sá xa xôi, nên tin đến trễ mất 1 năm:

"*Tục Tư Trị Thông Giám*, *quyển 145, Tống Hiếu Tông Thuần Hy năm thứ 3* [1176]. *Ngày Quí Sửu tháng 5* [17/6/1176], *Quốc vương An Nam Lý Thiên Tộ mất; con là Long Cán nối ngôi.*"

(安南國王李天祚卒。子龍 榦 嗣。)

"*Tháng 2 năm Thuần Hy thứ nhất* [1174] *tiến phong Thiên Tộ An Nam Quốc vương, gia hiệu Thủ khiêm công thần; năm thứ 2* [1175] *ban An Nam quốc ấn; năm thứ 3* [1176] *ban cho nước An Nam lịch thư, cùng năm Thiên Tộ mất.*" **Tống Sử**, quyển 488, Giao Chỉ.

(淳熙元年二月，進封天祚安南國王，加號守謙功臣。二年，賜安南國印。三年，賜安南國曆日。天祚卒。) **Tống Sử**, quyển 488, Giao Chỉ.

Chú thích:

1. Cảo điền nhi: Theo **Toàn Thư** chú thích, Cảo điền nhi là người có tội, bị đày cày ruộng cho nhà nước, tại xứ Cảo Động, huyện Từ Liêm.

2. Theo **Toàn Thư** chú thích: Cưỡi ngựa gỗ (thượng mộc mã): thứ hình phạt thời cổ, đem tội nhân đóng đinh lên tấm ván, đem đi bêu chợ rồi đem ra pháp trường tùng xẻo.

3. Long Cán: **Toàn Thư** chép là Long Trát, nhưng **Cương Mục** và **Tống Sử** đều chép là Long Cán, nên sửa lại.

31.
Lý Cao Tông
[1176-1210]

Niên hiệu:
Trinh Phù:1176-1185
Thiên Tư Gia Thụy:1186--1201
Thiên Gia Bảo Hựu:1202-1204
Trị Bình Long Ứng:1205-1210

Vào đầu năm 1176, Thái tử Long Cán lên ngôi, đổi niên hiệu là Trinh Phù, lúc mất đặt miếu hiệu là Cao Tông; tôn mẹ là Đỗ Thị làm Chiêu thiên chí lý hoàng thái hậu; dùng cậu là Đỗ An Di làm Thái sư đồng Bình chương sự (1), Tô Hiến Thành làm Thái úy (2):

"*Mùa xuân, tháng giêng, nămTrinh Phù thứ 1* [1176], *đổi niên hiệu, đại xá thiên hạ.*" **Toàn Thư**, Bản Kỷ, quyển 4.

Vua lên ngôi chưa được bao lâu, vào năm sau quân Chiêm Thành đến cướp phá Nghệ An:

"*Mùa xuân, tháng 3, năm Trinh Phù thứ 2* [1177], *Chiêm Thành đến cướp châu Nghệ An.*" **Toàn Thư**, Bản Kỷ, quyển 4.

Vừa hết tang Vua cha Anh Tông, Thái hậu Chiêu Linh họp quần thần lại, lấy cớ rằng trong nước có giặc, Vua còn nhỏ tuổi; bèn nhắc lại đề nghị cũ muốn lập Hoàng tử Long Xưởng lên ngôi. Tuy bị triều đình phản đối, sự việc tạm yên; nhưng mối chia rẽ trong triều manh nha từ đó:

"Ngày Mậu Tuất, năm Trinh Phù thứ 3 [1178]. *Hết quốc tang. Chiêu Linh hoàng thái hậu ban yến cho các quan ở biệt điện, bảo rằng:*

'Hiện nay Tiên đế đã chầu trời, vua nối còn thơ ấu, nước Chiêm Thành thất lễ, người phương Bắc cướp biên. Các khanh chịu ơn nặng của triều đình, nên lo việc của nước nhà. Kế sách ngày nay không gì bằng lập lại thái tử, để vận nước được lâu, lòng dân được yên'.

Các quan đều chắp tay cúi đầu nói:

'Thái phó nhận mệnh lệnh rõ ràng của thiên tử. Bệ hạ cũng đã nhiều lần dỗ bảo rồi, bọn thần không dám trái lệnh'.

Đều lạy tạ rồi lui ra. Hiến Thành quản Lĩnh cấm binh, nghiêm hiệu lệnh, thưởng phạt công bằng, người trong nước đều quy phục." **Toàn Thư**, Bản Kỷ, quyển 4.

Hai năm sau Thái úy Tô Hiến Thành mất, đây là sự mất mát lớn cho triều Lý, chẳng khác nhà Thục Hán mất Thừa tướng Khổng Minh; khiến Vua nhỏ tuổi không còn chỗ nương dựa, đất nước suy vi:

"Mùa hạ, tháng 6 năm Trinh Phù thứ 4 [1179] *Thái uý Tô Hiến Thành chết. Vua bớt ăn ba ngày, nghỉ thiết triều 6 ngày. Trước đây khi Tô Hiến Thành nằm bệnh, Tham tri chính sự Vũ Tán Đường ngày đêm hầu bên cạnh, Gián nghị đại phu Trần Trung Tá vì bận việc không lúc nào rỗi để tới thăm hỏi. Đến khi bệnh nặng, thái hậu thân đến thăm, hỏi rằng:*

'Nếu có mệnh hệ nào thì ai là người có thể thay ông?'. Hiến Thành trả lời:

'Trung Tá có thể thay được'.

Thái hậu nói:

'Tán Đường hàng ngày hầu thuốc thang, sao không thấy ông nhắc đến?'.

Hiến Thành trả lời:

'Vì bệ hạ hỏi người nào có thể thay thần nên thần nói đến Trung Tá, còn như hỏi người hầu dưỡng thì phi Tán Đường còn ai nữa?.

Thái hậu khen là trung, nhưng cũng không dùng lời ấy. Lấy Đỗ An Di [cậu Vua] *làm phụ chính."* **Toàn Thư**, Bản Kỷ, quyển 4.

Chẳng bao lâu Thái tử cũ Long Xưởng cầm đầu bọn gia nô gây chuyện bất ổn:

"*Ngày Tân Sửu, mùa xuân, tháng giêng năm Trinh Phù thứ 6* [1181],*thái tử cũ là Long Xưởng cầm đầu bọn gia thuộc nô lệ trộm cướp bừa bãi, muốn mưu làm loạn.*" **Toàn Thư**, Bản Kỷ, quyển 4.

Triều đình cố gắng chấn chỉnh nội bộ, cử Ngô Lý Tín làm Thượng tướng quân, Lý Kinh Tu làm thầy dạy Vua học; nên phe chủ trương việc phế lập không gây ra tác hại lớn:

"*Ngày Nhâm Dần, mùa xuân, tháng giêng, năm Trinh Phù thứ 7* [1182], *xuống chiếu cầu người hiền lương. Đắp đàn phong tướng, lấy Ngô Lý Tín làm Thượng tướng quân, đem quân thủy bộ đi tuần bắt trộm cướp. Lấy Lý Kinh Tu làm Đế sư* [thầy Vua], *trong thì hầu việc giảng sách, ngoài thì dạy dân trung hiếu, từ đấy Chiêu Linh thái hậu không dám manh tâm mưu khác nữa.*" **Toàn Thư**, Bản Kỷ, quyển 4.

Năm sau sai Thượng tướng quân Ngô Lý Tín đốc quân đi đánh Ai Lao:

"*Ngày Quý Mão, mùa xuân, tháng giêng năm Trinh Phù thứ 8* [1183], *cho Ngô Lý Tín làm Đốc tướng đi đánh Ai Lao.*" **Toàn Thư**, Bản Kỷ, quyển 4.

Năm 1192, tại làng Cổ Hoằng thuộc huyện Hoằng Hóa tỉnh Thanh Hóa, dân nổi loạn, triều đình mang quân đánh dẹp:

"*Năm Thiên Tư Gia Thuỵ thứ 7* [1192]. *Người giáp Cổ Hoằng ở Thanh Hóa làm phản, sai tướng đi đánh, dẹp được. Trước đó có người giáp ấy thấy vệt chân trâu trèo lên cây muỗm, nhìn lên thấy con trâu bạc, hồi lâu, nó lại theo ngả khác đi xuống. Có người lính ở giáp ấy là Lê Văn đoán rằng:*

'Trâu trắng là vật ở dưới, nay lại ở trên cây, thế là điềm kẻ dưới lên ở trên'.

Nhân đó bèn rủ nhau làm phản. Đến đây đánh dẹp yên được." **Toàn Thư**, Bản Kỷ, quyển 4.

Năm 1198, người châu Diễn Châu, Nghệ An, cùng châu Đại Hoàng nổi dậy, quân triều đình đánh dẹp được:

"Mùa xuân, tháng giêng năm Thiên Tư Gia Thuỵ thứ 13 [1198]*; người hương Cao Xá* [Diễn Thịnh] *ở châu Diễn là Ngô Công Lý chiêu tập những kẻ vô lại, cùng với người châu Đại Hoàng là bọn Đinh Khả tự xưng là con cháu của Đinh Tiên Hoàng và Bùi Đô đồng thời làm loạn. Đều dẹp yên được."* **Toàn Thư**, Bản Kỷ, quyển 4.

Tiếp đến năm sau lụt lội, trong nước xảy ra nạn đói lớn:

"Ngày Kỷ Mùi, mùa thu tháng 7, năm Thiên Tư Gia Thuỵ thứ 14 [1199]*, nước to, lúa mạ ngập hết. Đói to."* **Toàn Thư**, Bản Kỷ, quyển 4.

Nhà Vua sai nhạc công bắt chước nhạc Chiêm Thành đặt ra những khúc nhạc ai oán buồn rầu, từ xưa đến nay nhạc trử tình buồn, tuy rung động lòng người, nhưng rất có hại cho tinh thần chiến đấu:

"Mùa thu, tháng 8, hoàng thái tử Thầm sinh. Đổi niên hiệu là Thiên Gia Bảo Hựu năm thứ 1 [1202]*. Sai nhạc công chế khúc nhạc gọi là nhạc Chiêm Thành, tiếng trong trẻo, ai oán buồn rầu, người nghe phải chảy nước mắt. Tăng phó Nguyễn Thường nói:*

'Ta nghe bài tựa Kinh Thi nói rằng: Âm thanh của nước loạn nghe như ai oán giận hờn. Nay dân loạn nước nguy, chúa thượng thì rong chơi vô độ, triều đình rối loạn, lòng dân trái lìa, đó là triệu bại vong". **Toàn Thư**, Bản Kỷ, quyển 4

Kế tiếp vào các năm 1203, 1204, 1205 trong nước loạn lạc liên miên; năm 1203 quân Chiêm Thành đến cướp phá; liên tiếp 2 năm 1203, 1204 loạn tại vùng ngã ba sông Đáy và sông Hoàng Long tỉnh Ninh Bình, triều đình mang quân tiếp viện nhưng không thắng; cũng trong năm 1204, tại biên giới phía bắc người Tống đến cướp phá:

- *"Mùa thu, tháng 7, năm Thiên Gia Bảo Hựu thứ 2* [1203]*, Điện tiền chỉ huy sứ tri châu Nghệ An là Đỗ Thanh và châu mục là Phạm Diên tâu rằng:*

‘Vua nước Chiêm Thành là Bố Trì bị chú là Văn Bố Điền đuổi, nay đem cả vợ con đến ngụ ở cửa biển Cơ La [Kỳ La, huyện Kỳ Anh, Hà Tĩnh], *ý muốn cầu cứu’.*

Tháng 8 vua sai Đàm Dĩ Mông và Đỗ An đi liệu tính việc ấy. Sắp đến cửa biển Cơ La, Đỗ An nói:

‘Kẻ kia đem quân đến đây, lòng nó khó tin được. Tục ngữ có câu: ‘Lỗ kiến có thể vỡ đê, tấc khói có thể cháy nhà’. Nay Bố Trì há phải là lỗ kiến, tấc khói mà thôi đâu’.

Dĩ Mông nói lại ý ấy với Thanh và Diên, bảo phải phòng bị. Bọn Thanh nói:

‘Kẻ kia vì hoạn nạn đến xin cầu cứu, còn phải nghi ngờ gì?’.

Dĩ Mông giận, đem quân về. Thanh và Diên cùng mưu đánh úp Bố Trì để làm kế tự bảo toàn. Mưu tiết lộ, thành ra bị Bố Trì giết. Quân Nghệ An tan vỡ, chết không xiết kể. Bố Trì thả sức cướp bóc rồi về.” **Toàn Thư**, Bản Kỷ, quyển 4

- “*Tháng 9, mùa thu , năm Thiên Gia Bảo Hựu thứ 2* [1203] *người ở Đại Hoàng giang lại làm phản. Trước đây người Đại Hoàng giang* [sông Hoàng Long, Ninh Bình] *là Phí Lang và Bảo Lương tâu các tội mọt nước hại dân của Đàm Dĩ Mông, Dĩ Mông giận lấy roi đánh. Bọn Lang vì thế chứa chất oán giận, nhân khi thiên hạ sầu khổ muốn làm loạn, mới cùng nhau phản, Vua sai chi hậu Trần Lệnh Hinh làm Nguyên soái đem quân đi đánh. Lại sai Thượng thư Từ Anh Nhữ đem quân phủ Thanh Hóa đồng thời tiến đánh Phí Lang, giao chiến ở cửa sông Lộ Bố (3), bị thua, Lệnh Hinh và Anh Nhữ đều chết cả.*

Mùa xuân, tháng giêng năm Thiên Gia Bảo Hựu thứ 3 [1204], *sai Đỗ Kính Tu đi đánh bọn làm phản ở Đại Hoàng giang, không thắng.”* **Toàn Thư**, Bản Kỷ, quyển 4

- “*Ngày Ất Sửu, Mùa xuân, tháng 3 năm Trị Bình Long Ứng năm thứ 1* [1204]. *đổi niên hiệu làm Trị Bình Long Ứng năm thứ 1. Người Tống sang cướp ở biên giới. Dân ta mệt nhọc chạy nạn. Vua thì ham thích tiền của, các quan phần nhiều bán quan buôn ngục.”* **Toàn Thư**, Bản Kỷ, quyển 4.

Triều đình bấy giờ suy bại cơ hồ không thể cứu vãn được, Vua thì bệnh tật sợ sấm rền gió giật, chỉ mê tín quỉ thần; năm 1208 đất nước bị nạn đói, người ôm nhau mà chết; liền năm loạn lạc nổi lên, năm 1207 loạn dấy lên tại tỉnh Hà Tây:

- *"Ngày Bính Dần, tháng 2 mùa xuân năm Trị Bình Long Ứng thứ 2* [1206], *phong Đàm Dĩ Mông làm Thái bảo, được đội mũ củng thần. Bấy giờ vua xây dựng không ngớt, rong chơi vô độ, hàng ngày cùng cung nữ dạo chơi làm vui, nghe ngoài thành có trộm cướp thì lờ đi như không biết, tính lại sợ sấm, nghe sấm là kinh hoảng. Người bề tôi được vua yêu là Nguyễn Dư nói mình có phép cấm được sấm. Gặp khi sấm động, vua sai Dư thử phép, Dư ngửa mặt lên trời đọc thần chú, mà sấm càng to thêm. Vua vặn hỏi, Dư trả lời:*

'Thần răn cấm mãi rồi, nhưng vì trời cao nên nó còn dữ tợn như thế!". **Toàn Thư**, Bản Kỷ, quyển 4.

- *"Ngày Đinh Mão mùa Xuân, tháng giêng năm Trị Bình Long Ứng thứ 3* [1207], *tháng giêng, giặc cướp nổi như ong. Xuống chiếu chọn các đinh nam, người nào khỏe mạnh, sung vào quân ngũ, sai quan các lộ thống quản để bắt giặc cướp. Mùa đông, tháng 10, người Man ở núi Tản Viên châu Quốc Oai* [Hà Tây] *làm giặc, cướp bóc hương Thanh Oai* [Hà Tây], *bè lũ rất đông, không thể ngăn được."* **Toàn Thư**, Bản Kỷ, quyển 4.

- *"Mùa xuân, tháng giêng năm Trị Bình Long Ứng thứ 4* [1208]. *Mùa xuân, tháng giêng, sách lập hoàng tử Sảm làm Hoàng thái tử, ở Đông cung. Đói to, người chết đói nằm gối lên nhau.* **Toàn Thư**, Bản Kỷ, quyển 4.

Cũng vào tháng giêng năm Trị Bình Long Ứng thứ 4 [1208] viên Tri quân Nghệ An Phạm Du làm phản; Vua sai quan Thượng phẩm Phạm Bỉnh Di mang quân đi đánh. Du thua trận, chạy về đến châu Hồng [Hải Dương]; rồi cho người mang vàng bạc đến kinh đô đút lót, tố cáo Bỉnh Di tàn ác; Vua tin lời Du. Tháng 7, nhà Vua giết Thượng phẩm Phạm Bỉnh Di. Quách Bốc, bộ tướng của Bỉnh Di, nổi loạn; khiến nhà vua phải bỏ kinh thành lánh đến Quy Hóa giang [sông Thao]:

- *"Cho Phạm Du coi việc quân ở Nghệ An. Du bèn làm phản, thu nạp những kẻ vong mệnh và trộm cướp, gọi là "hậu nhân"* [người do thám], *chia đi cướp bóc các nơi. Người châu Quốc Oai* [Hà Tây] *cũng đem bè lũ đến đóng ở Tây Kết, đường sá vì thế không thông. Vua sai Thượng phẩm phụng ngự Phạm Bỉnh Di đem quân châu Đằng* [thuộc tỉnh Hưng Yên] *đến đánh."* **Toàn Thư**, Bản Kỷ, quyển 4.

- *"Bấy giờ Bỉnh Di tiến quân đánh Phạm Du. Du thua, chạy sang Hồng Châu. Bỉnh Di tịch thu nhà của Du rồi đốt hết cả. Phạm Du mới ngầm sai người đến kinh đô đem vàng đút lót cho người trong nội, nói rõ Bỉnh Di tàn khốc, giết hại những người vô tội. Du lại kể lể nỗi oan của mình, xin về kinh đô để đợi chịu tội. Nhà vua tin lời, cho đòi Du và vời Bỉnh Di đem quân về. Bỉnh Di về tới kinh, toan vào tâu bày, thì có người ngăn lại, bảo: "Lời của Phạm Du đã lọt vào trước, nhà vua còn chưa nguôi giận!". Bỉnh Di nói: "Ta đây thờ vua hết lòng trung thành, lại bị tên giặc gian ác nó gièm pha ư? Huống chi, lại có mạng lệnh vua vời, ta còn trốn tránh đi đâu?". Thế rồi Bỉnh Di cứ vào chầu. Nhà vua sai bắt luôn, rồi giam cả với con là Phụ tại nhà Thủy viện, toan đem giết chết. Bộ tướng của Bỉnh Di là bọn Quách Bốc hay tin ấy, đem quân reo hò kéo vào, xông đến cửa thành, bị kẻ canh cổng cản lại. Chúng phá cửa mà vào. Nhà vua thấy động, kíp sai đem cha con Bỉnh Di đến thềm Kinh Tinh đâm chết, rồi cùng Thái tử chạy trốn. Bọn Quách Bốc xông vào, lấy chiếc chiếu của vua bó xác Bỉnh Di và lấy xe của vua chở xác Bỉnh Di, vượt qua cửa thành, rút ra bến Đông bộ đầu; rồi lại quay vào cung Vạn Diên, lập con thứ vua là Thầm lên làm hoàng đế. Bọn Đàm Dĩ Mông và Nguyễn Chính Lại đều nhận chức ngụy quan cả."* **Cương Mục**, Chính Biên, quyển 5.

Thái tử Sảm lánh nạn tại thôn Lưu Gia thuộc tỉnh Thái Bình ngày nay, gặp người con gái họ Trần lấy làm vợ; nhờ người cha cô gái là Trần Lý, dấy binh khôi phục lại kinh thành; đó là manh nha quyền lực đất nước từ họ Lý chuyển sang họ Trần:

"Hoàng thái tử Sảm đến thôn Lưu Gia [xã Canh Tân, huyện Hưng Hà, Thái Bình] *ở Hai Ấp, nghe tiếng con gái của Trần Lý*

có nhan sắc, bèn lấy làm vợ. Nhà Trần Lý nhờ nghề đánh cá nên giàu, người quanh vùng theo về, nhân có quân chúng, cùng nổi lên làm giặc. Thái tử đã lấy con gái của Lý, trao cho Lý tước minh tự, phong cho cậu người con gái ấy là Tô Trung Từ làm Điện tiền chỉ huy sứ."

Tuy nghiêm khắc phê bình Thái tử Sảm [Lý Huệ Tông] không dốc tâm lo dẹp loạn, lại đam mê gái đẹp; nhưng rốt cuộc Sử thần Ngô Sĩ Liên cũng phải công nhận đây là mối cơ duyên để thay đổi triều đại từ họ Lý sang Trần. Rồi gia đình họ Trần giúp nhà Lý dẹp tan loạn Quách Bốc; đưa Vua Lý Cao Tông trở về kinh đô:

Sử thần Ngô Sĩ Liên nói:

'Thái tử Sảm đi lần này là vì nước loạn mà tránh nạn, sao lại buông lòng dâm dục ở ngoài mà tự tiện phong tước cho người? Bởi Cao Tông rong chơi vô độ, giường mối bỏ hỏng, cho nên mới thế. Nhưng họ Lý nhân thế mà vong, họ Trần nhân thế mà hưng, ấy là do trời cả."

Anh em họ Trần họp hương binh để dẹp loạn, rước vua về kinh, khôi phục chính thống. Trừng trị bọn Quách Bốc làm loạn, xử tội theo mức độ khác nhau." **Toàn Thư**, Bản Kỷ, quyển 4.

Vào cuối năm 1210, Vua không khỏe, lập Thái tử Sảm lên làm Vua kế vị, miếu hiệu là Huệ Tông, tôn mẹ Đàm thị làm Hoàng thái hậu, sai người đón vợ là người con gái họ Trần về làm Hoàng hậu:

"Ngày Canh Ngọ, mùa xuân, tháng 3, nămTrị Bình Long Ứng thứ 6 [1210], *vua sai Thượng phẩm phụng ngự là Đỗ Quảng đem quân đến nhà Tô Trung Từ đón Hoàng thái tử về Kinh sư, còn người con gái Trần thị thì về nhà cha mẹ. Bấy giờ Trần Lý đã bị bọn giặc khác giết, con thứ là Trần Tự Khánh thay đem quân chúng về Kinh, được phong là Thuận Lưu Bá.*

Mùa thu, tháng 7, Đỗ Anh Triệt kể tội Dĩ Mông rằng:

'Người làm đại thần mà ôm lòng vô quân, nhận tước phong của giặc, nay lại đứng ngang hàng với ta, ta dù bất tài nhưng mặt mũi nào mà nhìn người!'

Dĩ Mông thẹn sợ mà lui ra.

Mùa đông, tháng 10, vua không khỏe, gọi Đỗ Kính Tu và nhận mệnh ký thác. Ngày 28 Nhâm Ngọ, vua băng ở cung Thánh Thọ.

Hoàng thái tử Sảm lên ngôi ở trước linh cữu bấy giờ mới 16 tuổi. Tôn mẹ là Đàm thị là Hoàng thái hậu, cùng nghe chính sự. Lại đem thuyền rồng đi đón Trần thị. Anh Trần thị là Trần Tự Khánh cho rằng bấy giờ đương lúc loạn lạc, chưa đưa đi ngay được.

Sai sứ cáo phó với nhà Tống, nhà Tống sai người sang làm lễ tế điếu." **Toàn Thư**, Bản Kỷ, quyển 4.

Về lãnh vực ngoại giao với Trung Quốc, thời Vua Cao Tông lên ngôi, triều Tống đặc cách phong ngay nhà Vua tước Vương, không theo lệ cũ phải kinh qua tước vị thấp hơn như Quận vương:

"*Năm sau* [năm Thuần hy thứ tư, 1177] *con là Long Cán* [Lý Cao Tông] *nối ngôi, trao chức Tĩnh hải quân tiết độ sứ quan sát xử trí đẳng sứ, đặc tiến Kiểm hiệu thái uý kiêm Ngự sử đại phu thượng trụ quốc, đặc phong An Nam Quốc vương, gia phong thực ấp, vẫn ban cho Suy thành thuận hoá công thần; Chế ban rằng:*

'Biểu thị nghi lễ đặc thù khiến cả nước vui mừng; nhân dịp thụ phong đầu tiên (4) được thế tập ngay tước vương, không phải đợi đến lần sau mới được thăng!'

Nhằm Biểu thị nghi lễ đặc thù" **Tống Sử**, quyển 488, Giao Chỉ.

(明年，子龍榦嗣位，授靜海軍節度使觀察處置等使、特進、檢校太尉兼御史大夫、上柱國，特封安南國王，加食邑；仍賜推誠順化功臣，制曰：「即樂國以肇封，既從世襲；極王真而錫命，何待次升？」示殊禮也)

Vua Cao Tông bèn sai Sứ sang triều cống và tạ ơn:

"*Năm thứ 5* [1178] *cống sản vật địa phương cùng dâng biểu tạ ơn.*" **Tống Sử**, quyển 488, Giao Chỉ.

(五年，貢方物，上表稱謝)

Giống như thời Lý Anh Tông năm 1156, Vua Tống lại tiếp tục khước từ cống voi vì cho là vô dụng:

"Năm thứ 9 [1182], từ khước An Nam cống voi, vì vô dụng mà phiền dân; những vật khác cũng chỉ nhận 1/10." **Tống Sử**, quyển 488, Giao Chỉ.

(九年，詔卻安南所貢象，以其無用而煩民，他物亦止受什一.)

Sự kiện khước từ cống voi, cũng được **Tục Tư trị Thông Giám** của Tất Nguyên đời Thanh xác nhận qua văn bản sau đây:

*"**Tục Tư Trị Thông Giám**, quyển 149. Ngày Nhâm Dần tháng 11 nhuần [27/12/1183] Tống Hiếu Tông Thuần Hy năm thứ 10. Kinh lược an phủ sứ Quảng Tây tâu An Nam tiến cống voi. Vua phán:*

'Voi là vật vô dụng, đi trên đường sá quấy nhiễu dân ta nhiều, không nhận."

（壬寅，廣西經略安撫使奏安南進象，帝曰：「象乃無用之物，經由道路，重擾吾民，其弗受。）

Vào các năm 1186, 1189, 1190, hai nước Trung Quốc và Đại Việt tiếp tục trao đổi Sứ bộ ngoại giao, triều Nam Tống lúc bấy giờ suy yếu nên luôn luôn tỏ ra hòa hoãn:

"Năm Trinh Phù thứ 11 [1186], *sai Lê Hòe Khanh sang nhà Tống đáp lễ."* **Toàn Thư**, Bản Kỷ, quyển 4.

"Năm thứ 16 [1189] *tiếp tục gia phong Long Cán tước Thủ nghĩa phụng quốc lý thường hoài đức công thần."* **Tống Sử**, quyển 488, Giao Chỉ.

(十六年，累加龍幹守義奉國履常懷德功臣)

"Khi vua Quang Tông [1190] lên ngôi, An Nam đến cống và dâng biểu mừng." **Tống Sử**, quyển 488, Giao Chỉ.

(光宗即位，奉表入貢稱賀。)

Năm 1212 được tin Vua Cao Tông mất, nhà Tống sai sứ sang phân ưu và truy phong:

"Năm Gia Định thứ 5 [1212] *Long Cán mất, chiếu sai Vận phán Quảng Tây Trần Khổng Thạc làm Điếu tế sứ, đặc cách tặng chức Thị trung."* **Tống Sử.** quyển 488, Giao Chỉ.

(嘉定五年，龍榦卒。詔以廣西運判陳孔碩充弔祭使，特贈侍中)

Về việc ngoại giao tại phương nam, 3 nước Chiêm Thành, Chân Lạp, Tiêm La đều sai Sứ đến cống; riêng nước Chiêm Thành qua lại cống nhiều hơn, năm 1198 lại sang xin phong, năm sau nhà Vua sai Sứ đến phong tước:

"NămTrinh Phù thứ 7 [1182], *nước Xiêm La sang cống."* **Toàn Thư**, Bản Kỷ, quyển 4.

"Mùa xuân tháng 3 năm Trinh Phù thứ 9 [1184], *nước Chiêm Thành sang cống."* **Toàn Thư**, Bản Kỷ, quyển 4.

"Mùa xuân năm Thiên Tư Gia Thuỵ thứ 6 [1191], *nước Chân Lạp sang cống."* **Toàn Thư**, Bản Kỷ, quyển 4.

"Tháng 7 năm Thiên Tư Gia Thuỵ thứ 13 [1198],*Sứ Chiêm Thành sang cống và cầu phong."* **Toàn Thư**, Bản Kỷ, quyển 4.

"Mùa đông, tháng 10, năm Thiên Tư Gia Thuỵ thứ 14 [1199] *vua ngự đến phủ Thanh Hóa bắt voi. Sai sứ sang phong vua nước ChiêmThành."* **Toàn Thư**, Bản Kỷ, quyển 4.

Riêng nước Tiêm La vẫn tiếp tục đưa thương thuyền đến buôn bán tại cảng Vân Đồn như thời mới mở cửa vào năm Đại Định thứ 10 [1149]; năm 1184 Vân Đồn lại tiếp nhận thêm khách thương mới, đó là nước Tam Phật Tề:

"Tháng 3, [Trinh Phù] *năm thứ 9* [1184], *người buôn các nước Xiêm La và Tam Phật Tề* [Sumatra, Indonesia] *vào trấn Vân Đồn dâng vật báu để xin buôn bán."* **Toàn Thư**, Bản Kỷ, quyển 4.

Chiếu theo sử liệu Trung Quốc [**Trường Biên**] vào năm Đại Trung Tường Phù thứ 5 [1012], 2 nước Hoa Việt thỏa thuận buôn bán chung tại Quảng Châu [Quảng Đông] và châu Khâm [Quảng Tây]; nhưng dân buôn lậu vẫn mang hàng lên phía bắc, lén lút vượt qua đèo núi, đến các vùng Long Châu, Bằng Tường,

Ninh Minh, bán cho Trung Quốc. Nhằm ngăn chặn một số mặt hàng, năm 1179 có lệnh cấm buôn mắm, muối, và đồ sắt:

"Năm Trinh Phù thứ 4 [1179], *xuống chiếu cấm không được đem mắm muối và đồ sắt lên bán đổi ở đầu nguồn."* **Toàn Thư**, Bản Kỷ, quyển 4.

Nhưng việc bán muối sang Trung Quốc có lời cao, nên số đông dân chúng vẫn tiếp tục buôn lậu. Về phía Trung Quốc Số lượng muối nhập vào châu Ung [nam Quảng Tây] quan trọng đến nỗi chính quyền địa phương xin triều đình được phép độc quyền thu mua tại Sùng Tả Thị, Bằng Tường để thu lợi:

*"**Tục Tư Trị Thông Giám**, quyển 150, Tống Hiếu Tông năm Thuần Hy thứ 12* [1185]

Ngày Kỷ Sửu tháng giêng [6/2/1185] *Đề cử Quảng Tây Hồ Đình Trực tâu:*

'Quan phụ trách bán muối tại Ung Châu [Nam Ninh, Quảng Tây] *duyên theo đường lối chỉ huy thời Thiệu Hưng* [1131-1162] *tại hai trại Thái Bình* [Sùng Tả thị, Quảng Tây], *Vĩnh Bình* [Bằng Tường thị, Quảng Tây] *đặt thị trường, dùng vải lụa trao đổi muối với tư thương Giao chỉ; quan phụ trách muối đem ra bán, do đó những người dân tại khe động cũng đều buôn bán muối Giao Chỉ. Gần đây tuy cải sang dùng tiền giấy, nhưng tại châu này vẫn còn theo mối tệ cũ.'*

Chiếu ban ty Kinh lược cùng Tri Ung Châu Trần Sĩ Anh bố trí rồi tâu lên. Ty Kinh lược tâu rằng:

'Trước đây việc đặt thị trường đổi chác là do tiện cho lòng người, còn việc trao đổi muối với Giao Chỉ là phép thường từ tổ tiên. Chỉ nghiêm cấm dân buôn không được buôn bán muối với người Giao, khiến mất nguồn lợi công; những điều khác vẫn theo cũ.'

Vua chấp nhận."

((己丑，廣西提舉胡廷直言：「邕州賣官鹽，並緣紹興間一時指揮，于江左永平、太平兩寨置場，用物帛博買交趾私鹽，夾雜官鹽出賣，緣此溪洞之人，亦皆販賣交鹽。近雖改行鈔法，其本州尚仍前弊。」詔經略司及知邕州陳士英措置聞奏。既而經略司言：「初置博易場，以人情所便；而博易交鹽，亦祖宗成法。請只嚴禁博販等不得販鬻交鹽，攙奪官課，餘仍舊。」從之。）

Toàn Thư chép thời Vua Cao Tông cho đào sông Tô Lịch:

"Năm Thiên Tư Gia Thuỵ thứ 7 [1192], *đào sông Tô Lịch."* **Toàn Thư**, Bản Kỷ, quyển 4.

Sông này nguyên là nhánh sông thông với Nhị Hà, thời Pháp thuộc mở mang thành phố nên lấp phần cửa sông, dòng sông quanh co nối tiếp với sông Nhuệ, Hà Đông. Theo **Cương Mục**, thời Đường Mục Tông đô hộ nước ta [824] tên sông này đã được nhắc tới, vậy lúc này chỉ làm việc đào vét thêm sông Tô Lịch mà thôi.

Về lãnh vực văn hóa giáo dục, tuy thời Thần Tông [1132] có đề cập đến việc các thi sĩ Thích, Nho, Lão đến dâng thơ mừng Vua; nhưng chính thức triều đình đưa văn hóa Thích, Nho, Lão vào thi cử, thì bắt đầu từ thời Cao Tông Thiên Tư Gia Thuỵ thứ 10 [1195] mới thi hành:

"Mùa xuân, tháng 2 năm Thiên Tư Gia Thuỵ thứ 10 [1195], *động đất; sét đánh gác Ly Minh. Thi Tam giáo, cho đỗ xuất thân."*

Triều đình lại thi chọn những kẻ sĩ giỏi vào giúp Vua học, phân loại các quan; biệt đãi người có học và tài cán:

"*Mùa xuân, tháng giêng nămTrinh Phù thứ 10* [1185], *thi sĩ nhân trong nước, người nào từ 15 tuổi mà thông thi thư thì được vào hầu học ở ngự điện. Lấy đỗ bọn Bùi Quốc Khái, Đặng Nghiêm 30 người, còn thì đều ở lại học."* **Toàn Thư**, Bản Kỷ, quyển 4.

"*Năm Thiên Tư Gia Thuỵ thứ 8* [1193]. *Khảo khóa các quan văn võ trong ngoài, để rõ nên giáng hay thăng. Thi các sĩ nhân trong nước để chọn người vào hầu vua học.*

Tháng 3, khảo xét công trạng các quan, người giữ chức siêng năng tài cán nhưng không thông chữ nghĩa làm một loại, người có chữ nghĩa tài cán làm một loại, người tuổi cao hạnh thuần, biết rõ việc xưa nay làm một loại, cứ theo thứ tự mà trao cho chức vụ trị dân coi quân, khiến cho quan chức không lạm nhũng.” **Toàn Thư**, Bản Kỷ, quyển 4.

Riêng về việc binh, vào tháng đầu năm, tuyển trai tráng khỏe mạnh bổ sung vào quân ngũ:

“Năm Trinh Phù thứ 4 [1179]. *Mùa xuân, tháng giêng, tuyển các đinh nam, người nào mạnh khỏe sung vào quân ngũ.”* **Toàn Thư**, Bản Kỷ, quyển 4.

Về phương diện tín ngưỡng, nhà Lý từ trung đại trở về trước Phật Giáo được coi như quốc giáo, từ việc học hành, đến quản lý ruộng đất đều do nhà chùa lo liệu; đến đời Cao Tông niên hiệu Thiên Tư Gia Thụy, lần đầu có hiện tượng nhà Vua sa thải các sư sãi:

“Mùa xuân, tháng giêng năm Thiên Tư Gia Thuỵ thứ 13 [1198], *xuống chiếu sa thải các tăng đồ, theo lời tâu của Đàm Dĩ Mông.”* **Toàn Thư**, Bản Kỷ, quyển 4.

Vua lại tỏ ra nghi ngờ tài cán của nhà sư Tây Vực:

“Năm Thiên Tư Gia Thuỵ thứ 2 Thiên Tư Gia Thuỵ [1187], *có nhà sư Tây Vực (5) đến. Vua xuống chiếu hỏi sư ấy có tài năng gì, trả lời là có tài phục được hổ. Bảo làm thử, không hiệu nghiệm.”* **Toàn Thư**, Bản Kỷ, quyển 4.

Nhà Vua rất tin thần linh ma quỉ, ưa xây dựng nhiều cung điện:

“Tháng 3 năm Thiên Tư Gia Thuỵ thứ 4 [1189], *vua ngự đi khắp núi sông, phàm xe vua đến đâu mà có thần linh đều cho phong hiệu và lập miếu để thờ.”* **Toàn Thư**, Bản Kỷ, quyển 4.

“Mùa xuân tháng 2 năm Thiên Gia Bảo Hựu thứ 2 [1203], *làm nhiều việc thổ mộc, dựng các cung điện. Mùa hạ, tháng 4, gác Kinh Thiên làm sắp xong, có chim khách vào làm tổ đẻ chim con ở đấy. Các quan can rằng:*

‘Ngày xưa Nguỵ Minh Đế làm gác Lăng Tiêu, có con chim khách đến làm tổ, Cao Đường Long can rằng “Thần từng nghe câu: Chim khách có tổ, chim cưu đến ở. Nay chim khách đến làm tổ nơi cung khuyết, theo ngu kiến của thần thì gác ấy có làm xong nữa tất có người họ khác đến ở’.

Xin bệ hạ xét lời của Cao Đường Long, trước cốt sửa đức, sau hãy khởi công mới phải.

Nhưng vua nghe lời của hoạn quan là Phạm Bỉnh Di, giục làm càng gấp, trăm họ khốn khổ." **Toàn Thư**, Bản Kỷ, quyển 4.

Vua Cao Tông mất vào năm Trị Bình Long Ứng thứ 6 [1210], Sử thần Ngô Sĩ Liên viết lời bàn dưới đây, có thể tóm tắt được thân thế và sự nghiệp của nhà Vua:

"Mùa đông, tháng 10, vua không khỏe, gọi Đỗ Kính Tu và nhận mệnh ký thác. Ngày 28 Nhâm Ngọ, vua băng ở cung Thánh Thọ.

Sử thần Ngô Sĩ Liên nói: Cao Tông tuổi bé nối ngôi, Chiêu Linh Thái hậu rắp lòng phế lập, thân vua suýt nữa bị nguy. Nhờ có Tô Hiến Thành vốn có quyền vị, nhận ký thác con côi, hết lòng phù hộ, ngôi báu không lay, thiên hạ quy phục, tất phải có mưu hay chước giỏi tâu riêng với vua rồi. Đến khi Hiến Thành chết, Đỗ Kính Tu hầu hạ nơi màn trướng, giúp vua sửa đức, đâu phải là không có người? Thế mà vua mê mãi rong chơi, say đắm thanh sắc, ham tiền của, thích xây dựng, dạy tính lười tham cho các quan, gây lòng oán giận ở trăm họ, làm cho cơ đồ nhà Lý phải hao mòn, đến nỗi mất nước. Kinh thư có câu: "Ở trong mê sắc đẹp, ra ngoài mê săn bắn, ham rượu, thích nhạc, xây nhà cao, trổ tường đẹp, phạm một trong các điều ấy tất phải bại vong". Vua phạm đủ các điều ấy, còn nói gì được nữa?" **Toàn Thư**, Bản Kỷ, quyển 4.

Chú thích:

1. Đồng bình chương sự: chức quan tương đương với Tể tướng và làm nhiệm vụ của Tể tướng.

2. Thái úy: chức quan võ đứng đầu quân đội.

3. Sông Lộ Bố: chỗ sông Đáy gặp sông Hoàng Long tại Ninh Bình.

4. **Toàn Thư** chép sự kiện này vào năm Trinh Phù thứ 11 [1186], xét nội dung chế văn chép "; *nhân dịp thụ phong đầu tiên*" thấy năm 1186 không không phải là năm thụ phong đầu tiên, vậy phải ghi nhật ký như **Tống Sử** chép "*Năm sau* [năm Thuần hy thứ tư, 1177] *con là Long Cán* [Lý Cao Tông] *nối ngôi*" mới đúng. Dưới đây là văn bản **Toàn Thư:**

"*Mùa xuân, tháng giêng năm Trinh Phù thứ 11* [1186], *nhà Tống phong vua làm An Nam Quốc Vương, chế thư đại khái nói: "Ngay bắt đầu đã phong cho tước ấp ở một nước yên vui, được theo lệ cha truyền con nối ban sắc mệnh cho được thực thụ tước vượng, cần gì phải đợi thăng dần theo thứ tự"1. Đó là lễ đặc biệt.*"

5. Tây Vực: chỉ các nước thuộc miền Trung và Nam Á.

32.
Lý Huệ Tông
[1211-1224]

Niên hiệu:
Kiến Gia 1211-1213

Vào cuối năm 1210, Vua Cao Tông không khỏe, lập Thái tử Sảm lên kế vị, miếu hiệu là Huệ Tông. Nhà Vua tôn mẹ Đàm thị làm Hoàng thái hậu, sai đón vợ là người con gái họ Trần về làm Hoàng hậu:

"Mùa đông, tháng 10, năm Trị Bình Long Ứng thứ 6 [1210], *vua không khỏe, gọi Đỗ Kính Tu vào nhận mệnh ký thác. Ngày 28 Nhâm Ngọ, vua băng ở cung Thánh Thọ.*

Hoàng thái tử Sảm lên ngôi ở trước linh cữu bấy giờ mới 16 tuổi. Tôn mẹ là Đàm thị là Hoàng thái hậu, cùng nghe chính sự. Lại đem thuyền rồng đi đón Trần thị. Anh Trần thị là Trần Tự Khánh cho rằng bấy giờ đương lúc loạn lạc, chưa đưa đi ngay được." **Toàn Thư**, Bản Kỷ quyển 4.

Năm sau Vua chọn niên hiệu là Kiến Gia năm thứ nhất, đón Hoàng hậu họ Trần về, phong cho người anh Hoàng hậu là Trần Tự Khánh làm Chương thành hầu:

"Ngày Tân Mùi, mùa xuân, tháng giêng năm Kiến Gia thứ 1 [1211], *đổi niên hiệu. Tháng 2, vua lại sai Phụng ngự là Phạm Bố đi đón Trần thị. Tự Khánh bèn sai bọn Phùng Tá Chu đưa Trần thị đi. Gặp khi Tô Trung Từ và Đỗ Quảng đang đánh nhau ở bến Triều Đông* [bến phía đông thành Hà Nội], *Tá Chu bèn đỗ thuyền ở bến Đại Thông. Đến khi Đỗ Quang bị thua, vua sai*

Bố và Trung Từ đón Trần thị vào cung, lập làm nguyên phi; cho Trung Từ làm Thái uý phụ chính; phong Thuận Lưu bá Trần Tự Khánh làm Chương Thành hầu." **Toàn Thư**, Bản Kỷ quyển 4.

Triều Tống nhận được tin Vua Cao Tông mất, sai Sứ sang điếu tế, và phong cho Vua Lý Huệ Tông tước An Nam Quốc vương, giống như Vua cha:

"*Năm Gia Định thứ 5* [1212] *Long Cán mất, chiếu sai Vận phán Quảng Tây Trần Khổng Thạc làm Điếu tế sứ, đặc cách tặng chức Thị trung. Y theo chế độ đối với Quốc vương An Nam trước kia, người con là Hạo Sam thế tập, được phong như Long Cán lúc mới lên ngôi, vẫn được ban chức Thôi thành thuận hoá công thần. Sau đó không thấy biểu cảm tạ, nên kém việc gia ân."* **Tống Sử**, quyển 488, Giao Chỉ.

(嘉定五年，龍幹卒。詔以廣西運判陳孔碩充弔祭使，特贈侍中。依前安南國王制，以其子昊旵襲封其爵位，給賜如龍幹始封之制，仍賜推誠順化功臣。其後謝表不至，遂輟加恩。)

Bấy giờ trong nước giặc giã nổi lên, nhà Vua suy nhược, quan phụ chính Đàm Dĩ Mông thì bất tài, nên chính sự trở nên đổ nát:

"*Năm Kiến Gia thứ 1* [1211], *Bấy giờ thừa hưởng thái bình đã lâu ngày, giường mối dần bỏ, dân không biết việc binh, giặc cướp nổi lên không ngăn cấm được. Vua mới lên ngôi, đem việc nước giao cho Thái uý Đàm Dĩ Mông. Dĩ Mông là người không có học thức, không có mưu thuật, lại nhu nhược không quyết đoán, chính sự ngày một đổ nát."* **Toàn Thư**, Bản Kỷ quyển 4.

Nhà Vua sai người thân là Đoàn Thượng chiêu mộ dân đinh đi đánh giặc, Thượng tự tiện làm càn, bị bắt rồi trốn thoát; sau đó xây thành tại Hồng châu [Hải Dương] làm loạn:

"*Mùa xuân, tháng 2 năm Kiến Gia thứ 2* [1212], *sai người cùng một vú nuôi là Đoàn Thượng chiêu mộ dân châu Hồng đi bắt giặc cướp. Bấy giờ thế nước suy yếu, triều đình không có chính sách hay, đói kém luôn luôn, nhân dân cùng khốn, Đoàn Thượng thừa thế tự tiện làm oai làm phúc, không ai dám nói gì. Sau tội trạng tỏ rõ, bị các quan hặc, phải giam vào ngục để hỏi tội. Thượng mới rút gươm, cởi trần chạy về châu Hồng, nhóm họp bè đảng, đắp thành xưng vương, cướp bóc lương dân, triều đình không thể ngăn được."* **Toàn Thư**, Bản Kỷ quyển 4.

Kinh thành lúc bấy giờ không được yên ổn, vào năm sau [1213] Trần Tự Khánh xin đón xa giá, nhà Vua nghi ngờ xuống chiếu mang quân đi bắt Tự Khánh; giáng Hoàng hậu họ Trần, em Khánh, làm Ngự nữ:

"Ngày Quý Dậu tháng 2 năm Kiến Gia thứ 3 [1213], *Trần Tự Khánh đem quân xâm phạm cửa khuyết xin đón xa giá. Vua lấy làm ngờ, xuống chiếu lấy quân các đạo đi bắt Tự Khánh, giáng nguyên phi làm Ngự nữ."* **Toàn Thư**, Bản Kỷ quyển 4.

Trần Tự Khánh lại đến đón xa giá thêm 2 lần nữa, nhà Vua vẫn chưa tin; tiếp tục trốn tránh:

"Ngày Giáp Tuất tháng giêng năm Kiến Gia thứ 4 [1214], *Trần Tự Khánh đem quân đến bến Triều Đông, tự vào quân môn tạ tội, lại xin đón xa giá. Vua càng ngờ, bèn cùng với thái hậu và ngự nữ chạy đến núi Trĩ Sơn ở châu Lạng* [Lạng Sơn]. *Tự Khánh nghe tin xa giá long đong mà ngự nữ thì lâu nay bị thái hậu làm khổ, lại đem quân đến xin đón xa giá như trước. Vua cũng chưa tin, lại cùng với thái hậu và ngự nữ chạy sang huyện Binh Hợp.*

Mùa hạ, tháng 5, Tự Khánh đánh Đinh Khả và Bùi Đô ở châu Đại Hoàng [tây Nam Định], *phá tan được."* **Toàn Thư**, Bản Kỷ quyển 4

Sau khi Trần Tự Khánh mang quân dẹp được bọn giặc Đinh Khả và Bùi Đô khiến nhà Vua có phần tin tưởng; lại nhân Thái hậu rắp tâm giết Phu nhân họ Trần, người Vua thương yêu, nên nhà Vua tự nguyện đi tìm Tự Khánh để được phò giúp:

"Mùa xuân năm Kiến Gia thứ 6 [1216], *sách phong ngự nữ làm Thuận Trinh phu nhân. Thái hậu cho Trần Tự Khánh là kẻ phản trắc, thường chỉ phu nhân mà nói là bè đảng của giặc, bảo vua đuổi bỏ đi; lại sai người nói với phu nhân bảo phải tự sát. Vua biết mới ngăn lại. Thái hậu bỏ thuốc độc vào món ăn uống của phu nhân. Mỗi bữa ăn vua chia cho phu nhân một nữa và không lúc nào cho rời bên cạnh. Thái hậu lại sai người cầm chén*

thuốc độc bắt phu nhân phải chết. Vua lại ngăn không cho, rồi đêm ấy cùng với phu nhân lẻn đi đến chổ quân của Tự Khánh; gặp khi trời đã sáng, phải nghĩ lại ở nhà tướng quân Lê Mịch ở huyện Yên Duyên, gặp tướng của Tự Khánh là Vương Lê đem binh thuyền đến đón. Vua mới đỗ lại ở bãi Cửu Liên. Truyền cho Tự Khánh đến chầu." **Toàn Thư**, Bản Kỷ quyển 4.

Sau khi Phu nhân sinh Công chúa, nhà Vua tái phong Phu nhân làm Hoàng hậu, rồi phong cho 2 người anh ruột Hoàng hậu là Trần Tự Khánh, và Trần Thừa làm quan to. Hai người lo xếp đặt quân ngũ, đánh bại quân Chiêm Thành và Chân Lạp đến cướp phá châu Nghệ An:

"Mùa hạ, tháng 6 năm Kiến Gia thứ 6 [1216], *hoàng trưởng nữ sinh ở bãi Cửu Liên, sau phong làm công chúa Thuận Thiên.*

Mùa đông, tháng 12, sách phong Thuận Trinh phu nhân làm hoàng hậu, phong Tự Khánh là Thái uý phụ chính, cho anh trai Tự Khánh là Trần Thừa (tức Thượng hoàng nhà Trần) làm Nội thị phán thủ. Tự Khánh cùng với Thượng tướng quân Phan Lân xếp đặt quân ngũ, chế tạo binh khí, luyện tập võ nghệ, quân thế dần dần phấn chấn.

Vua có bệnh trúng phong, chữa thuốc không khỏi mà chưa có thái tử, trong cung chỉ sinh công chúa mà thôi."

Chiêm Thành và Chân Lạp đến cướp châu Nghệ An, châu bá là Lý Bất Nhiễm đánh phá được." **Toàn Thư**, Bản Kỷ quyển 4

Bấy giờ nhà Vua bị bệnh tâm thần, không điều hành được việc nước, nên quyền lực dần dần chuyển về tay họ Trần:

"Ngày Đinh Sửu, Mùa xuân, tháng 3 năm Kiến Gia thứ 7 [1217], *vua dần dần phát điên, có khi tự xưng là Thiên tướng giáng, tay cầm giáo và mộc, cắm cờ nhỏ vào búi tóc, đùa múa từ sớm đến chiều không nghỉ, khi thôi đùa nghịch thì đổ mồ hôi, nóng bức khát nước, uống rượu ngủ li bì đến hôm sau mới tỉnh. Chính sự không quyết đoán, giao phó cả cho Trần Tự Khánh. Quyền lớn trong nước dần dần về tay kẻ khác."* **Toàn Thư**, Bản Kỷ quyển 4.

Vào năm 1218, Công chúa thứ 2 ra đời, đặt tên là Chiêu Thánh, sau được Vua nhường ngôi, tức Lý Chiêu Hoàng. Cũng vào năm này ra lệnh bắt viên Cư sĩ chùa Phù Đổng (1) Nguyễn Nộn, gây nên mối loạn kéo dài mãi đến hơn 10 năm sau; Trần Tự Khánh mang quân đánh dân tộc thiểu số tại huyện Chương Mỹ, Hà Tây, nhưng không dẹp được. Riêng tại Nghệ An; Chiêm Thành và Chân Lạp mang quân đến đánh phá lần thứ hai, đều bị Bá trưởng Lý Bất Nhiễm đánh tan:

"*Ngày Mậu Dần mùa thu, tháng 8 năm Kiến Gia thứ 8* [1218], *xuống chiếu bắt cư sĩ ở chùa Phù Đổng* [Từ Sơn, Bắc Ninh] *là Nguyễn Nộn, vì bắt được vàng ngọc mà không đem dâng.*

Tháng 9, hoàng thứ nữ sinh, sau phong làm công chúa Chiêu Thánh. Mùa đông, tháng 10, Trần Tự Khánh đi đánh người Man ở Quảng Oai [huyện Chương Mỹ, Hà Tây] *không dẹp được.*" **Toàn Thư**, Bản Kỷ quyển 4.

"*Lý Bất Nhiễm giữ chức bá trưởng châu Nghệ An. Năm Kiến Gia thứ 6 (1216), Chiêm Thành và Chân Lạp vào cướp, Bất Nhiễm đã đánh bại rồi; đến đây lại đánh được lần nữa. Vì có công như thế, Bất Nhiễm được phong tước hầu, ban thái ấp, được hưởng lộc đúng với thực số 1500 hộ.*" **Cương Mục**, Chính Biên, quyển 5.

Trần Tự Khánh xin tha cho Nguyễn Nộn, rồi sai đi đánh giặc tại Quảng Oai. Sau đó Nộn mang quân về giữ đất Phù Đổng, tự xưng Vương, lại xin mang quân xin đi đánh giặc chuộc tội, thế lực ngày một lớn triều đình không chế ngự được:

"*Ngày Kỷ Mão tháng 2 năm Kiến Gia thứ 9* [1219], *Trần Tự Khánh tâu xin tha cho Nguyễn Nộn, cho đi theo quân đánh giặc để chuộc tội. Vua y cho. Mùa đông, tháng 10, sai Nguyễn Nộn đem quân đi đánh người Man ở Quảng Oai.*" **Toàn Thư**, Bản Kỷ quyển 4.

"*Ngày Canh Thìn tháng 3 năm Kiến Gia năm thứ 10* [1220], *Nguyễn Nộn giữ hương Phù đổng, tự xưng là Hoài Đạo Vương, dâng biểu xưng thần, xin đi dẹp loạn để chuộc tội. Vua sai người đem sắc thư đến tuyên dụ. Song vì vua có bệnh phong, không thể chế ngự được.*" **Toàn Thư**, Bản Kỷ quyển 4.

Nhà Vua bị bệnh nặng, triều đình lo tìm thầy thuốc giỏi khắp nơi để trị bệnh nhưng không hiệu nghiệm; bên ngoài thì giặc cướp khắp nơi, khiến dân chúng rất cực khổ:

"*Ngày Tân Tỵ tháng giêng năm Kiến Gia thứ 11* [1221], *tìm khắp thầy thuốc trong nước để chữa bệnh cho vua, nhưng không hiệu nghiệm gì. Vua thì ở tít trong cung, giặc cướp bừa bãi, nhân dân ở ngoài thành lưu ly cực khổ lắm.*" **Toàn Thư**, Bản Kỷ quyển 4.

Đối phó với loạn lạc, cho làm thêm ghe thuyền và đúc thêm binh khí; bấy giờ đất nước được chia thành 24 lộ, bèn đem chia cho các Công chúa:

"*NgàyNhâm Ngọ tháng 2 năm Kiến Gia thứ 12* [1222], *chia trong nước làm 24 lộ, lộ chia cho công chúa ở, lấy các hoành nô thuộc lệ và quân nhân bản lộ, chia nhau làm giáp. Làm đồ binh khí và ghe thuyền để tuần bắt giặc cướp.*" **Toàn Thư**, Bản Kỷ quyển 4.

Vào năm 1223 Trần Tự Khánh mất, dùng người anh là Trần Thừa làm Phụ quốc thái úy, quyền lực lớn vào chầu không phải xưng tên. Bên ngoài thì thế lực giặc Nguyễn Nộn ngày mỗi manh, dân đói khổ vì thiên tai hạn hán và nạn sâu keo:

"*Ngày Quý Mùi tháng 10 năm Kiến Gia thứ 13* [1223], *hạn hán, lúa bị sâu cắn. Tháng 12, thế quân của Nguyễn Nộn ngày càng mạnh. Trần Tự Khánh chết, truy phong làm Kiến Quốc Đại Vương; lấy Trần Thừa làm Phụ quốc Thái uý, khi vào chầu không xưng tên.*" **Toàn Thư**, Bản Kỷ quyển 4.

Riêng về mặt quân sự, ủy cho người em họ Hoàng hậu là Trần Thủ Độ nắm hết quyền lực. Tháng 10 năm Kiến Gia thứ 14 [1224], xuống chiếu truyền ngôi Vua cho Công chúa Chiêu Thánh; cũng vào tháng này đổi niên hiệu là Thiên Chương Hữu Đạo năm thứ nhất, tôn hiệu là Chiêu Hoàng. Riêng nhà Vua thì xuất gia, trụ trì tại chùa Chân Giáo trong thành:

"*Năm Kiến Gia thứ 14* [1224], *(Từ tháng 10 về sau là niên hiệu của Chiêu Hoàng Thiên Chương Hữu Đạo năm thứ 1; Tống Gia Định năm thứ 17). Bệnh của vua ngày càng tăng mà không có con trai để nối nghiệp lớn, các công chúa đều được chia các lộ làm ấp thang mộc, uỷ nhiệm cho một mình chỉ huy sứ Trần Thủ Độ quản lĩnh các quân điện tiền hộ vệ cấm đình.*

Mùa đông, tháng 10, xuống chiếu lập công chúa Chiêu Thánh làm Hoàng thái tử để truyền ngôi cho. Vua xuất gia ở chùa Chân Giáo trong đại nội. Chiêu Thánh lên ngôi, đổi niên hiệu là Thiên Chương Hữu Đạo năm thứ 1, tôn hiệu là Chiêu Hoàng." **Toàn Thư**, Bản Kỷ quyển 4.

PHỤ LỤC

Lý Chiêu Hoàng
[1124-1225]

Niên hiệu:

Thiên Chương Hữu Đạo 1224-1225

Lý Chiêu Hoàng tên huý là Phật kim, sau đổi là Thiên Hinh, con gái thứ của Huệ Tông. Huệ Tông không có con trai nối dõi, lập nàng làm Hoàng thái tử để truyền ngôi, ở ngôi được 2 năm [1224-1225] rồi nhường ngôi cho chồng là Trần Cảnh. Bấy giờ Cảnh tuổi còn nhỏ tuổi, nên các quan mời người cha là Trần Thừa nhiếp chính:

"*Ngày Ất Dậu tháng 10 năm Thiên Chương Hữu Đạo năm thứ 2 [1125], xuống chiếu tuyển con em của quan viên trong ngoài sung vào các sắc dịch trong nội, như lục hỏa thị cung ngoại, Chi hậu Nội nhân thị nội (2), ngày đêm thay phiên nhau chầu hầu. Điện tiền chỉ huy sứ Trần Thủ Độ coi giữ mọi việc quân sự trong ngoài thành thị. Cháu gọi Thủ Độ bằng chú là Trần Bất Cập làm Cận thị thự lục cục chi hậu (3), Trần Thiêm làm Chi ứng cục, Trần Cảnh làm Chính thủ (Cảnh sau là Trần Thái Tông). Cảnh lúc ấy mới lên 8 tuổi, chực hầu ở bên ngoài. Một hôm phải giữ việc bưng nước rửa, nhân thế vào hầu bên trong. Chiêu Hoàng trông thấy làm ưa, mỗi khi chơi đêm cho gọi Cảnh đến cùng chơi, thấy Cảnh ở chỗ tối thì thân đến trêu chọc, hoặc nắm lấy tóc, hoặc đứng lên bóng. Có một hôm, Cảnh bưng chậu nước hầu, Chiêu Hoàng rửa mặt lấy tay vốc nước té ướt cả mặt Cảnh rồi cười trêu, đến khi Cảnh bưng khăn trầu thì lấy khăn ném cho Cảnh. Cảnh không dám nói gì, về nói ngầm với Thủ Độ. Thủ Độ nói:*

'Nếu thực như thế thì họ ta thành hoàng tộc hay bị diệt tộc đây?'.

Lại một hôm, Chiêu Hoàng lại lấy khăn trầu ném cho Cảnh, Cảnh lạy rồi nói:

'Bệ hạ có tha tội cho thần không? Thần xin vâng mệnh'.

Chiêu Hoàng cười và nói:

'Tha tội cho ngươi. Nay ngươi đã biết nói khôn đó'.

Cảnh lại về nói với Thủ Độ. Thủ độ sợ việc tiết lộ thì bị giết cả, bấy giờ mới tự đem gia thuộc thân thích vào trong cung cấm. Thủ Độ đóng cửa thành và các cửa cung, sai người coi giữ, các quan vào chầu không được vào. Thủ Độ loan báo rằng:

'Bệ hạ đã có chồng rồi'.

Các quan đều vâng lời, xin chọn ngày vào chầu. Tháng ấy, ngày 21, các quan vào chầu lạy mừng. Xuống chiếu rằng:

'Từ xưa nước Nam Việt ta đã có đế vương trị thiên hạ. Duy triều Lý ta vâng chịu mệnh trời, có cả bốn biển, các tiên thánh truyền nối hơn hai trăm năm, chỉ vì thượng hoàng có bệnh, không người nối dõi, thế nước nghiêng nguy, sai trẫm nhận minh chiếu, cố gượng lên ngôi, từ xưa đến giờ chưa từng có việc ấy. Khốn nổi trẫm là nữ chúa, tài đức đều thiếu, không người giúp đỡ, giặc cướp nổi lên như ong, làm sao mà giữ nổi ngôi báu nặng nề? Trẫm dậy sớm thức khuya, chỉ sợ không cáng đáng nổi, vẫn nghĩ tìm người hiền lương quân tử để cùng giúp chính trị, đêm ngày khẩn khoản đến thế là cùng cực rồi, Kinh thi có nói "Quân tử tìm bạn, tìm mãi không được, thức ngủ không nguôi, lâu thay lâu thay!"

Nay trẫm suy đi tính lại một mình, duy có Trần Cảnh là người văn chất đủ vẻ, thực thể cách quân tử hiền nhân, uy nghi đường hoàng, có tư chất thánh thần văn võ, dù đến Hán Cao Tổ, Đường Thái Tông cũng không hơn được. Sớm hôm nghĩ chín từ lâu nghiệm xem nên nhường ngôi báu, để thỏa lòng trời, cho xứng lòng trẫm, mong đồng lòng hết sức, cùng giúp vận nước, hưởng phúc thái bình. Vậy bố cáo thiên hạ để mọi người điều biết'.

Tháng 12, ngày mồng một Mậu Dần, Chiêu Hoàng mở hội lớn ở điện Thiên An, ngự trên sập báu, các quan mặc triều phục vào chầu, lạy ở dưới sân.

Chiêu Hoàng bèn trút bỏ áo ngự mời Trần Cảnh lên ngôi hoàng đế. Đổi niên hiệu là Kiến trung năm thứ 1, đại xá thiên hạ, xưng là Thiện Hoàng (4), sau đổi là Văn Hoàng. Bầy tôi dâng tôn hiệu là Khải Thiên Lập Cực Chí Nhân Chương Hiếu Hoàng Đế. Phong Trần Thủ Độ làm Quốc thượng phụ, nắm giữ mọi việc cai trị trong nước. Thủ Độ nói:

'Hiện nay giặc cướp đều nổi, họa loạn ngày tăng. Đoàn Thượng giữ mạn đông, Nguyễn Nộn giữ mạn bắc, các châu Quảng Oai, Đại Viễn (5) cũng chưa dẹp yên. Nhà Lý suy yếu, thế nước nghiêng nguy, nữ chúa Chiêu Hoàng không gánh vác nổi, mới uỷ thác cho Nhị lang [Chàng Hai]. *Nhưng Nhị lang chưa am hiểu việc nước, chính sự nhiều chổ thiếu sót, vận nước mới mở, lòng dân chưa phục, mối họa không phải là nhỏ. Ta tuy là chú nhưng không biết chữ nghĩa gì, còn phải rong ruổi đông tây để chống giặc cướp, không gì bằng mời thánh phụ làm thượng hoàng tạm coi việc nước, một hai năm sau thiên hạ nhất thống, lại giao quyền chính cho Nhị lang'.*

Các quan đều cho là phải, mời thánh phụ Trần Thừa nhiếp chính." **Toàn Thư**, Bản Kỷ quyển 4.

Sử Trung Quốc, **Tục Tư Trị Thông Giám** và **Tống Sử** cũng chép tương tự, nhưng vắn tắt hơn:

"***Tục Tư Trị Thông Giám**, quyển 159. Ngày Quí Dậu tháng 5 Tống Ninh Tông năm Gia Định thứ 5* [28/6/1212], *Vương nước An Nam Lý Long Cán mất, con là Hạo Sam nối ngôi; đến lúc chết không có con trai, cho con gái là Chiêu Thánh làm chủ nước. Người rể là Trần Nhật Cảnh được nhường ngôi. Họ Lý từ Công Uẩn truyền đến 8 đời, hơn 220 năm."*

(癸酉，安南國王李龍幹　卒，子昊旵嗣；尋卒，無子，以女昭聖主國事，其婿陳日煚因襲取之。李氏自公藴八傳，凡二百二十餘年。)

"Hạo Sam mất, không có con trai; cho con gái Chiêu Thánh làm chủ việc nước, rồi người rể Trần Nhật Cảnh dành được ngôi. Họ Lý có được nước từ Công Uẩn đến Hạo Sam, truyền ngôi 8 lần, được hơn 220 năm thì mất" **Tống Sử**, quyển 488, Giao Chỉ.

(昊旵卒，無子，以女昭聖主國事，遂爲其婿陳日煚所有。李氏有國，自公藴至昊旵，凡八傳，二百二十餘年而國亡。)

Chú thích:

1. Phù Đổng: nay là xã Phù Đổng, thuộc huyện Gia Lâm, Hà Nội.

2. Lục hỏa thị cung ngoại: sáu hỏa có lẽ là sáu đội lính hầu ngoài cung; Chi hậu, Nội nhân thị nội: các chức chi hậu và nội nhân hầu bên trong.

3. Cận thị thự lục cục chi hậu: chức chi hậu ở sáu cục của cận thị thự là thự giữ việc hầu cận vua.

4. Thiện Hoàng: Hoàng đế được nhường ngôi.

5. Đại Viễn: **Cương Mục** chép là Đại Hoàng, tên một châu thuộc phía tây Nam Định.

33. Những Nét Đặc Trưng Về Triều Đại Nhà Lý

Tóm tắt về triều đại nhà Lý nước ta, **Tống Sử** chép:

"Họ Lý có được nước từ Công Uẩn đến Hạo Sam, truyền ngôi 8 lần, được hơn 220 năm thì mất". **Tống Sử**, quyển 488, Giao Chỉ.

（李氏有國，自公蘊至昊昰，凡八傳，二百二十餘年而國亡。）

Lời nhận xét này chưa được hoàn toàn chính xác, bởi họ Lý chấm dứt sau triều đại Lý Chiêu Hoàng, chứ không phải thời Vua cha Hạo Sam tức Lý Huệ Tông, tổng cộng 9 đời; còn về thời gian trị vì là 215 năm, chứ không phải là trên 220 năm. Lược kê về năm từng triều đại, theo thứ tự như sau:

Lý Thái Tổ: 1010-1028.
Lý Thái Tông: 1028-1054.
Lý Thánh Tông: 1054-1072.
Lý Nhân Tông: 1072-1127.
Lý Thần Tông: 1128-1138.
Lý Anh Tông: 1138-1175.
Lý Cao Tông: 1176-1210.
Lý Huệ Tông: 1211-1224.
Lý Chiêu Hoàng: 1224-1225.

Xét về lịch sử nước ta, ngoài những cuộc dành chính quyền từ tay ngoại bang, như thời Khúc Thừa Dụ, Ngô Quyền; các cuộc thay đổi triều đại trong nước, thường xãy ra bởi bạo lực; như trường hợp cuộc dành ngôi của Đinh Bộ Lĩnh, hoặc Lê

Đại Hành. Riêng nhà Lý là trường hợp đặc biệt, Lý Công Uẩn lên ngôi do nhân dân và quan lại đương quyền đề bạt.

Nói về nhân dân, phải đề cập đến Phật giáo, là quốc giáo thời bấy giờ. Thuở nhỏ Lý Công Uẩn học tại chùa Lục Tổ, tức chùa Cổ Pháp tại Hà Bắc; sư Vạn Hạnh xét tư chất, kỳ vọng cậu bé này về sau sẽ làm minh chủ cứu nguy cho thiên hạ:

"Lúc còn nhỏ đi học, nhà sư ở chùa Lục Tổ là Vạn Hạnh thấy, khen rằng: "Đứa bé này không phải người thường, sau này lớn lên ắt có thể giải nguy gỡ rối, làm bậc minh chủ trong thiên hạ". **Toàn Thư**, Bản Kỷ, quyển 2.

Khi ra làm quan, uy tín lên cao; bấy giờ trước thảm hoạ đất nước do Ngoạ triều Lê Long Đỉnh gây nên, lòng dân hướng về Lý Công Uẩn, tạo nên huyền thoại với câu sấm sau đây:

"Thụ căn diểu diểu,
Mộc biểu thanh thanh.
Hòa Đao mộc lạc,
Thập tử thành....."
(Gốc rễ nước Nam sâu sâu thẳm;
Cành lá xanh tốt;
Cây Lê [梨 = chiết tự: hòa禾+đao刀+mộc木] rơi đổ;
Chồi Lý [李= thập 十+bát八+tử 子] mọc lên...."

Ý chỉ mệnh trời, vua Lý Thái Tổ lên ngôi thay nhà Tiền Lê.

Nói đến quan lại đương quyền, thì sau lời mở đầu tại sân đình của vị quan xướng xuất là Đào Cam Mộc, trăm quan đều lạy rạp xuống sân chầu để suy tôn Lý Công Uẩn lên ngôi:

"Ngay ngày hôm ấy, điều họp cả ở trong triều, bàn rằng:

'Hiện nay, dân chúng ức triệu khác lòng, trên dưới lìa bỏ, mọi người chán ghét tiên đế hà khắc bạo ngược, không muốn theo về vua nối ngôi, mà đều có lòng suy tôn quan Thân vệ, bọn ta không nhân lúc này cùng nhau sách lập Thân vệ làm thiên tử, lỡ bối rối có xảy ra tai biến gì, liệu chúng ta có giữ được cái đầu hay không?'.

Thế rồi cùng nhau dìu Công Uẩn lên chính điện, lập làm Thiên tử, lên ngôi Hoàng đế. Trăm quan đều lạy rạp dưới sân, trong ngoài đều hô "vạn tuế", vang dậy cả trong triều." **Toàn Thư**, Bản Kỷ, quyển 2.

1. Quốc đô, quốc hiệu:

Bàn về quốc đô, các Vua Chúa nước ta có khuynh hướng dựng đô tại quê hương mình, để mong nương dựa vào lòng tin cẩn và sự che chở của dân địa phương nơi chôn nhau cắt rốn ; như Đinh Tiên Hoàng tại Hoa Lư Ninh Bình, Hồ Quí Ly tại Tây Đô Thanh Hoá, Nguyễn Huệ tại Trung Đô Nghệ An, hoặc họ Nguyễn Gia Long tại Phú Xuân Huế. Riêng Vua Lý Thái Tổ có tầm nhìn quốc gia, cao hơn; chọn kinh đô Thăng Long, đó là chốn trung tâm giao thông, nơi thắng địa cho cả nước; qua **Chiếu chỉ dời đô**, Vua Lý có những lời tiên tri như sau:

"Huống chi thành Đại La, đô cũ của Cao Vương [Cao Biền], *ở giữa khu vực trời đất, được thế rồng cuộn hổ ngồi, chính giữa nam bắc đông tây, tiện nghi núi sông sau trước. Vùng này mặt đất rộng mà bằng phẳng, thế đất cao mà sáng sủa, dân cư không khổ thấp trũng tối tăm, muôn vật hết sức tươi tốt phồn thịnh. Xem khắp nước Việt đó là nơi thắng địa, thực là chỗ tụ hội quan yếu của bốn phương, đúng là nơi thượng đô kinh sư mãi muôn đời. Trẫm muốn nhân địa lợi ấy mà định nơi ở, các khanh nghĩ thế nào?"* **Toàn Thư**, Chính Biên, quyển 2.

Việt Sử Lược [越史略], bộ sử của tác giả đời Trần; mô tả thành Thăng Long thời Lý, lớp lang bố trí; phong cách trang trọng uy nghi, với những nét như sau:

"Trong kinh thành Thăng Long xây điện Triều Nguyên, bên trái điện Tập Hiền, bên phải điện Giảng Võ; phía trái mở cửa Long Môn, phía phải mở cửa Đan Phượng. Chính dương xây Cao điện, giai gọi là Long Trì, quanh co hồi chuyển, bốn phía trang hoàng. Sau điện Càn Nguyên xây 2 điện Long An, Long Thụy; bên trái xây điện Nhật Quang, bên phải Nguyệt Minh, phía sau có cung Thúy Hoa. Bốn phía thành xây 4 cửa, phía đông là

cửa Tường Phù, phía tây Quảng Phúc, nam Đại Hưng, bắc Diệu Đức; tại thành nội lại xây chùa Hưng Thiên, lầu Ngũ Phượng Tinh, hướng nam [ly phương] *thành, lập chùa Thắng* Nghiêm." **Việt Sử Lược**, Quyển Trung.

(昇龍京內起朝元殿，左置集賢殿，右置講武殿，左啓飛龍門，右啟丹鳳門。正陽啟高殿，階曰龍墀。墀內翼以迴廊，周匝四面，乾元殿後置龍安、龍瑞二殿，左建日光殿，右建月明殿，後有翠華宮。城之四面啟四門，東曰祥符，西曰廣福，南曰大興，北曰曜德。又於城內起興天寺五鳳星樓，城離方創勝嚴寺,)

Nhà Lý có quốc đô mới là Thăng Long, lại đặt quốc hiệu mới là nước Đại Việt. Ngược dòng lịch sử, từ thời nhà Đinh nước ta có quốc hiệu Đại Cồ Việt; quốc hiệu Đại Việt được dùng từ lúc Vua Lý Thái Tông mất [1054] cho đến đầu triều Nguyễn Gia Long [1804]; ngoại trừ một số năm dưới thời nhà Hồ, đổi quốc hiệu là Đại Ngu. **Toàn Thư** chép vào mùa thu năm Sùng Hưng Đại Bảo thứ 6 [1054], Vua Lý Thái Tông mất tại điện Trường Xuân, nhân dịp đổi quốc hiệu là Đại Việt:

"Năm Sùng Hưng Đại Bảo thứ 6 [1054], *Mùa đông, tháng 10, ngày mồng một, vua băng ở điện Trường Xuân. Thái tử lên ngôi ở trước linh cữu; đổi niên hiệu là Long Thụy Thái Bình năm thứ 1. Truy tôn tên thụy cho Đại Hành Hoàng Đế, miếu hiệu là Thái Tông, mẹ họ Mai làm Kim Thiên Hoàng Thái Hậu. Đặt quốc hiệu là Đại Việt. Ban quan tước cho các bề tôi cũ ở Đông cung theo thứ bậc khác nhau."* **Toàn Thư**, Bản Kỷ, quyển 2.

Riêng các triều đại Trung Quốc trước kia thường gọi nước ta là Giao Chỉ, Giao Châu, hoặc An Nam Đô Hộ; vết tích của một thời nội thuộc; năm 1164 chính thức đổi thành An Nam, hàm ý công nhận nước ta độc lập; phong Vua Anh Tông làm An Nam quốc vương:

"Năm Chính Long Bảo Ứng năm thứ 2 [1164], *Nhà Tống phong vua làm An Nam Quốc Vương, đổi Giao Chỉ làm An Nam Quốc."* **Toàn Thư**, Bản Kỷ, quyển 4.

Sử Trung Quốc cũng đánh giá cao sự kiện này, **Nguyên Sử Loại Biên** nhận xét rằng trước kia gọi xứ ta là Giao Chỉ hoặc An Nam Đô hộ phủ; đến đời Lý Anh Tông mới chính thức gọi là nước An Nam:

"An Nam, trước đây, gọi là Giao Chỉ; Đường Cao Tông đặt làm An Nam Đô hộ phủ. Tên gọi là An Nam bắt đầu từ đấy. Tống Hiếu Tông phong Thiên Tộ [Lý Anh Tông] *là An Nam quốc vương, An Nam gọi là «nước» bắt đầu từ đó."*

2. Tứ dân: Sĩ, nông, công, thương.

Hạ tầng kiến trúc của xã hội ta, 4 thành phần sĩ, nông, công, thương là rường cột của đất nước; tìm hiểu nét đặc trưng thời Lý, cần nghiên cứu về 4 thành phần này:

- Sĩ:

Về phương diện giáo dục đào tạo kẻ sĩ, trước đó chưa có thi cử, việc giáo dục do nhà chùa đảm trách; như Vua Lý Thái Tổ lúc còn nhỏ là học sinh chùa Cổ Pháp, Bắc Ninh. Dần dần Nho học có ảnh hưởng; dưới thời Lý Nhân Tông, năm 1076 lập Quốc tử giám, chọn quan lại biết chữ cho vào học; cất nhắc người tốt có khả năng cho giữ chức tại các ban văn, võ. Năm 1077, sát hạch lại các viên thư lại về các môn chữ viết, tính toán và hình luật:

- "*Năm Anh Vũ Chiêu Thắng thứ 1* [1076]. *Xuống chiếu cầu lời nói thẳng. Cất nhắc những người hiền lương có tài văn võ cho quản quân dân. Chọn quan viên văn chức, người nào biết chữ cho vào Quốc tử giám.*" **Toàn Thư**, Bản Kỷ, quyển 3.

- "*Năm Anh Vũ Chiêu Thắng thứ 2* [1077]. *Tháng 2, thi các lại viên bằng phép viết chữ, phép tính và hình luật.*" **Toàn Thư**, Bản Kỷ, quyển 3.

Về giáo dục cấp cao, năm 1075 mở khoa thi đầu tiên, tuyển Minh kinh bác học và thi Nho học tam trường, Lê Văn Thịnh đậu đầu; năm 1086 mở khoa thi chọn người có văn học sung vào Hàn lâm viện Mạc Hiển Tích trúng tuyển; cả hai vị đều được cử đi sứ:

- *"Năm Thái Ninh thứ 4 [1075]. Mùa xuân, tháng 2, xuống chiếu tuyển Minh kinh bác học và thi Nho học tam trường. Lê Văn Thịnh trúng tuyển, cho vào hầu vua học."* **Toàn Thư**, Bản Kỷ, quyển 3.

- *"Năm Quảng Hựu thứ 2 [1086]. Mùa thu, tháng 8, thi người có văn học trong nước, sung làm quan ở Hàn lâm viện, Mạc Hiển Tích trúng tuyển, bổ làm Hàn lâm học sĩ."* **Toàn Thư**, Bản Kỷ, quyển 3.

Dưới thời Lý Anh Tông bắt đầu tổ chức Điện thí, cũng tương tự như thi Đình sau này:

"Mùa đông, tháng 10 năm Đại Định thứ 13 [1152], thi Điện." **Toàn Thư**, Bản Kỷ, quyển 4.

Đến thời Lý Cao Tông bắt đầu mở khoa thi tam giáo, tức tổng hợp 3 nền văn hóa Thích, Nho, Lão vào một nguồn, khiến kẻ sĩ xuất thân có kiến thức rộng hơn:

"Mùa xuân, tháng 2 năm Thiên Tư Gia Thuỵ thứ 10 [1195], động đất; sét đánh gác Ly Minh. Thi Tam giáo, cho đỗ xuất thân."

Triều Lý tuy có tổ chức các kỳ thi, nhưng chưa đi vào nền nếp qui cũ như thời Hậu Lê, cứ 3 năm mở một khoa. Đơn cử thời Vua Lý Nhân Tông, kỳ thi lấy Lê Văn Thịnh đỗ thủ khoa vào năm 1075; mãi 11 năm sau [1086] mới có kỳ thi khác lấy Mạc Hiển Tích, bổ làm Hàn lâm học sĩ; còn trường Quốc Tử Giám được nhắc đến vào năm 1086, nhưng các triều đại sau không thấy nhắc lại.

Kẻ sĩ được đào tạo, là nguồn cung cấp quan lại cho triều đình; cho dù một số quan xuất thân từ hoàng thân quốc thích như Lý Đạo Thành, hoặc con cháu các vị quan có huân công được tập ấm; thì những người này cũng phải có học vấn tương đối. Buổi đầu nhà Lý dời đô từ Trường Yên đến Thăng Long là chốn ngàn năm văn vật; cho mở mang cung điện, đặt thêm quan chức trong triều và các địa phương, áo mũ y phục, lễ nghi đã đi vào nền nếp:

"Lý Thánh Tông năm Chương thánh gia khánh thứ 1 [1059] tháng 8, mùa thu. Đặt ra kiểu mẫu triều phục. Nhà vua ngự ở điện Thủy Tinh, sai các quan đội mũ phốc đầu (1) đi giày và bí tất vào chầu. Tục đội mũ phốc đầu là trước từ đấy.

Sách **Giao Chỉ Di Biên** *chép: An Nam lúc mới dựng nước, mọi việc hãy còn đơn giản sơ sài; đến nhà Lý mới làm ra cung thất. Cung điện thì có điện Thủy Tinh, điện Thiên Quang. Quan trong và quan ngoài thì có những chức như phụ quốc thái uý, gián nghị đại phu, tả hữu ti lang trung, viên ngoại lang, xu mật sứ, kim ngô, lĩnh binh sứ. Lễ nhạc văn vật xem ra cũng đã đầy đủ."* **Cương Mục**, Chính Biên, quyển 3.

Bấy giờ lương bổng các quan; ngoài việc phát tiền, còn cấp thêm nhu yếu phẩm như lúa, cá, muối; cụ thể mức lương của các viên chức về hình luật, như Sĩ sư, Ngục lại như sau:

"*Lý Thánh Tông năm Long Chương Thiên Tự thứ 2* [1067], *cho Viên ngoại lang là Ngụy Trọng Hoà và Đặng Thế Tư làm Đô hộ phủ sĩ sư* [quan coi về hình pháp], *đổi mười người thư gia* [thư lại] *làm án ngục lại* [quan xét về hình ngục]. *Cho Trọng Hoà và Thế Tư mỗi người bổng hàng năm là 50 quan tiền, 100 bó lúa và các thứ cá muối v..v.. ngục lại mỗi người 20 quan tiền, 100 bó lúa để nuôi đức liêm khiết của họ."* **Toàn Thư**, Bản Kỷ, quyển 3.

Các quan lại, hàng năm được khảo hạch, phân loại; để thăng giáng hoặc sử dụng đúng chỗ:

"*NămThiên Tư Gia Thuỵ thứ 8* [1193]. *Khảo khóa các quan văn võ trong ngoài, để rõ nên giáng hay thăng. Thi các sĩ nhân trong nước để chọn người vào hầu vua học.*

Tháng 3, khảo xét công trạng các quan, người giữ chức siêng năng tài cán nhưng không thông chữ nghĩa làm một loại, người có chữ nghĩa tài cán làm một loại, người tuổi cao hạnh thuần, biết rõ việc xưa nay làm một loại, cứ theo thứ tự mà trao cho chức vụ trị dân coi quân, khiến cho quan chức không lạm nhũng." **Toàn Thư**, Bản Kỷ, quyển 4.

Hình ảnh một vị công bộc thanh liêm thời Lý, được mô tả một cách sống động, qua mẫu chuyện về phút cuối đời của Thái úy Tô Hiến Thành, như sau:

"*Mùa hạ, tháng 6 năm Trinh Phù thứ 4* [1179] *Thái uý Tô Hiến Thành chết. Vua bớt ăn ba ngày, nghĩ thiết triều 6 ngày. Trước đây khi Tô Hiến Thành nằm bệnh, Tham tri chính sự Vũ Tán Đường ngày đêm hầu bên cạnh, Gián nghị đại phu Trần Trung Tá vì bận việc không lúc nào rỗi để tới thăm hỏi. Đến khi bệnh nặng, thái hậu thân đến thăm, hỏi rằng:*

'Nếu có mệnh hệ nào thì ai là người có thể thay ông?'. Hiến Thành trả lời:

'Trung Tá có thể thay được'.

Thái hậu nói:

'Tán Đường hàng ngày hầu thuốc thang, sao không thấy ông nhắc đến?'.

Hiến Thành trả lời:

'Vì bệ hạ hỏi người nào có thể thay thần nên thần nói đến Trung Tá, còn như hỏi người hầu dưỡng thì phi Tán Đường còn ai nữa?.

Thái hậu khen là trung, nhưng cũng không dùng lời ấy. Lấy Đỗ An Di [cậu Vua] *làm phụ chính."* **Toàn Thư**, Bản Kỷ, quyển 4.

- Nông:

Nông nghiệp thời Lý hết sức quan trọng, các viên chức nhà nước đều được trả nhu yếu phẩm bằng "bó lúa"; đời Lý Thái Tổ năm 1016 được mùa, nhà Vua, miễn thuế cho dân đến 3 năm:

"*Thuận Thiên năm thứ 7* [1016], *Năm ấy được mùa to, 30 bó lúa giá 70 tiền. Cho thiên hạ 3 năm không phải nộp tô thuế.*" **Toàn Thư**, Bản Kỷ, quyển 2.

Tổ chức quân đội dựa vào chính sách "*Ngụ binh ư nông*", quân lính được cấp ruộng, thời bình làm nông, thời chiến đăng lính; nhờ vậy nhà nước ít tốn kém:

"*Chế độ binh lính của nhà Lý đại lược theo quân Phủ vệ của nhà Đường, quân Cấm sương của nhà Tống, mỗi tháng lên cơ ngũ một lần, gọi là đi canh, hết hạn canh lại về quê làm ruộng, quan không phải cấp lương, duy có người trưởng cấm quân theo hầu chực tức vệ, được cấp cho 10 bó lúa, 1 tấm vải, cho ăn gọi là đại hòa, cấp cho lúa mạch gọi là chiêm mễ. Không có phí tổn nuôi lính, mà có công hiệu dùng sức lính, cũng là chế độ hay."* **Việt Sử Tiêu Án**, Ngô Thời Sĩ, trang mạng 51.

Vua chú trọng về nông nghiệp; đầu năm đích thân cày ruộng tịch điền, mùa lúa chín, ra thăm ruộng xem gặt:

"Năm Thiên Thành thứ 3 [1030]. *Mùa đông, tháng 10, được mùa to. Ngày 14, Vua thân ra ruộng xem gặt, nhân đổi tên cánh ruộng ấy gọi là ruộng Vĩnh Hưng."* **Toàn Thư**, Bản Kỷ, quyển 2.

Là nước nông nghiệ p, con trâu cày hết sức quan trọng, nên đã mấy lần ra lệnh cấm giết trâu; có lần Thái hậu Ỷ Lan phàn nàn với vua Nhân Tông về việc trộm trâu hoặc giết trâu:

"Tháng 2 năm Hội Tường Đại Khánh [1117], *định rõ lệnh cấm giết trộm trâu. Hoàng thái hậu nói:*

'Gần đây ở kinh thành, hương ấp, có nhiều người trốn tránh, lấy việc ăn trộm trâu làm nghề nghiệp, trăm họ cùng quẫn, mấy nhà cày chung một con trâu. Trước đây, ta đã từng nói đến việc ấy nhà nước đã có lệnh cấm. Nay giết trâu lại càng nhiều hơn trước'.

Bấy giờ vua xuống chiếu kẻ nào mổ trộm trâu thì phạt 80 trượng, đồ làm khao giáp (2); vợ xử 80 trượng, đồ làm tang thất phụ (3) và bồi thường trâu; Láng giềng biết mà không tố cáo, phạt 80 trượng." **Toàn Thư**, Bản Kỷ, quyển 3.

"Năm Thiên Phù Duệ Vũ thứ 4 [1123], *Cấm giết trâu. xuống chiếu rằng:*

'Trâu là vật quan trọng cho việc cày cấy, làm lợi cho người không ít. Từ nay về sau ba nhà làm một bảo, không được giết trâu ăn thịt, ai làm trái thì trị tội theo hình luật". **Toàn Thư**, Bản Kỷ, quyển 3.

Pháp luật bảo vệ trâu cày, chỉ được xin phép làm thịt lúc có tế lễ:

"Mùa xuân, tháng 2, năm Đại Định thứ 4 [1143], *xuống chiếu thiên hạ từ nay về sau cứ ba nhà làm một bảo, không được mổ riêng bò trâu, nếu có việc cúng tế phải tâu xin được chỉ rồi mới*

cho mổ, kẻ làm trái thì trị tội nặng, láng giềng không cáo giác cũng xử cùng tội." **Toàn Thư**, Bản Kỷ, quyển 4.

Triều đình cũng lưu ý bảo vệ cây trồng; về mùa xuân, lúc cây non mới mọc không được chặt cây, nhằm bảo dưỡng cây non xung quanh:

"*Ngày Bính Ngọ, năm Thiên Phù Duệ Vũ thứ 7* [1126]. *Cấm dân chúng mùa xuân không được chặt cây."* **Toàn Thư**, Bản Kỷ, quyển 3.

Về mặt thủy lợi, nhà Vua cho đào ngòi Lãnh Kinh tại Thái Nguyên; đắp đê phòng lụt tên sông Hồng tại phường Cơ Xá gần cầu Long Biên hiện nay:

"*Năm Quảng Hự thứ 5* [1089]. *Đào ngòi lãnh kinh."* **Toàn Thư**, Bản Kỷ, quyển 3.

"*Mùa xuân tháng 2, năm Long Phù thứ 8* [1108], *đắp đê ở phường Cơ Xá."* **Toàn Thư**, Bản Kỷ, quyển 3.

Về phương diện kinh tế, lúc đầu ruộng công nằm trong tay nhà chùa; do chùa coi giữ tá điền và kho lương thực:

"*Năm Quảng Hựu thứ 4* [1088]. *Mùa xuân, tháng giêng, phong nhà sư Khô Đầu làm Quốc sư đặt chức thư gia mười hỏa. Định các chùa trong nước làm ba hạng đại, trung và tiểu danh lam, cho quan văn chức cao kiêm làm đề cử. Bấy giờ nhà chùa có điền nô và kho chứa đồ vật, cho nên đặt chức ấy."* **Toàn Thư**, Bản Kỷ, quyển 3.

Sau đó có sự cải cách; triều đình quản lý, định sổ ruộng, thu tô hàng năm:

"*Hội Phong năm thứ 1* [1092], *được mùa to. Định sổ ruộng, thu tô mỗi mẫu 3 thăng để cấp lương cho quân."* **Toàn Thư**, Bản Kỷ, quyển 3.

Pháp luật lúc bấy giờ công nhận quyền tư hữu ruộng đất, nhưng không khuyến khích để hoang; những người túng thiếu bán đợ [bán tạm] trong 20 năm có quyền chuộc, riêng ruộng bỏ hoang quá 1 năm không được lấy về. Chính sách này tỏ ra không ưu đãi thành phần giàu có, cậy có tiền mua ruộng, làm không xuể rồi để hoang; ngược lại ưu đãi dân nghèo, gặp lúc hoạn nạn phải bán đợ ruộng đất, được kéo dài đến vài chục năm, chờ lúc con cháu làm ăn khấm khá, có quyền chuộc về; ngoài ra chủ trương không cho để hoang, khiến nền nông nghiệp phồn thịnh hơn:

"Tháng 12, năm Đại Định thứ 3 [1142], *xuống chiếu rằng những người cầm đợ ruộng thục trong vòng 20 năm thì cho phép chuộc lại; việc tranh chấp ruộng đất thì trong vòng 5 năm hay 10 năm còn được tâu kiện; ai có ruộng đất bỏ hoang bị người khác cấy cày trồng trọt trong vòng một năm thì được kiện mà nhận, quá hạn ấy thì cấm. Làm trái thì xử 80 trượng. Nếu tranh nhau ruộng ao mà lấy đồ binh khí nhọn sắc đánh chết hay làm bị thương người thì đánh 80 trượng, xử tội đồ, đem ruộng ao ấy trả lại người chết hay bị thương.*

Xuống chiếu rằng những người bán đoạn ruộng hoang hay ruộng thục đã có văn khế rồi thì không được chuộc lại nữa, ai làm trái bị phạt đánh 80 trượng." **Toàn Thư**, Bản Kỷ, quyển 4.

Nền nông nghiệp đóng góp rất nhiều cho đất nước, trong 6 loại thuế dưới triều Lý, có 4 loại đánh trực tiếp vào nông dân:

"Năm Thuận Thiên thứ 4 [1013]. *Mùa xuân, tháng 2, định các lệ thuế trong nước:*

1 - Ao hồ ruộng đất,

2 - Tiền và thóc về bãi dâu,

3 - Sản vật ở núi nguồn các phiên trấn,

4 - Các quan ải xét hỏi về mắm muối,

5 - Sừng tê, ngà voi, hương liệu của người Man Lão,

6 - Các thứ gỗ và hoa quả ở đầu nguồn." **Toàn Thư**, Bản kỷ, quyển 2.

Chính sách ngụ binh ư nông, căn bản bởi 3 nhà họp thành 1 bảo, cho kiểm tra dân số, xét duyệt dân đinh từ 18 tuổi trở lên chọn hoàng nam binh lính:

-*"Năm Anh Vũ Chiêu Thắng thứ 8* [1083]. *Mùa xuân, vua thân duyệt các hoàng nam (4), định làm 3 bậc."* **Toàn Thư**, Bản Kỷ, quyển 3.

- "*Năm Hội Tường Đại Khánh thứ 9* [1118]. *Mùa xuân, tháng giêng, xuống chiếu chọn hoàng nam trong dân chúng và binh lính.*" **Toàn Thư**, Bản Kỷ, quyển 3.

Binh là nghề nguy hiểm; nhằm bảo vệ gia đình, không bắt lính những hộ neo đơn có 1 con trai:

"*Tháng 8 năm Đại Định thứ 7* [1146], *xuống chiếu rằng các quan quản giáp và chủ đô, phàm sung bổ cấm quân, phải chọn những hộ nhiều người, không được lấy người cô độc, làm trái thì trị tội.*" **Toàn Thư**, Bản Kỷ, quyển 4.

Quân đội xếp cấp bậc, thấp nhất là giáp, mỗi giáp 15 người, do 1 Quản giáp chỉ huy:

"*Thuận Thiên năm thứ 16* [1025]; *mùa thu, tháng 8, định binh làm giáp, mỗi giáp 15 người, dùng một người quản giáp.*"

Thời Lý Thánh Tông thành công trong việc phạt Tống bình Chiêm, bấy giờ tổ chức quân đội thành 8 loại quân:

"*Lý Thánh Tông năm Chương Thánh Gia Khánh thứ 1* [1059]. *Định hiệu quân, gọi là Ngự Long, Vũ Thắng, Long Dực, Thần Điện, Bổng Thánh, Bảo Thắng, Hùng Lược, Vạn Tiệp đều chia làm tả hữu, thích vào trán ba chữ "Thiên tử quân"*. **Toàn Thư**, Bản Kỷ, quyển 3.

Coi việc xăm mình là biểu tượng sức mạnh của quân nhân; nên quân cấm vệ được khắc 3 chữ "*Thiên tử quân*" tại trán, hoặc xăm hình rồng trên người; kẻ nào tự tiện lạm dụng xăm mình đều bị tội:

- "*Năm Hội Tường Đại Khánh thứ 9 [1118], Cấm nô bọc của các nhà dân trong ngoài kinh thành không được thích mực vào ngực, vào chân như cấm quân, cùng là xăm hình rồng ở mình, ai phạm thì sung làm quan nô.*" **Toàn Thư**, Bản Kỷ, quyển 3.

Năm 1104 định quân hiệu Cấm vệ; năm 1119 duyệt 6 quân, đặt ra các đội quân tinh nhuệ như Ngọc Giai, Hưng Thánh, Bổng Nhật, Quảng Thành, Vũ Đô:

"*Tháng 3 năm Long Phù thứ 4 [1104], định lại binh hiệu của quân cấm vệ.*" **Toàn Thư**, Bản Kỷ, quyển 3.

"Mùa đông, tháng 10 năm Hội Tường Đại Khánh thứ 10 [1119], *duyệt sáu binh tào Vũ Tiệp, Vũ Lâm v.v..., người nào mạnh khỏe cho làm hỏa đầu ở các đội quân Ngọc Giai, Hưng Thánh, Bổng Nhật, Quảng Thành, Vũ Đô, còn bậc dưới thì cho làm binh ở các quân Ngọc Giai, Hưng Thánh, Bổng Nhật, Quảng Thành, Vũ Đô, Ngự Long."* **Toàn Thư**, Bản Kỷ, quyển 3.

- Công:

Công nghiệp so với nông nghiệp đứng vào hàng thứ yếu, vả lại nhà nông lúc rảnh rổi, ngoài vụ cấy, vụ gặt; cũng có thể kiêm nhiệm nghề thợ, như thợ mộc, thợ nề vv... Riêng việc xây dựng nhà, thời Sứ thần Trung Quốc Tống Cảo đến thăm Vua Lê Đại Hành vào năm 990 tại Trường Yên [Ninh Bình], y mô tả rằng tại nước ta chỉ thấy nhà lợp lá. So với thời Lý tiến bộ hơn, nhà Vua xuống chiếu khuyến khích nung ngói lợp nhà:

"Năm Anh Vũ Chiêu Thắng thứ 9 [1084]. *Xuống chiếu cho thiên hạ nung ngói lợp nhà."* **Toàn Thư**, Bản Kỷ, quyển 3.

Về ngành dệt, các cung nữ được khuyến khích dệt gấm, đem sử dụng trong cung; rồi lấy gấm vóc trong kho mua từ Trung Quốc ban phát cho các quan; ý Vua muốn đề cao hàng nội hóa:

"Tháng 2 năm Bảo Nguyên thứ 2 (1040).

Trước đó, nhà vua sai cung nữ dệt gấm vóc, họ đã dệt được thành những tấm hàng rồi; đến đây, sai đem những gấm vóc, hàng của nhà Tống, vẫn chứa trong kho, ban phát cho bầy tôi: từ ngũ phẩm trở lên thì áo gấm, từ cửu phẩm trở lên thì áo vóc, tỏ ý không dụng gấm vóc của Tống nữa." **Khâm Định Việt Sử Thông Giám Cương Mục**, Chính Biên, Quyển 3.

Trong lễ cống nhà Tống vào năm 1156, Vua Lý Anh Tông biếu Vua Tống 5.000 tấm quyên [lụa to sợi] và lăng [lụa mỏng], chứng tỏ ngành nuôi tằm, dệt luạ tại nước ta trên đà phát triển. Ngoài ra các nghề khai mỏ vàng, ngọc châu, chế trầm hương; cũng có những nét nỗi bật:

"Ngày Canh Dần tháng 8 năm Thiệu Hưng thứ 26 [7/9/1156], *Nam bình vương Lý Thiên Tộ sai Thứ sử châu Thái Bình Lý*

Quốc, Hữu vũ đại phu Lý Nghĩa, Vũ dực lang Quách Ứng Ngũ đến mừng thanh bình. Hiến đồ vật bằng vàng 1.136 lượng. minh châu 100, trầm hương 1.000 cân, thủy vũ 500; lăng, quyên các màu 5.000 tấm, 10 ngựa, 9 voi. Chiếu sai Thượng thư Tả tư lang trung Uông Ứng Thần đãi quốc yến tại vườn Ngọc Tân. Thăng Quốc làm Đoàn luyện sứ châu Thái Bình, Nghĩa chức Tả vũ đại phu, Ứng Ngũ chức Vũ kinh lang; ban y phục, dây đai, đồ vật, tiền, có sai biệt." ***Tục Tư Trị Thông Giám****, quyển 131.*

(庚寅，南平王李天祚，遣太平州刺史李國以右武大夫李義、武翼郎郭應五來賀升平，獻黃金器千一百三十六兩，明珠百，沈香千斤，翠羽五百隻，雜色綾絹五千匹，馬十，象九。詔尚書左司郎中汪應辰燕國於玉津園。遷國為太平州團練使，義左武大夫，應五武經郎，加賜襲衣、金帶、器、幣有差.

Về công nghệ, cũng cần lưu ý đến văn bản xử phạt đàn bà có tội, bị đưa đi làm "tang thất phụ" tức nữ công nhân sở nuôi tằm; chứng tỏ nghề nuôi tằm dệt lụa bấy giờ không phải chỉ làm ăn riêng lẻ từng hộ.

Các công nghệ khác cũng theo đà phát triển, như nghề làm giấy tập trung thành phiên, hội; lại đầu tiên làm lọng, ô dù cán cong:

"*Ngày Ất Tỵ, năm Thiên Phù Duệ Vũ thứ 6* [1125] *Phiên làm giấy dâng ngọc châu tân lang, vua truyền không nhận.*" **Toàn Thư**, Bản Kỷ, quyển 3.

- "*Ngày Quý Mão, năm Thiên Phù Duệ Vũ thứ 4* [1123]. *Lần đầu làm chiếc lọng che mưa cán cong.*" **Toàn Thư**, Bản Kỷ, quyển 3.

Riêng về nghề đúc chuông đồng, xây bia đá thì rất thịnh hành dưới triều Lý, Vua Lý Thái Tổ phát tiền kho đúc chuông lớn tại chùa Đại Giáo; còn các đời sau đều khuyến khích việc xây chùa đúc chuông:

"*Năm Thuận Thiên thứ nhất* [1010]; *Năm ấy độ dân làm sư. Phát bạc ở kho 1.680 lạng để đúc chuông lớn, treo ở chùa Đại Giáo.*" **Toàn Thư**, Bản Kỷ. quyển 2.

- Buôn bán:

Nghề buôn tuy không thấy được khuyến khích, tuy nhiên dưới triều Lý việc lưu hành hàng hoá từ chỗ dư đến chỗ thiếu, vẫn sinh hoạt bình thường. Riêng việc buôn bán sang Trung Quốc thì phải tuân theo chính sách chung của nhà nước, dân không được tự tiện mang đồ sắt, mắm muối bán cho tỉnh Quảng Tây:

"Năm Trinh Phù thứ 4 [1179], *xuống chiếu cấm không được đem mắm muối và đồ sắt lên bán đổi ở đầu nguồn."* **Toàn Thư**, Bản Kỷ, quyển 4.

Nhưng việc bán muối sang Trung Quốc có lời cao, nên số đông dân chúng vẫn tiếp tục buôn lậu. Về phía Trung Quốc số lượng muối nhập vào châu Ung [nam Quảng Tây] quan trọng đến nỗi chính quyền địa phương xin triều đình được phép tranh dành với con buôn, độc quyền thu mua tại các địa điểm Sùng Tả Thị, Bằng Tường để thu lợi:

*"**Tục Tư Trị Thông Giám**, quyển 150, Tống Hiếu Tông năm Thuần Hy thứ 12* [1185]

Ngày Kỷ Sửu tháng giêng [6/2/1185] *Đề cử Quảng Tây Hồ Đình Trực tâu:*

'Quan phụ trách buôn muối tại Ung Châu [Nam Ninh, Quảng Tây] *duyên theo đường lối chỉ huy thời Thiệu Hưng* [1131-1162] *tại hai trại Thái Bình* [Sùng Tả thị, Quảng Tây], Vĩnh Bình [Bằng Tường thị, Quảng Tây] *đặt thị trường, dùng vải lụa trao đổi muối với tư thương Giao Chỉ; quan phụ trách muối đem ra bán, do đó những người dân tại khe động cũng đều buôn bán muối Giao Chỉ. Gần đây tuy cải sang dùng tiền giấy, nhưng tại châu này vẫn còn theo mối tệ cũ.'*

Chiếu ban ty Kinh lược cùng Tri Ung Châu Trần Sĩ Anh bố trí rồi tâu lên. Ty Kinh lược tâu rằng:

'Trước đây việc đặt thị trường đổi chác là do tiện cho lòng người, còn việc trao đổi muối với Giao Chỉ là phép thường từ tổ tiên. Chỉ nghiêm cấm dân buôn không được buôn bán muối

với người Giao, khiến mất nguồn lợi công; những điều khác vẫn theo cũ.'

Vua chấp nhận."

((己丑，廣西提舉胡廷直言：「邕州賣官鹽，並緣紹興間一時指揮，于江左永平、太平兩寨置場，用物帛博買交趾私鹽，夾雜官鹽出賣，緣此溪洞之人，亦皆販賣交鹽。近雖改行鈔法，其本州尚仍前弊。」詔經略司及知邕州陳士英措置聞奏。既而經略司言：「初置博易場，以人情所便；而博易交鹽，亦祖宗成法。請只嚴禁博販等不得販鬻交鹽，攙奪官課，餘仍舊。」從之。)

Điều oái oăm là chính quyền Trung Quốc lúc bấy giờ chấp thuận mua hàng hóa của dân buôn lậu Việt Nam; nhưng vì lý do an ninh, không cho mở cửa buôn bán chung tại tỉnh Quảng Tây:

*"**Trường Biên**, quyển 78. Năm Đại Trung Tường Phù thứ 5* [1012]

Ngày Giáp Tý tháng 6 [19/7/1012], *Chuyển vận sứ Quảng Nam Tây Lộ tâu Lý Công Uẩn đất Giao Châu xin điều người và thuyền đến Ung Châu* [Nam Ninh thị, Quảng Tây] *hỗ thị. Thiên tử phán:*

"Dân ven biển thường sợ Giao Châu xâm lăng quấy nhiễu, theo thông lệ trước chỉ cho hỗ thị tại Quảng Châu [Quảng Đông] *và trấn Như Hồng* [Khâm Châu]*; vì rằng đó là chốn góc biển là nơi có thể khống chế, nay nếu đưa vào thẳng nội địa, sự việc sẽ không thuận tiện; nên ra lệnh ty sở tại cẩn thận giữ qui chế cũ."*

(甲子，廣南西路轉運使言，交州李公蘊乞發人船直趨邕州互市。上曰：「瀕海之民常懼交州侵擾，承前止令互市於廣州及如洪鎮【五】，蓋海隅有控扼之所。今若直趨內地，事頗非便，宜令本司謹守舊制。」)

Bấy giờ Vân Đồn đã trở thành hải cảng quốc tế cho các nước châu Á đến giao dịch buôn bán:

"Mùa xuân, tháng 2, năm Đại Định thứ 10 [1149], *thuyền buôn ba nước Trảo Oa* [Java], *Lộ Lạc* [La Hộc, Thái Lan], *Xiêm La* [Thái Lan] *vào hải Đông* [vùng Quảng Ninh], *xin cư trú buôn bán, bèn cho lập trang ở nơi hải đảo, gọi là Vân Đồn, để mua bán hàng hoá quý, dâng tiến sản vật địa phương."* **Toàn Thư**, Bản Kỷ, quyển 4.

Riêng nước Tiêm La vẫn tiếp tục đưa thương thuyền đến buôn bán tại cảng Vân Đồn như thời mới mở cửa vào năm Đại Định thứ 10 [1149]; năm 1184 Vân Đồn lại tiếp nhận thêm khách thương mới, đó là nước Tam Phật Tề:

"Tháng 3, [Trinh Phù] *năm thứ 9* [1184], *người buôn các nước Xiêm La và Tam Phật Tề* [Sumatra, Indonesia] *vào trấn Vân Đồn dâng vật báu để xin buôn bán."* **Toàn Thư**, Bản Kỷ, quyển 4.

Chú thích:

1. Phốc đầu: tên mũ, tức là mũ cánh chuồn, có hai dải cánh giương ra hai bên.

2. Khao giáp: phục dịch.

3. Tang thất phụ: phụ nữ làm việc tại nhà nuôi tằm.

4. Hoàng nam: dân đinh từ 18 tuổi trở lên.

34. Những nét đặc trưng về triều đại nhà Lý

(Tiếp theo)

3. Đánh Tống, bình Chiêm:

- Đánh Tống:

Đánh Tống khác với các cuộc chiến tranh khác thời xưa; đây là cuộc chiến tranh đa dạng, sử dụng ý thức hệ, tình báo, và cả nội tuyến:

Về chiến tranh ý thức hệ, lúc đánh Tống quân ta đi đến đâu đều trưng lên bản tuyên cáo gọi là "**Lộ Bố**" (1) nêu cao cuộc chiến chính nghĩa tự vệ, do phía Tống gây hấn trước. Lại chỉ trích việc nhà Tống dưới sự chỉ đạo của Tể tướng Vương An Thạch với danh nghĩa cải cách, đặt ra các phép Thanh miêu (2), Trợ dịch (3), Bảo giáp (4); kềm kẹp dân chúng. Vì lòng dân sẵn mối bất mãn các quan lại hà khắc, cưỡng bách thi hành cải cách, bắt dân đoàn ngũ hóa giống như trại lính; nên hưởng ứng lời chỉ trích trong bản **Lộ Bố**, quay sang ủng hộ quân ta:

"***Trường Biên**, quyển 271 ngày Quí Sửu* [3/2/1076]*:Lúc bấy giờ những thành ấp Giao Chỉ đánh phá đều trưng bản **Lộ Bố** yết thị tại các nơi giao lộ nói rằng:*

'Những dân phản chạy trốn vào Trung Quốc, bị quan lại dung chứa dấu diếm; ta đã sai Sứ đến Quế Lâm tố cáo nhưng không trả lời; lại sai Sứ vượt biển đến Quảng Châu trình bày, cũng không chịu phục đáp; bởi vậy ta mang quân truy bắt những kẻ phản loạn.'

Lại bảo rằng:

'Quế quản điểm binh tập luyện tráng đinh trong động, tuyên bố rằng muốn thảo phạt ta.'

Rồi đả kích:

'Trung Quốc dùng phép thanh miêu, trợ dịch làm cùng khốn dân chúng, nên chúng ta mang quân đến cứu vớt.'

Vương An Thạch giận, nên đích thân thảo chiếu đánh dẹp."

(時交趾所破城邑，即為露布揭之衢路，言所部之民亡叛入中國者，官吏容受庇匿，我遣使訴於桂管，不報，又遣使泛海訴於廣州，亦不報，故我帥兵追捕亡叛者。又言桂管點閱峒丁，明言欲見討伐。又言中國作青苗、助役之法，窮困生民。我今出兵欲相拯濟。安石怒，故自草此詔。)

Về mặt tình báo, triều Tống xuống chiếu lưu ý các châu huyện rằng quân ta giết thầy tăng, đoạt bằng độ điệp, rồi giả làm tăng, đi dò la tin tức:

Trường Biên *quyển 277. Ngày Nhâm Tý tháng 8* [29/9/1076], *lại ban chiếu: hiện tại tăng đạo Quảng Nam lộ tạm đình xét bằng đi ra ngoài; nguyên do Chuyển vận ty Quảng Đông tâu:*

"Nghe tin Giao Chỉ mới đây chiếm các châu Khâm, Liêm; bắt tăng đạo hơn 100 người, đoạt bằng [độ điệp]*(5) rồi giết; lệnh gián điệp giả làm tăng đạo để trinh sát."*

(又詔見在廣南路僧道權停判憑出外。以廣東轉運司言「聞交阯昨陷欽、廉等州，執僧道百餘人，奪其公憑而殺之，令間牒詐為僧道以偵事」故也。)

Bảo rằng giết thầy tăng là vu cáo, vì thời Lý đạo Phật là quốc giáo, không thể làm việc đó. Tuy nhiên việc giả mạo thầy tăng đi dò la tin tức, khả năng xãy ra rất cao, bởi lẽ vùng Lưỡng Quảng tuy cùng chung chữ viết, nhưng tiếng nói thì có nhiều vùng khác nhau; một thầy tăng tuy gốc Đại Việt, có bằng độ điệp cầm tay, có thể đi khắp nơi mà không ai dám nghi ngờ; do đó việc giả mạo thầy tăng đi dò la tin tức, rất có hiệu quả.

Ngoài chiến tranh về ý thức hệ và tình báo, phải kể thêm việc sử dụng nội tuyến. Kẻ nội tuyến thuộc thành phần bất mãn với nhà Tống, sinh quán tại Quảng Đông, bấy giờ thi hỏng Tiến Sĩ tên là Từ Bá Tường từng gửi thư cho vua ta trình bày mọi âm mưu của địch, trong đó có cả trận đồ chuẩn bị đánh An Nam. Nhưng sau đó Bá Tường thi đậu Tiến sĩ rồi phản bội, làm quan nhà Tống; cũng là một cách để trừng trị y, triều đình ta công khai cho Tống biết:

"***Trường Biên*** *quyển 272. Tống Thần Tông ngày Đinh Sửu tháng 3 năm Hy Ninh thứ 9* [27/4/1076]. *Bấy giờ Tiến sĩ đất Lãnh Nam Từ Bá Tường thi không đậu, bèn bí mật gửi thư cho Giao Chỉ rằng:*

'Đại vương đời trước gốc tích vốn là người Phúc Kiến, nghe rằng các Công, Khanh Giao Chỉ hiện nay phần lớn là người Phúc Kiến. Bá Tường tài cán không dưới người, nhưng không dùng tại Trung Quốc, nguyện được làm tay dưới phụ tá cho Quốc vương. Nay Trung Quốc muốn cử đại binh diệt Giao Chỉ; binh pháp cho rằng tiếng nói trước có thể đoạt lòng người; chi bằng hãy mang quân vào đánh trước, Bá Tường xin làm nội ứng.'

Do vậy, Giao Chỉ phát đại binh vào cướp phá; đánh chiếm 3 châu Ung, Khâm, Liêm; nhưng Bá Tường chưa có cơ hội theo. Nhân Thạch Giám quen thân với Bá Tường, tâu rằng Bá Tường lập được chiến công, cho giữ chức Thị cấm, làm Tuần kiểm các châu Khâm, Liêm, Bạch.

Khi triều đình mệnh Tuyên huy sứ Quách Quì mang quân đánh Giao Chỉ, Giao Chỉ xin hàng nói rằng:

'Tôi vốn không có ý vào đánh, người Trung Quốc hô hào tôi vào.'

Rồi đưa thư của Bá Tường cho Quì, Quì truyền hịch cho ty Chuyển vận Quảng Tây hạch hỏi. Nhân đó Bá Tường chạy trốn, rồi tự tử..."

(熙寧中，朝廷遣沈起、劉彝相繼知桂州以圖交趾。起、彝作戰船，團結峒丁以為保甲，給陣圖，使依此教戰，諸峒騷然。土人執交趾圖言攻取之策者，不可勝數。嶺南進士徐伯祥屢舉不中第，陰遺交趾書曰：「大王先世本閩人，聞今交趾公卿貴人多閩人也。伯祥才略不在人後，而不用於中國，願得佐大王下風。今中國欲大舉以滅交趾，兵法先聲有奪人之心【一二】，不若先舉兵入寇，伯祥請為內應。」於是，交趾大發兵入寇，陷欽、廉、邕三州。伯祥未得間往歸之。會石鑑與伯祥有親，奏稱伯祥有戰功，除侍禁，充欽、廉、白州巡檢【一三】。朝廷命宣徽使郭逵討交趾，交趾請降曰：「我本不入寇，中國人呼我耳。」因以伯祥書與逵，逵檄廣西轉運司按鞫。伯祥逃去，自經死。)

Đánh Trung Quốc, quân nhà Lý cùng một lúc tấn công hai mặt đông tây, khiến quân Tống không kịp đỡ. Viên Tri Ung châu Tô Giam giữ thành Nam Ninh, báo cáo rõ rằng vào tháng 11 năm Hy Ninh thứ 6 [12/1075] chỉ trong vòng chưa đến 10 ngày, quân An Nam đã chiếm 2 châu Khâm, Liêm tại bờ biển; riêng mặt trận phía tây chiếm trọn 4 trại Thái Bình, Vĩnh Bình, Thiên Long, Cổ Vạn, tại lưu vực sông Tả Giang:

"***Trường Biên**, quyển 271, Ngày Đinh Dậu tháng chạp* [18/1/1076]*... Rồi người Giao quả đã cử đại binh, chúng bảo là 8 vạn; tháng 11 đến vùng bờ biển, chưa đến 1 tuần chiếm 2 châu Khâm, Liêm; đánh phá 4 trại Thái Bình* [Sùng Tả thị, Chongzuo, hạ lưu Tả Giang]*, Vĩnh Bình* [Bằng Tường thị]*, Thiên Lục* [Thiên Long, huyện Ninh Minh, Ningming, Quảng Tây]*, và Cổ Vạn.*"

(於是交人果大舉，眾號八萬，十一月抵海岸，未旬日陷欽、廉二州，破邕之太平、永平、遷陸、古萬四寨)

Quân Tống tiếp viện do Đô giám Quảng Nam Tây Lộ Trương Thủ Tiết chỉ huy sợ sệt không dám tiến, sau khi bị thôi thúc mới miễn cưỡng từ Quí châu [Guigang, Quí cảng thị, Quảng tây], rụt rè di chuyển theo hướng tây, định đến giữ ải Côn Lôn. Ải này vị trí tại vùng giáp giới Ung châu và Tân châu, khi đến nơi bị quân ta chặn, chưa kịp dàn trận thì bị đánh tan, khiến Trương Thủ Tiết tử trận:

"***Trường Biên**, quyển 272 Ngày Tân Dậu tháng giêng năm Hy Ninh thứ 9* [11/2/1076]*, Đô giám Quảng Nam Tây Lộ Trương Thủ Tiết bị giặc Giao Chỉ đánh bại tại quan ải Côn Lôn. Trước đó Tô Giam sai Sứ đến Quế Châu cầu cứu, Lưu Di sai Thủ Tiết tiếp viện; Thủ Tiết nghe tin giặc đông gấp mười, chần chừ không đi ngay; lại đi vòng đường Quí Châu* [huyện Quí, tỉnh Quảng Tây]*, trú quân tại trạm dịch Khang Hòa để xem thắng bại. Giam lại sai*

Sứ mang thư bọc sáp cứu cấp gửi Đề điểm hình ngục Tống Cầu. Cầu nhận thư kinh sợ khóc, thúc dục Thủ Tiết tiến binh. Thủ Tiết hoảng sợ không biết làm gì, bèn chuyển quân đến lãnh Hỏa Lai, rồi quay về giữ quan ải Côn Lôn. Cuối cùng gặp giặc, không kịp dàn trận, đạo quân sụp đổ, Thủ Tiết chết."

（辛酉，廣南西路都監張守節為交賊所敗於崑崙關。先是，蘇緘遣使詣桂州請救【一】，劉彝遣守節往援，守節聞賊眾十倍，逗留不即行，復迂取貴州路，駐兵康和驛以觀勝負。緘又遣使持蠟書告急於提點刑獄宋球，球得書驚且泣，以便宜督守節進兵。守節惶遽不知所為，移屯火夾嶺，回保崑崙關，猝遇賊，不及陣，一軍皆覆，守節死之。）

Tại thành Ung, cho dù cho Tô Giam tử thủ, nhưng quân ta quyết đánh bằng mọi cách. Tôn Đản cho đào địa đạo, lấy da súc vật bao quanh để chẹn bùn đất, lúc vào đến nơi thì bị quân địch chặn. Quân ta liên tục dùng pháo bắn vào; lại sử dụng hàng binh như Liêu Triệu Tú, giúp xác định mục tiêu bắn vào thành, sau này y mất tích, triều Tống bèn truy tội cả vợ con, bắt đày lên phương bắc:

"***Trường Biên**, quyển 281. Ngày Ất Tỵ tháng 4 năm Hy Ninh thứ 10* [20/5/1077], *chiếu ban đem vợ và con trai Liêu Triệu Tú, thuộc quân Mã Hùng Lược Ung châu* [Nam Ninh, Quảng Tây] *đày tại quân doanh Hồ Bắc làm nô lệ; Triệu Tú thường giúp cho giặc xác định pháo bắn vào thành Ung châu."*

（又詔邕州有馬雄略員僚趙秀妻、男，送湖北配本路軍營充奴婢。秀常為賊定砲打邕州城也。）

Cuối cùng nhắm dứt điểm, quân ta dùng bao cát ném vào chân thành, cát chất đầy tạo thành những bực thang; rồi đồng loạt xông vào, sau 42 ngày chiến đấu cam go, thành bị hãm:

"***Trường Biên**, quyển 272 Hôm nay ngày 23 tháng giêng năm Hy Ninh thứ 9* [1/3/1076], *Giao Chỉ chiếm thành Ung Châu, Tô Giam chết. Sau khi Trương Thủ Tiết bại, giặc bắt sống được mấy trăm người; giặc biết được quân phương bắc giỏi đánh thành, dùng lợi lớn dụ dỗ, sai chế thang mây, lúc đem ra dùng, bị quân Giam đốt phá. Lại dùng da súc vật che để làm công cụ vượt hào, chờ lúc vượt qua, Giam cho đốt lửa từ huyệt chặn ngang; giặc* *kế cùng, muốn rút quân đi. Nhưng thấy viện binh chưa tới, có thể dùng đất để tấn công, bèn sử dụng hàng vạn bao đất, chất vào chân thành như núi, khoảnh khắc cao đến mấy trượng. Giặc trèo trên bao đất xông vào, thành bị hãm:*

（是日，二十三日。交賊陷邕州，蘇緘死之。張守節敗，生獲於賊者數百人。賊知北軍善攻城，啗以厚利，使為雲梯，既成，為緘所焚。又為攻濠洞，蒙以生皮。緘俟其既度，縱火焚於穴中。賊計盡，稍欲引去，而知外援不至。會有能土攻者，教賊囊土數萬，向城山積，頃刻高數丈，賊眾登土囊以入，城遂陷。

Khi quân Tống tấn công vào nội địa, ta giữ được phòng tuyến sông Cầu thành công; đây là một điểm son, bởi trong quá trình lịch sử giặc ngoại xâm từng vượt qua những con sông lớn hơn, như sông Hồng. Theo Học giả Trình Di (6) mô tả phòng tuyến dài 25 dặm; vị trí phòng tuyến có thể từ ngã ba sông Cầu và sông Cà Lồ cho đến phía đông đường quốc lộ 1; vì nơi này là tuyến phòng thủ huyết mạch để bảo vệ lăng tẩm vua chúa nhà Lý tại tỉnh Bắc Ninh. Quân Tống dùng bè vượt sông, bị quân ta tiêu diệt trọn; số quân sang tiếp cứu, lại bị đánh chặn, thiệt hại rất nhiều:

"Trường Biên quyển 280. Năm Hy Ninh thứ 10 **[22/3/1077]**... .... *Sách* ***Hà Nam Trình Thị Di Thư***, *Tô Sung chép*

Vào đến sào huyệt giặc, dùng bè chở 500 quân qua sông, vừa chặt vừa đốt, không phá nổi mấy trại giặc bằng tre. Rồi chèo bè không trở về để mang thêm quân tiếp cứu, thì số quân qua sông bị giặc bắt giết; quân ta không được cứu, hoặc chết hoặc chạy trốn; cuối cùng không thành công, vùng tranh chấp chỉ có 25 dặm. Lại muốn sang tiếp, nhưng không có thuyền, không có lương cho lính, sự tính toán sai lầm trầm trọng, từ trước tới nay chưa từng xảy ra! May mà giặc xin cung thuận, mới có lời để ứng phó; nếu như chúng không chịu thuận, thì lấy gì xử trí đây?"

(深至賊巢．以桄度五百人過江．且斫且焚．破其竹寨幾重不能得。復棹其空桄．續以救兵．反為賊兵會合禽殺．吾眾無救．或死或逃．遂不成功．所爭者二十五里耳。欲再往．又無舟可度．無糧可戍．此謬算未之有也。猶得賊辭差順、遂得有詞具承當了．若使其言猶未順，如何處之？）

Tuy sử Trung Quốc chép quân ta phòng thủ tại sông Phú Lương, tức sông Hồng; nhưng theo họ mô tả tại con sông cách thành Thăng Long 30 dặm thì đích xác là sông Như Nguyệt tức sông Cầu. Tại nơi này quân ta phòng thủ vững chắc, lại đánh mạnh khiến chúng không thể vượt sông được:

"***Trường Biên**, quyển 279, ngày Quí Mão tháng chạp năm Hy Ninh thứ 9 Ngày* [18/1/1077]. *Tại nơi cách thành Giao Châu chưa đến 30 dặm, giặc dàn hơn 400 chiếc thuyền tại bờ phía nam, khiến quân ta không thể vượt sông, muốn đánh cũng không được."*

(未至交州三十里，賊艤戰艦四百餘艘於江南岸，我師不能濟，欲戰弗得)

Sử liệu trên phù hợp với chiến tích lưu lại trong sử Việt; qua bài thơ bất hủ **Nam Quốc Sơn Hà Nam Đế Cư**, khơi nguồn hứng khởi bất tận trong công cuộc chống ngoại xâm; nên sách Đại Việt Sử Ký **Toàn Thư** trân trọng chép như sau:

"*Người đời truyền rằng Thường Kiệt làm hàng rào theo dọc sông để cố thủ. Một đêm quân sĩ chợt nghe ở trong đền Trương tướng quân (7) có tiếng đọc to rằng:*

Nam quốc sơn hà Nam đế cư
Tiệt nhiên phân định tại thiên thư
Như hà nghịch lỗ lai xâm phạm?
Nhữ đẳng hành khan thủ bại hư!
(Sông núi nước Nam, Nam đế ở,
Rõ ràng phân định tại sách trời
Cớ sao nghịch tặc sang xâm phạm?
Cứ thử làm xem, chuốc bại nhơ!)" **Toàn Thư**, Bản Kỷ, quyển 3.

Quả vậy, đất nước Nam do Vua Nam cai quản; cuối cùng quân giặc phải rút.

- Bình Chiêm:

Dưới thời nhà Lý, quân ta mấy lần chiến thắng, khiến cho thế lực Chiêm Thành suy yếu nhiều. Năm 1044, nhân nước này thường lợi dụng gió mùa mang quân đến cướp bóc, nhà Vua Lý Thái Tông quyết định thân chinh đánh dẹp, đến tận kinh đô Phật Thệ, quân ta toàn thắng, giết vua Chiêm Sạ Đẩu:

"Năm Minh Đạo năm thứ 3 [1044]. *Mùa xuân, tháng giêng ngày Giáp Thìn, quân đi từ Kinh sư, ngày Ất Tỵ, đến cửa biển Đại Ác, gặp lúc sóng gió yên lặng, đại quân qua biển dễ dàng, cho nên đổi tên Đại Ác làm Đại An* [cửa Liêu, Ninh Bình]. *Đến núi Ma Cô* [Kỳ Anh, Hà Tĩnh], *có đám mây tía bọc lấy mặt trời. Qua vụng Hà Não, có đám mây che thuyền ngự, theo thuyền mà đi hoặc ngừng. Ngày hôm ấy đến đóng doanh ở cửa biển Trụ Nha (có bản chép Trụ Thân). Ngày hôm sau đi, nhờ thuận gió, trong một ngày qua hai bãi Đại Tiểu Trường Sa* [cửa Tùng, cửa Việt, Quảng Trị]. Đến cửa biển Tư Khách [nam Thừa Thiên], *có con cá trắng nhảy vào thuyền. Vua nghe tin Chiêm Thành đem quân và voi bày trận ở bờ nam sông Ngũ Bồ* [Theo Đào Duy Anh là hạ lưu sông Thu Bồn, Quảng Nam] *muốn chống cự quan quân. Vua truyền cho quân bỏ thuyền lên bộ, đem quân sĩ lên bờ bắc, thấy quân Chiêm đã dàn ở bên sông. Vua mới cắt đặt quân sĩ dựng cờ nổi trống, sang tắt ngang sông đánh. Binh lính chưa chạm mà quân Chiêm đã tan vỡ, quan quân đuổi chém được 3 vạn thủ cấp. Quách Gia Di chém được đầu vua Chiêm là Sạ Đẩu tại trận đem dâng. Đoạt được hơn 30 voi thuần, bắt sống hơn 5 nghìn người, còn thì bị quan quân giết chết, máu nhuộm gươm giáo, xác chất đầy đồng. Vua tỏ ý cảm khái, xuống lệnh rằng:*

'Kẻ nào giết bậy người Chiêm Thành thì sẽ giết không tha.'

Mùa thu, tháng 7, vua đem quân vào thành Phật Thệ [Chà Bàn, Qui Nhơn] *bắt vợ cả, vợ lẽ của Sạ Đẩu và các cung nữ giỏi hát múa khúc điệu Tây Thiên* (8). *Sai sứ đi khắp các hương ấp phủ dụ dân chúng.*

Tháng 9, ngày mồng 1, đến phủ Trường Yên, có rồng vàng hiện ở thuyền ngự. Khi đến hành điện Ly Nhân [tỉnh Hà Nam], *sai nội nhân thị nữ gọi Mỵ Ê là phi của Sạ Đẩu sang hầu thuyền vua. Mỵ Ê phẫn uất khôn xiết, ngầm lấy chăn quấn vào mình nhảy xuống sông chết. Vua khen là trinh tiết, phong là Hiệp Chính Hựu Thiện phu nhân."* **Toàn Thư**, Bản Kỷ, quyển 2.

Năm 1069 Vua Lý Thánh Tông lại thân chinh đi đánh Chiêm Thành, nhưng đánh mãi không được bèn mang quân trở về. Đến nữa đường, được tin Nguyên Phi Y'Lan coi việc nước yên ổn, nhà Vua nhận thấy một người đàn bà còn làm được như vậy; với tấm lòng phục thiện hướng theo điều phải, bèn quay trở lại quyết đánh cho kỳ được; bắt sống Vua Chiêm, mở rộng lãnh thổ đến tận tỉnh Quảng Trị:

"*Ngày Kỷ Dậu, Lý Thánh Tông năm Thiên Huống Bảo Tượng thứ 2 [1069], Mùa xuân tháng 2, Vua thân đi đánh Chiêm Thành, bắt được Vua nước ấy là Chế Củ và dân chúng 5 vạn người. Trận này Vua đánh Chiêm Thành mãi không được, đem quân về đến châu Cư Liên, nghe tin Nguyên phi giúp việc nội trị, lòng dân cảm hoá hoà hợp. Trong cõi vững vàng, tôn sùng Phật giáo, dân gọi là bà Quan Âm, vua nói:*

'Nguyên phi là đàn bà còn làm được như thế, ta là nam nhi lại chẳng được việc gì hay sao?'

Bèn quay lại đánh nữa, thắng được.

Mùa hạ, tháng 6 đem quân về. Mùa thu, tháng 7, vua từ Chiêm thành về đến nơi, dâng tù ở Thái Miếu, đổi niên hiệu là Thần Vũ năm thứ 1. Chế Củ xin dâng ba châu Địa Lý [Quảng Bình], *Ma Linh* [Quảng Trị], *Bố Chính* [Quảng Bình] *để chuộc tội. Vua bằng lòng, tha cho Chế Củ về nước.*" **Toàn Thư**, Bản Kỷ, quyển 3.

Sau trận này Chiêm Thành thần phục, lại sai Sứ sang cống như cũ.

4. Ngoại giao:

Người xưa có câu "*Tiên lễ hậu binh*", có ý khuyên nên dùng nghi lễ ngoại giao trước, nếu không có kết quả mới phải dùng binh. Tuy nhiên cũng có trường hợp ngược lại, đôi khi phải dùng binh biểu dương lực lượng khiến đối phương bối rối, mới đề nghị giải pháp ngoại giao sau.

Tình hình Trung Quốc vào thời Tống Thần Tông năm Hy Ninh thứ 10 [1077], phía bắc bị các nước Liêu, Hạ gây áp lực;

phía nam sau khi quân Tống rút khỏi nước ta, quân Đại Việt theo sau lưng và chiếm lại được huyện Quang Lang. Bấy giờ vua Đại Việt sai Sứ thần Lý Kế Nguyên đến biên giới ngõ lời xin trả lại đất. Lời yêu cầu đúng lúc, vua Tống cũng muốn giải quyết cho yên việc tại phương nam, bèn theo lời đề nghị của Kinh lược Quảng Nam Tây Lộ, hứa trả lại đất sau khi nước Đại Việt trả tù binh bị bắt trước kia, tại 3 châu Ung, Khâm, Liêm:

***Trường Biên**, quyển 285. Năm Hy Ninh thứ 10* [1077]

Ngày Bính Tuất tháng 10 [28/10/1077], *ty Kinh lược an phủ Quảng Nam Tây Lộ* [Quảng Tây] *tâu:*

"Người Giao sai bọn Lý Kế Nguyên và quan được sai bàn việc tại biên giới. Muốn ra lệnh quan được sai lấy ân tín của triều đình dụ Càn Đức [Lý Nhân Tông], *lệnh trả lại nhân khẩu đã cướp, rồi cấp cho đất đai."*

Thiên tử chấp thuận.

(廣南西路經略安撫司言：「交人遣李繼元等與所差官於界首議事，欲令所差官以朝廷恩信曉諭乾德，令送還所擄人口，給與疆土。」從之。)

Xác minh lời hứa trả lại đất sau khi Đại Việt trả lại tù binh; Vua Tống Thần Tông gửi chiếu thư cho Vua Lý Nhân Tông nước ta, nguyên văn như sau:

"Chiếu thư cho biết rằng:

Khanh được trông coi tại Nam Giao, đời đời nhận tước Vương, nhưng phản bội đức, gian giảo không tuân triều mệnh, trộm gây bạo động tại vùng biên cảnh; bỏ chính sách trung thuận của tổ tiên, phiền triều đình phải cử binh thảo phạt. Khi quân lính thâm nhập, tình thế khẩn trương mới qui thuận; xét về tội lớn, đáng phải truất tước. Nay sai sứ đến cống, dâng lên lời rất cung kính, đọc kỹ nội dung, thấy được sự hối hận. Trẫm trông coi vạn nước, không phân biệt xa gần; chỉ hiềm những dân Liêm châu, Ung châu bị cướp dời đến vùng xa xôi nóng bức, xa quê hương lâu ngày, đợi khi đưa hết về biên giới tỉnh, sẽ đem Quảng Nguyên trả lại Giao Châu." (**Tống Sử** quyển 488, **Liệt Truyện** Giao Chỉ)

(詔報之曰：「卿撫有南交，世受王爵，而乃背德奸命，竊暴邊城。棄祖考忠順之圖，煩朝廷討伐之舉。師行深入，勢蹙始歸。跡其罪尤，在所紬削。今遣使修貢，上章致恭，詳觀詞情，灼見悛悔。朕撫綏萬國，不異邇遐。但以邕、欽之民，遷劫炎陬，久失鄉井，俟盡送還省界，即以廣源等賜交州。」)

Ngày 9/11/1079 Quảng Nam Tây Lộ tâu rằng Giao Chỉ đã trả lại 221 người bị bắt, tuy không đủ số lượng đòi hỏi, triều đình nhà Tống cũng miễn cưỡng trao trả đất Thuận Châu:

"**Trường Biên,** quyển 300. Năm Nguyên Phong thứ 2 [1079]

Ngày Mậu Thân tháng 10 [9/11/1079], *ty Kinh lược Quảng Nam Tây Lộ tâu Giao Chỉ trả 221 người bị bắt, chiếu cho thâu nạp; bỏ Thuận Châu, đưa đất này cho Giao Chỉ..."*

(廣南西路經略司言交阯歸所掠二百二十一人，詔納之，廢順州，以其地畀交阯

Về việc nhà Tống trả đất cho nước Đại Việt vào năm Nguyên Phong thứ 2 [1079]; sử Trung Quốc như **Tục Tư Trị Thông Giám Trường Biên** ghi *"bỏ Thuận Châu, đưa đất này cho Giao Chỉ"* 廢順州，以其地畀交阯. Nhưng dân và triều đình Đại Việt không vội tin những lời tuyên bố huyênh hoang; *"kẻ nằm trong chăn biết có rận"*, cẩn thận xét nghiệm thấy việc trả như vậy là chưa đủ, bèn tiếp tục đòi hỏi. Cuối cùng vua Tống đành phải chấp nhận cho xét lại; lệnh đặt nơi bàn bạc về biên giới, đích thân đặt tên là **Kế nghị biện chính cương chí sở** 『計議辦正疆至所』(Nơi bàn bạc sửa lại đúng cương giới).

Cuối cùng sự việc được giải quyết, Vua Tống Thần Tông chính thức gửi chiếu thư cho Vua Lý Nhân Tông nước Đại Việt như sau:

Trường Biên, quyển 349. Năm Nguyên Phong thứ 7 **[1084]**

Ngày Mậu Tý tháng 10 [22/11/1084], *sắc Giao Chỉ Quận vương Càn Đức biết:*

"Ty Kinh lược Quảng Nam Tây Lộ tâu:

'Mới đây được triều mệnh về việc An Nam tâu rằng các châu động thuộc khe động Vật Dương, Vật Ác, cương giới chưa rõ

ràng. Lệnh bản ty hội bàn với bản đạo sai quan biện chính. Nay chuẩn cho An Nam sai bọn Lê Văn Thịnh đến, biên giới đã được biện chính; xin giảng chiếu chỉ để An Nam tuân theo.'

Xem các tờ tâu trước kia trình bày về biên giới, đặc mệnh các quan tại biên giới bàn bạc biện chính. Khanh vốn được ân sủng tước lộc, đời đời trung thuần; hãy khâm phụng chiếu chỉ, thân sức các quan dưới quyền, phân hoạch châu động, đầu đuôi đã rõ ràng: Hai động Vật Dương, Vật Ác đã đặt chỉ huy coi sóc; dùng 8 ải sau đây làm biên giới: Canh Kiệm, Khâu Cự, Khiếu Nhạc, Thông Khoáng, Canh Nghiễm, Đốn Lợi, Đa Nhân, Câu Nan. Ngoài biên giới có 6 huyện: Bảo, Lạc, Luyện, Miêu, Đinh, Phóng; 2 động Túc, Tang, giao cho khanh lãnh làm chủ. Khanh hãy thể theo lòng quyến luyến, càng ôm lòng cung thuận, cẩn thận tuân theo giao ước, chớ dung túng xâm lấn."

(戊子，敕交趾郡王乾德省：「廣南西路經略司奏：『昨準朝命，安南奏以溪峒勿惡、勿陽等州峒疆至未明，令本司計會本道，差職官辨正。今準安南報差黎文盛等至，邊界已辨正，乞降詔旨付安南遵守。』向觀奏牘，陳敘封疆，特命邊臣計議辨正。卿保膺寵祿，世載忠純，欽奉詔旨，申飭官屬，分畫州峒，本末以明。勿惡、勿陽二峒已降指揮，以庚儉、邱矩、叫岳、通曠、庚巖、頓利、多仁、勾難八隘為界，其界外保、樂、練、苗、丁、放近六縣、（六縣下恐有脫字，時政記亦然。）宿、桑二峒，並賜卿主領。卿其體此眷私，益懷恭順，謹遵封約，勿縱交侵。」

Đây là phần đất lấy lại được lớn nhất, trong lịch sử bang giao Hoa Việt. Ngoài ra phải kể thêm, các triều đại Trung Quốc trước kia thường gọi nước ta là Giao Chỉ, hoặc Giao Châu, vết tích của một thời đô hộ; năm 1164 chính thức đổi thành An Nam, hàm ý công nhận nước ta độc lập; phong Vua Anh Tông làm An Nam quốc vương:

"*Năm Chính Long Bảo Ứng năm thứ 2* [1164], *Nhà Tống phong vua làm An Nam Quốc Vương, đổi Giao Chỉ làm An Nam Quốc.*" **Toàn Thư**, Bản Kỷ, quyển 4.

Sử Trung Quốc cũng đánh giá cao sự kiện này, **Nguyên Sử Loại Biên** nhận xét rằng trước kia gọi xứ ta là Giao Chỉ hoặc

An Nam Đô hộ phủ; đến đời Lý Anh Tông mới chính thức gọi là nước An Nam:

"An Nam, trước đây, gọi là Giao Chỉ; Đường Cao Tông đặt làm An Nam Đô hộ phủ. Tên gọi là An Nam bắt đầu từ đấy. Tống Hiếu Tông phong Thiên Tộ [Lý Anh Tông] *là An Nam quốc vương, An Nam gọi là "nước" bắt đầu từ đó."*

5. Luật pháp và chính sách ủy lạo.

- Hình luật:

Đời Lý Thái Tông, vào tháng 10 năm Minh Đạo thứ nhất [1042] ban hành bộ **Hình Thư**, gồm 3 quyển. Đây là bộ hình luật đầu tiên của quốc gia, giúp cho việc xử án được rõ ràng; nhà Vua coi nó là "con đường sáng" để noi theo, nên đổi niên hiệu năm đó là "Minh Đạo":

"Ban Hình Thư. Trước kia, việc kiện tụng trong nước phiền nhiễu, quan lại giữ luật pháp câu nệ luật văn, cốt làm cho khắc nghiệt, thậm chí có người bị oan uổng quá đáng. Vua lấy làm thương xót, sai trung thư san định luật lệnh, châm chước cho thích dụng với thời thế, chia ra môn loại, biên thành điều khoản, làm thành sách Hình thư của một triều đại, để cho người xem dễ hiểu. Sách làm xong, xuống chiếu ban hành, dân lấy làm tiện. Đến đây phép xử án được bằng thẳng rõ ràng, cho nên mới đổi niên hiệu là Minh Đạo và đúc tiền Minh Đạo" **Toàn Thư**, Bản Kỷ, quyển 2.

Vua Thánh Tông từng nói với quan coi ngục rằng ngài yêu dân như con; nhưng vì dân không biết pháp luật, mắc vào tội lỗi, bèn chủ trương khoan giảm:

*"Ngày **Giáp Thìn**, Thánh Tông năm Chương Thánh Gia Khánh thứ 6 [1064], mùa hạ, tháng 4, vua ngự ở điện Thiên Khánh xử kiện. Khi ấy công chúa Động Thiên đứng hầu bên cạnh, vua chỉ vào công chúa, bảo ngục lại rằng:*

'Ta yêu con ta, cũng như lòng ta làm cha mẹ dân. Dân không hiểu biết mà mắc vào hình pháp, trẫm rất thương xót, từ nay về

sau, không cứ gì tội nặng hay nhẹ đều nhất luật khoan giảm". (**Toàn Thư**, **Bản Kỷ**, quyển 3)

Thời Vua Thần Tông, tội hình giết người cũng không bị xử tử hình:

- *"Năm Thiên Phù Duệ Vũ thứ 6* [1125]. *Xuống chiếu rằng phàm đánh chết người thì xử 100 trượng, thích mặt 50 chữ, đồ làm khao giáp."* **Toàn Thư**, Bản Kỷ, quyển 3

Riêng luật về ruộng đất, nhằm bảo hộ dân nghèo lỡ túng thiếu bán đỡ ruộng trong vòng 20 năm, cũng có quyền chuộc lại; đối với kẻ nhiều tiền, mua ruộng mà không canh tác, để hoang 1 năm sẽ bi tịch thu.

Triều đình giúp phương tiện để dân kêu oan; cho đúc chuông lớn đặt tại Long Trì, phòng khi dân có oan ức, đánh chuông để khiếu nại:

"***Nhâm Thìn***, [Sùng Hưng Đại Bảo] *năm thứ 4* [1052], *Tháng 3, đúc chuông lớn để ở Long Trì, cho dân ai có oan ức gì không bày tỏ được thì đánh chuông ấy để tâu lên."* **Toàn Thư**, Bản Kỷ, quyển 2.

Lại rút kinh nghiệm từ triều Tống, cho đặt thùng thư để nhận thư từ khiếu nại:

"Mùa xuân, tháng 2 năm Đại Định thứ 19 [1158], *Nguyễn Quốc sang sứ nước Tống về, dâng tâu rằng:*

'Thần sang nước Tống thấy ở giữa sân vua có cái hòm bằng đồng để nhận các chương tấu của bốn phương, thần xin bắt chước mà làm như thế để bề trên rõ được tình người dưới'.

Vua y theo, cho đặt cái hòm ở giữa sân để ai có trình bày việc gì thì bỏ thư vào hòm ấy...." **Toàn Thư**, Bản Kỷ, quyển 4.

- Cấp tuất cho dân:

"*Bần cùng sinh đạo tặc*" là điều thường xảy ra, nên việc cấp tuất cho dân là phương sách hữu hiệu để giảm việc thi hành hình luật. Vua Lý Thái Tổ tỏ ra là nhà cai trị khéo, dùng phép trị nước giống như bà nội trợ điều hòa nồi canh "điều canh nhi trị"; nên lúc xây xong cung Thúy Hoa, xá giảm thuế khóa cho dân 3 năm, những người mồ côi, góa bụa, ốm đau từ lâu thiếu thuế đều được tha:

"*Năm Thuận Thiên thứ nhất* [1010]. *Mùa đông, tháng 12, cung Thúy Hoa làm xong; lễ khánh thành, đại xá các thuế khóa cho thiên hạ trong 3 năm, những người mồ côi, góa chồng, già yếu, thiếu thuế lâu năm đều tha cho cả.*" **Toàn Thư**, Bản Kỷ, quyển 2.

Những năm được mùa, đều là dịp tốt để nhà Vua biểu lộ lòng nhân từ tha thuế cho dân:

"*Thuận Thiên năm thứ 7* [1016]. *Năm ấy được mùa to, 30 bó lúa giá 70 tiền. Cho thiên hạ 3 năm không phải nộp tô thuế.*" **Toàn Thư**, Bản Kỷ, quyển 2.

"*Thuận Thiên năm thứ 9* [1018], *xá một nửa tô ruộng cho thiên hạ.*" **Toàn Thư**, Bản kỷ, quyển 2.

Thực hiện được những công việc xã hội nêu trên, cần một nền kinh tế tốt, vững, lành mạnh; là nước nông nghiệp với thành tích "*30 bó lúa giá 70 tiền*", có thể đánh giá cao về nền kinh tế lúc bấy giờ.

Vua Lý Thánh Tông mới lên ngôi chưa được bao lâu, gặp một mùa đông rét mướt, gió lạnh thổi về, nhà Vua mặc áo lông chồn còn cảm thấy rét; nghĩ đến những người trong tù rét lạnh thấu xương, bèn ra lệnh ban thêm chăn chiếu, săn sóc đủ cơm ăn:

"*Mùa đông, tháng 10, Thánh Tông năm Long Thụy Thái Bình thứ 2* [1055] *đại hàn, vua bảo các quan tả hữu rằng:*

'Trẫm ở trong cung, sưởi than xương thú, mặc áo lông chồn còn rét thế này, nghĩ đến người tù bị giam trong ngục, khổ sở về gông cùm, chưa rõ ngay gian, ăn không no bụng, mặc không kín thân, khốn khổ vì gió rét, hoặc có kẻ chết không đáng tội, trẫm rất thương xót. Vậy lệnh cho Hữu ty phát chăn chiếu, và cấp cơm ăn ngày hai bữa." (**Toàn Thư** (2), Bản Kỷ, quyển 3)

6. Chính sách mềm dẻo đối với dân tộc thiểu số:

Nước ta có nhiều dân tộc thiểu số, vị trí các dân tộc này phần lớn tại vùng biên thùy, hết sức quan trọng. Nếu xử sự không khéo mối hại xãy ra khôn lường; đơn cử thời Nguyễn, Minh Mệnh; từ vụ án Lê Văn Khôi, dấy lên cuộc nổi dậy của Nồng Văn Vân, thủ lãnh dân tộc Nùng tại Cao Bằng. Vua Minh Mệnh phải điều quân sinh lực cả nước, đánh dẹp ngót 2 năm trời. Cuối cùng phải làm cuộc hành quân lớn, với 3 mũi từ 3 tỉnh Hà Giang, Lạng Sơn, Thái Nguyên đánh thẳng vào Cao Bằng mới dẹp được; mối tổn thất về nhân mạng và của cải không tính xuể.

Dưới thời Lý Thái Tông, một vụ nổi dậy khác có tầm vóc lớn, kéo dài đến tận đời con, cũng do họ Nùng tại tỉnh Cao Bằng; đó là cuộc nổi dậy của cha con Nùng Tồn Phúc, Nùng Trí Cao. Sau khi giết Nùng Tồn Phúc, người con là Nùng Trí Cao và vợ là A Nùng trốn tại vùng đất Trung Quốc lại tiếp tục trở về châu Thảng Do, Cao Bằng gây loạn; lần này vua Lý Thái Tông chủ trương mềm dẽo ky my, bắt nhưng không giết, cho trở về quê cũ, lại cấp thêm đất:

"Năm Càn Phu Hữu Đạo thứ 3 [1041]. *Năm ấy, Nùng Trí Cao cùng với mẹ là A Nùng từ động Lôi Hỏa (9) lại về chiếm cứ châu Thảng Do, đổi châu ấy làm nước Đại Lịch. Vua sai tướng đi đánh, bắt sống được Trí Cao đem về Kinh sư. Vua thương tình vì cha là Tồn Phúc và anh là Trí Thông đều đã bị giết nên tha tội, cho giữ châu Quảng Nguyên như cũ, lại phụ thêm cho bốn động Lôi Hỏa, Bình, An, Bà và châu Tư Lang (10) nữa."* **Toàn Thư**, Bản Kỷ, quyển 2.

Hai năm sau, nhà Vua lại đặc cách ban ấn cho Trí Cao, cùng phong chức Thái Bảo:

"Năm Minh Đạo thứ 2 [1043]. *Tháng 9, ngày mồng 1, sai Ngụy Trưng đến châu Quảng Nguyên, ban cho Nùng Trí Cao đô ấn, phong làm Thái bảo."* **Toàn Thư**, Bản Kỷ, quyển 2.

Năm 1048 Nùng Trí Cao lại chiếm giữ động Vật Ác (11) làm phản; triều đình phải mang quân đi đánh dẹp, y bèn xin hàng. Cách xử sự của triều đình tương đối phải chăng, khiến Trí Cao không ôm nặng mối căm thù; sau đó 4 năm [1052] đồng bọn quay sang đánh Trung Quốc, chiếm thành Ung châu [Nam Ninh, Quảng Tây] rồi xuôi theo dòng sông Uất chiếm nhiều châu khác, đến tận Quảng châu [Guangzhou, Quảng Đông]; gián tiếp giúp nước Đại Việt nhẹ đi một mối đe doạ truyền kiếp:

"NămThiên Cảm Thánh Vũ thứ 5 [1048], *Nùng Trí Cao làm phản, chiếm giữ động Vật Ác. Sai Thái úy Quách Thịnh Dật đi đánh. Vừa mới giao chiến, trời đất bỗng tối mù, một lát nghe tiếng sét đánh trong động, thân thể các tù trưởng động ấy bị xé tan, cả động kinh hãi. Trí Cao phải hàng.* **Toàn Thư**, Bản Kỷ, quyển 2.

Vào cuối đời Lý Thái Tông, vào tháng 10 năm Sùng Hưng Đại Bảo thứ 5 [1053], Nùng Trí Cao xin nhà Lý nước ta cứu viện, Vua sai tướng Vũ Nhị mang quân đi giúp, nhưng sử Trung Quốc không chép điều này:

"Mùa đông, tháng 10, Trí Cao sai Lương Châu đến xin quân [cứu viện]. *Vua xuống chiếu cho chỉ huy sứ là Vũ Nhị đem quân cứu viện. Địch Thanh lại đánh phá được Trí Cao. Trí Cao chạy sang nước Đại Lý* [Vân Nam]. *Người nước Đại Lý chém đầu Cao bỏ vào hòm dâng vua Tống. Từ đây họ Nùng bị diệt."* **Toàn Thư**, Bản Kỷ, quyển 2.

Sử thần triều Nguyễn nhận định rằng sau khi bị Đich Thanh đánh, quân Trí Cao kiệt quệ không thể cứu vãn được, nên quân cứu viện của Vua Lý đành ngưng lại; nhà Tống không biết việc này, nên sử nước họ không chép:

"Kịp khi nghe biết Trí Cao không đủ sức chống được quân nhà Tống, nên quân cứu mới nửa vời ngừng lại mà không quả quyết cho đi nữa. Chứ nếu quả nhà Lý đã đem quân ra ngoài biên giới đánh nhau với Tống, thì việc biên cương là trọng đại, người Tống há lại dìm đi được sao?" **Cương Mục**, Chính Biên, quyển 3.

Với chính sách ky my, Vua Thái Tông còn gả Công chúa cho các Tù trưởng miền núi để ràng buộc bằng tình thân, làm vững phên dậu:

"Năm Thông Thụy thứ 3 [1036], *tháng 3, gả Công chúa Kim Thành cho châu mục châu Phong (12) là Lê Tông Thuận. Mùa thu, tháng 8, gả công chúa Trường Ninh cho châu mục châu Thượng Oai (13) là Hà Thiện Lãm."* **Toàn Thư**, Bản Kỷ, quyển 2.

Đời Lý Nhân Tông, Tù trưởng Thân Thiệu Thái, cũng là Phò mã, có công lớn trong cuộc chiến đánh dẹp quân Tống.

7. Lạm dụng xây chùa, cùng những thói tục mê tín:

Có lẽ vì thuở bé Vua Lý Thái Tổ sống trong chùa, nên Phật Giáo được ưu đãi; lúc mới lên ngôi, Vua cho xây trong phủ Thiên Đức quê nhà đến 8 ngôi chùa:

"Năm Thuận Thiên thứ nhất [1010]. *Xuống chiếu phát tiền kho 2 vạn quan, thuê thợ làm chùa ở phủ Thiên Đức, tất cả 8 sở, đều dựng bia ghi công."* **Toàn Thư**, Bản Kỷ, quyển 2.

Ra lệnh trong nước, nơi nào có chùa quán đổ nát, đều trùng tu lại:

"Lại hạ lệnh cho các hương ấp, nơi nào có chùa quán đã đổ nát đều phải sửa chữa lại." **Toàn Thư**, Bản kỷ, quyển 2.

Còn khuyến khích giúp đỡ dân xuất gia, lấy tiền kho ra đúc chuông:

"Năm Thuận Thiên thứ nhất [1010]; *Năm ấy độ dân làm sư. Phát bạc ở kho 1.680 lạng để đúc chuông lớn, treo ở chùa Đại Giáo."* **Toàn Thư**, Bản Kỷ. quyển 2.

Mấy năm sau, lại cho xây chùa Chân Giáo ngay trong kinh thành Thăng Long:

"Năm Thuận Thiên thứ 15 [1024]; *mùa thu, tháng 9, làm chùa Chân Giáo ở trong thành để vua tiện ngự xem tụng kinh."* **Toàn Thư**, Bản Kỷ, quyển 2.

Về việc lạm dụng xây chùa, đúc chuông; Sử thần Lê Văn Hưu có nhận xét như sau:

"Lê Văn Hưu nói: Lý Thái Tổ lên ngôi mới được 2 năm, tông miếu chưa dựng, đàn xã tắc chưa lập mà trước đã dựng tám

chùa ở phủ Thiên Đức, lại trùng tu chùa quán ở các lộ và độ cho làm tăng hơn nghìn người ở Kinh sư, thế thì tiêu phí của cải sức lực vào việc thổ mộc không biết chừng nào mà kể. Của không phải là trời mưa xuống, sức không phải là thần làm thay, há chẳng phải là vét màu mỡ của dân ư? Vét máu mỡ của dân có thể gọi là làm việc phúc chăng? Bậc vua sáng nghiệp, tự mình cần kiệm, còn lo cho con cháu xa xỉ lười biếng, thế mà Thái Tổ để phép lại như thế, chả trách đời sau xây tháp cao ngất trời, dựng cột chùa đá, điện thờ Phật, lộng lẫy hơn cung vua. Rồi người dưới bắt chước, có kẻ hủy thân thể, đổi lối mặc, bỏ sản nghiệp, trốn thân thích, dân chúng quá nửa làm sư sãi, trong nước chỗ nào cũng chùa chiền, nguồn gốc há chẳng phải từ đấy?" **Toàn Thư**, Bản Kỷ, quyển 2.

Ngoài ra các Vua triều Lý thường ưa chuộng những vật được cho là báo điềm lành. Ngay cả những đấng minh quân như Vua Lý Nhân Tông cũng rất tin vào những vật báo điềm lành, khiến kẻ dưới tranh nhau dâng lên những vật kỳ lạ đến mấy chục lần; việc này làm làm tổn thương nền phong hóa và nêu gương xấu cho hậu thế. Tìm hiểu những điềm lạ, có thể xếp loại như sau:

- Hiện tượng thiên nhiên như mặt trời có 2 quầng vào năm 1110. Rồng vàng xuất hiện 2 lần vào các năm 1083, 1125; đây chắc cũng chỉ là mây ráng, có hình dáng giống như rồng.

- Các con vật kỳ dị, đại loại như rùa 5 sắc vv... vào các năm 1091, 1086, 1126, 1127, 1124; chim phượng có 9 chòm ngũ sắc vào năm 1110; hổ trắng vào năm 1110; hươu trắng, hươu đen vào các năm 1117, 1119, 1121; chim sẻ trắng 1124.

- Vật lạ như cây cau, đại loại 1 gốc nảy ra 9 thân vvv... vào các năm 1111, 1121, 1122; vàng sống gọi là vàng trường thọ vào năm 1127, ngọc bích, ngọc châu tân lang vào năm 1122.

Tệ hại hơn nữa dưới thời Vua Lý Thần Tông, Thái phó Lý Công Bình đánh bại quân Chân Lạp trong vòng 9 ngày, bắt sống viên chỉ huy. Đây là chiến thắng thần tốc, đáng lẽ phải ban chiếu biểu dương cho chủ tướng và quân sĩ; nhưng bấy giờ vua nghe lời xui theo thói mê tín, nên đã làm một việc sai trái tệ hại; không đoái tưởng đến công lao của các tướng sĩ, đích thân đến các chùa và đạo quán; tạ ơn Phật, Đạo giúp cho thắng trận:

"Ngày Quý Hợi tháng 2 năm Thiên Thuận thứ 1 [1128], Lý Công Bình đánh bại người Chân Lạp ở bến Ba Đầu, bắt được chủ tướng và quân lính." **Toàn Thư**, Bản Kỷ, quyển 3.

"Thư báo thắng trận của Lý Công Bình đến kinh sư. Ngày Mậu Thìn năm Thiên Thuận thứ 1 [1128], vua ngự đến hai cung Thái thanh, Cảnh Linh và các chùa quán trong thành để lễ tạ ơn Phật và Đạo đã giúp ngầm cho Công bình đánh được người Chân Lạp." **Toàn Thư**, Bản Kỷ, quyển 3.

Về điều sai này, Sử thần Lê Văn Hưu có lời phê xác đáng như sau:

"Lê Văn Hưu nói: Phàm việc trù tính ở trong màn trướng, quyết định được chiến thắng ở ngoài nghìn dặm, đều là công của người tướng giỏi cầm quân làm nên thắng lợi.

Thái phó Lý Công Bình phá được quân Chân Lạp cướp châu Nghệ An, sai người báo tin thắng trận. Thần Tông đáng lẽ phải cáo thắng trận ở Thái Miếu, xét công ở triều đường để thưởng cho bọn Công Bình về công đánh giặc. Nay lại quy công cho Phật và Đạo, đi các chùa quán để lạy tạ, như thế không phải là cách để ủy lạo kẻ có công, cổ lệ chí khí của quân sĩ." **Toàn Thư**, Bản Kỷ, quyển 3

Chú thích:

1. Lộ bố: bản tuyên bố thường dùng trong khi đánh dẹp.

2. Phép thanh miêu: cho nông dân vay lúc giáp hạt, đến mùa thu hoạch lấy 20-30/100 tiền lời; khiến mùa giáp hạt dân không đến nỗi chết đói, mà ngân quỹ nhà nước có thêm tiền.

3. Phép mộ dịch: bắt kẻ người nhiều, người ít; mỗi người phải đóng một số tiền gọi là tiền miễn dịch, địa chủ khoa bảng cũng phải đóng; rồi quan dùng tiền mướn sai dịch. Trước đó nhà Tống không bắt khoa bảng, chức sắc, sư sãi đóng, nay áp dụng cho mọi người; những người bận làm ruộng đóng để an tâm sản xuất; thành phần cố nông đi làm mướn, vô nghề nghiệp được mướn làm sai dịch để kiếm sống qua ngày.

4. Bảo giáp: chế độ bảo giáp thi hành thời Tống Thần Tông lấy hộ làm đơn vị, 10 hộ thành 1 giáp, đặt Giáp trưởng; 10 giáp thành 1 bảo, đặt Bảo trưởng; tổ chức nhằm giúp dân chúng tự vệ.

5. Bằng độ điệp: giấy chứng nhận nhà sư xuất gia.

6. Trình Di: là thủy tổ Tống Nho, nên nơi học chữ Nho xưa gọi là "cửa Khổng sân Trình".

7. Trương Tướng quân: theo **Toàn Thư**, Trương Tướng quân tức anh em nhà họ Trương; Trương Khiếu, Trương Hát; hai người là 2 tướng giỏi của Triệu Quang Phục, được dân lập đền thờ gần sông Cầu.

8. Tây Thiên khúc điệu: ở đây có thể là những khúc hát và múa Chiêm Thành có nguồn gốc Ấn Độ (Tây Thiên, chỉ Ấn Độ).

9. Lôi Hỏa: tên động, ở phía tây bắc tỉnh Cao Bằng ngày nay. Các động Bình, An, Bà đều thuộc về đất tỉnh Cao Bằng.

10. Tư Lang: nay là đất huyện Trùng Khánh và phần đất đông bắc huyện Quảng Hòa, vùng quanh Hạ Lang, tỉnh Cao Bằng.

11. Vật Ác: Theo văn bản **Trường Biên**, quyển 349, năm Nguyên Phong thứ 7 [1084]: "*Vào thời Gia Hựu* [1056-1059], *bọn Nùng Tôn Đán đem động Vật Ác qui phụ, ban tên Thuận An châu;* " Vùng đất này hiện nay thuộc Tĩnh Tây thị, tỉnh Quảng Tây.

12. Phong châu: huyện Tiên Phong, phủ Quảng Oai, tỉnh Sơn Tây.

13. Thượng Oai: theo Đất Nước Việt Nam Qua Các Đời của Đào Duy Anh trang 121, Thượng Oai có thể là một châu tại tỉnh Sơn Tây.

MỤC LỤC TẬP MỘT

PHỤ LỤC:

Bảng tra

Tên người, tên đất, danh hiệu. — **Số trang**

Mục Lục
Lịch Sử Việt Nam Thời Tự Chủ

tiếp theo

Tập Hai
Thời Trần, Hồ.

Tập Ba
Thời Hậu Trần, Lê.

121. Mạc Mậu Hợp. (3)
122. Vua Lê Thế Tông (1): giai đoạn ngự trị tại thành Thăng Long. [1593-1599]
123. Vua Lê Thế Tông (2): giai đoạn ngự trị tại thành Thăng Long. [1593-1599]
124. Vua Lê Kính Tông [1600-1619].
125. Lê Thần Tông [1619-1635].
126. Lê Thần Tông, Lê Chân Tông [1635-1649].
127. Vua Lê Thần Tông lên ngôi lần thứ hai [1649-1662].
128. Vua Lê Huyền Tông [1663-1671].
129. Vua Lê Gia Tông [1672-1675].

Tập Năm
Thời Lê, Tây Sơn.

130. Lê Hy Tông [1676-1704] (1)
131. Lê Hy Tông (2)
132. Lê Dụ Tông [1705-1728]. (1)
133. Lê Dụ Tông. (2)
134. Lê Dụ Tông. (3)
135. Vua Lê Duy Phường và Lê Thuần Tông [1729-1735].
136. Vua Lê Ý Tông. [1735-1739]
137. Vua Lê Hiển Tông [1740-1786]. (1)
138. Vua Lê Hiển Tông. (2)
139. Vua Lê Hiển Tông. (3)
140. Vua Lê Hiển Tông. (4)
141. Vua Lê Hiển Tông. (5)
142. Vua Lê Hiển Tông [1740-1786] (6)
143. Vua Lê Hiển Tông [1740-1786] (7)
144. Vua Lê Hiển Tông [1740-1786] (8)
145. Vua Lê Hiển Tông [1740-1786] (9)
146. Vua Lê Hiển Tông [1740-1786] (10)
147. Vua Lê Hiển Tông [1740-1786] (11)
148. Vua Lê Hiển Tông [1740-1786] (12)
149. Vua Lê Hiển Tông [1740-1786] (13)
150. Vua Lê Hiển Tông [1740-1786] (14)

151. Vua Lê Hiển Tông [1740-1786] (15)
153. Vua Lê Hiển Tông [1740-1786] (17)
154. Vua Lê Hiển Tông [1740-1786] (18)
155. Vua Lê Hiển Tông [1740-1786] (19)
156. Vua Lê Chiêu Thống [1787-1789] (1)
157. Vua Lê Chiêu Thống [1787-1789] (2)
158. Vua Lê Chiêu Thống [1787-1789] (3)
159. Vua Lê Chiêu Thống [1787-1789] (4)
160. Vua Lê Chiêu Thống [1787-1789] (5)
161. Vua Quang Trung đại phá quân Thanh.
162. Vua Quang Trung. [1789-1792]

Nhân Ảnh
2023

Liên lạc tác giả:
Email: thao.b.ho@gmail.com

Liên lạc Nhà xuất bản
Nhân Ảnh
E.mail: han.le3359@gmail.com
(408) 722-5626

www.ingramcontent.com/pod-product-compliance
Lightning Source LLC
LaVergne TN
LVHW032111041026
849525LV00005B/1498
* 9 7 9 8 8 6 9 0 8 6 4 3 3 *